द लेट देम थेअरी

द लेट देम थेअरी

कोट्यवधी लोक ज्याबद्दल सातत्याने बोलत आहेत, असे जीवन बदलणारे एक प्रभावी साधन

मेल रॉबिन्स

आणि सॉयर रॉबिन्स

MANJUL

मंजुल पब्लिशिंग हाउस

First published in India by

MANJUL

Manjul Publishing House

Corporate and Editorial Office
•2nd Floor, Usha Preet Complex, 42 Malviya Nagar,
Bhopal 462 003 – India

Sales and Marketing Office
•C-16, Sector 3, Noida, Uttar Pradesh 201301 – India
Website: www.manjulindia.com

Distribution Centres
Ahmedabad, Bengaluru, Chennai, Kochi,
Kolkata, Hyderabad, Mumbai, New Delhi, Pune

Marathi translation of The *The Let Them Theory* by Mel Robbins

English edition first published by Hay House Publishers

Marathi translation published by Manjul Publishing House, by arrangement with 143 STUDIOS PUBLISHING c/o Hodgman Literary, USA in association with Europa Content.

Marathi edition first published in 2025

ISBN 978-93-7317-084-8

Translated by: Dhananjay Keskar

Printed and bound in India by Thomson Press (India) Ltd.

माझ्याबरोबर या पुस्तकाचे सहलेखन करणारी माझी कन्या सॉयर हिच्यासाठी.

मला ठार मारावे असे काही वेळा तुम्हाला वाटले असले तरी
माझे अनुभव तुम्हाला कथन करणे हे माझ्यासाठी आनंददायी होते.

असे म्हणतात ना की, 'त्यांना तसे करू देत.'

अनुक्रमणिका

परिचय : माझी कथा १

'त्यांना करू द्या' हा सिद्धान्त

१. ज्या गोष्टींवर तुमचे नियंत्रण नाही त्यांच्यावर आयुष्यातील वेळ वाया घालवू नका १५

२. सुरुवात करू या : 'लेट देम+लेट मी.' २८

तुम्ही आणि 'त्यांना करू द्या' सिद्धान्त (लेट देम थिअरी)

तणावाचे व्यवस्थापन

३. धक्कादायक बाब : जीवन तणावपूर्ण आहे ४७

४. त्यांना तुमच्यावर ताणाची परिसीमा करू दे ५७

इतर लोकांच्या मतांची भीती वाटणे

५. त्यांना तुमच्याबद्दल वाईट विचार करू द्या ६७

६. कठीण लोकांवर प्रेम कसे करावे? ७९

इतरांच्या भावनात्मक प्रतिक्रिया हाताळणे

७. जेव्हा प्रौढ लोक तणतणाट करतात ९१

८. योग्य निर्णय अनेक वेळा चुकीचा वाटतो १०१

सततच्या तुलना करण्यावर मात करणे

९. हो, आयुष्य न्याय्य नसतं १०९

१०. तुलनेस आपले शिक्षक कसे बनवावे? ११५

तुमचे नातेसंबंध आणि 'त्यांना करू द्या' सिद्धान्त

प्रौढ मैत्रीमध्ये प्रावीण्य मिळविणे

११. प्रौढ मैत्रीबद्दल कोणीही न सांगितलेले सत्य १३१

१२. काही मैत्रीसंबंध आपोआप का विरळ होतात? १३९

१३. तुमच्या आयुष्यातील सर्वोत्कृष्ट मैत्री कशी कराल? १४६

इतरांना बदलण्यासाठी प्रेरित करणे

१४. जेव्हा त्यांना बदलावंसं वाटतं तेव्हाच लोक बदलतात १५९

१५. तुमच्या प्रभावाचं सामर्थ्य उघड करा १७२

संघर्षात अडकलेल्या व्यक्तीला मदत करणे

१६. तुम्ही एखाद्याला जेवढे वाचविता तेवढे ते जास्त खोलात जातात १८७

१७. योग्य पद्धतीने आधार कसा द्यावा? १९७

तुम्ही ज्या प्रेमास लायक आहात ते प्रेम निवडणे

१८. आपण कोण आहोत हे त्यांना दर्शवू दे २०९

१९. आपल्या नात्याला पुढच्या टप्प्यावर कसं न्यावं? २१८

२०. प्रत्येक अंत ही एक सुंदर सुरुवात असते २२४

निष्कर्ष : तुमचे 'मला करू द्या' युग येथे आहे २४३

परिशिष्ट

'त्यांना करू द्या' पद्धत पालकत्वात
कशी वापरावी? २४९

'त्यांना करू द्या' हा सिद्धान्त सहकाऱ्यांसाठी (टीमसाठी) कसा वापरावयाचा? २५०

मला तुमचा ऋणनिर्देश करू दे २५१

लेखक परिचय २५७

भाषांतरकार परिचय २५८

परिचय :

माझी कथा

वयाच्या ४१व्या वर्षी मला आठ लाख डॉलर्सचे कर्ज होते, मला नोकरी नव्हती व माझ्या पतीचा उपाहारगृहाचा व्यवसाय नष्ट होण्याच्या मार्गावर होता. आयुष्यात आम्ही अपयशी ठरलो आहोत असे वाटत होते व कर्जातून मुक्ती मिळविण्याची काही आशा नव्हती.

एकापाठोपाठ एक यशप्राप्ती करणाऱ्या माझ्या मित्रांचा मला हेवा वाटत असे व त्याच वेळी आम्ही मात्र घरी किराणा सामना आणण्यासाठीही संघर्ष करीत होतो. नुकतेच मला कामावरून काढून टाकण्यात आले होते व आयुष्यात पुढे काय करावे याची मला काहीच कल्पना नव्हती. लोकांना कायदेविषयक सल्ला देणाऱ्या संस्थेसाठी वकिली करण्याचा मी प्रयत्न केला होता, बोस्टनमधील एका मोठ्या कंपनीमध्ये वकील म्हणून काम केले होते, नव्याने व्यवसाय सुरू करणाऱ्यांच्या बरोबर काम करण्याचा प्रयत्न केला होता, आयुष्यात लोकांसाठी मार्गदर्शक म्हणून काम केले होते, एका रेडिओ स्टेशनवर एका कार्यक्रमाचे सूत्रसंचालन करणे व चिनी मातीची भांडी रंगविण्यासाठी एक स्टुडिओ सुरू करण्याचाही प्रयत्न केला होता. मी पूर्णपणे हताश झाले होते व काहीही केले तरी या गर्तेतून बाहेर येण्यासाठी ते पुरेसे नसेल असे वाटत होते.

चिंता व स्वतःबद्दलची साशंकता या परिस्थितीमध्ये गोष्टी टाळणे हे माझे मुख्य धोरण होते. उठून काही करणे टाळण्यासाठी मी झोपून राहत असे. वेदना किंवा मानसिक दुःख टाळण्यासाठी दारू घेत असे. माझी जबाबदारी टाळण्यासाठी मी आपल्या पतीला दोष देत असे. काहीही करून नोकरी शोधण्यात मी दिरंगाई करीत असे.

तुम्ही जर अशा परिस्थितीतून गेला असाल तर लहानसहान कामेसुद्धा किती पर्वतप्राय वाटतात हे तुम्ही समजू शकाल. अंथरुणातून बाहेर येणे, आलेली बिले उघडून पाहणे, कुटुंबीयांबरोबर मनापासून नीट लक्ष देऊन उपस्थित राहणे, चांगले जेवण बनविणे, नोकरीसाठी अर्ज करणे, फिरायला जाणे, एखादी वर्गणी रद्द करणे किंवा आपण किती संघर्ष करीत आहोत हे प्रामाणिकपणे स्वतःशी कबूल करणे हे सर्व अशक्य वाटते. रोज सकाळी उठल्यावर माझ्या सर्व शिरांमधून चिंता प्रवाहित होत असत आणि *आयुष्याच्या अखेरीपर्यंत हे असेच चालू राहणार का,* असा विचार माझ्या मनात येत असे.

अशा परिस्थितीत अडकून राहिल्यावर एक मजेशीर गोष्ट असते ती तुम्हाला जाणून घ्यायची आहे का? आपण नक्की काय करणे आवश्यक आहे हे मला माहीत होते : उठणे, ज्या बिलांचा भीतिदायक गठ्ठा आहे त्याकडे लक्ष देणे, शाळेत जाण्यासाठी मुलांना तयार करणे, फिरायला जाण्यासाठी स्वतःला उद्युक्त करणे, साहाय्य मिळविण्यासाठी माझ्या मित्रांशी संपर्क करणे, नोकरी शोधणे हे सर्व जरुरीचे होते. तरीही यांपैकी मी काहीच करू शकत नव्हते.

माझे आयुष्य मी कसे बदलले

एके दिवशी सकाळी माझ्या आयुष्यातील सर्व गोष्टी बदलल्या, ती सकाळ मी कधीच विसरणार नाही. सकाळी गजर झाला, पण मी माझ्या सर्व समस्यांमध्ये पूर्णपणे गुंतून पलंगावर पडून होते. आपल्यापैकी अनेकांना होते तसे आपल्याच विचारांमुळे मी निष्क्रिय होते व उठून नवीन दिवसाला सामोरे जाणे याला माझी अगदी अखेरची पसंती होती.

पण नंतर एक चमत्कारिक गोष्ट घडली. माझ्या डोक्यात अचानक आलेल्या एका विचारामुळे माझे आयुष्य संपूर्णपणे बदलून जाणार होते. ते अगदी सोपे होते, जवळजवळ मूर्खपणाचे होते. अग्निबाणाचे प्रक्षेपण करताना नासामध्ये ज्याप्रमाणे ५-४-३-२-१ अशा उलट क्रमाने गणना करतात ते मला आठवले. *मीसुद्धा अशाच उलट क्रमाने गणना करून पलंगावरून ताडकन उठावे* असा विचार माझ्या मनात आला. हे हास्यास्पद होते, पण मी हताश झाले होते त्यामुळे मी तसे करून पहिले. ५-४-३-२-१ अशी गणना मी केली व अंथरुणातून बाहेर आले. अगदी असेच झाले. मी किती दमले होते व संकटाना सामोरे जाण्याची माझी अजिबात तयारी नव्हती याचा मी विचार केला नाही. माझ्या मेंदूने मला परावृत्त करण्यापूर्वीच मी हालचाल केली. हे एखाद्या अग्निबाणाच्या प्रक्षेपणासारखे आहे : एकदा ५-४-३-२-१ ही गणना सुरू झाली की, माघार घेता येत नाही.

माझ्या आयुष्यातील त्या टप्प्यावर माझ्या विचारांमुळे मी निष्क्रिय झाले होते व भीती व तणाव यांचा माझ्यावर पगडा असल्यामुळे ही कल्पनाच मला जगावेगळी वाटली. *'एक मिनिट थांब, कितीही भयानक वाटत असले तरी जे करणे आवश्यक आहे ते मी करणार आहे,'* हा विचार माझ्या मनात आला, हा साक्षात्कार मला आठवतो. 'होय, मेल, तू हे करू शकतेस.' आणि त्याचा उपयोग झाला.

त्या पाच सेकंदांमध्ये मी माझ्या अति विचारांची आवर्तने थांबविली. एक छोटासा विजय प्राप्त झाल्यासारखे मला वाटले, पण त्यामध्ये एक साक्षात्कारही होता. जर त्या पाच सेकंदांत मी माझ्या भीतीवर मात करू शकत होते, तर मी कदाचित कशावरही मात करू शकेन.

त्यामुळे माझ्या आयुष्यात प्रत्येक बाबतीत मी उलट क्रमाने गणना करणे चालू केले.

५-४-३-२-१ गजर झाल्याबरोबर ऊठ.

५-४-३-२-१ तो फोन घे व नोकरीच्या शोधासाठी लोकांशी संपर्क करण्यास प्रारंभ कर.

५-४-३-२-१ टेबलावर अनेक महिने पडून असलेली बिले उचल.

याला मी 'पाच सेकंदांचा नियम' असे म्हणण्यास प्रारंभ केला. एका वेळी पाच सेकंदांनंतर एक क्रिया, एकानंतर एक पाऊल पुढे टाकण्याची मी माझ्यावर सक्ती केली व व हळूहळू मी माझ्या आयुष्यात परत आले. मी तुमच्याशी खोटे बोलणार नाही. ते सोपे नव्हते. पुढील दोन वर्षे माझ्या आयुष्यातील सर्वांत जास्त खडतर होती.

कर्जात बुडलेले असताना त्यातून बाहेर पडणे किंवा वैवाहिक आयुष्यातील दुःखदायक गोष्टींना तोंड देणे सोपे नसते. चिंता मिटविणे किंवा स्वतःबद्दलच्या शंकांवर मात करणे सोपे नसते. आपले स्वतःचे महत्त्व काय आहे याबद्दलच शंका असेल तर आपल्याबद्दलची माहिती (रेझ्युमे) अद्ययावत करणे व नवीन नोकरी शोधणे कठीण असते. तुम्ही एकदा स्वतःकडे दुर्लक्ष केलेले असल्यावर परत सुदृढ स्थितीत येणे व आरोग्यास पोषक सवयी लावून घेणे खडतर असते.

दिवसभर काम करून घरी आल्यावर तीन मुलांची काळजी घेणे, पतीबरोबर थोडा वेळ घालविणे आणि अधिक अर्थार्जन कसे करता येईल याचा विचार करीत रात्रभर जागे राहणे हे निश्चितच फार आकर्षक नाही.

पण मी तेच केले.

काम करणे हेच उत्तर आहे हे मला पाच सेकंदांच्या नियमाने शिकविले. तुमच्या अडचणींचा विचार करीत राहिल्याने त्यांचे निराकरण कधीच होणार नाही. काहीतरी करावे असे वाटेपर्यंत थांबून राहिलात तर तुम्ही काहीच करणार नाही. तुमच्या मदतीस कोणी येणार नाही हे मी यातून शिकले. तुम्ही स्वतःच आपल्याला स्वतःपासून वाचविले पाहिजे. विशेषतः तुम्हाला काही करावे असे वाटत नसते तेव्हा संपूर्ण दिवसभर, प्रत्येक दिवशी थोडी थोडी प्रगती करीत राहण्याची स्वतःवर सक्ती केली पाहिजे.

५-४-३-२-१ याचा वापर करून सबबी सांगणे, चिंता, जेरीस आले असणे व भीती यांवर मी मात केली. आणि एकानंतर एका, प्रत्येक दिवसानंतर, प्रत्येक आठवड्यानंतर मी हळू काम करीत राहिले व माझे आयुष्य आणि कारकिर्द पूर्वस्थितीवर आणली. व्यवसायातील अडचणींना सामोरे जाण्यासाठी माझ्या पतीनेसुद्धा याच पद्धतीचा वापर केला व त्यालाही त्याचा उपयोग झाला. पण या पाच सेकंदाच्या नियमांबद्दल इतरांना पुढील तीन वर्षांनंतर सांगितले. इतर कोणाला सांगण्याची माझी तयारी नव्हती कारण त्याचा उपयोग होतो का हे मला माहीत नव्हते आणि दुसरी गोष्ट म्हणजे कोणाला सल्ला देण्याच्या स्थितीत मी होते असे मला वाटले नाही.

पण एके दिवशी सगळं बदललं जेव्हा माझ्याबरोबर पूर्वी एका खोलीत राहणाऱ्या व्यक्तीने एका छोट्या कार्यक्रमात करिअर बदलासंबंधी सल्ला देण्यासाठी 'परिपूर्ण व्यक्ती' म्हणून माझी शिफारस केली. मला वाटतं, तिला माझा विचार आला कारण मी माझे करिअर इतक्या वेळा बदलले होते की मलाही त्याचा अंदाज नव्हता. त्या कार्यक्रमासाठी मला आणि माझ्या पतीला सॅन फ्रान्सिस्कोला विमानाने जाऊन हॉटेलमध्ये राहण्याची सोय करण्यात आली होती. जेव्हा तुम्ही आर्थिकदृष्ट्या संघर्ष करत असता तेव्हा ते मोफत सुट्टीसारखे वाटते, म्हणून मी 'हो' म्हणाले. मी पहिल्यांदाच एखाद्या कार्यक्रमात स्टेजवर

भाषण देणार होते. मी हायस्कूलमध्येच वक्तृत्वकलेचा धसका घेतला होता आणि विमानात चढताच, मनात भीती निर्माण झाली व *मी स्वतःला कशात गुंतवले आहे असे वाटू लागले.*

जेव्हा मी व्यासपीठावर चालत गेले तेव्हा प्रेक्षकांमधील ७०० लोक माझ्याकडे टक लावून पाहत होते, तेव्हा माझे मन रिकामे झाले आणि मला माझी छाती आणि मान लालसर होत असल्याचे जाणवले.

त्यानंतर, मी स्टेजवर तब्बल २१ मिनिटांच्या काळात चिंताग्रस्त होते.

सुमारे १९ मिनिटांनी, मला माझ्या करिअर बदलासंदर्भातील भाषण कसे संपवायचे हेच आठवेना, त्यामुळे मी अचानक ५ सेकंदांच्या नियमाबद्दल सांगितले आणि तो कसा वापरते हे सांगितले, कारण मला दुसरे काहीही सुचत नव्हते. माझे कदाचित भान हरपले असावे, कारण मला हेही आठवत नाही की मी प्रेक्षकांना माझा ईमेलचा पत्ता सांगितला. माझ्या आयुष्यातील तो सर्वांत वाईट अनुभव होता. तो संपल्याबद्दल मी देवाचे आभार मानते.

ते छोटेसे आयोजन खरे तर पहिल्या TEDx परिषदांपैकी एक होते. त्यांनी त्याचे चित्रीकरण केले आणि एक वर्षानंतर तो व्हिडिओ ऑनलाइन *पोस्ट* केला. तो केवळ व्हायरल झाला नाही तर तो सर्वांत जास्त पाहिलेल्या TEDx टॉकपैकी एक बनला.

५ *सेकंदांचा* नियम आणि त्याची ५-४-३-२-१ अशी उलट गणना हे तोंडी प्रचाराच्या माध्यमातून जगभर पसरले. त्याचा प्रसार होताच, लोकांनी त्या ईमेल पत्त्यावर मला लिहायला सुरुवात केली आणि या नियमामुळे त्यांचे जीवन कसे बदलले याच्या कथा शेअर करू लागले. लोकांच्या कथा ऐकून मी इतकी प्रभावित झाले की, रात्री उशिरापर्यंत, आमची तीन मुले झोपल्यानंतर, मी एकेक करून त्यांच्या ईमेलला उत्तर देत बसत असे.

जेव्हा मी माझ्या समस्यांमध्ये बुडाली होते, तेव्हा मला असे वाटले की, मला एकटीलाच आवश्यक गोष्टी करण्यासाठी त्रास होत आहे. पण ते खरे नाही. प्रेरणा मिळवण्याचा संघर्ष आपण सर्वच करतो. हा एक सार्वत्रिक प्रश्न आहे, आणि ५ सेकंदांचा नियम केवळ माझ्यासाठीच नाही तर जगभरातील लोकांसाठीही प्रभावी ठरतो आहे.

त्यांच्या कथा आश्चर्यकारक होत्या : लोकांनी भीती, कामाचा ताण आणि नोकरी बदलण्यासाठी, सबबी सांगण्यासाठी, १०० पौंड वजन कमी करण्यासाठी, शांत होण्यासाठी, व्यवसाय सुरू करण्यासाठी आणि विकण्यासाठी, त्यांचे आरोग्य सुधारण्यासाठी आणि लग्न करण्यासाठी ५-४-३-२-१चा वापर केला होता. वैद्यकीय आणि क्लिनिकल वापरांनी मला आश्चर्यचकित केले. डॉक्टर आणि मानसशास्त्रज्ञ PTSD - Post Traumatic Stress Disorder - धक्क्यामुळे झालेला मानसिक तणाव, OCD - Obsessive-Compulsive Disorder - जाणीवपूर्वक आवर्तन करणे आणि नैराश्यावर उपचार करण्यासाठी याचा वापर करत होते.

मी ही प्रस्तावना लिहीत असतानाही, आम्ही एक हजारांहून अधिक लोकांकडून ऐकले आहे ज्यांनी आत्महत्येचा प्रयत्न करण्यापासून आणि मदत मागण्यासाठी ५ सेकंदांचा नियम वापरला आहे.

जशी ती TEDx चर्चा ऑनलाइन अधिकाधिक लोकप्रिय होत गेली, तसतसे मला इतर लहान कार्यक्रमांमध्ये बोलण्यासाठी आमंत्रित केले जाऊ लागले. मला आठवते की, मला एका बारमध्ये स्थावर मालमत्ता व्यावसायिकांच्या (रिअल्टर्सच्या)गटाशी बोलण्यास

सांगितले गेले. हातात बिअर घेऊन उभे राहणे, हातात बिअर घेऊन उभे राहून, संगीत व बाजूच्या खोलीतील गप्पांच्या आवाजात भाषण करणे लाजिरवाणे होते.

पण मी वाचले. मी चर्चच्या तळघरात, एका माध्यमिक शाळेत, एका मित्राच्या कामाच्या ठिकाणी जेवणाच्या सुट्टीत भाषण केले आणि त्यानंतर ते वाढतच गेले.

मायक्रोफोन हातात घेतल्यावर मला लाल चट्टे यायचे, आणि मला त्याबद्दल काही पैसेही मिळत नव्हते. पण जितके जास्त मी या नियमाबद्दल बोलू लागले आणि ज्यांनी तो वापरला त्यांच्यासाठी तो किती प्रभावी आहे हे पाहू लागले, तितकेच मला समजून घेण्याची आवड निर्माण झाली की, इतका सोपा उपाय इतके खोल परिणाम कसा देऊ शकतो.

मग मी वकिलाची भूमिका घेतली आणि सवयी, मानवी वर्तन व प्रेरणेच्या विज्ञानावर संशोधन सुरू केले. मला एक मुद्दा मांडायचा होता : ५-४-३-२-१ मोजणे का कार्य करते? मी त्या नियमाचा वापर करणाऱ्या सर्वसामान्य लोकांच्या अनुभवांमधून पुरावे गोळा केले. मला उपचारतज्ज्ञ (थेरपिस्ट), व्यसन तज्ज्ञ आणि वैद्यकीय डॉक्टरांच्या कथांमधून ठोस पुरावे मिळाले, जे त्यांच्या रुग्णांना हा नियम वापरण्याची शिफारस करू लागले होते. सर्व पुरावे एका सोप्या स्पष्टीकरणाकडे निर्देश करत होते :

लहान, सातत्यपूर्ण कृती सर्व काही बदलते.

दरम्यान, माझे मित्र आणि विस्तारित कुटुंबीयांना मी काय करत आहे याची कल्पना नव्हती कारण मी त्यांना सांगण्यास घाबरत होते. 'मेल? सल्ला देत आहे? असे काहीतरी सांगू नका. तिने स्वतःचे आयुष्य जवळजवळ नष्ट केले होते.'

या क्षणी, माझा नवरा रेस्टॉरंट व्यवसायातून बाहेर पडला होता आणि नैराश्याशी झुंज देत होता. आम्ही अजूनही कर्जात बुडालेलो होतो, त्यामुळे मी पूर्णवेळ नोकरी करत होते, आमच्या पाच जणांच्या कुटुंबाला आधार देण्याचा प्रयत्न करत होते, तसेच रात्री आणि वीकेंडला लहान कार्यक्रमांमध्ये भाषण देत होते आणि प्रेरणाशास्त्रावर प्रबंध लिहीत होते.

मला पूर्णवेळ '५ सेकंद नियम' शिकवायचा होता आणि कसंतरी हे माझं करिअर बनवायचं होतं, पण कसं ते माहीत नव्हतं. मागे वळून पाहिलं तर, मला दिसतं की, मी खोटेपणाच्या सिंड्रोमने पूर्णपणे पंगू झाले होते. कोणत्या अधिकाराने मी स्वतःला कोणत्याही गोष्टीत तज्ज्ञ म्हणू शकते? मला वाटतं मी फक्त काही प्रकारच्या परवानगीची वाट पाहत होते की स्वतःला लोकांसमोर मांडू शकेन.

कदाचित, तुम्ही सध्या तेच करत आहात. योग्य वेळेची वाट पाहत आहात. तयार असल्याची किंवा थोडं कमी घाबरण्याची वाट पाहत आहात. कुणीतरी येऊन सांगेल की, आजच सुरुवात करण्याचा दिवस आहे, याची वाट पाहत आहात. वाट पाहण्यामधील समस्या म्हणजे कुणीच येत नाही. तुम्हाला लागणारी एकमेव परवानगी म्हणजे तुमची स्वतःची परवानगी.

प्रेरणादायी वक्ता म्हणून पैसे कमविण्याचा निश्चय करण्याचा हा निर्णय माझ्या आयुष्यातील सर्वोत्तम निर्णयांपैकी एक होता. आयुष्य बदलणाऱ्या या निर्णयाप्रत पोहोचण्यामागची कथा या पुस्तकाच्या पानांमध्ये मी पुढे विशद करून सांगेन.

एकदा मला पैसे मिळायला सुरुवात झाली की, मी प्रत्येक डॉलर कर्ज फेडण्यासाठी वापरला. पहिल्या वर्षी मी पैसे मिळणारी १७ भाषणे दिली. पुढच्या वर्षी ती संख्या ४७वर पोहोचली आणि मला माझी पूर्णवेळ नोकरी सोडता आली. काय घडतंय यावर माझा विश्वास बसत नव्हता. तिसऱ्या वर्षी, मी ९९ भाषणे दिली आणि जे. पी. मॉर्गन चेससोबत २४ शहरांचा दौरा केला. मी जगातील सर्वाधिक आमंत्रित होणारी महिला वक्ता झाले. ज्या कंपन्यांची मी प्रसंशा करीत असे त्यांनी मला काम दिले.

हे कसं घडलं? ज्या दिवशी मला उठावंसं वाटत नव्हतं, भीतीने, आत्मशंकांनी किंवा कारणांनी ग्रासलेले असताना त्या सकाळी स्वतःला उठायला भाग पाडून कृती करण्यासाठी स्वतःला ढकलून देणे हे एक जीवनकौशल्य आहे, जे तुम्ही शिकू शकता. एकदा का ते आत्मसात केले म्हणजे तुम्हाला समजेल की लहान, सातत्यपूर्ण पुढे जाणाऱ्या पावलांनी तुम्ही काहीही साध्य करू शकता.

मी वर्षातून १५० दिवस प्रवास करत होते, स्टेजवर उभं राहून *'५ सेकंद नियम'* आणि प्रेरणाशास्त्र शिकवत होते, तर माझा नवरा घरी राहून आमच्या तीन मुलांची काळजी घेत होता.

त्या नियमाबद्दल आणि स्टेजवरील माझ्या कौशल्याबद्दलची बातमी हळूहळू पसरत गेली. एका कार्यक्रमात तब्बल २७,००० लोकांची उपस्थिती होती.

जगातील उत्तम ब्रँड असणाऱ्या कंपन्यांचे मुख्य कार्यकारी अधिकारी, व्यावसायिक खेळाडू, वैद्यकीय डॉक्टर, मस्तिष्कशास्त्रज्ञ (न्यूरोसायंटिस्ट) आणि उत्कृष्ट लेखक माझ्या कामाची शिफारस इतरांना करू लागले. लोकांच्या ईमेलला वैयक्तिकरीत्या उत्तर देण्यासाठी वेळ मिळत नसल्यामुळे मी एक न्यूजलेटर सुरू केले. अखेरीस, मी TEDx टीमला एक पत्र लिहिले आणि विचारले की, त्यांच्या व्हिडिओ फिल्ममधून माझा ईमेल पत्ता ते काढून टाकतील का?

जेव्हा लोक विचारायचे की, माझ्याकडे पीएच.डी. पदवी आहे का किंवा मी थेरपिस्ट (उपचारतज्ज्ञ) आहे का, तेव्हा मी म्हणायचे, ''नाही, मी सगळं कठीण मार्गाने शिकले, माझं स्वतःचं आयुष्य गोंधळात टाकून आणि नंतर ते दुरुस्त करून.''

वर्षानुवर्षांचे अनुभव, पुरावे, साक्षी आणि संशोधनाच्या बळावर, शेवटी मी माझं मत मांडण्यासाठी तयार झाले आणि एका पुस्तकाच्या रूपात ते सादर केलं. २०१७ मध्ये, मी *'द ५ सेकंद रूल'* हे पुस्तक स्वयंप्रकाशित केले.

'द ५ सेकंद रूल' हे पुस्तक इतिहासातील सर्वांत यशस्वी स्वयंप्रकाशित ध्वनिपुस्तक (ऑडिओबुक) बनले आणि ॲमेझॉनवरील त्या वर्षातील सहावे सर्वाधिक वाचले गेलेले पुस्तक ठरले. हे पुस्तक आता लाखो लोकांनी वाचले आहे आणि ४१ भाषांमध्ये अनुवादित झाले आहे.

देशभरात व्याख्यानांसाठी प्रवास करताना, मी तीन महत्त्वाच्या गोष्टी शिकले. पहिली गोष्ट म्हणजे, आपल्यापैकी बहुतेक जण फक्त पुढे जाण्याचा, बिलं भरण्याचा, कुटुंब वाढवण्याचा, प्रेमात पडण्याचा, अधिक मजा करण्याचा आणि आपल्या आयुष्यातील क्षमतेपर्यंत पोहोचण्याचा प्रयत्न करत आहेत. आपल्याला फक्त थोडंसं अधिक आनंदी होण्यासाठी आणि आपलं आयुष्य थोडं अधिक चांगलं बनवण्यासाठी साध्या मार्गांची गरज

आहे. आणि हे फक्त स्वतःसाठीच नाही तर आपल्या आयुष्यातील गरजू लोकांसाठीही शोधत आहोत.

दुसरी गोष्ट म्हणजे, लोकांनी मला वारंवार सांगितले आहे की, गुंतागुंतीच्या कल्पना आणि वैज्ञानिक संशोधन साध्या आणि सोप्या भाषेत मांडण्याची माझ्याकडे एक अद्भुत क्षमता आहे.

आणि तिसरी गोष्ट म्हणजे, मला सर्वांत जास्त आनंद कशातून मिळतो तर मी शिकत असलेली गोष्ट तुमच्यासारख्या लोकांनाही सांगण्यामधून.

म्हणूनच, कोणालाही आपलं जीवन अधिक चांगलं बनवण्यासाठी मदत करणारी अनेक साधी साधने शोधणे आणि ती सर्वांना सांगणे हेच माझं ध्येय बनलं आहे आणि त्यातील 'साधेपणा' हे सर्वांत महत्त्वाचं आहे, कारण जर तुम्ही ते लक्षात ठेवलं, तर तुम्ही त्याचा वापर कराल.

उदाहरणार्थ, तुम्हाला माहीत आहे का की, आरशात स्वतःला हाय-फाइव्ह देणं हे आत्मविश्वासासाठी, मनःस्थिती पुन्हा चांगली करण्यासाठी सर्वांत जलद मार्ग आहे? मलाही माहीत नव्हतं, पण एकदा मी याबद्दल शिकले, तेव्हा मी संशोधनात खोलवर शिरले आणि हेच माझ्या न्यू यॉर्क टाइम्सच्या उत्तम विक्री होणाऱ्या द *हाय फाइव्ह हॅबिट* (The High 5 Habit) या पुस्तकाचा मुख्य विषय बनलं.

लोकांनी 'द ५ सेकंद रूल' आणि 'द हाय फाइव्ह हॅबिट' वापरून अधिकाधिक यश मिळवलं तसतसं, अनेक संघटना, माध्यमे हाताळणाऱ्या कंपन्या (मीडिया कंपन्या) आणि कॉर्पोरेट ब्रँड्सनी त्यांच्या कर्मचारी-प्रेक्षकांसाठी कार्यक्रम तयार करण्याची माझ्याकडे मागणी केली.

म्हणूनच मी '१४३ स्टुडिओज' ही एक निर्मिती कंपनी बोस्टनमध्ये सुरू केली. ही कंपनी पुरस्कार प्राप्त करण्यास योग्य अशी सामग्री, कार्यक्रम, ऑडिओ मालिका, ऑनलाइन कोर्सेस, जर्नल्स, पुस्तके इत्यादी स्टारबक्स, ऑडिबल, अल्टा ब्युटी, जेपी मॉर्गन चेस, लिंक्डइन आणि हेडस्पेस यांसारख्या भागीदारांसाठी व्यावसायिक विकास शिक्षण तयार करते.

२०२२मध्ये, आम्ही द *मेल रॉबिन्स* पॉडकास्ट सुरू केला आणि निर्मितीला सुरुवात केली. हा पॉडकास्ट १९४ देशांमध्ये प्रसारित होतो आणि जगभरातील सर्वोत्तम पॉडकास्टपैकी एक आहे. आम्ही विनामूल्य ऑनलाइन कोर्सेस तयार केले आहेत, ज्यांमध्ये दशलक्षाहून अधिक विद्यार्थ्यांनी सहभाग घेतला आहे आणि कधीकाळी मी तयार केलेलं ते छोटंसं न्यूजलेटर आता आठवड्यातून दोनदा पंधरा लाख लोकांकडून वाचलं जातं.

माझ्या मीडिया प्रॉडक्शन कंपनीबद्दल, पॉडकास्टबद्दल, न्यूजलेटरबद्दल आणि आमच्या कोर्सेसबद्दल अधिक जाणून घेण्यासाठी तुम्ही www.melrobbins.comला भेट देऊ शकता.

जे काही मी साध्य केलं, त्यासाठी माझ्याकडे कोणताही पूर्वानुभव किंवा योग्य प्रमाणपत्र नव्हतं. मी फक्त स्वतःला ते करण्यास प्रवृत्त केलं.

जेव्हा TEDx मंचावर मला ती चिंतेची झळ बसली, तेव्हा मी ४१ वर्षांची होते. मला पहिल्यांदा व्याख्यान देऊन पैसे मिळाले, तेव्हा मी ४६ वर्षांची होते. माझं पहिलं पुस्तक मी स्वतः प्रकाशित केलं, तेव्हा मी ४९ वर्षांची होते. मी माझी निर्मिती कंपनी सुरू केली, तेव्हा

मी ५० वर्षांची होते आणि जेव्हा मी जगातील सर्वांत जलद वाढणाऱ्या पॉडकास्टपैकी एक सुरू केलं, तेव्हा मी ५४ वर्षांची होते.

माझं आयुष्य एका गोष्टीमुळे बदललं नाही; ते बदललं कारण हजारो सकाळ अशा होत्या, जेव्हा मला उठायची इच्छाच नव्हती. पण मी ५-४-३-२-१ करून स्वतःला उठायला भाग पाडलं.

माझं जीवन बदलणं आकर्षक नव्हतं. ते खूप कष्टाचं होतं.

हे यश किंवा आर्थिक स्वातंत्र्य मी कोणत्याही रहस्यामुळे मिळवले नाही. मी ते मिळवले कारण मी ते करण्यास तयार होते जे बहुतांश लोक करत नाहीत. प्रत्येक दिवशी मी उठले आणि कसेही वाटत असले तरी, मी हळूहळू माझ्या उद्दिष्टांकडे एक-एक पाऊल पुढे टाकत राहिले, दहा वर्षांहून अधिक काळ हा कष्टदायक धिमा प्रवास होता.

काही दिवस मी फक्त कालच्यापेक्षा थोडं चांगलं होण्यासाठी प्रयत्न केला. अनेकदा, तेच तुम्हाला करायचे असते. मी विशेष नाही, वेगळी नाही, प्रतिभावान नाही, किंवा नशीबवान नाही; मला फक्त माझ्यासाठी योग्य साधने सापडली आणि ती मी वापरली. आज माझे संपूर्ण करिअर आणि जीवनाचे उद्दिष्ट म्हणजे ती साधने यांबद्दल तुम्हाला सांगणे हे आहे.

हे सर्व मी गर्वाने सांगत नाही. हे मी तुम्हाला सांगते कारण तुम्हाला कल्पनाही नाही की तुम्ही काय करू शकता, आणि मलाही ती नव्हती. क्रियाशीलतेच्या माध्यमातून, मी काही विलक्षण गोष्टी साध्य केल्या आहेत आणि तुम्हीदेखील तसे करू शकता.

तुमचे जीवन बदलण्यासाठी तुम्ही तयार आहात असे तुम्हाला कधीच वाटणार नाही. एक दिवस, तुम्ही तुमच्या स्वतःच्या सबबींना कंटाळून जाल आणि स्वतःला ते करण्यास भाग पाडाल. तुम्हाला व्यायामशाळेत जावे असे कधीच वाटणार नाही. एक दिवस तुम्ही स्वतःला तिथे जाण्यास भाग पाडाल. तुम्हाला कठीण संवाद साधावा असे कधीच वाटणार नाही. एक दिवस तुम्हाला ते टाळण्याचा कंटाळा येईल, आणि तुम्ही ते सुरू करण्यास स्वतःला भाग पाडाल. तुम्हाला कधीच चांगल्या नोकरीचा शोध करावा असे वाटणार नाही. एक दिवस तुम्ही स्वतःला त्यासाठी प्रयत्न करण्यास प्रवृत्त कराल.

५-४-३-२-१ ही पद्धत तुम्हाला तुमच्या अंतर्गत अडथळ्यांवर मात करण्यास मदत करेल आणि जेव्हा तुम्हाला प्रेरणा वाटत नसेल तेव्हा कृती करण्यास प्रवृत्त करेल. आणि जर तुम्ही याचा पुरेसा वापर केला तर तुम्ही काय साध्य करू शकता हे जाणून तुम्हाला धक्का बसेल.

५ सेकंदांची नियमपद्धती काम करते कारण ती तुमच्या स्वतःसोबतच्या अंतर्गत संघर्षावर विजय मिळवण्यास मदत करते. पण हे लक्षात ठेवा : हे नियम बाह्य अडथळे दूर करू शकत नाहीत. तुम्ही कितीही वेळा ५-४-३-२-१ मोजले, तरी ते ट्रॅफिक जाम थांबवू शकत नाही, अज्ञानी लोक बदलू शकत नाहीत, सूक्ष्म व्यवस्थापन करणारा वरिष्ठ अधिकारी बदलू शकत नाही, किंवा तुमच्या कुटुंबाचे सततचे टीका-टिप्पणी, अपराधीपणाची जाणीव करून देणारे शब्द, अप्रत्यक्ष टोमणे आणि मागण्या थांबवू शकत नाही.

परंतु एक गोष्ट मला निश्चित माहित आहे, जसजसे तुम्ही ५-४-३-२-१ वापरून स्वतःला बदलण्यास प्रवृत्त कराल, तसतसे तुम्हाला वाटेल की इतरांनीही बदलायला हवे.

याच ठिकाणी या पुस्तकाची सुरुवात होते.

गेल्या दशकभरात, मी इतकी वर्षे स्वतःला आणि इतरांना सुधारण्यासाठी सोपे मार्ग शोधणे, तयार करणे, शिकवणे आणि सांगणे यांवर लक्ष केंद्रित केले आहे. पण या सर्व वेळात, मी कधीही त्या एकमेव घटकाकडे गांभीर्याने पाहिले नाही, जो संशोधनानुसार, आपले आरोग्य आणि आनंदी जीवन ठरवतो, तो म्हणजे नाती. याच ठिकाणी (Let Them Theory) 'त्यांना करू द्या' हा सिद्धान्त महत्त्वाचा ठरतो.

आता वेळ आली आहे की, आपण इतर लोकांशी प्रभावीपणे कसे वागायचे आणि आपल्या जीवनातील प्रत्येकाशी उत्तम नाती निर्माण करण्याचे आश्चर्यकारक रहस्य काय आहे, याबद्दल चर्चा करावी.

दोन वर्षांपूर्वी, मला दोन शब्द सापडले - Let Them *('त्यांना करू द्या')*.

आणि माझ्या आयुष्यात जणू एक साक्षात्कार झाला!

- फाइव्ह सेकंड रूलने (५ Second Rule) माझे स्वतःसोबतचे नाते बदलले.
- 'त्यांना करू द्या' याने (Let Them Theory) माझे इतरांसोबतचे नाते बदलले.

मी समजावून सांगते.

फाइव्ह सेकंड रूल म्हणजे स्वतःच्या सुधारणेचा (Self Improvement) नियम.

हा नियम तुम्हाला कठीण दिवसांवर मात करून उठण्यास मदत करतो, जिमला जाण्यास, लेखन सुरू करण्यास, बिलांचे ढीग उघडण्यास, धोका पत्करण्यास, नवीन क्लास जॉइन करण्यास, बँक स्टेटमेंट पाहण्यास, शेवटच्या दोन आठवड्यांचे कपडे धुण्यास, किंवा तुम्हाला आवश्यक असलेला AI कोडिंग क्लास घेण्यास प्रवृत्त करतो.

प्रत्येक वेळी तुम्ही ५-४-३-२-१ मोजता, तेव्हा तुम्ही स्वतःला दुबळेपणा, टाळाटाळ, अति विचार आणि आत्मसंशयावर मात करायला शिकवता. तुमच्या भावना कशाही असल्या तरी कृती कशी करायची हे शिकवले जाते. म्हणूनच हा नियम प्रभावी ठरतो.

पण एवढ्या वर्षांत मला एक प्रश्न सतत सतावत राहिला, मी स्वतःला सतत पुढे जाण्यास का भाग पाडते? मला अपयशाची एवढी भीती का वाटते? मला जे पाहिजे आहे ते मागणे मला एवढे अवघड का जाते? माझ्यासमोर कशाचा अडथळा आहे?

तुम्ही कधी खरंच थांबून स्वतःला हे प्रश्न विचारले आहेत का? *तुम्ही संकोच का करता? तुम्ही टाळाटाळ का करता? तुम्हाला इतकं थकलेलं का वाटतं? तुम्ही प्रत्येक गोष्टीबद्दल इतका विचार का करता? त्या सर्व आत्मसंशयामागे नक्की काय आहे? तुम्ही तुमचं हवं तसं आयुष्य जगण्यापासून तुम्हाला काय थांबवतं? तुम्हाला नेमकी कशाची भीती वाटते?*

माझ्यासाठी या प्रश्नांचं उत्तर जाणून घेताना मी आश्चर्यचकित झाले, ते उत्तर 'इतर लोक' असे होते. किंवा खरं तर, मी इतर लोकांना माझ्यावर प्रभाव टाकू देत होते.

मी माझा खूप वेळ आणि माझ्या ऊर्जेचा उपयोग इतर लोक काय करतात, काय म्हणतात, काय विचार करतात, कसं वाटतं, आणि त्यांची काय अपेक्षा आहे हे सांभाळण्यासाठी करत होते. पण सत्य हे आहे की, तुम्ही कितीही प्रयत्न केले, तरी तुम्ही इतर लोकांना नियंत्रणात ठेवू शकत नाही.

पण तरीही, तुम्ही जणू ते शक्य आहे असं समजून जगत राहता.

तुम्हाला वाटतं की, योग्य गोष्टी बोलल्यास लोक तुम्हाला पसंत करतील. तुम्ही जास्त काम केल्यास तुमच्या वरिष्ठांना तुमचं कौतुक वाटेल. जर तुम्ही योग्य वागलात, तुमच्या आईची मनःस्थिती सांभाळलीत, मित्रांना आनंदी ठेवलं, तर तुम्हाला मनःशांती मिळेल. पण सत्य हे आहे की, तसं होणार नाही.

'त्यांना करू द्या' – Let Them हे शब्द तुम्हाला मुक्त करू शकतात हे तुम्ही या पुस्तकातून शिकाल. इतरांच्या मतांपासून मुक्तता. नाटक आणि टीकेच्या खेचाखेचीपासून मुक्तता. सतत इतरांना सांभाळण्याच्या प्रयत्नातून येणाऱ्या थकव्यातून मुक्तता.

आयुष्य जगण्याचा एक चांगला मार्ग आहे.

'त्यांना करू द्या' हा सिद्धान्त (Let Them Theory) म्हणजे एक सिद्ध झालेली पद्धत आहे, जी तुम्हाला तुमचा वेळ आणि ऊर्जा जपण्यास शिकवते आणि तुमच्या आयुष्यात खरंच महत्त्वाच्या गोष्टींवर लक्ष केंद्रित करायला मदत करते.

खूप काळ तुम्ही इतरांची मंजुरी मिळवण्याच्या मागे धावत आहात, त्यांच्या आनंदाची जबाबदारी घेत आहात, त्यांच्या मतांनी स्वतःला मागे खेचू देत आहात. आता ते थांबवा. तुमची शक्ती पुन्हा मिळवा.

तुमच्या स्वप्नांना, उद्दिष्टांना आणि आनंदाला प्राधान्य द्या आणि सर्वांत चांगली गोष्ट?

'त्यांना करू द्या' सिद्धान्त केवळ तुमचं आयुष्य बदलत नाही, तर तुमच्या आजूबाजूच्या लोकांचंही जीवन सकारात्मकपणे बदलून टाकतो.

हे पुस्तक तुम्हाला कसे फायदेशीर ठरेल

हे पुस्तक 'त्यांना करू द्या' सिद्धान्त याविषयी आहे, तो काय आहे, का कार्य करतो आणि तुमच्या जीवनाच्या आठ मुख्य क्षेत्रांमध्ये, जिथे तुम्ही नियंत्रण ठेवण्याचा प्रयत्न करत आहात, पण प्रत्यक्षात ते नियंत्रणात नाही तेथे तो कसा वापरावयाचा याविषयी आहे. हे पुस्तक संशोधन, पुरावे आणि कथा यांनी भरलेले आहे, ज्याद्वारे तुम्ही 'त्यांना करू द्या' हा सिद्धान्त कसा लागू करू शकता हे शिकता येईल. तुम्हाला कळेल की हा दृष्टिकोन प्राचीन तत्त्वज्ञान, उपचार पद्धती आणि जगातील प्रमुख धर्मांची शिकवण, दुःख व यातना शांतपणे सोसणे व आध्यात्मिक पद्धती यांवर आधारित आहे. जरी तुम्ही जे शिकणार आहात त्यातील बरेच काही वैज्ञानिक संशोधनाद्वारे समर्थित आहे, तरी हे कोणतेही पाठ्यपुस्तक किंवा शैक्षणिक लेख नाही. हे पुस्तक त्यांना 'करू द्या' हा सिद्धान्त आणि या तत्त्वांना तुमच्या जीवनाच्या सर्वांत महत्त्वाच्या क्षेत्रांमध्ये लागू करण्यासाठी मार्गदर्शक म्हणून लिहिले गेले आहे. त्यामुळे ते समजण्यास सोपे, वाचण्यास आनंददायी आणि संबंधित कथा व

विशिष्ट टिपांसह सुलभ केले आहे. शिवाय, प्रत्येक विभागाच्या शेवटी संक्षिप्त सारांश दिले आहेत, ज्यामुळे महत्त्वाच्या मुद्द्यांचा वेगवान आढावा घेता येईल आणि शिकलेले त्वरित वापरता येईल.

मला या पुस्तकाचे वाचन करण्यासाठी आणि तुम्ही शिकलेले सर्व काही लागू करण्यासाठी तुमची आतुरतेने प्रतीक्षा आहे. तुम्ही लवकरच पाहाल की तुमचा आनंद इतरांचे वर्तन, मते आणि भावना यांच्याशी कसे जोडले गेले आहेत. परिणामी, तुम्ही नकळतपणे तुमच्या आनंदी आणि निरोगी जीवनाच्या क्षमतेला बाधा आणली आहे आणि तुम्हाला हवे ते मिळवणे कठीण केले आहे.

हे पुस्तक वाचून हे सर्व थांबेल.

जर तुम्ही स्वत:ला वचन दिलेत की, तुम्ही हे पुस्तक पूर्ण वाचाल, समजून घ्याल आणि शिकलेले त्वरित अमलात आणाल, तर मी हमी देते की, तुमचे जीवन थोडे सोपे होईल आणि तुमच्या दृष्टिकोनात सकारात्मक बदल होईल.

हे तुमच्या आयुष्यातील सर्वांत बंधनमुक्त करणारे आणि सामर्थ्यवान अनुभवांपैकी एक असेल.

आणि हे सर्व सोप्या शब्दांनी सुरू होते : *'त्यांना करू द्या.'*

‘त्यांना करू द्या’ हा सिद्धान्त

‘त्यांना करू द्या+मला करू द्या.’

प्रकरण पहिले

ज्या गोष्टींवर तुमचे नियंत्रण नाही त्यांच्यावर आयुष्यातील वेळ वाया घालवू नका

जर तुम्ही तुमचे जीवन बदलण्यासाठी, तुमचे ध्येय साध्य करण्यासाठी किंवा आनंदी राहण्यासाठी संघर्ष करत असाल, तर मला असे सांगायचे आहे की, *समस्या तुमच्यात नाही. जी शक्ती तुम्ही नकळत इतर लोकांना देत असता ती समस्या आहे.*

आपण सर्व जण असे करतो, बऱ्याच वेळा आपल्याला याची जाणीवही नसते. तुम्ही असा विचार करता की, योग्य गोष्ट सांगितल्यास प्रत्येक जण समाधानी होईल. तुम्ही स्वतःला पूर्णपणे झोकून दिल्यास कदाचित तुमचा जोडीदार निराश होणार नाही. तुम्ही पुरेसे मैत्रीपूर्ण राहिलात तर कदाचित तुमचे सहकारी तुमच्यावर अधिक प्रेम करतील. तुम्ही शांतता राखलीत तर कदाचित तुमचे कुटुंबीय तुमच्या निर्णयांवर टीका करणे थांबवतील.

मला हे माहीत आहे कारण मी हे अनुभवले आहे. मी अनेक वर्षे इतरांसाठी सर्व काही होण्यासाठी प्रयत्न करत राहिले, असे वाटले की जर मी पुरेसे केले, योग्य गोष्टी बोलले आणि सर्वांना आनंदी ठेवले तर शेवटी मला स्वतःबद्दल चांगले वाटेल.

पण प्रत्यक्षात काय होते? तुम्ही अधिक मेहनत करता, अधिक झुकता, स्वतःचे महत्त्व कमी करता तरीही कोणी ना कोणी निराशच राहतो. तरीही कोणी ना कोणी टीका करतो. आणि तरीही तुम्हाला असेच वाटते की, कितीही प्रयत्न केले तरी ते पुरेसे नाही.

हे असेच राहण्याची गरज नाही. हे पुस्तक तुम्हाला तुमची शक्ती परत मिळवण्यासाठी मदत करेल. इतरांची मते, मनाचा कल किंवा कृती यांसारख्या ज्या गोष्टी तुमच्या नियंत्रणात नाहीत त्यांच्यावर तुमचा वेळ, शक्ती आणि आनंद वाया घालविणे थांबवा. त्याऐवजी, त्या एका गोष्टीवर लक्ष केंद्रित करा जी तुम्ही नियंत्रित करू शकता – तुम्ही स्वतः.

आणि हीच सर्वांत आश्चर्यकारक गोष्ट आहे : जेव्हा तुम्ही इतरांचे व्यवस्थापन करणे थांबवता, तेव्हा तुम्हाला लक्षात येते की, तुमच्याकडे तुम्हाला वाटते त्यापेक्षा जास्त शक्ती आहे, ती तुम्ही नकळतपणे इतरांना देत होतात.

मला तुम्हाला एक सोपी आणि जीवन बदलणारी कल्पना सादर करू द्या, जी मी शोधून काढली आहे :

'त्यांना करू द्या' सिद्धान्त *(लेट देम थिअरी)*.

'त्यांना करू द्या' सिद्धान्त (लेट देम थिअरी) काय आहे?

'त्यांना करू द्या' हा सिद्धान्त *(लेट देम थिअरी)* म्हणजे स्वातंत्र्य. दोन सोपे शब्द – लेट देम – तुम्हाला इतर लोकांचे व्यवस्थापन किंवा त्यांची काळजी करण्याच्या ओझ्यातून मुक्त करतील. जेव्हा तुम्ही इतर लोक काय विचार करतात, काय बोलतात किंवा काय करतात याबद्दल वेड लावणारी चिंता सोडता, तेव्हा शेवटी तुमच्याकडे तुमच्या स्वतःच्या आयुष्यावर लक्ष केंद्रित करण्यासाठी ऊर्जा उरते. तुम्ही प्रतिक्रिया देणे थांबवता आणि खरेखुरे जीवन जगायला सुरुवात करता.

इतर लोकांना सांभाळण्याचा किंवा त्यांना खूश ठेवण्याचा प्रयत्न करून स्वतःला वेड लावण्याऐवजी, तुम्ही *'लेट देम'* शिकाल.

तर, हे प्रत्यक्षात कसे दिसते? कल्पना करा की, तुम्ही कामावर आहात आणि तुमचा सहकारी वाईट मूडमध्ये आहे. त्याच्या नकारात्मकतेचा तुमच्यावर परिणाम होऊ देण्याऐवजी, फक्त म्हणा *'लेट देम'*. त्यांना वैतागलेले राहू द्या. ती तुमची समस्या नाही. तुमच्या कामावर आणि तुमच्या भावनांवर लक्ष केंद्रित करा.

किंवा कदाचित तुमच्या वडिलांनी तुमच्या जीवनातील निवडींबद्दल पुन्हा एकदा काहीतरी टिप्पणी केली आणि ते शब्द तुमच्यावर खूप आघात करतात. त्या टिप्पणीनं तुमचा दिवस खराब होऊ देण्याऐवजी, फक्त म्हणा 'लेट हिम'– त्यांना त्यांच्या मतांवर राहू द्या. ती मते तुमचं कोणी होणं, तुमचं साध्य केलेलं यश किंवा आनंदी होण्यासाठी तुमचे निर्णय घेण्याचा हक्क बदलत नाहीत.

खरी गोष्ट अशी आहे की, जोपर्यंत तुम्ही तो त्यांना देत नाही तोपर्यंत इतर लोकांचा तुमच्यावर कोणताही अधिकार नसतो.

हे का कार्य करते ते पहा : जेव्हा आपण आपल्या नियंत्रणात नसलेल्या गोष्टींवर नियंत्रण ठेवण्याचा प्रयत्न थांबवता, तेव्हा आपण आपली ऊर्जा वाया घालवणे थांबवता. आपण आपला वेळ, मनःशांती आणि लक्ष पुन्हा मिळवता. आपण समजता की, आपले सुख आपल्या कृतींवर अवलंबून आहे, इतरांच्या वर्तनावर, मतांवर किंवा मनःस्थितीवर नाही.

हे सोपे वाटते आणि खरेच आहे. परंतु मी तुम्हाला सांगते, हा बदल सर्व काही बदलून टाकेल आणि, जरी याला *'लेट देम'* म्हटले जाते, तरीही हे पुस्तक तुमच्याबद्दल आहे, तुमच्या वेळेबद्दल आणि तुमच्या ऊर्जेबद्दल, कारण हे तुमच्याकडे असलेले सर्वांत मौल्यवान संसाधन आहे.

'त्यांना करू द्या' हा सिद्धान्त तुम्हाला शिकवेल की, जितके तुम्ही इतर लोकांना त्यांचे जीवन जगू देता, तितकेच तुमचे जीवन सुधारेल. जितके तुम्ही लोकांना त्यांचे विचार, भावना आणि मतं मोकळेपणाने व्यक्त करू देता, तितकेच तुमचे नातेसंबंध चांगले होतील.

प्रौढांना प्रौढ असू देण्याचे कौशल्य शिकल्यामुळे माझे आयुष्य बदलले आहे. आणि हे तुमचे आयुष्यदेखील बदलून टाकेल, कारण जेव्हा तुम्ही शेवटी इतर लोकांना आपली शक्ती देणे थांबवता, तेव्हा तुमच्याकडे खरोखर किती शक्ती आहे हे तुम्हाला कळेल.

'त्यांना करू द्या' सिद्धान्ताबद्दल सर्वांत आश्चर्यकारक गोष्ट म्हणजे मी तो प्रथम कसा शोधला. माझ्यासाठी ही गोष्ट सांगणे थोडी लाजिरवाणी आहे.

माझ्या आयुष्याकडे पाहण्याचा दृष्टिकोन बदलणारी गोष्ट मला एका हायस्कूल प्रॉममध्ये (माध्यमिक शाळेतील वर्षाच्या अखेरचा नृत्याचा कार्यक्रम) सापडली. (आता असे वाक्य मी कधीच लिहीन असे वाटले नव्हते.)

ज्या प्रॉमने माझे आयुष्य बदलले

मला माहीत नाही प्रॉमबद्दल काय आहे, पण खरंच ते खूप तणावपूर्ण असतात. आमच्या दोन मुलींसोबत चार प्रॉम पार पडल्यानंतर मला वाटले की, आमचा मुलगा ओकली याचा प्रॉम अगदी सोपा असेल. पण मी चुकीची ठरले.

आमच्या मुलींनी प्रत्येक गोष्टीवर महिनोन्महिने विचार केला होता : ड्रेस, जोडीदार, प्रॉममध्ये कसे वावरावे, केशरचना, त्वचेवर बदामी रंग येण्यासाठी फवारा, सौन्दर्यप्रसाधने, फुलांच्या माळा, बस भाडे, प्रॉमनंतरच्या पार्ट्या, हे कधीच संपणार नव्हते आणि शेवटी त्यांचे प्रॉम संपल्यानंतर मला खूप आनंद झाला.

दुसरीकडे, आमचा मुलगा आणि त्याचे मित्र प्रॉमला जाणार आहेत की नाही याबद्दलही निश्चित नव्हते. माझ्या प्रयत्नांनंतरही, त्याने आम्हाला कोणत्याही योजना किंवा तपशील सांगितले नाहीत. (मुलगा, भाऊ किंवा प्रियकर यातील प्रत्येक व्यक्ती नक्कीच होकारार्थी मान हलवत असेल.)

आणि मग अर्थातच, प्रॉमच्या आठवड्यात ओकलीने ठरवले की, त्याला जायचे आहे. सगळं काही शेवटच्या क्षणी गोंधळात पडले, टक्सिडो (पुरुषांचा औपचारिक सूट), त्याला हवे असलेले खास स्नीकर्स (खेळताना वापरावयाचे बूट) आणि इतर तयारी. त्याची जोडीदार शोधणेसुद्धा, ज्यावर आमच्या मुलींनी महिनोन्महिने विचार केला होता, मोठ्या कार्यक्रमाच्या ४८ तास आधीच ठरवण्यात आले.

शेवटी प्रॉमचा दिवस आला आणि कसेबसे, आमच्याकडे टक्सिडो होता, टेनिस शूज होते, जोडीदार होती आणि प्रॉमपूर्व फोटोसाठी स्थान निश्चित झाले होते. प्रॉमनंतरची पार्टी आम्ही आयोजित करावी यासाठी आम्हाला गळ घालण्यात आली. बाप रे!

दरवाजाबाहेर जायच्या आधी, माझा नवरा क्रिसने ओकलीचा बो टाय शेवटच्या वेळेस ठीक केला. आमची मुलगी केंडल, जी कॉलेजमधून घरी आली होती, तिने आपल्या भावाकडे पाहून म्हटले, ''तू खूपच छान दिसत आहेस, ओकली.''

मी तिथे उभी राहिले आणि तो क्षण अनुभवला. किती देखणा तरुण झाला होता तो. मला विश्वास बसत नव्हता की, १८ वर्षे किती लवकर निघून गेली. मला हेदेखील पटत नव्हते की, केंडलचे कॉलेज पूर्ण होण्याच्या मार्गावर आहे आणि आमची दुसरी मुलगी सॉयर

आधीच पदवीधर झाली आहे आणि आता बोस्टनमधील एका मोठ्या तंत्रज्ञान कंपनीत काम करत आहे.

स्वयंपाकघरात उभे राहून मी या सत्याला स्वीकारले : वेळ निघून जात आहे, आणि मला वाटले की ती थोडी थांबावी. वेळेच्या बाबतीत हेच क्रूर सत्य आहे. तुम्ही थांबलात किंवा नाही, तरी ती पुढे जात राहील. तुम्हाला प्रिय असलेल्या लोकांसोबतचा वेळ वितळणाऱ्या बर्फाच्या तुकड्यासारखा असतो.

एका क्षणी तो आहे आणि पुढच्या क्षणी तो नाहीसा होतो.

आणि हेच दुःखद सत्य आहे : तुम्ही आणि मी, आपण वितळणाऱ्या बर्फाच्या तुकड्याला थांबवू शकत नाही. आपल्याकडे असलेल्या वेळेचा आणि प्रिय लोकांसोबतच्या क्षणांचा जितका जास्तीतजास्त उपयोग करता येईल, तोच करावा. असे क्षण जेव्हा मी खरोखर थांबून विचार करते, तेव्हा मला नेहमीच थोडं दुःख वाटतं.

मला माहीत नाही तुमच्या बाबतीत कसे आहे, पण मला असं वाटतं की, मी आयुष्यभर धावतच राहते आणि त्याचा खरा आनंद घेण्याची संधी स्वत:ला देत नाही. आणि काहीतरी असंबंधित गोष्टींमध्ये इतकी गुंतून जाते की, जे काही क्षण मी माझ्या प्रियजनांसोबत असते त्यांचीही नासाडी करते.

अखेरच्या क्षणी होत असलेल्या गडबडीमुळे इतकी तणावग्रस्त होण्याची आणि त्याचा राग ओकलीवर काढण्याची खरंच गरज होती का? नाही.

जरी तुमच्या मुलांना प्रॉमला जाण्याची वेळ आली नसेल तरी तुम्हाला याची नक्कीच जाणीव असेल. कदाचित, कुटुंबातील एखाद्या व्यक्तीच्या टिप्पणीमुळे सर्वांच्या एकत्र सुट्टीचा संपूर्ण आनंद नष्ट झाला असेल, किंवा कामाच्या किंवा शाळेच्या व्यापात इतके गुंतून गेलो असू की, मित्रांसोबतचा अजून एक प्लॅन रद्द केला असेल.

आपलं आयुष्य वर्षानुवर्षे निरर्थक गोष्टींमध्ये किंवा उशिरापर्यंत काम करण्यात वाया जाऊ शकतं. आयुष्याबद्दल आपण सहजरीत्या एवढे तणावग्रस्त होतो की, आपण मूळ उद्दिष्टच विसरतो – ते म्हणजे आयुष्य जगणे.

स्वयंपाकघरात उभे राहून, क्रिसला ओकलीचा बो टाय ठीक करताना पाहत होते. मी सगळं मनात साठवण्याचा प्रयत्न केला. मी एक दीर्घ श्वास घेतला, ओकलीकडे गेले आणि त्याला मिठी मारली. मी त्याच्याकडे पाहिले आणि म्हटले, ''तू खूप देखणा दिसतो आहेस.''

''धन्यवाद आई.'' आणि मग त्याने वेळ पाहिली व म्हणाला, ''अरे, निघायला हवं!''

आणि त्या क्षणीच तो क्षण निघून गेला, वेळ पुन्हा पुढे सरकली. आयुष्य असंच मजेशीर असतं. एका क्षणी आपण वेळ निघून जाण्याबद्दल आणि मुलं किती मोठी झाली याबद्दल विचार करत अश्रू ढाळतो, आणि दुसऱ्या क्षणी आपण चाव्या शोधण्यात धावपळ करतो, पुन्हा कोणीतरी सिंकमध्ये भांडी ठेवली म्हणून वैतागतो.

दारातून बाहेर पडताना, मी फ्रिज उघडला आणि ओकलीच्या मैत्रिणीसाठी स्थानिक फुलांच्या दुकानातील फुलांचे मी तयार केलेले सुंदर कोर्सेज (पुष्परचना) घेतले. ओकलीने त्याच्याकडे पहिले आणि तो म्हणाला, ''आई ते आणू नकोस, माझ्या मैत्रिणीला त्याची गरज नाही.''

मी त्याच्याकडे एकटक पाहिले. ''पण हे खूप सुंदर आहे,'' मी म्हणाले. ''तुला खात्री आहे का?''

''मी आधीच तुला सांगितलं, तिने स्पष्टपणे सांगितलं आहे की तिला ते नकोय.''

''ठीक आहे, मी फक्त आपल्यासोबत घेऊन जाईन आणि जर तिला घालायचं असेल तर ती घालेल आणि नसेल तर नाही घालणार.''

तो माझ्यावर चिडून म्हणाला, ''आई, कृपया ते आणू नकोस.''

मी आमची मुलगी केंडलकडे डोळे फिरवत पाहिले, काहीतरी पाठिंबा मिळतोय का ते पाहण्यासाठी.

ती डोकं हलवत म्हणाली, ''आई, सोडून दे. तो चिंतेत आहे. त्याने ज्या मुलीला विचारलंय तिच्याबद्दल त्याला फारसं माहीत नाही. जोरजबरदस्ती करू नकोस.''

मान्य करते की, मला राग आला आणि कदाचित थोडं दुःखही झालं. मी ऑनलाइन वेळ घालवून प्रॉमसाठी फुलांच्या नवीन फॅशन्स शोधल्या होत्या, आणि मी त्याच्या जोडीदारासाठी एक छानशी पुष्परचना मागविली, शिवाय ते आणण्यासाठी गाडीने जाऊन पैसेही भरले होते. मी त्याच्यासाठी काहीतरी छान करण्याचा प्रयत्न करत होते, त्याऐवजी तो माझ्यावर ओरडत होता. शिवाय, तो त्याचा पहिलाच प्रॉम होता, त्याला काय कळणार?

मी पुष्परचना व पुष्पगुच्छ माझ्या पर्समध्ये ठेवली आणि आम्ही प्रॉमपूर्व फोटो सेशनसाठी नियोजित ठिकाणी निघालो. तिथे पोहोचल्यावर, ओकलीने आम्हाला त्याच्या जोडीदाराची ओळख करून दिली, जिने त्याच्या कोटासाठी एक बुटोनिअर (कोटावर लावण्यासाठी छोटी पुष्परचना) काढले आणि क्रिसला ते लावण्यास मदत करण्यास सांगितले. मला आता राहवेना.

मी माझ्या पर्समधून ती पुष्परचना काढली, जणू काही लॉटरी जिंकलेले तिकीटच, आणि तिला म्हणाले, ''ओकली म्हणाला की तुला काही नकोय, पण तरीही मी तुझ्यासाठी हे बनवून आणले आहे, जर काही गरज असेल तर...''

ओकलीने माझ्याकडे एक कटाक्ष टाकला आणि मला ताबडतोब वाटले की, माझ्या तोंडाला कुलूप लावायला हवे होते.

तो आपल्या जोडीदाराकडे माफी मागत म्हणाला, ''तुला ते घालण्याची काहीच गरज नाही.''

ती परत हसून म्हणाली, ''ठीक आहे... मी घालेन.''

तेव्हा मला लक्षात आले की, तिने आधीच स्वतःसाठी एक पुष्परचना बनविली होती व ती स्वतःच्या मनगटावर बांधलेली होती. केंडलने डोळे फिरवले. क्रिस अस्वस्थ झाला. त्या क्षणी, मी जमिनीत गडप झाले असते तर बरं झालं असतं.

ओकलीने माझ्याकडून प्लास्टिकचा डबा घेतला आणि तिने पुढे केलेल्या मोकळ्या मनगटावर पुष्परचना सजविली. त्यानंतर क्रिसने ओकलीच्या टक्सिडोवर बुटोनिअर लावला. आम्ही काही फोटो काढले आणि अचानकच पाऊस सुरू झाला. पाऊस म्हणजे काय, मुसळधार!

हवामान अंदाजात पावसाचा काहीच उल्लेख नव्हता, त्यामुळे २० मुलं आणि त्यांच्या पालकांपैकी एकाही जणाकडे रेनकोट किंवा छत्री नव्हती.

माझ्या मनात विचार आला, *'ही मुलं अक्षरशः भिजून जातील.'* पण मुलांना याची काहीच फिकीर नव्हती. ते गटात गप्पा मारतच राहिले, आणि तेव्हा मी ऐकलं की ते म्हणत होते, 'मग, रात्रीच्या जेवणासाठी काय करू या?'

मी ओकलीकडे वाकून हळूच विचारलं, ''ओक, तुमचं प्रोमपूर्व जेवणासाठी काही आरक्षण नाही का?''

'नाही.'

मी माझ्या नवऱ्याकडे पाहून म्हणाले, ''त्यांचं जेवणासाठी आरक्षण नाहीये?''

त्याने मान हलवली, ''बहुतेक नाही.''

माझ्या नवऱ्याला किंवा माझ्या मुलाला याचं काहीच वाटत नव्हतं. पण मला मात्र हे फारच खटकत होतं. वीस मुलं आणि जेवणासाठी कुठलाही आराखडा किंवा आरक्षण नाही? आमच्या मुलींच्या बाबतीत असं कधीच घडलं नसतं, त्यांनी कित्येक महिने आधीच तयारी केली असती.

ओकली आणि त्याचे मित्र गटात त्यांच्या पर्यायांवर चर्चा करत होते. मी त्यांच्याकडे पाहून विचारलं, ''मग, तुम्ही जेवणासाठी काय करणार आहात?''

ओकली माझ्याकडे वळून म्हणाला, जसा फक्त एक टीनएज मुलगाच म्हणू शकतो, ''मला वाटतं, आम्ही अमिगोजमध्ये जाऊ.''

अमिगोज टाक्वेरिया हे गावाच्या मध्यवर्ती भागातील एक छान मेक्सिकन खाद्यपदार्थांचे हॉटेल आहे, पण तिथे कदाचित चारच टेबलं आहेत. पूर्ण जागा एखाद्या शेडसारखी आहे. सगळ्या आई-बाबांनी एकदम थांबून त्याच्या या योजनेवर विचार करायला सुरुवात केली. वीस मुलं, ब्लॅक टाय परिधान करून, मुसळधार पावसात, कुठलीही छत्री किंवा रेनकोट न घेता, एका छोट्याशा फास्ट फूडच्या ठिकाणी जाणार होती, प्रॉमपूर्व जेवणासाठी!

मला मात्र राहवेना.

तुम्हाला कधी असं वाटलंय का, जेव्हा तुमचं शरीर तुमच्यापेक्षा दोन पावलं पुढे असतं, आणि तुम्ही काहीतरी बोलून किंवा करून बसता, पूर्णपणे अविचारीपणे? माझ्या समर्थनार्थ, मी एकटीच अशी आई नव्हते जिच्या अंगात आया-बापांचे संस्कार जागृत झाले होते. डझनभर पालक आता त्यांच्या मुलांभोवती गर्दी करून परिस्थिती हाताळण्याचा प्रयत्न करत होते.

मी माझा फोन काढला आणि वीस जणांसाठी बसून खाण्याची व्यवस्था असलेल्या रेस्टॉरंटचं आरक्षण शोधायला सुरुवात केली. काहीच मिळालं नाही. अक्षरशः काहीच नाही. मला केंडल माझ्याकडे बघत असल्याचं जाणवलं. मी इतर पालकांना ओरडून सांगितलं, ''कुठेच आरक्षण मिळत नाहीये. मी पिझ्झा डिलिव्हरी करण्याचं ठिकाण शोधते.''

तेव्हाच तिने माझा हात पकडला, मला जवळ ओढलं आणि माझ्या डोळ्यांत पाहून म्हणाली,

''आई, जर ओकली आणि त्याचे मित्र टाको बारला जायचं ठरवत असतील, तर त्यांना जाऊ दे.''

''पण तेवढ्या सगळ्यांसाठी जागा नाहीये; ते ओलेचिंब होणार,'' मी म्हणाले.

''आई, त्यांना ओले *होऊ* दे.''

''पण त्याचे नवे स्नीकर्स खराब होतील.''

''त्यांना खराब *होऊ* दे. केंडल, ते अगदी नवीन आहेत!''

''आई! तू त्रास देत आहेस. त्यांना ओले टक्सीडो आणि ड्रेसेस घालून प्रॉमला पोहोचू दे. त्यांना हवं तिथे खायला *जाऊ* दे. तो त्यांचा प्रॉम आहे. तुझा नाही. फक्त सोडून दे. त्यांना *जाऊ* दे.''

क्षणात काहीतरी बदललं. माझ्या आत काहीतरी मऊ झालं. ताण हळूहळू कमी झाला, विचारांचं वादळ थांबलं आणि सगळं नियंत्रित करण्याचा ताण कुठेतरी नाहीसा झाला. मी इतकी का गुंतले होते? मला ही परिस्थिती का हाताळायची होती? त्यांच्या रात्रीच्या जेवणासाठी ते काय करणार आहेत याच्याऐवजी मी रात्री आमच्या जेवणासाठी काय करणार याची काळजी का करीत नव्हते? त्यांच्यासाठी मी एवढा ताण का घेत होते?

त्यांना जाऊ द्या. तो त्यांचा प्रॉम आहे, तुमचा नाही. तो नियंत्रित करणं, त्यावर न्यायाधीशासारखं मत देणं किंवा व्यवस्थापन करणे थांबवा आणि *त्यांना जाऊ द्या.*

म्हणून मी तेच केलं. इतर पालक अजूनही त्यांच्या मुलांसाठी बारीकसारीक बाबतीत व्यवस्था करण्याचा प्रयत्न करत होते आणि मी मात्र ओकलीकडे जाऊन हसले.

''आता काय?'' तो म्हणाला.

''अमिगोजसाठी चाळीस डॉलर घे,'' मी त्याला सांगितलं. ''प्रॉमला धमाल कर.''

तो मोठ्याने हसला, मला घट्ट मिठी मारली आणि म्हणाला, ''थँक्स, मॉम. नक्कीच करू.''

मग मी पाहिलं, ओक आणि त्याची जोडीदार दारातून बाहेर पडले– मुसळधार पावसात. त्यांना त्या वादळातून पळताना आणि तिच्या गाउनवर चिखल उडताना पाहिलं, त्याचे नवीन स्नीकर्स खराब होताना पाहिले... आणि मला काहीच फरक पडला नाही. खरं तर, ते अगदी गोंडस वाटत होतं.

मला तेव्हा माहीत नव्हतं, पण तो एकच क्षण माझ्या संपूर्ण जीवनाकडे पाहण्याचा दृष्टिकोन बदलून गेला.

'त्यांना करू द्या...' काय अप्रतिम कल्पना आहे!

आठवड्याभरातच, मला विश्वास बसत नव्हता की, मला किती वेगळे वाटत होते. जेव्हा कधी मला ताण, तणाव किंवा निराशा वाटली, तेव्हा मी *'त्यांना करू दे'* असे म्हणायला सुरुवात केली... आणि गंमत म्हणजे, मला कळले की हे जवळपास नेहमीच इतर लोकांशी संबंधित होते.

बेकरीत बॅगल्स संपू दे.

मी त्याला आज रात्री उशिरापर्यंत बाहेर राहू देत नाही याचा ओकलीला राग येऊ दे.

'हे ऐकलं का...?' असे म्हणणाऱ्या आजीस बातम्या मोठ्याने वाचू दे.

त्यांना सोमवारच्या सकाळच्या रहदारीच्या वेळी बांधकाम करू दे.

त्यांना सिंकमध्ये भांडी टाकू दे.

शेजाऱ्याच्या कुत्र्याला दिवसभर भुंकू दे.

माझ्या कुटुंबाला आम्ही कुठेही गेलो तरी उशीर होऊ दे.

माझ्या नातेवाइकांना माझ्या करिअरबद्दल मत व्यक्त करू दे.

मी नुकताच पोस्ट केलेला फोटो लोकांना न आवडू दे.

माझ्या सासूला माझ्या पालकत्वाशी असहमत होऊ दे.

फक्त तीन साधे शब्द : *'त्यांना करू दे.'* यामुळे सगळं काही बदलून गेलं. असं वाटलं जणू मला काही फरकच पडत नव्हता आणि मी या सगळ्याच्या पलीकडे आहे. पूर्वी ज्या गोष्टींचा मला त्रास होत असे त्या आता त्रासदायक नाहीत. ज्या लोकांचा मला राग येत असे त्यांचा आता राग येत नसे. आयुष्यावरील माझी घट्ट पकड हळूहळू सैल होऊ लागली. कामावरच्या ज्या परिस्थिती मला तणावग्रस्त करायच्या किंवा घरी जाऊन कुटुंबासमोर तक्रार करायला लावायच्या, त्या आता माझ्या मनातून अगदी सहजपणे निघून जायच्या. मेंदूत पूर्वी ज्या मूर्ख चिंता, चिडचिड आणि नाट्यमय गोष्टींनी गर्दी केली होती, ती जागा आता अधिक महत्त्वाच्या गोष्टींसाठी उपलब्ध झाली होती.

जितक्या वेळा मी *'त्यांना करू दे'*, म्हणत गेले, तितके लक्षात आले की, मी ज्या गोष्टींची काळजी करत होते, त्यातील अनेक गोष्टी माझ्या वेळेसाठी किंवा मी लक्ष देण्याच्या लायकच नव्हत्या आणि प्रत्येक जण माझ्या ऊर्जेसाठी योग्यही नव्हता. हे खूपच मुक्त करणारे होते.

जितक्या वेळा मी *'त्यांना करू दे'* म्हणाले, तितका माझ्याकडे स्वतःसाठी वेळ वाढला. विचार करण्यासाठी वेळ. श्वास घेण्यासाठी वेळ. मजा करण्यासाठी वेळ. जे माझ्यासाठी महत्त्वाचे होते त्यावर खर्च करण्यासाठी वेळ. स्वतःची काळजी घेण्यासाठी वेळ.

मला स्वतःला शांत, आनंदी आणि केंद्रित वाटू लागले. परिणाम निर्विवाद होते. अगदी क्रिसलाही ते जाणवले. तो म्हणाला, ''तू वेगळी दिसते आहेस.'' आणि खरंच, मला वेगळं वाटत होतं. इतकं चांगलं वाटत होतं की मी त्यांना *'करू द्या'* यासंबंधी माहिती ऑनलाइन पद्धतीने इतरांपर्यंत पोहोचविली. मी सोशल मीडियावर एक ६० सेकंदांचा व्हिडिओ पोस्ट केला ज्यात त्यांना 'करू द्या' हा सिद्धान्त समजावून सांगितला.

मी असं म्हणाले :

> 'जर तुमचे मित्र या आठवड्याच्या शेवटी ब्रंचला (नाश्ता करण्यासाठी) बोलावत नसतील, तर *त्यांना तसे करू द्या.*' 'ज्याच्याकडे तुम्ही खूप आकर्षित आहात, पण तो वचनबद्ध होण्यास तयार नसेल, तर *त्यांना तसे करू द्या.*' 'जर तुमची मुलं या आठवड्यात तुमच्यासोबत बाहेर पडायला इच्छुक नसतील, तर *त्यांना तसे करू द्या.*' खूप सारा वेळ आणि ऊर्जा इतर लोकांना आपल्या अपेक्षांशी जुळवून घेण्यासाठी वाया घालवली जाते. आणि सत्य हे आहे की, जर एखादी व्यक्ती जिच्याशी तुम्ही प्रेमसंबंध जुळवीत आहात, व्यावसायिक भागीदार, कुटुंबातील सदस्य - जर ते जसे तुम्हाला हवे आहे, तसे वागले नाहीत तर त्यांना बदलण्यासाठी जबरदस्ती करू

नका. त्यांना तसेच राहू द्या कारण ते त्यांच्या खऱ्या स्वरूपाचे दर्शन घडवत आहेत. फक्त *त्यांना तसे करू द्या* आणि मग तुम्ही पुढे काय करायचे ते निवडा.

२४ तासांच्या आत, १.५ कोटींपेक्षा जास्त लोकांनी तो व्हिडिओ पाहिला. आठवड्याभरात ६ कोटी लोकांनी पाहिला आणि त्या व्हिडिओवर हजारो टिप्पणी आल्या. वृत्तपत्र संस्थांनी या सिद्धान्ताबद्दल आणि त्याच्या प्रभावीपणाबद्दल लेख लिहायला सुरुवात केली. जगभरातील लोक थेट संदेशाद्वारे आणि इनबॉक्समध्ये प्रश्न, कथा आणि त्यांनी हा सिद्धान्त कसा वापरला याच्या उदाहरणांनी भरभरून संदेश पाठवू लागले. मानसशास्त्रज्ञ आणि उपचारतज्ज्ञ यांनी यावर ब्लॉग पोस्ट (लेखाद्वारे व्यक्त केलेले मत किंवा विचार) लिहायला सुरुवात केली.

क्षणात मिळालेल्या या प्रतिसादामुळे मी अगदी थक्क झाले. मी त्या सिद्धान्तावर आणि माझ्या अनुभवावर पॉडकास्टचा एक भाग (एपिसोड) ध्वनिमुद्रित केला. त्या एपिसोडने स्वतंत्रपणे एक वेगळं आयुष्य घेतलं. तो इतक्या वेळा शेअर केला गेला की, Appleने त्याला त्या वर्षातील जगभरातील सहावा सर्वाधिक शेअर केलेला पॉडकास्ट एपिसोड म्हणून नावाजले.

आणि ती फक्त सुरुवात होती, कारण त्यानंतर 'Let Them' टॅटू बनवून घेण्याचा ट्रेंड (फॅशन) सुरू झाला!

Let Them
Let Them
Let Them
Let them
Let Them
Let them
Let them
Let Them
let them
Let Them
Let them
Let Them
LET THEM
Let them
Let Them

LET THEM
Let Them
let them
LET THEM
Let them
Let them
let them
Let them
let them
Let them
let them
let them
Let them
Let them
let them

'लेट देम थिअरी'ही आजपर्यंत मी शोधलेली सर्वांत प्रभावी गोष्ट आहे. जगभरातील लोकांनी **'लेट देम'** हे शब्द कायमचे आपल्या शरीरावर गोंदवून घेतले होते आणि ते हे पाहूनच मला हे पुस्तक लिहिण्याची प्रेरणा मिळाली. मला समजून घ्यायचे होते की हे दोन शब्द इतके तत्काळ, खोलवर आणि सार्वत्रिक परिणाम करणारे का ठरले.

सिद्धान्तावर संशोधन करताना...

मी गेली दोन वर्षे 'लेट देम थिअरी' का कार्य करते आणि ती कशी वापरल्यास तुमचे जीवन बदलू शकते तसेच इतर लोकांशी तुमचे नाते सुधारू शकते यावर संशोधन करीत आहे.

हे पुस्तक लिहिताना, मी मानसशास्त्र, मस्तिष्कविज्ञान (न्यूरोसायन्स), वर्तणूकशास्त्र, नातेसंबंध, ताण आणि आनंद या क्षेत्रांतील जगातील आघाडीच्या तज्ज्ञांशी संवाद साधला आहे. तुम्ही हे पुस्तक वाचताना त्यांना भेटाल आणि त्यांच्या संशोधनाच्या आधारे तुम्हाला तुमच्या जीवनातील असंख्य परिस्थितींमध्ये हा सिद्धान्त लागू करता येईल. लवकरच तुम्हाला दिसून येईल की, हे विज्ञान स्पष्ट आहे : हे तत्त्व कार्य करते आणि ते खूपच प्रभावीपणे कार्य करते.

परंतु हे पुस्तक फक्त 'Let Them Theory'चा परिचय देण्याबद्दल नाही. हे मानवी स्वभावाच्या एका मूलभूत नियमाबद्दल आहे : *सर्व मानवांमध्ये नियंत्रण करण्याची एक भक्कम गरज असते.*

आपल्या जीवनातील सर्व काही नियंत्रित करण्याची आपल्यामध्ये स्वाभाविक इच्छा असते : आपला वेळ, आपले विचार, आपली कृती, आपले वातावरण, आपली योजना, आपले भविष्य, आपले निर्णय आणि आपला परिसर. सर्व गोष्टी नियंत्रणात असल्यास तुम्हाला सुरक्षितता आणि आराम वाटतो, म्हणून तुम्ही नैसर्गिकपणे तुमच्या सभोवतालच्या प्रत्येक गोष्टीवर आणि प्रत्येकावर नियंत्रण ठेवण्याचा प्रयत्न करता, अनेकदा, ते तुम्हाला कळतही नाही.

पण सत्य हे आहे की, एक गोष्ट आहे जी तुम्ही कधीही नियंत्रित करू शकत नाही. कितीही प्रयत्न केलते तरी, तुम्ही कधीही दुसऱ्या व्यक्तीला नियंत्रित किंवा बदलू शकणार नाही. एकमेव व्यक्ती ज्यावर तुमचे नियंत्रण आहे ती म्हणजे तुम्ही स्वतः. तुमचे विचार, तुमच्या कृती, तुमच्या भावना.

खूप काळापासून तुम्ही मानवी स्वभावाच्या या मूलभूत नियमाविरुद्ध काम करत आहात. तुम्ही लोकांना बदलण्यासाठी लढा देत आहात, संघर्ष करत आहात स्थिती नियंत्रणात ठेवण्याचा, लोक काय म्हणतात, विचार करतात किंवा करतात याबद्दल काळजी करण्याचा प्रयत्न करताना, तुम्ही तुमच्यासाठी आणि तुमच्या नातेसंबंधांमध्ये अनावश्यक ताण, तणाव आणि मतभेद निर्माण केले. मीदेखील असेच केले.

'लेट देम थिअरी'ने माझ्या संपूर्ण दृष्टिकोनात परिवर्तन घडवून आणले आहे – जीवनाकडे आणि इतर लोकांशी कसे वागावे याकडे पाहण्याच्या दृष्टिकोनात बदल केला आहे. मानवी स्वभावाच्या नैसर्गिक प्रवाहाला प्रतिकार करण्याऐवजी, मी त्याला स्वीकारायला

शिकले. इतर काय म्हणतात, विचार करतात आणि काय करतात हे नियंत्रित करण्यासाठी माझी ऊर्जा वाया घालवण्याऐवजी, मी ती ऊर्जा माझ्यावर नियंत्रित करण्यासाठी वापरली.

याचा परिणाम काय झाला? मला माझ्या स्वतःच्या आयुष्यावर पूर्वीपेक्षा जास्त नियंत्रण मिळाले. हे मुक्त करणारे होते. मी इतर लोकांना समस्या बनवणे थांबवले, आणि असे करताना, माझे नातेसंबंध अशा प्रकारे सुधारले जे मी कधीच शक्य मानले नव्हते. हे जणू काही वर्षानुवर्षे बंद असलेले एक दार उघडल्यासारखे होते आणि त्यामागे काय होते? असे आयुष्य जिथे मी इतर लोकांना व्यवस्थापित करण्याच्या गरजेने भारावून गेलेली अशी स्थिती नाही.

पुढील पृष्ठांमध्ये, तुम्ही या सिद्धान्ताबद्दल, तो कसा वापरावयाचा याबद्दल आणि तो वापरल्यावर कसे आश्चर्यकारक वाटते याबद्दल शिकाल. आमच्या संशोधनाच्या सुरुवातीच्या टप्प्यात मला झालेल्या एका आश्चर्यकारक शोधाबद्दलही तुम्हाला कळेल. *'लेट देम थिअरी'* ही फक्त *'लेट देम' एवढीच नाही.* होय, ती या दोन शब्दांनी सुरू होते, पण ते पूर्ण सत्य नाही. *'लेट देम'* हा फक्त समीकरणाचा पहिला भाग आहे. या सिद्धान्ताचा दुसरा आणि अधिक महत्त्वपूर्ण टप्पा आहे *'लेट मी.' (मला करू दे).*

पुढील प्रकरणांत, आपण *'लेट देम'* आणि *'लेट मी'* यांचे दोन्ही पैलू उलगडू आणि प्रत्येक टप्प्यामागील विज्ञान आणि मानसशास्त्राचा शोध घेऊ. त्यानंतर, तुमच्या आयुष्यातील आठ मुख्य क्षेत्रांबद्दल शिकाल जिथे या सिद्धान्ताचा सर्वाधिक सकारात्मक प्रभाव पडेल. आपले नातेसंबंध, करिअर, भावना, मते, ताण, प्रेम, जीवन, संघर्ष, सततची तुलना, मैत्री आणि सर्वांत महत्त्वाचे म्हणजे, स्वतःशी असलेले नाते यांबद्दल चर्चा करू.

पुन्हा पुन्हा, तुम्ही शिकाल की, कसे तुम्ही चुकीच्या गोष्टींवर नियंत्रण ठेवण्याचा प्रयत्न करत होतात आणि नकळत इतर लोकांना समस्या बनवत होतात. सत्य हे आहे की, इतर लोक हे तुमच्या आयुष्यातील सर्वांत अधिक आनंद, साहाय्य व प्रेम यांचा स्रोत असावेत. पण जर तुम्ही सतत त्यांची भावना, म्हणणे आणि वर्तन नियंत्रित करण्याचा प्रयत्न करत राहिलात तर ते कधीच आनंदाचा स्रोत बनू शकत नाहीत. या पुस्तकामुळे ते सर्व दुःख संपते.

'त्यांना करू द्या' या सिद्धान्तामध्ये प्रावीण्य मिळवा आणि तुम्ही अनियंत्रित गोष्टींवर नियंत्रण ठेवण्याच्या प्रयत्नात स्वतःला थकवणे थांबवाल. हे फक्त चांगले वाटण्यासाठी नाही, तर तुमचे संपूर्ण आयुष्य कसे जगायचे या पुनर्रचनेबद्दल आहे. मला वाटते की, तुम्हाला तुमच्या आयुष्याचा अनुभव तुमच्या इच्छेनुसार, तुमच्या अटींवर घेण्याचे स्वातंत्र्य आणि मोकळीक मिळाली पाहिजे आणि मला खात्री आहे की, तुम्ही ते साध्य कराल.

चला सुरुवात करू या.

प्रकरण दुसरे

सुरुवात करू या : 'लेट देम+लेट मी.'

'लेट देम' या थिअरीचा शोध लागल्यानंतर फारसा काळ गेला नव्हता. मी माझ्या सोफ्यावर बसले होते आणि सोशल मीडियावर संदेश पाहत होते, तेव्हा माझ्या जुन्या मैत्रिणीचा एक फोटो माझ्या नजरेस पडला. ती अप्रतिम दिसत होती. मी त्याच्या शीर्षकाकडे, जिथे तिने तिच्या मित्रांसोबत नुकत्याच घालवलेल्या अद्भुत सप्ताहाबद्दल लिहिले होते आणि तिच्या शब्दांतून स्पष्टपणे जाणवले की, ती खरोखरच आनंदी होती.

फोटो पाहताना, मी तिच्या बदामी त्वचा, आनंदात, आरामशीर व ताजेतवाने दिसण्याचे कौतुक केले आणि माझ्या मनात विचार आला, *'वा! मलादेखील असा एक आठवडा हवाय.* खरं तर, निदान बदामी त्वचा तरी हवी आहे.' मी सर्व फोटो पाहिले तेव्हा लक्षात आले की, फोटोनंतर फोटो एका धमाकेदार मैत्रिणींच्या आठवड्याच्या सहलीचेच होते.

खाणेपिणे, नाचगाणी, खरेदी, हास्य, पोहणे व मदिरापान

सर्वांचा एकत्र असलेला फोटो अधिक स्पष्ट पाहण्यासाठी मी माझ्या अंगठा आणि तर्जनीने फोटो झूम (मोठा) करण्याचा प्रयत्न केला आणि मग एकदम लक्षात आले की, स्क्रीनवर हसणाऱ्या त्या सर्व स्त्रिया माझ्या. माझं मन खट्टू झालं. माझ्या सगळ्या मैत्रिणी एकत्र सहलीला गेल्या होत्या.

तुम्हाला वगळण्यात आले आहे, हे समजल्यावर पोटात होणारी कालवाकालव तुम्हाला माहीत आहे का? जणू एखाद्याने जोरदार ठोसा मारल्यासारखं वाटतं. 'ही काही फार मोठी गोष्ट नाही' असे स्वतःला सांगून तुम्ही ती भावना बाजूला सारण्याचा प्रयत्न करता; परंतु खरोखर दुःख झालेले असते. मी माझा फोन खाली ठेवायला पाहिजे होता, पण मी तसे केले नाही.

मी एक-एक करून त्या फोटोंकडे पाहत राहिले, त्या मुलींच्या ट्रिपचे फोटो पाहताना माझ्या डोळ्यांसमोर त्याच स्त्रिया येत होत्या ज्यांच्यासोबत मी माझ्या लहान उपनगरी शहरात मुलांना मोठं केलं होतं. तर सर्व फोटो पाहून माझे मानसिक संतुलन ढासळू लागले.

माझ्या मनात विचारांचे काहूर सुरू झाले. मी त्यांच्या मौजमस्तीची कल्पना करू लागले, किती त्या एकमेकींच्या जवळ आल्या असतील असा विचार करू लागले. मी या

स्त्रियांना कित्येक वर्षांपासून ओळखत होते. आम्ही एकत्र बार्बेक्यू पार्ट्या केल्या होत्या, मोटारींमधून एकत्र गेलो होतो, फुटबॉलचे सामने पहिले होते, जोडीदारांसोबत एकत्र गेलो होतो आणि पालकत्वाच्या कठीण चर्चा केल्या होत्या. त्यामुळे, स्वाभाविकपणेच, माझं मन चिंतेच्या भोवऱ्यात अडकू लागलं.

पूर्णपणे निश्चल होऊन त्याच ठिकाणी मी सोफ्यावर बसून राहिले, माझी पाठ सोफ्याला चिकटली आहे असे वाटत होते कारण मी प्रत्येकाच्या अकाउंटवर एक-एक फोटो नीट पाहू लागले. पाच मिनिटांपूर्वी मी पूर्णपणे ठीक होते. पण आता? आता मात्र मला नाकारले जाण्याची भावना, असुरक्षितता, गोंधळ अशा भावना पुन्हा जाणवू लागल्या. *कधी केला त्यांनी हा प्लॅन? मला का सामील केलं नाही? मला कधीच कुठे आमंत्रण का मिळत नाही? मी शेवटचे कधी मैत्रिणींसोबत कुठे फिरायला गेले होते?*

मी अजूनही फोटो पाहत होते आणि हे प्रश्न माझ्या डोक्यात घोळत होते, तेवढ्यात क्रिस खोलीत आला. त्याने माझ्याकडे पाहिलं आणि विचारलं, ''काय झालं?''

मी एक दीर्घ श्वास घेतला आणि खरं सांगितलं, ''माझ्या मैत्रिणींचा एक गट आठवड्याच्या शेवटी मजेशीर सहलीला गेला होता. मला मात्र आमंत्रणच नव्हतं.''

तो म्हणाला, ''खरंच वाईट झालं.''

मी उत्तर दिलं, ''कदाचित मी काहीतरी चुकीचं केलं असेल. कदाचित त्या माझ्यावर रागावलेल्या असतील.''

त्याने आपल्या हातांची घडी करून छातीवर ठेवले आणि विचारलं, ''तुला इतकं का महत्त्व वाटतं?''

मी त्याच्याकडे पाहिलं.

तो पुढे म्हणाला, ''मेल, तू आता त्यांच्यासोबत तितकी जवळची मैत्रीण राहिलीच नाही आहेस.''

तो बरोबर होता. मला माहीत होतं की, तो बरोबर बोलतोय. पण तरीही मला त्यांच्याशी संपर्क साधून गोष्टी ठीक करण्याची तीव्र इच्छा होती. तुम्हालाही असं कधी वाटलंय का? जेव्हा तुम्हाला कळतं की, तुम्हाला कुठल्या गोष्टीत सामील केलं नाहीय, तेव्हा तुमच्या मनात एकच विचार येतो तो म्हणजे, 'मी काहीतरी चुकीचं केलं का?'

कारण प्रामाणिकपणे सांगायचं तर, मला खरंच काहीच कळत नव्हतं आणि जर तुम्ही माझ्यासारखे असाल, तर अशा वेळी तुम्हाला लगेच वाटतं की, नक्कीच तुमचीच काही चूक असेल. मी सोफ्यावर बसून राहिले आणि माझ्या मनात विचारांचा गुंता सुरू झाला, मला का सामील केलं नाही? मी काही चुकीचं केलं का? पण काहीच आठवले नाही. यामुळे मी आणखीनच अस्वस्थ झाले.

हो, खरं तर आम्ही एकमेकांना अनेक वर्षांपासून ओळखत होतो. आम्ही एकत्र मातृत्वाच्या सुरुवातीच्या टप्प्यांमधून गेलो होतो, एकत्र अनेक अनुभव घेतले होते आणि त्या सहलीला गेलेल्यांतील प्रत्येक जण मला आवडायची. पण त्याच वेळी, खूप काळ झाला होता की, मी त्यांच्यासोबत वेळ घालवला नव्हता. मी त्यांना शहरातील मोठ्या कार्यक्रमांमध्ये

पाहिलं होतं, पण मी त्यांच्याबरोबरच्या वैयक्तिक मैत्रीचे संवर्धन केले नव्हते. मी काही मजेदार गोष्टींचं आयोजनही केलं नव्हतं किंवा अलीकडे त्यांच्याशी संपर्कही साधला नव्हता.

बौद्धिकदृष्ट्या, मला हे माहीत होतं. पण भावनिकदृष्ट्या? मी पूर्णपणे तुटून गेले होते. मला असं वाटू लागलं की, मी पुन्हा एकदा माध्यमिक शाळेत परतले आहे, रात्री मुक्काम करण्याच्या पार्टीत न बोलावलेली मुलगी, संघात निवड न झालेली, किंवा फक्त त्यांच्यातील विनोदाचा भाग नसलेली.

सिद्धान्ताला प्रत्यक्षात कसे आणावे

माझ्या मनात त्यांच्याशी संपर्क साधून सर्व काही ठीक करण्याची तीव्र इच्छा होती, फोन करावा, मेसेज पाठवावा, काहीतरी करावं जेणेकरून ही चिंताजनक भावना निघून जाईल. पण तेव्हाच त्या दोन शब्दांनी मला स्वतःपासूनच वाचवलं – *'लेट देम.' (त्यांना करू द्या).*

माझ्या पूर्वीच्या सवयीनुसार मी तर यावर कित्येक दिवस, खरं तर कित्येक आठवडे विचार करत बसले असते. माझ्या भावना माझ्यावर नियंत्रण मिळवून बसल्या असत्या. मी दाखवलं असतं की, मला काही फरक पडत नाही. स्वतःलाच खात्री पटवून दिली असती की, मला काही वाटत नाही. मी ते पुन्हा पुन्हा स्वतःला समजावण्याचा प्रयत्न केला असता आणि शेवटी, मला स्वतःला चांगलं वाटावं म्हणून माझ्या मैत्रिणींनाच खलनायिका ठरवलं असतं. हे सगळं केल्याने मला अजूनच वाईट वाटलं असतं आणि ज्यांच्यावर खरंच माझं प्रेम होतं, त्यांच्यापासून आणखीनच दूर गेले असते.

पण तसं झालं नाही. हे मला फक्त दहा मिनिटांसाठीच त्रासदायक वाटलं. जसं मी पहिल्यांदा *'लेट देम'* म्हटलं, मला थोडं बरं वाटलं. दुसऱ्यांदा म्हटलं, आणखीन बरं वाटलं. तिसऱ्यांदा, चौथ्यांदा, पाचव्या, सोळाव्या, तिसाव्यांदा म्हटलं, प्रत्येक वेळी मला थोडं थोडं बरं वाटत गेलं.

मी तुम्हाला प्रामाणिकपणे सांगते, अशा वेदनादायक परिस्थितीत तुम्हाला *'लेट देम'* पुन्हा पुन्हा म्हणावं लागेल, कारण जखम एकदाच नाही तर वारंवार डोकावत राहते. जेव्हा एखादी गोष्ट दुखावते, तेव्हा ते दुःख सहजपणे नाहीसं होत नाही. ते पुन्हा पुन्हा वर येतं. म्हणूनच, तुम्हाला वारंवार 'लेट देम' म्हणावं लागेल, याचे आश्चर्य वाटू देऊ नका.

त्यांना सहलीला जाऊ द्या. त्यांना एकत्र आठवड्याचा शेवट घालवू द्या. त्यांना तुमच्याशिवाय मजा करू द्या.

सुरुवातीला, हे शब्द मला नकारात्मक वाटले, जणू काही मी हार मानत आहे. पण नंतर मला एक महत्त्वाची गोष्ट कळली : *'लेट देम'* म्हणजे हार मानणं नव्हतं, तर त्या नियंत्रणातून स्वतःची मुक्तता करणं होतं, ते नियंत्रण जे माझ्याकडे कधीच नव्हतं.

खरं तर मी कितीही प्रयत्न केले तरी, त्या परिस्थितीचं विश्लेषण करून किंवा त्यावर नियंत्रण मिळवून काहीही साध्य होणार नव्हतं. मी काही केलं तरी जे घडलं ते बदलणार नव्हतं. त्यांचा सहलीला जाण्याच्या निर्णयामुळे मला वाईट वाटून घ्यायची गरज नव्हती, पण मीच परिस्थितीवर नियंत्रण ठेवण्याचा प्रयत्न करून स्वतःला त्रास देत होते.

लेट देम.

आणि त्याच क्षणी, माझ्या छातीतला ताण कमी होऊ लागला. परिस्थिती 'ठीक' करण्याचं दडपण नाहीसं झालं आणि मला एक मोठा साक्षात्कार झाला. आठवड्याच्या अखेरच्या त्यांच्या सहलीचा माझ्याशी काहीच संबंध नव्हता.

ते वैयक्तिकरीत्या, माझ्या बाबतीत नव्हते. ते माझ्याविरुद्ध काही कारस्थान करत नव्हते.

माझ्या मूल्यमापनावर टीका करत नव्हते. आणि जर ते तसे करीत असले तर? *त्यांना करू दे.*

आपण खरंच काय नियंत्रित करण्याचा प्रयत्न करतो

आपल्यापैकी प्रत्येकाने कधीतरी आपल्या आसपासच्या गोष्टींना विशेषत: जेव्हा आपल्याला दुखावलेले, एकटे पडलेले, त्रासलेले किंवा घाबरलेले वाटते तेव्हा नियंत्रित करण्याचा प्रयत्न केला आहे. कदाचित तुम्ही कधी गटाच्या योजना आखताना प्रत्येक तपशिलावर लक्ष ठेवले असेल, जेणेकरून प्रत्येक जण सहभागी होईल; किंवा कदाचित एखादी व्यक्ती लगेच उत्तर देत नसेल तर तुम्ही चिंतेने विचार करत बसला असाल की ती व्यक्ती रागावली आहे का. हे सगळं खूप थकवणारं असतं, नाही का?

सर्व गोष्टी ठीक किंवा दुरुस्त करण्याचा माझा स्वभाव आहे. माझ्या आयुष्यातील बहुतांश काळ मी असेच मानत आले आहे की, जर मी पुढे येऊन काही केले नाही तर गोष्टी कोलमडतील.

माझ्या जबाबदारीतच सगळं, नातेसंबंध, काम, मैत्री, आणि अगदी माझ्या जवळच्या लोकांच्या भावनासुद्धा एकत्र ठेवण्याचं काम होतं आणि जेव्हा काही गोष्टी माझ्या अपेक्षेप्रमाणे घडत नसत, तेव्हा मला असं वाटायचं की, तो माझ्या व्यक्तिमत्त्वाचा आरसा आहे. कोणी रागावलं, काही बिनसलं, किंवा मला सहभागी केलं नाही की माझ्या मनात एकच विचार यायचा की, मला ते 'दुरुस्त' करायला हवं, 'बदल' करायला हवं, 'नियंत्रण' ठेवायला हवं.

या पुस्तकावर संशोधन करताना, मी अनेक मानसशास्त्रज्ञांशी बोलले आणि त्यांनी सांगितलं की, हे नियंत्रण ठेवण्याचं वर्तन अत्यंत प्राथमिक भावनेतून येतं ती म्हणजे भीती. जर आपण सुकाणू हातात घेतलं नाही तर एकटे पडण्याची भीती, नापसंत होण्याची भीती, गोष्टी विस्कळीत होण्याची भीती. ही भीती वेगवेगळ्या स्वरूपांत प्रकट होते. आपण आपल्या मुलांवर नजर ठेवतो, खात्री करून घेतो की, त्यांनी 'योग्य' निर्णय घेतला. आपण लक्ष ठेवले नाही तर ते काहीतरी चुकीचं करतील असे वाटून आपण आपल्या जोडीदाराच्या सवयींवर परिणाम करण्याचा प्रयत्न करतो. त्यांचं आयुष्य कसं असावं हे आपल्याला त्यांच्यापेक्षा चांगलं माहीत आहे असे समजून आपण आपली मते आपल्या मित्रांवर लादतो.

माझ्या आयुष्यात मी ही भीती अनेकदा अनुभवली आहे. मी गोष्टी घडवल्या नाहीत तर लोक मला विसरतील ही भीती. लोकांना मी आवडणार नाही किंवा लोक मला नाकारतील ही भीती. मी नेतृत्व केले नाही तर सगळं कोलमडेल, ही भीती. प्रामाणिकपणे

सांगायचं तर नियंत्रण आपल्याला सुरक्षिततेचा आभास देते. जेव्हा आपण नियंत्रण करीत असतो, तेव्हा आपण असा विश्वास ठेवतो की, आपण स्वतःला वेदना, निराशा आणि नाकारले जाण्यापासून वाचवू शकतो.

पण हा फक्त एक भ्रमच आहे, सुरक्षिततेचा भ्रम. कारण आपण कितीही प्रयत्न केले तरी लोक किंवा परिस्थिती नियंत्रित करता येत नाहीत, हीच खरी गोष्ट आहे. लोक त्यांच्या इच्छेनुसार वागतील.

ते त्यांचे निर्णय घेतील, त्यांचे स्वतःचे आयुष्य जगतील.

खरं सांगायचं तर, हे तथाकथित 'नियंत्रण' आपल्याला खरंच बरे वाटण्याऐवजी आणखी वाईटच वाटायला लावतं. खरं तर, त्याचा उलट परिणाम होतो. लोक आणि परिस्थिती नियंत्रित करण्याचा प्रयत्न तुमच्या भीतीला कमी करत नाही, तर उलटपक्षी ती भीती अधिक तीव्र करते. कोणताही मानसशास्त्रज्ञ सांगेल की, ज्या गोष्टी आपण नियंत्रित करू शकत नाही अशा गोष्टींवर जितका नियंत्रण ठेवण्याचा प्रयत्न करतो, तितकीच आपली चिंता आणि ताण वाढतो.

त्या सोफ्यावर बसून, फोनकडे बघत, मला हे उमगलं की, मी फक्त माझ्या मैत्रिणींना माझ्याबद्दल काय वाटतंय तेच नियंत्रित करण्याचा प्रयत्न करत नव्हते तर मी माझ्या स्वतःच्या अस्वस्थतेलाही नियंत्रित करण्याचा प्रयत्न करत होते.

मला नाकारले गेल्याची भावना आवडत नव्हती, म्हणून मला काही वाटण्यापूर्वी माझी पहिली प्रतिक्रिया परिस्थिती 'सुधारण्या'ची होती.

आणि तेव्हाच *'लेट देम'* सिद्धान्त माझ्या मनात आणखी खोलवर रुजला.

लेट देम : शहाणपणा अमलात आणण्याचे एक साधन

'लेट देम' सिद्धान्त हा फक्त मनोवृत्ती बदलण्याचा उपाय नाही, तर शतकानुशतके लोकांना मार्गदर्शन करीत आलेल्या प्राचीन तत्त्वज्ञान आणि मानसशास्त्रीय संकल्पनांमध्ये त्याचे मूळ आहे. जर तुम्ही स्टोइसिझम (दुःख व यातना निर्विकारपणे सोसणे), बौद्ध धर्म, अलिप्तता किंवा मूलगामी स्वीकारार्हता यांच्याशी परिचित असाल, तर तुम्हाला लक्षात येईल की, *'लेट देम'* आणि 'लेट मी' या शिकवणींना लागू करतात आणि त्यांना एक व्यावहारिक, दैनंदिन साधनात रूपांतरित करतात, तुमचे नातेसंबंध सुधारण्यासाठी आणि वैयक्तिक सामर्थ्य परत मिळवण्यासाठी ते उपयुक्त आहे.

स्टोइसिझममध्ये, आपल्या विचारांवर आणि कृतींवर नियंत्रण ठेवण्यावर लक्ष केंद्रित केले जाते, इतरांच्या विचारांवर किंवा कृतींवर नव्हे. हे तत्त्वज्ञान *'लेट देम'* संकल्पनेशी अगदी सुसंगत आहे, कारण ते त्यांच्या वागणुकीवर नियंत्रण ठेवण्याचा किंवा प्रभाव टाकण्याचा प्रयत्न न करता लोकांना त्यांच्या स्वतःच्या निवडी करण्याची आणि त्यांचे आयुष्य जगण्याची जाणीवपूर्वक मुभा देते. *'लेट देम'* आणि *'लेट मी'* यांचा वापर करीत असताना तुम्ही स्टोइसिझमचे तत्त्व अमलात आणत असता. स्वतःवर लक्ष केंद्रित करा कारण तेथेच तुमची खरी शक्ती आहे.

बौद्ध धर्म आणि मूलगामी स्वीकृती (रॅडिकल ॲक्सेप्टन्स) हे शिकवतात की, दुःख वास्तविकतेला विरोध केल्यामुळे उत्पन्न होते. आपण अनुभवत असलेले दुःख बहुतेकदा गोष्टी वेगळ्या असाव्यात अशी इच्छा करण्यामुळे उद्भवते. *'लेट देम थिअरी'* आपल्याला केवळ वास्तविकता स्वीकारण्यासच नव्हे तर ती बदलण्याची गरज स्वतःपासून वेगळी करण्यासही मदत करते. आपण मान्य करता की, इतरांच्या कृती आणि निवडी आपल्या नियंत्रणात नाहीत आणि असे करून, आपण आपले भावनिक स्वातंत्र्य पुनश्च प्राप्त करता. हे रॅडिकल ॲक्सेप्टन्सचे सर्वांत सशक्त स्वरूप आहे.

ज्या गोष्टी भावनांचा उद्रेक करतात असा गोष्टींपासून दूर कसे राहावे हे अलिप्तता सिद्धान्त (डिटॅचमेंट थिअरी) आपल्याला शिकवितो. जेव्हा आपण *'लेट देम'* म्हणता, तेव्हा आपण भावनिक वियोगाचे अनुसरण करता. आपण आपल्या भावना आणि समोरील परिस्थिती यांच्यात एक मानसिक अंतर तयार करता, ज्यामुळे त्यात अडकून न जाता आपण काय घडत आहे ते निरीक्षण करू शकता. परिणामी, आपण शांत, स्वच्छ विचार करू शकता आणि आपल्या कृतींवर नियंत्रण ठेवू शकता.

माझ्यासाठी, हा सिद्धान्त 'ते सोडून द्या' (लेट इट गो) नाही. वैयक्तिकरीत्या, मी कधीच काहीही सोडून देऊ शकलेले नाही कारण ते कधीही पूर्णपणे निराकरण झाल्यासारखे वाटत नाही. आपण त्रासदायक गोष्टींपासून दूर गेलो आहोत आणि आपल्या भावना गिळून पुढे चाललो आहोत असे वाटते. *'लेट देम'* वेगळे आहे. जेव्हा आपण *'लेट देम'* म्हणतो, तेव्हा आपण हार मानत नाही किंवा दूर जात नाही. आपण स्वत:ला मुक्त करत आहोत. आपण गोष्टी कशा घडायला हव्यात यावरची पकड सोडून देत आहोत आणि त्या कशा घडतील ते होऊ देत आहोत.

जेव्हा आपण इतरांना त्यांचे स्वतःचे अस्तित्व असू देण्याची मुभा देता, तेव्हा आपण कधीच खरेच नसलेल्या नियंत्रणातून मुक्त होण्याचा सक्रिय आणि सशक्त निर्णय घेतला आहे. आपण सर्व काही आणि प्रत्येकाला व्यवस्थापित करण्याच्या प्रयत्नातून निर्माण होणाऱ्या ताण, निराशा आणि भावनिक अशांततेच्या अंतहीन चक्रातून स्वतःची मुक्तता करता.

'लेट देम' आणि *'लेट मी'* यांचे सौंदर्य असे आहे की, ते आपल्याला या पद्धतींवर प्रभुत्व मिळविण्यात मदत करते, ज्यामुळे आपण भावनांनी वश न होता शांत, जाणीवपूर्वक आणि उद्देशपूर्ण जीवन जगू शकता.

हे खऱ्या आयुष्यात कसं काम करतं

तुमच्या आयुष्याच्या विविध क्षेत्रांमध्ये हे कसं लागू होतं याचा विचार करा. समजा, तुम्ही कामाच्या मीटिंगमध्ये आहात आणि तुम्हाला एक कल्पना सुचली आहे जिच्याबद्दल तुम्ही खूप उत्साहित आहात. तुम्ही त्यावर विचार केला आहे, तुम्हाला माहीत आहे की त्यात क्षमता आहे, पण जेव्हा तुम्ही ती मांडता, तेव्हा खोलीत शांतता पसरते. लोक सभ्यतेने मान हलवतात, पण पुढे जातात आणि कळत नकळत, कोणाच्यातरी वेगळ्या कल्पनेला सर्व लक्ष मिळतं. तुम्हाला अदृश्य असल्यासारखं वाटतं. तुम्ही स्वतःबद्दल शंका घेऊ लागता,

कदाचित वेगळ्या पद्धतीने सांगायला हवे होते किंवा अधिक प्रयत्न करायला हवे होते, असे वाटू लागते.

त्या क्षणी, तुम्ही या नकाराने स्वतःला खचून जाऊ देऊ शकता किंवा थांबून स्वतःला म्हणू शकता, *'त्यांना करू द्या.'* त्यांना ते नाकारू द्या. त्यांना वेगळी कल्पना स्वीकारू द्या. त्यांच्या प्रतिसादामुळे तुमच्या कल्पनेचे मूल्य बदलत नाही. तुमच्या योगदानाचे मूल्यही कमी होत नाही. त्यांनी वेगळी रणनीती स्वीकारली असेल, याचा अर्थ असा नाही की, तुमची कल्पना चांगली नव्हती. तुम्ही अजूनही त्याच प्रतिभा आणि यश मिळवण्याच्या क्षमतेसह तीच व्यक्ती आहात, आणि तुमच्याकडे मांडण्यासाठी एक कल्पना होती हेच तुमच्या क्षमतेचे प्रमाण आहे!

हेच मैत्रिणीला भेटण्याबाबतदेखील लागू होते. कदाचित, तुम्ही कोणासोबत मेसेज पाठवून संभाषण करीत होतात आणि एकदा त्यांना मेसेज करण्याचा मोह होतो, काहीतरी स्पष्टीकरण मिळवण्याचा प्रयत्न करावा असं वाटतं. हे सर्व अनुभवून झाले आहे. गोष्टी कुठेतरी पुढे जात असल्यासारख्या वाटत होत्या. पण अचानक, त्यांनी तुमच्याशी संपर्क तोडला. ना प्रतिसाद, ना कोणतेही स्पष्टीकरण. ते दुखावणारं असतं, नाही का? तुम्ही काय चूक केलं याचा विचार करता, प्रत्येक संवाद पुन्हा आठवता, कुठे चुकलं हे शोधण्याचा प्रयत्न करता. पुन्हा त्या घटनांची उजळणी करता.

पण इथेच 'त्यांना करू द्या' हा विचार उपयोगी पडतो. त्यांना दाखवू द्या की, ते कोण आहेत. त्यांच्या असभ्य वागण्यामुळे तुमच्याबद्दल काहीही सिद्ध होत नाही. पण तुम्ही कसा प्रतिसाद देता, ते खरे महत्त्वाचे आहे. त्यांनी असं का केलं याचा विचार करणं थांबवा. प्रश्न असा आहे की, तुम्हाला अशा व्यक्तीसोबत का राहायचंय जी तुमच्याशी असं वागते? तुम्हाला नाही राहायचं. जी आधीच निघून गेली आहे तिच्यामागे धावण्यात तुमची ऊर्जा वाया घालवू नका.

ज्यांच्यावर तुम्ही नियंत्रण ठेवू शकता त्यावर लक्ष केंद्रित करा : तुमच्या भावना समजून घ्या आणि स्वतःला आठवण करून द्या की, तुम्हाला अशा व्यक्तीची गरज आहे जी तुमच्याशी आदराने वागेल.

दोन्ही परिस्थितींमध्ये, मग ते काम असो, मैत्रिणीला भेटणे असो किंवा काहीही असो, जेव्हा तुम्ही 'त्यांना करू द्या' म्हणता, तेव्हा तुम्ही काय तुमच्या नियंत्रणात आहे आणि काय नाही हे ओळखता. गोंधळून जाण्याऐवजी, तुम्ही स्वतःला सावरायचे आणि वेगळे ठेवायचे ठरवता. जसे मी आधी सांगितले होते, इतर लोक तुमच्यावर खरा ताबा ठेवू शकत नाहीत, जोपर्यंत तुम्ही तो त्यांना देत नाही आणि प्रत्येक वेळी जेव्हा तुम्ही 'त्यांना करू द्या' म्हणता, तेव्हा तुम्ही तुमची ताकद परत घेण्याचा निर्णय घेता.

आता माझा आणि माझ्या सोफ्यावरच्या परिस्थितीचा विचार करा. मला मुळीच माहीत नव्हते की, माझ्या मैत्रिणी एकत्र कोठेतरी गेल्या आहेत, त्यांच्या ट्रिपचे फोटो पाहताक्षणीच मी प्रतिक्रिया दिली. माझ्या भावना बळावल्या. मला असुरक्षित वाटले. मला उपेक्षित वाटले. मला कमीपणाचे वाटले आणि मग मी एक पाऊल पुढे जाऊन स्वतःलाच सांगितले की, कदाचित मी काहीतरी चुकीचे केले आहे. यामुळे माझी अवस्था आणखी वाईट झाली.

खरी गोष्ट म्हणजे, मी स्वतःच माझी अशी अवस्था करून घेतली. माझ्या मैत्रिणींनी माझ्याबद्दल काहीही केले नाही. त्या फक्त त्यांचे आयुष्य जगत होत्या. त्यांना कुठेही जाण्याचा अधिकार आहे. त्यांना हवे असलेल्या कोणासोबतही शनिवार-रविवारचा प्लॅन करण्याचा अधिकार आहे. त्यांच्या ट्रिपवर दिलेली माझी प्रतिक्रिया हीच माझ्या वेदनेचे कारण होती.

हे समजून घेणे खूप महत्त्वाचे आहे, म्हणूनच मी हे सविस्तर स्पष्ट करू इच्छिते. चला, खेळाच्या मैदानावरच्या ‘सी-सॉ’ (दोलायमान पट्टी)चे दृश्य वापरून तुमच्या आणि इतर लोकांमधील सत्तासंबंध कसे वर-खाली होतात हे स्पष्ट करता येईल आणि ‘त्यांना करू द्या’ सिद्धान्त कसा वापरायचा हेदेखील समजावता येईल.

कोणी काहीतरी केले (उदा., काहीतरी प्लॅन केले आणि तुम्हाला सामील केले नाही) तर तुम्ही सकारात्मक किंवा नकारात्मक पद्धतीने प्रतिक्रिया द्याल. जर तुम्ही नकारात्मक प्रतिक्रिया दिली आणि स्वतःला नष्ट करणारे विचार किंवा तीव्र भावना अनुभवल्या तर ते तुम्हाला खाली ओढते. तुमची प्रतिक्रिया म्हणजेच ते वजन आहे जे पारड्याला झुकवते आणि तुमच्यात व इतरांमध्ये संतुलन बदलते.

मी तो फोटो फोनवर ऑनलाइन पाहिला तेव्हा मला काय वाटले ते हे चित्र अगदी तंतोतंत दर्शवित आहे.

अ) ‘त्यांना करू दे’ असे न म्हणता

कनिष्ठ
मत्सर करणारा
असुरक्षित
उपेक्षित
कमी प्रतीचा

माझ्यासोबत असं काय झालं की मी खाली गेलो? मीच ते केलं.

जेव्हा तुम्ही इतर लोकांचे विचार, कृती आणि भावना यांच्यामुळे तुम्ही वाईट व्यक्ती आहात किंवा काहीतरी चुकीचं केलं आहे अशी भावना स्वतःच्या मनात निर्माण करता तेव्हा तुम्ही इतर लोकांना अधिकार देता आणि यामुळे नातेसंबंधातील गतिशीलता आणि समतोल बदलतो. तुम्हाला त्यांच्यापेक्षा कमीपणा वाटतो.

जेव्हा मी स्वतःला सांगितलं की, मी काहीतरी चुकीचं केलं आहे तेव्हा नेमकं हेच घडलं. मला कमीपणा, हेवा, असुरक्षितता, उपेक्षितपणा आणि कमीपणाची भावना वाटली. हे विचार आणि भावना खूपच जड आहेत.

जेव्हा तुम्ही (Let Them) त्यांना *'करू द्या'* म्हणता, तेव्हा ज्यामुळे तुम्ही खाली गेलात त्या सर्व नकारात्मकतेच्या वजनातून स्वतःची मुक्तता करता. हे जणू काही सी सॉवरून जमिनीवरून वर ढकलण्यासारखं आहे. तुम्ही वर जाता आणि तुमचे मित्र दुसऱ्या बाजूला खाली येतात. शक्तीचे संतुलन बदलते.

ब) 'त्यांना करू द्या' म्हणाल्यावर

वरिष्ठ
अलिप्त
नियंत्रित करीत
असल्याची
खोटी भावना
मत /निर्णय

जेव्हा तुम्ही इतर लोकांपेक्षा वरील पातळीवर असता आणि तुम्हाला त्रास देणाऱ्या परिस्थितींवर मात करता, तेव्हा खूप छान वाटतं. म्हणूनच लोकांना 'Let Them' म्हणायला आवडतं, कारण तुम्ही वर असता तेव्हा तुमच्यामध्ये उच्चतेची व आत्मविश्वासाची खोटी भावना असते. तुम्ही त्या जड भावनांमधून पुढे जाता आणि वर उठता. यामुळे तुम्हाला आपोआप इतरांपेक्षा चांगलं वाटतं. तुम्हाला शहाणपणाची आणि सगळ्यांपेक्षा वर असल्याची विचित्र भावना येते, म्हणूनच त्या परिस्थितीतून दूर राहणं सोपं होतं आणि थोडीशी उच्चतेची भावना भावनिक गोंधळात खूप कामी येऊ शकते. इतर लोकांवर तात्पुरती शक्ती मिळाल्याची ती भावना तुम्हाला परिस्थितीतून पुढे जाण्यास, घडणाऱ्या गोष्टी स्वीकारण्यास आणि जीवनातील त्रासदायक किंवा वेदनादायक अनुभवांवर प्रक्रिया करण्यास मदत करू शकते.

जेव्हा एखादा मित्र तुम्हाला परत कॉल करत नाही, आळशी रूममेट भांडी धुवत नाही किंवा कामावर उद्धट ग्राहकाला सामोरे जावे लागते, तेव्हा स्वतःला त्यांच्यापेक्षा चांगले वाटणे उपयुक्त ठरते.

पण मग, 'लेट देम'चा तो क्षण संपतो.

मग विचार येतो, आता काय? तुम्ही तिथेच वर बसून इतर लोकांकडे खाली पाहता आणि तुमच्या उच्चतेत थोडेसे एकटे वाटू लागते. सुरुवातीला मी जेव्हा 'Let Them' म्हणायला सुरुवात केली, तेव्हा मला पुढे काय करायचं हे कळलं नाही. 'Let Them' म्हणणं आणि उच्चतेचा सुखद झटका मिळवणं खूप चांगलं वाटलं, आणि भावनेपासून स्वतःला वेगळं करणंही छान वाटलं. तो सोपा भाग होता. पण नंतर काय करायचं हे माहीत नव्हतं.

आणि फक्त 'Let Them' म्हणण्याचा धोका हाच आहे : जर तुम्ही फक्त 'Let Them, Let Them, Let Them' असं म्हणत राहिलात, तर ते तुम्हाला अधिक एकाकी वाटण्याकडे नेईल. यामुळे तुम्हाला स्वतःला दूर ठेवायची किंवा बंद करून घ्यायची इच्छा होईल.

जर मी फक्त 'Let Them'वरच थांबले असते नेमकं हेच मी सोफ्यावर बसून राहत असताना केले असते. जर मी फक्त 'Let Them'वरच थांबले असते तर मी माझ्या उच्चतेत तिथेच बसले असते अशी कल्पना आता मी करू शकते. मी त्यांच्याशी संपर्क साधला नसता. मी अनुपस्थितीत त्यांची निंदा केली असती, इतर मित्रमैत्रिणींकडून आश्वासन मिळवलं असतं आणि त्यांना प्रत्येक वेळी पाहिलं की मला खूप अवघडल्यासारखं वाटलं असतं आणि हे त्या महिला आहेत ज्या मला खरोखरच आवडतात आणि ज्यांच्याशी मला मैत्री करायची आहे.

जेव्हा तुम्ही पाहता की, तुमचे मित्र/मैत्रिणी तुमच्याशिवाय बाहेर जात आहेत आणि काही गोष्टी करत आहेत तेव्हा अशा परिस्थितीबद्दल मी तुम्हाला थांबायला आणि खरंच विचार करायला सांगते. असे घडले की, दुखावल्यासारखे वाटते. वगळले जाणे नेहमीच दुखावते.

तुम्हाला त्या गोल्फ ट्रिपमध्ये सहभागी व्हायचं असतं. तुम्हाला खेळ बघायला बोलाविणे यायला हवं होतं. तुम्हाला आठवड्याच्या शेवटी कुठेतरी जायचं असतं. चांगल्या सहकाऱ्यांसोबत बाहेर जाऊन पेयपान करणे आवडले असते. तुम्हाला मजेदार आणि छान मैत्री हवी आहे.

आणि मलादेखील तुमच्यासाठी तेच हवं आहे. म्हणूनच मी तुम्हाला एक प्रश्न विचारते : *नैतिकदृष्ट्या स्वतःला वरचढ समजून चांगली मैत्री कशी निर्माण होणार आहे? ती होणारच नाही.*

'Let Them' – *'त्यांना करू द्या'* म्हणणं फक्त तुम्ही अनुभवत असलेल्या वेदना आणि दुखापासून तुम्हाला दिलासा देतं, पण फक्त तात्पुरता. इतरांना दोष देऊन स्वतःला चांगलं वाटणं खूप आनंददायी असतं.

पण तुमचा मित्र म्हणून, माझे कर्तव्य म्हणून धोक्याची सूचना देत आहे. जर तुम्ही फक्त 'Let Them' म्हणत राहिलात, तर तुम्हाला लक्षात येईल की, तुमच्याकडे फारसे मित्र राहिलेले नाहीत, भेटीगाठींच्या योजना नाहीत आणि 'सिद्धान्त' तुमच्या बाजूने का काम करत नाही हे समजत नाही.

आणि याचाच संबंध माझ्या मोठ्या शोधाशी आहे, जो मी 'Let Them' सिद्धान्ताचा अभ्यास करताना शोधला. 'Let Them' ही फक्त समीकरणाची पहिली अर्धी बाजू आहे. तुम्ही इथेच थांबू शकत नाही. या सिद्धांताचा दुसरा आणि महत्त्वाचा भाग आहे , 'Let Me' – *'मला करू द्या.'*

तुमची शक्ती इतर लोकांना हाताळण्यात नाही, तर तुमच्या प्रतिसादात आहे. जेव्हा तुम्ही 'Let Me' म्हणता, तेव्हा तुम्ही पुढे काय करायचं, काय विचार करायचा किंवा काय सांगायचं याची जबाबदारी घेऊन त्या शक्तीचा वापर करता.'Let Me' तुम्हाला जाणवून देतं की पुढे काय घडणार आहे यावर तुमचा ताबा आहे, आणि जेव्हा तुम्ही एकटे बसून उच्चतेच्या भावनेत नसता, तेव्हा जीवन अधिक मजेदार आणि समाधानकारक असतं.

'मला करू द्या' हे शक्तिशाली पाऊल आहे

म्हणूनच जेव्हा तुम्ही दोन्ही भाग सांगता तेव्हाच हा सिद्धान्त कार्य करतो. जेव्हा तुम्ही *'त्यांना करू द्या'* म्हणता, तेव्हा तुम्ही जाणीवपूर्वक निर्णय घेता की इतर लोकांच्या वर्तनामुळे तुम्हाला स्वतःला त्रास होऊ द्यायचा नाही. जेव्हा तुम्ही *'मला करू द्या'* म्हणता, तेव्हा पुढे काय करायचे आहे याची जबाबदारी तुम्ही स्वीकारता.

'मला करू द्या' यातील मला आवडणारा भाग म्हणजे तुम्ही काय नियंत्रित करू शकता हे ते लगेच दर्शविते आणि नियंत्रित करण्यासारखे खूप काही आहे : तुमचा दृष्टिकोन... तुमचे वर्तन... तुमची तत्त्वे , तुमच्या गरजा, तुमच्या इच्छा आणि नुकत्याच घडलेल्या घटनेला प्रतिसाद देण्यासाठी तुम्ही काय करू इच्छिता हे.

हे मत व्यक्त करण्याच्या विरुद्ध आहे. *'मला करू द्या'* हे स्वतःबद्दलची जाणीव, करुणा, सक्षमीकरण आणि व्यक्तिगत जबाबदारीबद्दल आहे. तुमचे जे मित्र दूर गेले ते तुमच्यापेक्षा श्रेष्ठ नाहीत आणि तुम्हीही त्यांच्यापेक्षा श्रेष्ठ नाही.

हाच 'त्यांना करू द्या' याचा मुख्य मुद्दा आहे : *'त्यांना करू द्या'* आणि *'मला करू द्या.'*

जितके अधिक तुम्ही लोकांना त्यांचे जीवन जगू देता, तितके तुमचे जीवन सुधारते. जितके अधिक नियंत्रण सोडता, तितके अधिक नियंत्रण तुम्हाला मिळते.

'त्यांना करू द्या' सिद्धान्त श्रेष्ठतेबद्दल नाही. हे संतुलनाबद्दल आहे. हे तुमच्यासाठी आणि दुसऱ्यांसाठी दोघांसाठीही सोईस्कर व्हावे यासाठी आहे. हे इतर लोकांना त्यांचे जीवन जगण्यासाठी सुविधा आणि कृपा देण्याबद्दल आहे.

हे तुम्ही व इतर यांना समाविष्ट करण्याबद्दल आहे. हे इतर लोकांना त्यांचे जीवन औचित्याने जगणे शक्य करण्याबद्दल आहे व तुम्हालाही तेच प्राप्त होण्याबद्दल आहे.

(क) 'मला करू द्या' म्हणणे

स्वीकृती
समजून घेणे
करुणा
जबाबदारी
खरे नियंत्रण

उदाहरणार्थ, माझ्या मैत्रिणींनी बाहेर जाऊन मजा करण्याबद्दल प्रथम माझी जी अवस्था झाली त्या प्रसंगी, मी प्रथम *'त्यांना करू द्या'* म्हटले, त्यामुळे मला त्या परिस्थितीच्या आणि दुःखाच्या पलीकडे जाण्यास मदत झाली. यामुळे मला माझ्या भावनांपासून वेगळे

होण्यास मदत झाली. हे पहिले पाऊल आहे कारण भावनिक होऊन त्यांना दोष देणे किंवा स्वतःला कमी लेखणे माझ्या मैत्रीला जादूने सुधारू शकत नाही.

श्रेष्ठतेने मला त्या परिस्थितीकडे वरून पाहण्याची मानसिकता दिली. मी जितके अधिक *'त्यांना करू द्या'* म्हणत गेले, तितकी मला या परिस्थितीत माझी भूमिका आणि त्यावर काय करायचे आहे हे विचार करण्याची संधी मिळाली.

जेव्हा मी आरशात पाहण्यासाठी थांबले, तेव्हा बरेच काही दिसले

गेल्या काही वर्षांपासून मी कामात इतकी व्यग्र होते की, मी माझ्या मैत्रिणींना जवळजवळ पाहिलेच नाही.मी खूप काळापासून कोणालाही काही करण्यासाठी बोलावले नव्हते. कदाचित, मला वगळले गेले नाही. कदाचित, त्यांनी माझा विचारच केला नाही. आणि जर मी प्रयत्न करत नसेन, संपर्क करत नसेन, किंवा जवळपासच्या ठिकाणी त्यांना भेटत नसेन, तर त्यांनी माझा विचार का करावा? याव्यतिरिक्त, प्रामाणिकपणे सांगायचे तर, मी माझ्या स्वतःच्या आयुष्य, काम आणि मुलांमध्ये इतकी व्यग्र होते की जुन्या मैत्रिणींनी ऑनलाइन काही पोस्ट करेपर्यंत मी त्यांचा विचारही केला नाही.

कोणालाही मला आमंत्रण देण्याचे काही बंधन नाही. कोणालाही मला फोन करण्याचे काही बंधन नाही. होय, या गोष्टी चांगल्या वाटतात; आणि होय, तुम्हाला संपर्क साधणाऱ्या मित्रमैत्रिणी पाहिजेत.

पण मैत्री निर्माण करण्याची जबाबदारी कोणाची आहे? अधिक महत्त्वाचे म्हणजे, *'मला स्वतःशी प्रामाणिक राहू द्या'* : मी माझे कर्तव्य पार पाडत आहे का? जेव्हा मी स्वतःला हा प्रश्न विचारला, तेव्हा उत्तर 'नाही' असे आले.

जेव्हा तुम्ही प्रौढ होता, तेव्हा तुमचे सामाजिक जीवन तुमचीच जबाबदारी असते. जर तुम्हाला अधिक मजा हवी असेल, तर सोफ्यावरून उठून एक उत्तम सामाजिक जीवन तयार करावे लागेल (हे मी स्वतःलाही सांगत आहे).

नेहमीच इतर लोकांनी मला समाविष्ट करावे अशी अपेक्षा करणे थांबविणे मला करू द्या.

माझ्या आयुष्यात काय हवे आहे याची जबाबदारी *मला* घेऊ दे. जो मुद्दा मी पाहणे आवश्यक आहे त्याचा सखोल शोध घेणे, हे *मला* करू द्या. लोकांपर्यंत पोहोचण्यात अधिक सक्रिय होणे हे *मला* करू द्या. या आठवड्याच्या शेवटी काहीतरी करण्यासाठी लोकांना आमंत्रित करणे हे *मला* करू द्या.

एकदातरी पार्टी आयोजित करणे हे *मला* करू द्या. कामासाठी चांगल्या मर्यादा घालणे असे *मला* करू द्या, त्यामुळे मैत्रीसाठी वेळ मिळेल. माझे सामाजिक जीवन निर्माण करण्याची जबाबदारी माझीच आहे त्यामुळे माझ्या सामाजिक जीवनाला प्राधान्य देणे, असे *मला* करू द्या. कारण हे स्पष्ट आहे की, ते माझ्यासाठी महत्त्वाचे आहे.

त्या महिलांपैकी काहींशी पुन्हा संपर्क साधणे हे मला करू द्या. तेही निष्क्रिय पद्धतीने नाही, नातेसंबंध सुधारण्यासाठी नाही आणि त्यांच्या पुढील सहलीसाठी आमंत्रण मिळवण्यासाठी तर मुळीच नाही. परंतु एकदा मी *'त्यांना करू द्या'* आणि *'मला करू द्या'*, असे म्हटले आणि माझ्या भावना नियंत्रित करून स्वतःला सावरले, तेव्हा एक गहन सत्य माझ्यासमोर आले ते असे की, मला खरोखरच या काही महिलांची खूप आठवण येते आहे

आणि ऑनलाइन पोस्ट पाहिल्यावर मला जाणवले की, मी खूप जास्त काम करते आहे आणि त्यांच्यासोबत माझी मैत्री पुन्हा प्रस्थापित करण्याचा प्रयत्न करायचा आहे. हा विचार करीत असताना असे जाणवले की, काही इतर लोकांबरोबरही मैत्री करावयाची आहे.

यामध्ये उडी मारण्यापूर्वी दोन इशारे

या पुस्तकाचा अभ्यास करताना, 'Let Them Theory' लागू करणाऱ्या लोकांकडून दोन महत्त्वाचे प्रश्न वारंवार समोर आले आणि पुस्तकाच्या पुढील भागात जाण्यापूर्वी मला त्यांचे उत्तर द्यायचे आहे.

पहिला प्रश्न : 'त्यांना करू द्या' सिद्धान्त मुलांना लागू पडतो का?

होय, तुम्ही 'त्यांना करू द्या' मुलांवरदेखील नक्कीच लागू करू शकता (काही अतिशय महत्त्वाच्या अटींसह), परंतु हे पुस्तक विशेषतः प्रौढांना हा सिद्धान्त कसा लागू करावा यावर केंद्रित आहे. संपूर्ण पुस्तकात, प्रौढ आणि मुलांमधील फरक स्पष्टपणे दिला आहे त्यामुळे कोणताही गोंधळ उडू नये. मुले, किशोरवयीन आणि तरुणांसोबत हा दृष्टिकोन कसा वापरावा याबद्दल मार्गदर्शन शोधणाऱ्यांसाठी, पुस्तकाच्या शेवटी परिशिष्टामध्ये सविस्तर स्पष्टीकरण देणारा विशेष मार्गदर्शक समाविष्ट केला आहे.

दुसरा प्रश्न : 'त्यांना करू द्या' वापरल्यावर तुम्हाला एकटे वाटल्यास काय करावे?

हा एक अत्यंत महत्त्वाचा मुद्दा आहे. काही लोकांनी सांगितले आहे की,'त्यांना करू द्या' सिद्धान्त वापरल्यावर त्यांना एकटे वाटते. जर तुम्हाला असे वाटत असेल, तर याचा अर्थ तुम्ही सिद्धान्त चुकीच्या पद्धतीने लागू करत आहात. 'त्यांना करू द्या' सिद्धान्तामध्ये दोन अत्यावश्यक टप्पे आहेत : 'त्यांना करू द्या' आणि *'मला करू द्या'* हे दोन्ही टप्पे एकमेकांच्या हातात हात घालून असावेत. तुम्ही फक्त 'त्यांना करू द्या' म्हणू शकत नाही आणि तेथेच थांबू शकत नाही. अनेक लोक दुसरा टप्पा, म्हणजेच *'मला करू द्या'* विसरतात आणि ही एक मोठी चूक आहे कारण *'मला करू द्या'* या टप्प्यात तुमची खरी ताकद असते. *'मला करू द्या'*मध्ये तुमचे आयुष्य, नातेसंबंध आणि संपर्क तयार करण्याची जबाबदारी घेण्याचे पुढचे पाऊल आहे, या पावलाशिवाय, तुम्ही स्वतःला शक्तिशाली वाटण्याऐवजी विस्कळीत आणि कमजोर समजाला.

माझ्या मित्र म्हणून मला तुम्हाला इशारा देण्याची जबाबदारी वाटते की, जर तुम्ही फक्त *'त्यांना करू द्या'* म्हणत राहिलात, तर तुम्ही स्वतःला खूप कमी मित्रमैत्रिणींसह, कमी सामाजिक योजनांसह आणि 'सिद्धान्त तुमच्या बाजूने का काम करत नाही' याबद्दल गोंधळलेल्या स्थितीत आढळाल. *'त्यांना करू द्या'* म्हणणं चांगलं वाटतं कारण आपल्याला इतर लोकांना दोष देणं आवडतं आणि जेव्हा तुमची मन:स्थिती (मूड) ठीक नसते तेव्हा थोडी श्रेष्ठता चांगली वाटू शकते अशी चर्चा आपण याआधी केली आहे. पण सिद्धान्ताचा उद्देश हा नाही.

'त्यांना करू द्या' हे फोन न उचलण्याचं, खांदे उडवण्याचं, दुखावलेल्या मित्र किंवा कुटुंबाच्या सदस्याशी बोलण्याचं टाळण्याचं, तुम्हाला त्रास देणाऱ्या परिस्थितीत राहण्याचं

किंवा भेदभाव किंवा धोकादायक वागणूक दुर्लक्षित करण्याचं कारण नाही. कोणाच्या बाबतीत मौन पाळण्याचा, लोकांना टाळण्याचा, कठीण संभाषणांपासून पळ काढण्याचा किंवा नातेसंबंधांपासून माघार घेण्याचा हा परवाना नाही.

हे तुम्हाला एकटे आणि अदृश्य वाटण्यासाठी नाही, तर तुमच्या प्रत्येक नात्यात अधिक जोडलेले आणि अधिक समाधानकारक वाटण्यासाठी आहे. जर तुम्हाला असे वाटत असेल की, तुम्ही हा सिद्धान्त वापरत आहात आणि तो तुम्हाला अधिक एकटे करत आहे, तर कृपया हे लक्षात घ्या : तुम्ही तो चुकीच्या पद्धतीने वापरत आहात. हा सिद्धान्त तुमचं आयुष्य चांगलं करण्यासाठी आहे, वाईट करण्यासाठी नाही. म्हणूनच मी तुम्हाला नेहमी *'मला करू द्या'* म्हणण्याची आठवण करून देतो. हाच भाग तुमचा आयुष्य बदलू शकतो.

'त्यांना करू द्या' हा सिद्धान्त वापरताना मी पाहिलं की, मी किती वेळा एकटं बसण्याचं कारण दुसऱ्यांवर ढकललं. किंवा मला हवे तितके पैसे न कमावण्याचं कारण इतरांवर टाकलं. किंवा अपराधीपणामुळे किती वेळा होकार दिला. किंवा इतरांना निराश न करण्यासाठी घेतलेले निर्णय. किंवा किती वेळा मी थकवा हे कारण देऊन माझ्या आरोग्याला किंवा मजेला प्राधान्य दिलं नाही.

जेव्हा तुम्ही प्रौढ असता, तेव्हा तुमचं आयुष्य, आनंद, आरोग्य, बरे होणं, सामाजिक जीवन, मैत्री, सीमारेषा, गरजा आणि यश या सगळ्यांची जबाबदारी तुमची असते. जर तुम्ही गुपचूप आशा करत असाल की कोणीतरी येईल आणि तुम्हाला वाचवेल, तुमच्या समस्या सोडवेल, तुमचे बिल भरेल, सामाजिक जीवन तयार करेल, तुमच्या जखमा बऱ्या करेल, तुमच्या स्वप्नातील जोडीदारामध्ये रूपांतर करेल आणि तुम्हाला सर्वोत्तम बनवण्यासाठी प्रेरित करेल... तर ते होणार नाही. कोणीही येणार नाही आणि तुम्ही जेवढा वेळ इतरांना दोष देण्यात, परवानगी किंवा निमंत्रणाची वाट पाहण्यात घालवता, तो वाया जातो. ते दिवस आता संपले.

तुमच्या *'मला करू द्या'* युगाची सुरुवात झाली आहे.

जर तुम्ही वेळ आणि ऊर्जा यांचा वापर करणार असाल तर तुम्ही हवं ते सर्व काही तयार करण्यास सक्षम आहात. याचा अर्थ असा की, तुम्ही तुमचा वेळ आणि ऊर्जा किरकोळ, उथळ आणि महत्त्वहीन गोष्टींवर वाया घालवणे थांबवले पाहिजे. याचा अर्थ असादेखील आहे की, तुम्ही एकमेव गोष्ट नियंत्रित करण्याचा प्रयत्न करणे थांबवले पाहिजे जी तुम्ही करू शकत नाही, ती म्हणजे इतर लोक.

या पुस्तकाच्या पुढील विभागात, आम्ही तुमच्या जीवनाच्या चार मुख्य क्षेत्रांमध्ये उतरू, जिथे 'त्यांना करू द्या' हा सिद्धान्त सर्वांत मोठा आणि त्वरित सकारात्मक परिणाम निर्माण करेल. इतर लोकांच्या वागणुकीला, मतांना, प्रतिक्रिया आणि यशाला तुमच्या आनंदावर परिणाम करू देणे कसे थांबवायचे आणि तुम्हाला हवे असलेल्या गोष्टींमध्ये अडथळा येऊ न देणे हे तुम्ही शिकाल.

'त्यांना करू द्या'ची ताकद जाणून घेण्यासाठी आणि तणावाचे व्यवस्थापन करण्यासाठी, तसेच तुमची मानसिक शांतता न ढळू देणे यासाठी हे त्वरित वापरणे याखेरीज दुसरा हे त्वरित वापरण्यापेक्षा जलद मार्ग नाही. तर चला, पुढे जाऊ या!

तुम्ही आणि 'त्यांना करू द्या' सिद्धान्त (लेट देम थिअरी)

तणावाचे व्यवस्थापन

इतर लोकांच्या मतांची भीती

इतरांच्या भावनात्मक प्रतिक्रिया हाताळणे

सततच्या तुलना करण्यावर मात करणे

जितके तुम्ही इतर लोकांना
त्यांचे जीवन जगू देता,
तितके तुमचे जीवन अधिक चांगले होते.

–मेल रॉबिन्स

तणावाचे व्यवस्थापन

प्रकरण तिसरे

धक्कादायक बाब : जीवन तणावपूर्ण आहे

'त्यांना करू द्या' सिद्धान्त वापरण्याचा सर्वांत जलद आणि प्रभावी मार्ग म्हणजे तुम्ही दररोज सामोरे जाणाऱ्या असंख्य छोट्या तणावांवर मात करणे.

तुम्हाला माहीत आहे मी कोणत्या गोष्टींबद्दल बोलते आहे, तुमच्या फोनवरील कधीही न थांबणाऱ्या सूचना (नोटिफिकेशन्स), संथ इंटरनेट कनेक्शन, योजनांमध्ये अचानक होणारे बदल, कार्यालयात सतत सुरू असलेल्या बैठका, दुसऱ्याच्या भावनांची कदर न करणाऱ्या लोकांचे वर्तन, लांबच लांब रांगा, हळू चालणारे लोक इत्यादी. या छोट्या त्रासदायक गोष्टी क्षुल्लक वाटू शकतात, पण त्या तशा नाहीत.

हो, मला समजते की, लोक कधीकधी त्रासदायक असू शकतात, आणि हो, तुमच्याकडे खूप काही काम असू शकते. आधुनिक जीवन कधीकधी 'हजारो लहान जखमांमुळे होणारा मृत्यू' वाटू शकते. एकामागून एक गोष्ट जी तुमची ऊर्जा हळूहळू शोषून घेते आणि तुम्हाला तणावग्रस्त करते. हे तुमच्यापर्यंत पोहोचू देणे सोपे आहे, पण हे मूर्खपणाचे आहे.

तुम्ही इतर प्रौढ लोक कसे वागतात हे नियंत्रित करू शकत नाही आणि त्याबद्दल तणाव घेणे तुमची शक्ती कमी करते. जर तुम्ही मूर्ख गोष्टी किंवा उद्धट लोकांना तुमची जीवनशक्ती शोषू देत राहिलात, तर तुम्ही तुमच्या आयुष्याची संपूर्ण क्षमता कधीच गाठू शकणार नाही.

तुमचा वेळ आणि ऊर्जा ही तुमची सर्वांत मौल्यवान साधने आहेत. पुढील काही प्रकरणांमध्ये तुम्ही 'त्यांना करू द्या' सिद्धान्त कसा वापरावयाचा हे शिकाल, इतर लोकांकडून येणाऱ्या अनावश्यक तणावापासून स्वतःचे संरक्षण त्यामुळे करू शकाल.

फक्त थांबा आणि स्वतःला विचारा : तुम्ही कॉफी शॉपमधील लांब रांगेमुळे तुमचा दिवस खराब का होऊ देता? वाहतूक तुमचा मूड का बिघडवते? एखाद्याने महत्त्वाच्या कामात व्यत्यय आणल्यावर तुम्हाला गोंधळल्यासारखे का वाटते? सार्वजनिक ठिकाणी कोणीतरी फोनवर जोरात बोलल्यामुळे तुम्ही का चिडता? एखाद्या कुटुंबातील सदस्याचा न

मागितलेला सल्ला वैयक्तिक हल्ल्यासारखा का वाटतो? गर्दीच्या मार्गावर कोणीतरी हळू चालल्यामुळे तुम्हाला घाई झाल्यासारखे का वाटते?

माझ्यासोबतही असं घडतं. मी माझ्या आवडत्या गार्डन सेंटरमध्ये काही रोपे आणण्यासाठी गेले होते. तिथे कॅशिअर खूप संथ हालचाल करत होता. फक्त दोन काउंटर उघडे होते आणि प्रत्येकात पाच लोक प्रतीक्षा करत होते.

बीप. बीप. बीप.

माझ्या मनात चिडचिड होऊ लागली. मला घरी परत जाऊन एक मीटिंग गाठायची होती. मी मागे उभ्या असलेल्या व्यक्तीकडे वळून, डोकं हलवत म्हणावं असं वाटत होतं, 'हे पाहिलंत का?'

पण मी थांबले. मी स्वतःला म्हणाले, *'त्यांना करू दे'*. त्याचा परिणाम त्वरित झाला. मी शांत झाले. यामुळे कॅशिअरचा वेग वाढला का? नाही.

पण त्यापेक्षा चांगली गोष्ट झाली. यामुळे माझ्या रोजच्या आयुष्यात लहानसहान गोष्टींना मोठ्या ताणात रूपांतर होण्यापासून मला संरक्षण मिळाले. या रांगेमुळे लागणाऱ्या अतिरिक्त १० मिनिटांचा माझ्या दिवसभरावर काहीही नकारात्मक परिणाम होणार नव्हता, पण नियंत्रणात नसलेल्या गोष्टींवर चिडचिड करून दिवसावर नक्कीच नकारात्मक परिणाम झाला असता.

का तुम्ही अशा गोष्टींचा तणाव घेताय ज्या तुमच्या नियंत्रणाबाहेर आहेत किंवा ज्यांना काहीही अर्थ नाही? एवढ्या छोट्या गोष्टींचा तुमच्यावर एवढा मोठा परिणाम का होतो?

जेव्हा तुम्ही तुमच्या भावनिक स्थितीवर आणि मानसिक शांततेवर तुमच्या आजूबाजूच्या जगाला परिणाम करू देता, तेव्हा तुम्ही या बाह्य शक्तींचे कैदी बनता. तुम्ही क्षुल्लक आणि निरर्थक गोष्टींना तुमचा मूड ठरवू देता, तुमची प्रेरणा कमी करू देता आणि तुमचे लक्ष विचलित होऊ देता.

ग्रीक तत्त्वज्ञ एपिक्टेटस यांचे जीवनाविषयी एक प्रसिद्ध वाक्य आहे : 'तुमच्या बाबतीत काय घडते ते महत्त्वाचे नाही, पण तुम्ही त्यावर कशी प्रतिक्रिया देता ते महत्त्वाचे आहे.' याचा अर्थ काय? तुमची वैयक्तिक शक्ती तुम्ही काय प्रतिसाद देता यामध्ये आहे.

दररोज त्रासदायक आणि तणावपूर्ण परिस्थितींना वेगळ्या पद्धतीने कसा प्रतिसाद द्यावा हे शिकल्यास तुमचे जीवन बदलू शकते. सध्या, तुम्ही तुमचा वेळ आणि ऊर्जा, ज्या गोष्टी महत्त्वाच्या नाहीत किंवा तुमच्या नियंत्रणाबाहेर आहेत अशा गोष्टींवर वाया घालवत आहात व त्यामुळे तुमची सर्व शक्ती गमावत आहात. या समस्येची तीव्रता तुम्हाला कळत नाही. मलाही ते आधी कळले नाही.

तणाव व्यवस्थापित करणे कठीण वाटण्याचे कारण असे आहे की, तुमच्या आजूबाजूला काय घडत आहे यावर तुमची प्रतिक्रिया आपोआप होते आणि तुमच्या संपूर्ण शरीरात ताण जाणवतो. असे वाटते की, भावना तुम्हाला गिळून टाकतात आणि नंतर तुम्हाला कळते की, तुम्ही असा संदेश पाठवला आहे ज्याबद्दल तुम्हाला पश्चात्ताप होतो. किंवा तुम्ही अशा गोष्टी बोलता ज्या तुम्हाला खरंच म्हणायच्या नव्हत्या. किंवा तुम्ही लोकांच्या लांबच लांब

रांगेत उभे राहता आणि जे होऊ नये असे तुम्हाला वाटते तरी तुमच्या इच्छेविरुद्ध राग आणि त्रास अधिकाधिक वाढत जातो.

हे सर्व तणावपूर्ण आणि त्रासदायक परिस्थितींना दिलेल्या प्रतिक्रियेमुळे तुमच्या दैनंदिन जीवनात मोठी समस्या कशी निर्माण होऊ शकते याची उदाहरणे आहेत. तुमच्या आजूबाजूला काय घडत आहे ते तुम्ही नियंत्रित करू शकत नाही; परंतु तुम्ही त्यावर कसे प्रतिसाद देता ते नक्कीच नियंत्रित करू शकता. विमानतळावर हे सर्वांत जास्त दिसून येते. खरं तर, तणाव अनुभवायचा असेल तर फक्त विमानतळावर जा.

विमानतळावरील तणाव चाचणी

चेक इन प्रक्रिया व सुरक्षा तपासणी येथील रांगा, खराब हवामानामुळे झालेल्या विलंबाने मानसिक संतुलन गमावणारे लोक, हरवलेले सामान, विमानात प्रवेश करण्याची (बोर्डिंग) प्रक्रिया सुरू होण्यापूर्वीच गेटजवळ गर्दी करणारे लोक, दोन विमान प्रवासांमधील कमी उपलब्ध वेळ, मार्ग बदलला जाणे, विमानात आपल्या जागेवर जाईपर्यंत सामान वर ठेवण्यासाठी जागा नसणे, टॅक्सी मिळविण्यासाठी काउंटरवर लांब रांगा, तुम्हाला तणावात टाकणाऱ्या गोष्टींची संख्या अनंत आहे.

परंतु या गोष्टीचा वापर एक उदाहरण म्हणून करू या ज्यायोगे तुम्हाला काय नियंत्रित करता येते आणि काय नियंत्रित करता येत नाही, हे समजू शकेल. मानवी स्वभावाचा मूलभूत नियम लक्षात ठेवा :

'तुम्ही इतर लोक काय बोलतात, विचार करतात किंवा करतात ते नियंत्रित करू शकत नाही. जेव्हा तुम्ही असे करण्याचा प्रयत्न करता, तेव्हा तुम्ही तुमची शक्ती गमावता.' तुम्ही काय बोलता, काय विचार करता किंवा काय करता यावर लक्ष केंद्रित करणे शिकले पाहिजे. हाच नियंत्रण राखण्याचा खरा मार्ग आहे.

कारण विमानात किंवा विमानतळावर काहीही घडले तरी, तुमच्याकडे अद्याप नियंत्रण आहे.

काही महिन्यांपूर्वी मी विमानाने प्रवास करत होते आणि माझ्या मागे बसलेला माणूस असे खोकत होता जणू त्याचा शेवटचा दिवस आहे. तुम्हाला माहीत आहे का तो खोल, छातीपर्यंत जाणारा खोकला, जो आजूबाजूच्या सर्वांना आजारी पाडू शकतो?

पहिल्या काही मिनिटांसाठी मला काहीच वाटले नाही, पण ते खोकणे चालूच राहिले. नंतर तो घसा खाकरू लागला आणि पुन्हा खोकू लागला, तेव्हा मला त्रास होऊ लागला.

मी एका कार्यक्रमाला भाषण देण्यासाठी प्रवास करत होते आणि पुढील काही आठवड्यांत मोठ्या कार्यक्रमांमध्ये बोलायचे होते. मला आजारी पडणे परवडणारे नव्हते, विशेषतः आवाज गमावणे तर मुळीच नाही.

मी सीटमधील फटीतून मागे वळून पाहिले आणि त्याला तोंड उघडे ठेवून हवेच्या दिशेने खोकताना पाहिले, जणू विमानात दुसरे कोणीच नाही. माझ्या मनात विचार आला : *'हा माणूस खरंच मला आजारी पाडणार का? किती स्वार्थी आणि उद्धटपणा आहे हा!'* मी माझ्या पर्यायांचा विचार करू लागले.

निष्क्रिय किंवा आक्रमक राहून प्रश्न सुटणार नव्हता. मी बसलेल्या जागेवर हुंकार भरत आणि मध्येच त्याच्याकडे रागाने पाहत राहिले, त्याच्याशी रागीट नजरेने संपर्क साधण्याचा प्रयत्न करत होते, पण तो माझ्या इशाऱ्यांकडे लक्ष देत नव्हता किंवा त्याला काही फरक पडत नव्हता.

मी एअर होस्टेसला बोलवून तक्रार करण्याचा विचार केला, पण तो तिथेच बसला होता, त्यामुळे त्याने ऐकले असते, आणि ते खूप विचित्र वाटले असते. त्यामुळे मी एक प्रगल्भ प्रौढ व्यक्ती असल्याप्रमाणे वळून त्याच्याशी नम्रपणे विचारले, 'साहेब, कृपया तुमच्या तोंडावर हात ठेवू शकाल का?'

तेव्हा अवघडलेल्या अवस्थेत शांतता पसरली.

त्याने मान हलवली आणि मग विमान प्रवासभर उघड्या तोंडानेच खोकत राहिला. मला हे माहीत आहे कारण मी पुन्हा पुन्हा वळून सीटच्या फटीतून पाहत होते. अर्थातच, त्या माणसाबद्दल वाईट वाटत होते. आपण आजारी राहावे ही त्याची इच्छा नव्हती हे स्पष्ट आहे. जेव्हा खोकणे आवश्यक असते, तेव्हा ते करावेच लागते.

पण त्या क्षणी, मी अधिकाधिक चिडचिड करू लागले. मी केवळ तणावग्रस्तच नव्हते, तर माझा मूडदेखील बिघडत होता आणि काही काम करण्याचा प्रयत्न करणे अशक्य झाले होते.

आपल्या आजूबाजूला घडणारी एखादी घटना किती सहजपणे तणाव निर्माण करू शकते आणि तुमच्या शरीरावर नकारात्मक परिणाम करू शकते तसेच तुमचा मेंदूही बिघडवू शकते याचे हे फक्त एक उदाहरण आहे.

तणावग्रस्त मेंदू

या पुस्तकाच्या संशोधनादरम्यान मी ज्यांच्या मुलाखती घेतल्या त्यांपैकी एक तज्ज्ञ म्हणजे डॉ. आदिती नेरुरकर, हार्वर्ड मेडिकल स्कूलमधील चिकित्सक आणि 'The 5 Resets : Rewire Your Brain and Body for Less Stress and More Resilience' या पुस्तकाच्या लेखिका. डॉ. आदिती या हार्वर्डच्या बेथ इस्राएल डीकॉनेस हॉस्पिटलच्या सर्वसमावेशक औषध उपचार कार्यक्रमाच्या वैद्यकीय संचालिका होत्या, जिथे त्यांनी तणाव व्यवस्थापनासाठी पुराव्यावर आधारित सर्वसमावेशक पद्धतींचा वापर करून त्यांच्या रुग्णांना चांगले वाटण्यासाठी मोठ्या प्रमाणावर विशिष्ट प्रथा विकसित केली.

डॉ. आदिती म्हणतात, "तणाव ही तुमच्या आयुष्यातील जेवढी तुम्ही समजता त्यापेक्षा खूप मोठी समस्या आहे."

डॉ. आदिती यांच्या मते, तणाव तुम्हाला स्वतःवर शंका घेण्यास प्रवृत्त करतो, काम पुढे ढकलतो, थकवतो, नकारात्मक विचार करायला लावतो आणि तुलनेबरोबर संघर्ष निर्माण करतो. तुम्हाला एकाग्रता साधण्यात अडचण येत असेल, आनंदी वाटत नसेल किंवा स्वतःची काळजी घेण्यात समस्या येत असेल, तर त्याचे मूळ कारण तणाव आहे.

त्यांनी मला हेही सांगितले की, जर तुमचा अंतर्गत टीकाकार नेहमीपेक्षा जास्त जोरात बोलत असेल, तुम्ही काम पुढे ढकलत असाल, तुम्ही सतत थकलेले असाल, फोन पाहत

राहणे थांबवू शकत नसाल किंवा काम बाजूला ठेवण्यात अडचण येत असेल, तर ते सर्व तणावामुळेच आहे.

डॉ. आदिती यांनी मला समजावून सांगितले की, तणाव केवळ तुमच्या शरीरात जाणवणारा तणाव नाही. तणाव हा तुमच्या मेंदूतील एक शारीरिक अवस्था आहे. हे समजून घेणे महत्त्वाचे आहे कारण तणाव तुमच्या मेंदूच्या कार्यक्षमतेवर प्रत्यक्ष परिणाम करतो.

डॉ. आदिती यांच्या मते, सामान्यतः तुमच्या मेंदूचा प्रीफ्रंटल कॉर्टेक्स हा भाग सर्व गोष्टी नियंत्रणात ठेवतो. हा मेंदूचा भाग तुमच्या दैनंदिन जीवनाचे व्यवस्थापन करण्यात मदत करतो, तो तुम्हाला नियोजन करायला, गोष्टी लक्षात ठेवायला, निर्णय घ्यायला आणि संघटित राहायला मदत करतो. तुमच्या सर्वोत्तम रूपात पोहोचण्यासाठी, तुम्हाला या मेंदूच्या भागाचा योग्य उपयोग करणे आवश्यक आहे.

समस्या आहे विमानात कुणी खोकत असेल, रांगेत जास्त वेळ लागत असेल, किंवा तुम्ही चाचणीच्या निकालाची वाट पाहत असाल आणि त्यामुळे तुम्हाला तणाव जाणवत असेल, तर तुमचा मेंदू तणाव प्रतिसाद सक्रिय करतो ही खरी समस्या आहे आणि त्यामुळे तुमचा अत्यंत महत्त्वाचा प्रीफ्रंटल कॉर्टेक्स नियंत्रणात राहत नाही (आणि तुम्हीही राहत नाही).

हा तणाव प्रतिसाद मेंदूच्या दुसऱ्या भागात असतो, ज्याला अमिग्डाला म्हणतात. डॉ. आदिती यांनी अमिग्डालाचे वर्णन 'मेंदूच्या आत खोलवर, कानांच्या मध्ये असलेली एक लहान, बदामाच्या आकाराची संरचना' असे केले. हा भाग मानवाच्या मेंदूच्या सर्वांत जुन्या भागांपैकी एक आहे आणि अनेक जण याला 'सर्पिल मेंदू' (रेप्टाइल ब्रेन) म्हणतात. याच ठिकाणी तुमचा तणाव प्रतिसाद तयार होतो.

जर तुम्ही कधी 'लढा, पळून जा, किंवा स्थिर रहा' (fight, flight, or freeze response) या प्रतिसादाबद्दल ऐकले असेल, तर तोच तुमचा तणाव प्रतिसाद आहे. याचा अर्थ असा की, जेव्हा तुम्ही तणावग्रस्त असता, तेव्हा तुमचा अमिग्डाला नियंत्रण घेतो, ज्यामुळे तुम्ही वेडेवाकडे निर्णय घेऊ शकता आणि अधिक आवेगपूर्ण किंवा उतावळेपणाने वर्तन करू शकता.

पण जेव्हा काही घडामोडींमुळे आपल्याला तणाव जाणवतो, तेव्हा आपण अडचणीत येतो कारण आपल्या शरीरात आणि मेंदूत होणारी ही प्रक्रिया पूर्णपणे स्वयंचलित असते. तुमचा अमिग्डाला त्वरित नियंत्रण घेतो आणि या मेंदूच्या भागाचे एकच काम असते : तुमच्या अस्तित्वाचे रक्षण करणे आणि तुम्हाला वाचवणे.

तुमचा मेंदू आणि शरीर 'लढा किंवा पळून जा' (fight or flight) प्रतिसाद सक्रिय करतात. ही तणावग्रस्त अवस्था केवळ थोड्या वेळासाठी टिकण्यासाठी निर्माण केलेली आहे. आदर्शरीत्या, तुम्ही नंतर पुन्हा पूर्वस्थितीत येऊन (रिसेट), सामान्य स्थितीत परत यायला हवे, या स्थितीत तुमचा प्रीफ्रंटल कॉर्टेक्स नियंत्रण करीत असतो आणि तुम्हाला शांत आणि आत्मविश्वासपूर्ण वाटते.

पण, जर तुम्ही पूर्वस्थितीत (reset) येऊ शकला नाहीत, तर काय होते?

तुम्ही नेहमी थकलेले असता याचे खरे कारण

डॉ. आदिती यांच्या मते, सध्या १० पैकी ७ लोक सतत तणावग्रस्त जीवन जगत आहेत. मीदेखील त्यांपैकी एक होते. जर तुम्ही दीर्घकालीन तणावाच्या स्थितीत राहत असाल, तर तुम्ही नेहमी 'लढा किंवा पळून जा' (fight or flight) प्रतिक्रियेत अडकलेले असता. तुमचा अमिग्डाला सतत सक्रिय असतो.

डॉ. आदिती यांनी स्पष्ट केले की, जेव्हा तुम्ही तणावाखाली असता, तेव्हा तुम्ही जगण्यासाठी संघर्ष (सर्व्हायव्हल मोड) करीत आहात असे वाटत राहते, पण फक्त तुम्हीच नाही तर तुमचा मेंदूही खरोखरच जगण्यासाठी संघर्ष करीत असतो तुमचे लक्ष्य स्वप्ने सर्वोत्तम रूप संयम आणि प्रतिक्रिया न देण्याची क्षमता, सर्व काही गमावले जाते.

म्हणूनच, हा प्रश्न सोडवणं आणि इतर लोकांनी तुमच्या आयुष्यात अनावश्यक तणाव निर्माण करणे हे थांबवणे अत्यावश्यक आहे. अन्यथा खूपमोठे नुकसान होऊ शकते. तुम्ही एक चांगले जीवन जगायला हवे, पण जर तुम्ही नेहमी जगण्यासाठी संघर्ष करावा लागत असलेल्या मन:स्थितीत (सर्व्हायव्हल मोड) असाल, तर ते शक्यच नाही.

तुम्ही तो प्रकल्प या आठवडाअखेर पूर्ण करू शकणार नाही, कारण तणावामुळे सतत काम पुढे ढकलत राहाल.

तुम्हाला मजा करण्याची गरज आहे, पण तुम्ही कामातून वेगळे होऊच शकणार नाही.

तुम्ही जोडीदारासोबत अधिक वेळ उपस्थित असले पाहिजे, पण तुम्ही कायम तणावग्रस्त असाल, तर ते शक्य नाही.

तुम्हाला हवं असलेलं आयुष्य तुमच्या डोळ्यांसमोर आहे, पण जर तुमचा अंतर्गत टीकाकार सतत तुम्हाला अडवत असेल, तर तुम्ही त्याच्या दिशेने एक पाऊलही उचलू शकणार नाही. तणाव ही एक मोठी समस्या आहे, आणि आता ती हाताळण्याची वेळ आलेली आहे.

तुमच्या ताणतणावाच्या प्रतिसादाचे उल्लंघन करणे

मी डॉ. आदिती यांना विचारले की, 'आपला मेंदू पुन्हा सामान्य स्थितीत कसा आणायचा?'

त्यांनी सांगितले की, पहिलं पाऊल म्हणजे तणाव काय आहे हे समजून घेणे, म्हणजे तुम्हाला समजेल की, ही परिस्थिती हाताळण्याचे सामर्थ्य तुमच्यात आहे. तणाव म्हणजे तुमचे शरीर व मेंदू यांच्यातील दोन प्रतिसाद एकापासून दुसरीकडे जाणे, हे मला समजले तेव्हा ही एक मोठी गोष्ट मला उलगडली. त्यांना 'करू द्या सिद्धान्त' वापरून तुम्ही सहज तणावमुक्त होऊन सुस्थितीत येऊन कार्य करू शकता हे समजल्यावर मला खूप बळ आले.

तुमच्या जीवनशैलीमध्ये तुमच्या आसपास घडणाऱ्या गोष्टी तुमच्यावर तणाव टाकत नाहीत. हे किती छान आहे ना? इतर लोक कसे वागतात यामुळे तुमच्या आयुष्यात प्रश्न निर्माण होण्याची गरजच नाही हे किती आश्चर्यकारक आहे ना?

आता तुम्ही *'त्यांना करू द्या'* सिद्धान्त वापरून तुमचा तणाव प्रतिसाद री-सेट करणार आहात. याला ऑन-ऑफ स्विच म्हणून समजा, जेव्हा काहीतरी तणाव देणारे घडते तेव्हा वापरण्यासाठी योग्य प्रतिसादासाठीची मेंदूतील कळ आहे असे समजा.

जेव्हा तुम्ही *'त्यांना करू द्या'* असे म्हणता तेव्हा मेंदूला संकेत मिळतो की, जे घडत आहे ते काही गंभीर नाही. अमिग्डालाला (तणाव नियंत्रण करणारा भाग) बंद होण्यास सांगता. तुम्ही त्या नकारात्मक भावनेपासून विलग होता आणि तणाव प्रतिसाद क्रिया पुनःप्रस्थापित करता.

हे कसे होते? ज्या क्षणी तणाव निर्माण करणारी स्थिती उद्भवते तेव्हा *'त्यांना करू द्या'* असे म्हणा. थोडा वेळ थांबा. त्यानंतर *'मला करू द्या'* असे म्हणा व एक श्वास घ्या.

'मला अजून एक श्वास घेऊ दे' असे म्हणा. तणावास प्रतिसाद देण्याची तुमची क्रिया संथ करा. परिस्थिती नियंत्रित करा व स्वतःला शक्ती द्या.

हे खूप क्षुल्लक वाटू शकते, पण हा एक बदल तुम्हाला वेगळ्या व्यक्तीमध्ये परिवर्तित करू शकतो. *'त्यांना करू द्या'* आणि *'मला करू द्या'* यांचा वापर करून तुमच्या तणावाच्या प्रतिक्रियेवर निर्बंध घातल्यास भावनांनी प्रतिक्रियेचे नियंत्रण करण्याऐवजी तुम्ही काय बोलायचे, काय विचार करावयाचा किंवा काय करायचे हे ठरवू शकता. आता रागाच्या भरात पाठवलेले संदेश, प्रियजनांवर ओरडणे, किंवा कामाच्या ठिकाणी एखाद्या ईमेलचा मसुदा तयार करण्यासाठी तासन्तास घालवण्याची गरज नाही.

खरं म्हणजे, प्रत्येक ईमेलला उत्तर द्यावेच लागते असे नाही आणि प्रत्येक संभाषणात भाग घेणे गरजेचे नसते, तुम्हाला नेहमीच शेवटचे बोलायची गरज नाही.

हळूहळू तुमच्या लक्षात येईल की, पूर्वी ज्या गोष्टी तुम्हाला त्रास देत होत्या त्या तुमच्या वेळेच्या आणि ऊर्जेच्या लायकीच्या नाहीत. *'मला करू द्या'*चा वापर करून तुमच्या सभोवतालच्या गोष्टींना जितकी कमी प्रतिक्रिया द्याल, तितके तुम्ही स्वतःच्या नियंत्रणात असल्याची जाणीव होईल.

डॉ. आदिती सांगतात की, खोल श्वास घेण्याने तणावाची प्रतिक्रिया कमी होण्यास मदत होते, याचा वैज्ञानिक पुरावा आहे. पूर्णपणे श्वास घेऊन तो आपल्या पोटात खोलवर जाण्याची जाणीव केल्याने वॅगस शीर किंवा मज्जातंतू सक्रिय होते व 'आपण शांत राहू शकतो.' असा संदेश थेट मेंदूला पाठवते.

'मला करू द्या' म्हणताच आणि तणावाची योग्य प्रतिक्रिया निश्चित करताच, तुम्ही पुन्हा नियंत्रणात येता आणि जाणीवपूर्वक प्रतिक्रिया देऊ शकता.

तुमच्या प्रतिक्रियांवर ताबा मिळवा, तुमची शक्ती परत मिळवा

याआधी उल्लेख केलेल्या त्या विमानातील प्रसंगाकडे आता परत जाऊ या, तिथे माझ्या मागे बसलेला माणूस सतत खोकत आहे; मला अधिकाधिक तणाव येत आहे, माझे लक्ष कामावर केंद्रित होत नाही आणि मी त्या सीटला पिंजऱ्यात बांधलेल्या असाहाय्य प्राण्यासारखा माझ्या जागेवर पट्टा बांधून बसले आहे.

मग *'त्यांना करू द्या'* सिद्धान्त वापरून एखाद्याला खोकणे थांबवायला कसे लावता येईल?

तुम्ही थांबवू शकत नाही. तुम्ही त्याला खोकू द्या. त्यांना करू द्या.

मला माहीत आहे... पण माझे ऐका. 'होय, हे मला तणाव देत होते. होय, त्याने तोंड झाकले नाही यामुळे तो उद्धट वाटत होता. आणि होय, मला आजारी पडण्याची भीती वाटत होती.'

पण पुन्हा नियंत्रणाच्या मुद्द्याकडे येऊ या. या परिस्थितीत मी काय नियंत्रित करू शकते? मी दुसऱ्या व्यक्तीला खोकणे थांबवू शकत नाही. मी फक्त मी कशी प्रतिक्रिया देते, तेच नियंत्रित करू शकते.

ज्या गोष्टी तुमच्या नियंत्रणाबाहेर आहेत, त्यांवर लक्ष केंद्रित केल्याने तणाव वाढतो. पण ज्या गोष्टी तुम्ही नियंत्रित करू शकता, त्यांवर लक्ष केंद्रित केल्याने तुमच्यात शक्ती निर्माण होते आणि यामुळेच आणखी एक महत्त्वाचा मुद्दा समोर येतो तो म्हणजे मी आजारी पडू नये याची जबाबदारी कोणाची?

माझी, की या अनोळखी प्रवाशाची?

माझी. माझ्या आरोग्याची जबाबदारी माझी आहे. हा माणूस फक्त मला हवं आहे म्हणून खोकणं थांबवेल अशी अपेक्षा ठेवणं चुकीचं आहे. माझ्या गरजांची काळजी घेण्याची जबाबदारी माझी आहे.

तुमच्या मनात येणाऱ्या विचारांची मला कल्पना आहे. लोकांनी तोंड झाकायला नको का? लोकांनी हात धुवायला नको का? सामान्य शिष्टाचार पाळायला नको का? हो, नक्कीच हवेत. पण बऱ्याच जणांकडून तसं होत नाही.

मुद्दा असा आहे की, दुसऱ्यांना किंवा नियंत्रणाबाहेरच्या परिस्थितींना बदलण्याचा प्रयत्न केल्याने फक्त तुमचा तणाव वाढतो. मी रागावू शकतो. पुन्हा पुन्हा मागे वळून पाहू शकतो. विमानातील कर्मचाऱ्याकडे तक्रार करू शकतो. त्याच्यावर चिडू शकतो. पण त्याचा उपयोग काय? याच्या ऐवजी, खूप सोपं आणि शक्तिशाली उत्तर माझ्यासमोर आहे, नाही का?

मी तुम्हाला व्यवहार्य आणि रणनीतियुक्त दृष्टिकोन देत आहे.

माझ्या सीटवर बसून रागाने फूत्कार काढण्याच्या ऐवजी, मी त्याला खोकू दिले, *'त्यांना करू द्या'*.

आणि मग मी *'मला करू द्या'* वापरले, मी स्वतःकडे लक्ष केंद्रित केले आणि माझे संरक्षण करण्यासाठी मी काय करू शकतो यावर लक्ष दिले.

'मी माझा स्कार्फ नाक आणि तोंडावर झाकणार.'

'मी माझे हेडफोन्स लावणार आणि त्याच्या खोकण्याचा आवाज बंद करणार.' असा विचार केला.

हाच विचार करून, मी तसेच केले. स्कार्फने माझे नाक व तोंड झाकले. हेडफोन्स लावले. संगीताचा आवाज वाढवला.

प्रश्न सुटला.

प्रत्येक वेळी जेव्हा तुम्ही *'त्यांना करू द्या'* असे म्हणता, तेव्हा जी परिस्थिती तुम्हाला तणावात टाकत आहे त्यावर तुम्ही नियंत्रण ठेवू शकत नाही हे जाणीवपूर्वक स्वीकारता. पण जेव्हा तुम्ही *'मला करू द्या'* असे म्हणता, तेव्हा तुम्ही डॉ. आदिती यांच्या सल्ल्याचे पालन करता आणि ज्या गोष्टींवर तुम्ही नियंत्रण ठेवू शकता, त्यावर लक्ष केंद्रित करता आणि ती म्हणजे, अशा तणावपूर्ण परिस्थितींवर तुमची प्रतिक्रिया.

डॉ. आदिती यांनी स्पष्ट केले की, *'त्यांना करू द्या'* सिद्धान्त म्हणजे तुमच्या तणावग्रस्त मेंदूसाठी एक प्रकारची दिलासादायक सुस्कारा घेण्यासारखी आहे. ही संकल्पना तुम्हाला तुमच्या अस्वस्थ विचारांवर नियंत्रण मिळवण्यास मदत करते, त्यामुळे तुमचा मेंदू आणि शरीर अस्तित्व टिकविण्याच्या स्थितीमधून बाहेर पडून पुन्हा सशक्त होऊ शकते.

हे का महत्त्वाचे आहे ते मी आता सांगते. जर तुम्ही स्वतःला पूर्णतः तणावग्रस्त होऊ दिले, तर तुम्ही तुमची सर्व शक्ती दुसऱ्या लोकांच्या हातात सोपवत आहात.

पूर्वी, अशा प्रकारच्या एखाद्या व्यक्तीमुळे मी खूप तणावग्रस्त झाले असते. मी कोणतेही काम करू शकले नसते, विमान उतरण्याच्या वेळेपर्यंत पूर्णपणे थकले असते आणि मग माझ्या नवऱ्याला फोन करून ज्या माणसाने माझा संपूर्ण विमान प्रवास खराब केला त्या मूर्ख माणसाबद्दल तक्रारी केल्या असत्या. संध्याकाळी जेवताना मी हा किस्सा पुन्हा सांगितला असता, ज्यामुळे मी आणखीनच चिडलेली आणि थकलेली वाटले असते.

मी हे सविस्तर सांगत आहे कारण मला तुम्हाला दाखवायचे आहे की, हा किती मोठा प्रश्न आहे. जर तुम्ही लोकांना तुम्हाला तणावग्रस्त करू दिले, तर तुम्ही तुमची शक्ती अशा गोष्टींवर खर्च करता, ज्या कधीच महत्त्वाच्या नसतात किंवा ज्या तुमच्या नियंत्रणाच्या बाहेर असतात. हा तणाव तुमच्या आयुष्यात तास, आठवडे, किंवा कधी कधी वर्षानुवर्षे ही राहू शकतो.

तुम्हाला तुमचे उद्दिष्ट साध्य करायचे असेल, अधिक आत्मविश्वास मिळवायचा असेल, सध्याच्या क्षणात जगायचे असेल आणि आनंदी व्हायचे असेल, तर तुम्हाला दुसऱ्या लोकांना तुम्हाला तणावग्रस्त करण्याची संधी देणे थांबवावे लागेल. जीवनात, काही गोष्टी तुमच्या नियंत्रणात असतात आणि काही नसतात. काही गोष्टी न्याय्य असतात, तर काही अन्याय्य. पण तुम्ही ठरवू शकता की, कोणत्या गोष्टींनी तुम्हाला तणाव द्यायचा आणि किती काळासाठी!

डॉ. आदिती यांच्या संशोधनाने सिद्ध केले आहे की, तुमची ऊर्जा संरक्षित करायला शिकल्यास तुमचा मूड, मनोवृत्ती, आरोग्य, लक्ष केंद्रित करणे आणि स्वतःला वेगळे ठेवणे व विश्रांती घेण्याची क्षमता सुधारेल. मला वाटते की, हेच एक मुख्य कारण आहे, ज्यामुळे इतक्या लोकांनी या संकल्पनेबद्दल शिकल्यानंतर केवळ काही दिवसांतच त्यांच्या शरीरावर त्यांना 'करू द्या' गोंदवून घेतले आहे.

तुमच्या शांततेचे रक्षण करणे महत्त्वाचे आहे, या संदर्भात ही एक आठवण आहे. इतर लोक तुमची शांतता भंग करू शकत नाहीत, याची जाणीव झाल्यावर एक विशिष्ट आत्मविश्वास निर्माण होतो.

पण चला, याला आणखी एक पायरी वर नेऊ.

एका अनोळखी व्यक्तीने विमानात खोकणे ही सरळ-सोप्या प्रकारची परिस्थिती आहे. तुम्ही शेवटी विमानातून उतराल आणि तुमच्या आयुष्यात पुढे जाल, त्यामुळे अशा वेळी *'त्यांना करू द्या'* ही संकल्पना वापरणे सोपे असते.

पण जेव्हा परिस्थिती स्पष्ट नसते, किंवा योग्य प्रतिसाद काय द्यायचा हे समजत नाही, तेव्हा काय करावे? जेव्हा तुमचा ताण एखाद्या मोठ्या कारणामुळे असतो... जसे की तुमची नोकरी, तेव्हा ही संकल्पना कशी वापरावी?

प्रकरण चौथे

त्यांना तुमच्यावर ताणाची परिसीमा करू दे

काहीतरी किंवा कोणीतरी दररोज तुमच्या ताणाची कारणे बनतात अशा परिस्थितीत *'त्यांना करू द्या'* आणि *'मला करू द्या'* ही संकल्पना अमलात कशी आणावी? संशोधनानुसार, बहुतांश लोकांसाठी काम हे तणावाचे क्रमांक एकचे कारण असते, आणि तुमच्या मानसिक आरोग्यावर तुमच्या जोडीदाराइतकाच तुमच्या कार्यालयातील वरिष्ठाचा (मॅनेजर) प्रभाव असतो.

काम फायद्याचे असले तरी ते तणावाने भरलेले असते हे मी वेगळं सांगायची गरज नाही, शुक्रवारच्या संध्याकाळी ४ वाजताची मीटिंग, उद्धट ग्राहक, निष्क्रिय-आक्रमक (passive-aggressive) ईमेल्स, लहानसहान बाबतींतपण सूचना देणारा वरिष्ठ अधिकारी, आवडत नसलेले काम, ना कोणते कौतुक ना बढतीची संधी, खोटी आश्वासने, अचानक काढून टाकणे, कमी कर्मचारी आणि डोक्यावर पडलेलं जादा काम असं नेहमीच काही ना काही चालूच असतं.

जर तुम्ही माझ्यासारखे असाल आणि स्वतःचा व्यवसाय सुरू केलेला असेल किंवा चांगला व्यवस्थापक (मॅनेजर) बनण्याचा प्रयत्न करत असाल तर ही यादी दुप्पट होते.

मग *'त्यांना करू द्या'* ही संकल्पना वापरून कामाचा तणाव कमी कसा करायचा? उदाहरणार्थ, समजा तुम्ही उत्कृष्ट काम करत आहात, सर्व लक्ष्ये गाठत आहात, अतिरिक्त मेहनत घेत आहात, पण तरीही तुमचा वरिष्ठ अधिकारी तुम्हाला बढती देत नाही. मग काय करायचं?

जेव्हा तुम्ही बढतीसाठी विचारता, तेव्हा तुम्हाला ठरलेले उत्तर मिळते, 'या वर्षी कंपनीचा नफा कमी झालाय,' आणि 'माझ्या हातात काही नाही, पण तुम्ही टीमसाठी खूप मूल्यवान आहात!' ही फक्त वरवरची आश्वासने असतात तर ते नक्कीच त्रासदायक आहे.

त्यामुळे तुम्हाला निराशा, हतबलता, असंतोष किंवा अगदी वैफल्यही येऊ शकते.

डॉ. आदिती सांगतात की, आजकाल अतिरिक्त ताणाने व्याधिग्रस्त झालेल्यांची संख्या प्रचंड आहे, कारण ते कामाच्या सततच्या ताणात अडकले आहेत. मुख्य गोष्ट म्हणजे तुमच्या कामाचा तणाव बदलत नाही, त्यामुळे तुम्हाला तो हाताळण्याची पद्धत बदलावी लागेल.

मी स्वतःही अशा परिस्थितीत होते आणि मलाही अगदी असेच वाटत होते. तुम्हाला खर्च भागविण्यासाठी तुमचा पगार गरजेचा असतो, त्यामुळे अधिक तणावग्रस्त व असाहाय्य वाटतं.

पण जरी सध्या कामाचा तणाव जास्त असला तरी, तुम्ही पूर्णतः हतबल नाही आहात.

मग *'त्यांना करू द्या'* संकल्पना वापरून पात्र असलेली बढती तुमच्या वरिष्ठांकडून कशी मिळवायची?

तुम्ही मिळवणार नाही. ते तुम्हाला थांबवून ठेवतील, *'त्यांना करू द्या'*.

हे ऐकायला कठीण वाटेल, पण तेच सत्य आहे. होय, हे अन्यायकारक आहे. होय, तुम्ही ती बढती कमावली आहे. होय, तुम्हाला राग येणं साहजिक आहे.

परंतु मी तुम्हाला एक प्रश्न विचारीत आहे. तुमच्या करिअरची जबाबदारी कोणाची आहे? बरोबर! ही तुमचीच जबाबदारी आहे.

तुमच्या वरिष्ठांनी तुम्हाला बढती द्यायची की नाही, पगार वाढवायचा की नाही, किंवा तुम्हाला खिडकीजवळच्या खोलीमध्ये हलवायचं की नाही यावर तुमचे नियंत्रण नाही. हे निर्णय त्यांच्या हातात आहेत.

तुम्ही कितीही मेहनत घेतली, कितीही चांगल्या प्रतिक्रिया मिळवल्या, तुम्ही पूर्ण प्रयत्न केले, मेहनत घेतली, बढतीसाठी चर्चा केली, पगारवाढ मागितली, उद्दिष्टे पूर्ण केलीत आणि तरीही तुम्ही प्रतीक्षेतच आहात, तर आता रागावणं थांबवा आणि ठरवा की आता पुढे काय करायचं.

तुम्ही जर या परिस्थितीमध्ये तणावाला तुमच्यावर अंमल करू दिला तर तो तुम्हाला वेड लावेल.

जर तुम्ही फक्त या गोष्टींवरच लक्ष केंद्रित केले तर पुढे काय करायचं याचा तुम्ही हुशारीने विचार करू शकणार नाही.

तणावामुळे तुम्ही तुमच्या भविष्याबाबत चुकीचे निर्णय घेण्यास स्वतःला प्रवृत्त होऊ देऊ शकत नाही. तुम्ही काय प्रतिसाद देणार हे हुशारीने ठरविले पाहिजे.

यासाठीच *'मला करू द्या'* वापरा. त्यामध्येच तुमची शक्ती आहे.

जर कामाच्या ठिकाणी काही गोष्टी तुमच्या नियंत्रणाच्या बाहेर आहेत, आणि तुम्ही शक्य ते सगळं करूनही परिस्थिती बदलत नाही, तर अजून वेळ वाया घालवणं हास्यास्पद आहे. आणखी अजून मोठा मूर्खपणा म्हणजे, त्याचा सतत तणाव घेत बसणं. तुम्ही त्यापेक्षा हुशार आहात.

तुमचं आयुष्य आणि त्यातील संधी तुमच्या सध्याच्या नोकरीपेक्षा कितीतरी मोठ्या आहेत.

तुम्ही अडकलेले नाही, ते फक्त तुम्ही स्वतःलाच सांगत असलेले एक असत्य आहे.

तुम्ही कधीही नोकरीतून नात्यातून राहण्याच्या ठिकाणातून, ठरलेल्या भेटीमधून किंवा मुलाखतीमधून किंवा संभाषणातून बाहेर पडू शकता.

पण त्याऐवजी तुम्ही काय करताय?

तुमचा वरिष्ठ अधिकारी स्टीव्ह याच्यासमोर शांत बसून राहता आणि झूम मीटिंग संपल्यावर संगणकाकडे पाहून विचित्र हावभाव करता.

जिथे तुम्हाला निराश, हताश व तणावग्रस्त वाटते अशा नोकरीत नोकरीत टिकून राहण्याची गरज नाही. खरं सांगायचं झालं तर तुम्ही तिथे राहू नयेच. त्यांना तुम्हाला अडकवून ठेवू द्या, त्यांना करू द्या, तुम्हाला थांबवत राहू द्या.

पण आता वेळ आहे *'मला करू द्या'* या भागाची.

तुमच्या सध्याच्या परिस्थितीत अडकून न पडता, उत्तम संधी शोधायला सुरुवात करा.

कारण कुठेतरी तिथेच एक अप्रतिम नोकरी, एक उत्तम वरिष्ठ अधिकारी, जास्त वेतन, खिडकीजवळचे कामाचे टेबल तुमची वाट पाहत आहे. तुमची कंपनी ही एकमेव कंपनी नाही. इथे लाखो कंपन्या आणि करोडो संधी आहेत. तुमच्या करिअरला पुढे नेण्यासाठी आनंदाने मदत करतील असे हजारो वरिष्ठ अधिकारी आहेत.

'मला करू द्या', ती संधी मला मिळवू दे.

हो, नवीन नोकरी शोधणं अवघड आहे. वेळ लागेल. नव्याने भर टाकून आपला CV (बायोडेटा) अद्ययावत करणे तुम्हाला त्रासदायक वाटते का? इतरांशी संपर्क करणे तुम्हाला भीतिदायक वाटते का? पण लक्षात ठेवा, तुमच्या करिअरची जबाबदारी तुमची आहे तुमच्याकडे तुम्हाला वाटते त्यापेक्षा खूप जास्त शक्ती आहे. आता वेळ आली आहे ती वापरण्याची.

'मला करू द्या'– मला वेगळ्या पद्धतीने माझी आठवडाअखेरची सुट्टी घालवू दे. मित्रांसोबत बारमध्ये जाऊन कामाबद्दल तक्रारी करायच्या ऐवजी नवीन आणि योग्य नोकरी शोधण्यात माझा वेळ आणि ऊर्जा गुंतवू दे. हो, कदाचित एका उत्तम संधीपर्यंत पोहोचायला सहा महिने लागतील.

पण विचार करा, हे सहा महिने तुम्ही काहीच न करता घालवणार आहात, की तुमच्या स्वप्नांच्या दिशेने पाऊल उचलणार आहात?

जर तुम्ही तिथेच राहिलात, तर तुमच्या भविष्यावर कोणाचं नियंत्रण असेल? तुमचे वरिष्ठ अधिकारी स्टीव्हचं.

पण जर तुम्ही आपला CV (बायोडेटा) अद्ययावत केला, संपर्क वाढविला व मुलाखती द्यायला सुरुवात केली तर आता नियंत्रण कोणाचं असेल? तुमचं.

तुम्ही चिडून तुमच्या बॉसला नावं ठेवू शकता. पण कटू सत्य असं आहे की, जर तुम्ही त्या नोकरीत अडकून बसणेच पसंत केले असेल तर तो दोष तुमचाच आहे.

याशिवाय आणखी एका गोष्टीमुळे तुम्ही तेथेच अडकून आहात आहात ती म्हणजे नवी नोकरी न शोधण्यासाठी तुम्ही स्वतःलाच देत असलेली मूर्ख कारणे. तुमच्याकडे तुम्हाला वाटते त्यापेक्षा खूप जास्त शक्ती आहे. आता वेळ आली आहे ती वापरण्याची.

तुमच्या पुढील क्रियेचे नियंत्रण तुम्ही करा

'मला करू द्या' म्हणताना, तुम्ही तुमचा योग्य प्रतिसाद कसा ठरवू शकता या विषयावर मी अधिक सविस्तर बोलू इच्छिते. *त्यांना करू द्या* भाग सोपा आहे.

जेंव्हा तुम्ही त्यांना करू द्या म्हणता तेंव्हा इतर लोक काय करत आहेत ते नियंत्रित करण्याचा प्रयत्न थांबविता .

तुम्ही *'मला करू द्या'* म्हणता तेव्हा तुम्ही परिस्थितीला कसा प्रतिसाद द्यायचा याची जबाबदारी घेता आणि हा निर्णय नेहमी सोपा नसतो.

प्रत्येक परिस्थिती वेगळी असते. त्यामुळे कधी, कोणत्या गोष्टीसाठी वेळ आणि ऊर्जा द्यायची आणि कोणती गोष्ट सोडून द्यायची हे शिकणं तुमचं आयुष्य बदलू शकतं. योग्य प्रतिसाद कसा निवडावयाचा हे समजण्यासाठी मी एका गोष्ट सांगणार आहे.

काही दिवसांपूर्वी, मी आमच्या कुत्र्यांना फिरवायला एका स्थानिक उद्यानात नेलं होतं. मी वाहनतळावर गाडी लावल्यावर तेथील एका उद्यान अधिकारी आला आणि कुत्र्यांशी खेळला. आम्ही गप्पा मारीत असताना त्याने मला सांगितलं, ''कुत्र्यांचा पट्टा बांधून ठेवा आणि त्यांची विष्ठा उचला.'' अनेक लोक कुत्र्यांना मोकळे सोडतात व त्यांची विष्ठा उचलत नाहीत अशा अनेक तक्रारी आल्यामुळे कुत्र्यांसाठी हा मार्ग बंद करण्याचा विचार सुरू होता.

मी त्याचे आभार मानले आणि 'मी त्या लोकांपैकी नाही. मी नियम पाळेन.' अशी त्याला खात्री दिली.

मी ठरावीक मार्गावर चालत असताना, सुमारे १०० फूट पुढे एक व्यक्ती आपला कुत्रा सैल सोडून फिरवत होती. तो कुत्रा सगळीकडे धावत होता, लोकांवर उड्या मारत होता.

आता राग येऊ लागला. माझ्यामध्ये तणावाला प्रतिसाद उफाळून येत होता व अमिग्डाला कार्यरत होतो आहे असे वाटत होते. उद्यानात फिरणे आता आनंददायक राहिले नव्हते. समोरील कुत्रा व त्याचा मालक यांच्यावर माझे लक्ष केंद्रित होत होते, उद्यानातील अधिकारी मला हेच सांगत होता व अशा मूर्ख व्यक्तीमुळे आमच्या सर्वांच्या येथे येण्यावर निर्बंध लागणार होता याचा मला जास्त राग येत होता.

मी *'त्यांना करू दे'* म्हणत राहिले. पहिली पाच मिनिटे त्याचा उपयोग झाला.

पण मग तो कुत्रा मार्गावर मधोमध बसला आणि त्याने विष्ठा केली. मी हैराण होऊन पाहत राहिले.

त्याचा मालक ती विष्ठा उचलून एका प्लॅस्टिकच्या पिशवीतून घेऊन जाण्याऐवजी त्यावर फक्त काही पानं टाकून चालत निघून गेला!

बस्स! आता माझ्या तणावाचा रागात बदल व्हायला फक्त पाच सेकंद लागले. मी स्वतःलाच 'डॉग पोलीस' घोषित केलं. आता हा सिद्धान्त वापरण्यातील एका महत्त्वाच्या भागाकडे येथे मी येत आहे. प्रत्येक परिस्थितीसाठी व प्रत्येक वेळी तुमचा प्रतिसाद हा विशिष्ट व वेगळा असावा लागतो.

कधीकधी माझ्याकडे त्या महिलेच्या मागे धावून तिला प्लास्टिकची पिशवी देऊन ती विष्ठा उचलून टाकण्यास सांगणे, सध्या या उद्यानात काय चालले आहे हे समजावून सांगणे व

त्या व्यक्तीने आपले काम करण्याची विनंती करणे याचे बळ नसेल. पण एखाद्या दिवशी मी ऑलिम्पिक खेळाडूसारखा धावत जाईन, तिला गाठून तिची जबाबदारी तिला समजावून सांगेन.

काही प्रसंगी मी फक्त खांदे उडवेन, स्वतःला सांगेन *'त्यांना करू द्या'*. मला माहीत असेल की, ही गोष्ट माझी वेळ आणि ऊर्जा खर्च करण्यायोग्य नाही. पण जेव्हा तो कुत्रा रस्त्यामध्ये विधी करीत असेल तेव्हा 'एक काम मला करू द्या' असा विचार मोठ्या मनाने करून मी स्वतः विष्ठा उचलून प्लास्टिकच्या पिशवीत टाकेन. (आणि नंतर ती तिच्या गाडीवर फासेन, हे शेवटचं वाक्य विनोद आहे!)

दुसऱ्यांनी केलेली घाण आपण साफ करावी हे मला आवडत नाही. पण सर्वांच्या सोयीसाठी सार्वजनिक ठिकाणी स्वच्छता राखणे मला आवडते. एखादी जागा मला आढळली त्यापेक्षा चांगल्या परिस्थितीत मी ठेवली आहे हे मला आवडते. ते माझे काम नसले तरी नेत्याची भूमिका घेणे मला आवडते.

एखाद्या दिवशी मला असे वाटते की, आपण परत फिरावे, उद्यानाच्या अधिकाऱ्यास भेटावे व ज्या व्यक्तीचा कुत्रा रस्त्यात घाण करीत होता तो येईपर्यंत थांबावे, तिच्याबद्दल तक्रार करावी म्हणजे तो अधिकारी त्या व्यक्तीस समज देईल.

या सर्व प्रतिसादांपैकी प्रत्येक पर्याय मला व तुम्हाला उपलब्ध आहे. हे वाचताना इतरही पर्यायांचा विचार तुम्ही केला असेल. प्रत्येक परिस्थिती वेगळी असते, पण प्रत्येक वेळी काय प्रतिसाद द्यावयाचा हे तुम्ही निवडायचे असते हा येथे महत्त्वाचा मुद्दा आहे.

मी त्या महिलेला तिच्या कुत्र्याला मार्गावर विष्ठा करू देण्यापासून थांबवू शकत नाही. पण मी कशा प्रकारे प्रतिसाद द्यायचा हे ठरवू शकतो. मी कोणती भूमिका घ्यावयाची व आणि मी कसा वागणार आहे, हे मी ठरवतो आणि ही जाणीव खूप शक्तिशाली आहे.

प्रत्येक परिस्थिती वेगळी असते. त्या वेळच्या तुमच्या भावनेवर, तुमच्या सध्याच्या जीवनस्थितीवर, तुमच्याकडे असलेल्या वेळेवर, त्या गोष्टीचं तुमच्यासाठी असलेल्या महत्त्वावर तुमच्या मूल्यांवर आणि सर्वांत योग्य आणि परिणामकारक दृष्टिकोनावर अवलंबून तुमचा प्रतिसाद ठरतो

'मला करू द्या' ही तुमच्या वेळेचा, ऊर्जेचा आणि मूल्यांचा योग्य उपयोग करण्याची ही संधी आहे.

कशावर लक्ष केंद्रित करायचं आणि काय दुर्लक्षित करायचं, हे तुम्ही ठरवू शकता. पण एखादी गोष्ट खूप तणावपूर्ण असेल, तर मग तुमच्यासाठी काय योग्य आहे हा निर्णय कसा घ्यायचा? खूप छान प्रश्न आहे.

या तणावपूर्ण क्षणांमध्ये फक्त *'त्यांना जाऊ द्या'* असे म्हणावे हे मला उपयोगी वाटते, क्षणभर थांबावे आणि विचार करावा की, हे मला तासाभराने त्रास देणार आहे का? हे मला आठवडाभराने त्रास देणार आहे का? किंवा हे फक्त आत्ता मला त्रास देत आहे का?

जर मी तासाभराने याबद्दल विचार करत असेन, तर मला काहीतरी करायला हवे. जर हे आठवडाभर किंवा वर्षभर महत्त्वाचे असेल, तर निश्चितच काहीतरी करणे आवश्यक आहे. त्या बाई आणि तिच्या कुत्र्याच्या प्रसंगात, मला माहीत होते की, ते मला दर वेळी माझा कुत्रा फिरवताना त्रास देईल.

बहुतेक प्रसंगी, तुम्हाला स्वतःसाठी काय योग्य आहे ते ठाऊक असेल आणि याच गोष्टीने मला पुढच्या उदाहरणाकडे नेले, जे मलविसर्जनासारख्या विषयानंतर योग्य ठरेल, ते म्हणजे राजकारण.

अलीकडील संशोधनानुसार, बहुतांश लोक सध्याच्या जागतिक राजकीय परिस्थितीमुळे खूप तणावग्रस्त असल्याचे सांगतात. मलाही तसेच वाटते. तसे वाटले नाही तर नवलच!

आपण अशा काळात जगतो आहोत जिथे ध्रुवीकरण जास्त आहे, परिस्थिती गंभीर वाटते आणि प्रत्येक जण एकमेकांपासून खूप दूर आहे किंवा रागावलेला आहे, घाबरलेला आहे, किंवा दोन्हीही.

बहुतेक लोकांसोबत सभ्य संवाद करणे अशक्य झाले आहे, कारण कोणीच दुसऱ्या व्यक्तीच्या दृष्टिकोनातून विचार करण्यासाठी वेळ द्यायला तयार नाही.

राजकारण स्थानिक, राज्य, राष्ट्रीय आणि जागतिक स्तरावर किती तणावपूर्ण असू शकते हे पाहता, हात वर करून, यातून बाहेर पडणे आणि आपण काही बदल घडवू शकत नाही, असे वाटणे सोपे आहे.

मग *'त्यांना करू द्या'* ही संकल्पना वापरून आपण स्थानिक, राष्ट्रीय किंवा जागतिक स्तरावर राजकारणाची परिस्थिती कशी बदलू शकतो?

तुम्ही बदलू शकत नाही. शालेय मंडळाने आधीच निर्णय घेतला आहे. सिनेटने मतदान केले आहे. हे दोन उमेदवार निवडणुकीसाठी उभे आहेत. निवडणूक संपली आहे. हे प्रकरण आता न्यायालयात आहे. त्यांना जाऊ द्या. तुम्ही जे घडून गेले आहे ते बदलू शकत नाही.

पण मी असे कधीच म्हटले नाही की, तुम्ही भविष्यात बदल घडवू शकत नाही. हे कठीण वाटते का? होय. यातून काही फरक पडणार नाही असे वाटते का? होय.

तरीही ते करा. मला माझ्या महत्त्वाच्या मुद्द्यांवर सक्रिय आणि स्पष्ट राहू द्या आणि असे काहीतरी करू द्या जे माझ्या स्थानिक, राष्ट्रीय आणि जागतिक राजकारणाच्या भविष्यात बदल घडवू शकते.

तुम्ही फक्त स्वस्थ बसून राहू नका आणि जे काही अराजक दिसते आहे ते दुसरा कोणीतरी सुधारेल याची वाट पाहू नका.

जर एखादी गोष्ट महत्त्वाची असेल, तर त्या बदलाची वाट पाहणाऱ्या लोकांसाठी तुम्हीच तो बदल घडवणारे व्हा. तुम्हाला पाहिजे असलेला बदल घडवा. हीच *'मला करू द्या'*ची ताकद आहे.

मी मला नेहमी प्राध्यापिका मार्गारेट मीड यांच्या या प्रसिद्ध वचनाची आठवण करून देते :

'विचारशील आणि कटिबद्ध नागरिकांचा एक छोटा गट जग बदलू शकतो याबद्दल कधीही शंका घेऊ नका. खरोखर त्यांनी नेहमी फक्त हेच केले आहे.'

योग्य गोष्ट करण्यासाठी फक्त एकच व्यक्ती लागते आणि जर कशामुळे तुम्हाला खूप त्रास देत असेल, तर तेथे योग्य गोष्ट करण्यासाठी व्यक्ती तुम्हीच आहात. नेहमीच काहीतरी

करता येऊ शकते. तुम्ही बदल घडवू शकता आणि जर तो मुद्दा तुमच्यासाठी पुरेसा महत्त्वाचा नसेल, तर त्याबद्दल तक्रार करणं सोडा. फक्त स्वतःला तणाव देऊ नका. तुम्हाला समजत आहे की ते मूर्खपणाचं आहे. बोलणं सोपं असतं. पण जर कुठली गोष्ट तुम्हाला खूपच त्रास देत असेल, तर ती बदलण्यासाठी तुमचा वेळ आणि ऊर्जा द्या.

परिस्थिती कोणतीही असो किंवा कितीही कठीण वाटली तरी, *'मला करू द्या'* या संकल्पनेचा वापर करत असताना तुम्हाला हेच कळेल की, समस्या कितीही मोठी असो, तणाव कितीही त्रासदायक असो, तुमच्या कृतींमधून आणि दृष्टिकोनातून त्यात सुधारणा घडवण्याचा नेहमीच काहीतरी मार्ग असतो.

हीच *'मला करू द्या'*ची खरी ताकद आहे. तुम्ही तुमच्या आजूबाजूच्या प्रत्येकाला, संपूर्ण जगाला किंवा कोणीतरी उद्यानात काय करत आहे याला नियंत्रित करू शकत नाही. पण तुम्ही नेहमीच तुमची प्रतिक्रिया म्हणजे तुम्ही काय बोलता, काय विचार करता आणि काय कृती करता हे नियंत्रित करू शकता. इथेच खरी शक्ती आहे.

जेवढा तुम्ही या शक्तीचा उपयोग कराल, तेवढं तुम्हाला लक्षात येईल की, तुम्ही स्वतःच तुमच्या आनंदाला कसा अडथळा आणत होतात व तुमची संपूर्ण ताकद इतरांच्या हाती सोपवत होतात आणि माझ्यासारखीच, तुम्हालाही याची जाणीव नव्हती. तुमचा वेळ आणि ऊर्जा अमूल्य आहे. *'त्यांना करू द्या'* हा सिद्धान्त याला अधोरेखित करतो आणि तुम्हाला काय तुमच्या वेळेच्या आणि ऊर्जेच्या योग्यतेचे आहे आणि काय नाही यासंबंधी अधिक चांगले निर्णय घेण्यास मदत करतो

याचा अर्थ असा नाही की, तुम्ही कठीण संवाद टाळा किंवा शांत रहा. याचा अर्थ असा नाही की, लोक तुमच्यावर अन्याय करत असताना गप्प रहा किंवा प्रत्येकाचा कचरा उचलत फिरा किंवा राजकीय पदासाठी निवडणूक लढवा.

त्याचा खरा अर्थ असा आहे की, तुम्हाला ठरवता येतं की कोणत्या गोष्टी तुमच्यावर परिणाम करतील आणि किती प्रमाणात. तुम्हाला ठरवता येतं की, कोणत्या गोष्टींमध्ये सहभागी व्हायचं आणि कोणत्या टाळायच्या. तुम्हाला ठरवता येतं की, एखादी नोकरी, नातं किंवा समस्या लढण्यासारखी आहे की सोडून देण्यासारखी. तुम्ही निवड करू शकता, आणि म्हणूनच तुमच्या पुढच्या प्रत्येक पावलावर तुमचेच नियंत्रण असते.

तर, तुम्ही तणाव व्यवस्थापनाबद्दल काय शिकलात, हे संक्षेपात पाहू या. सध्या, तुम्ही इतर लोकांना तुमच्या आयुष्यात अनावश्यक तणाव निर्माण करू देता.

तुम्ही तुमची ऊर्जा कशी सुरक्षित ठेवायची आणि लहानसहान गोष्टींना तुमच्या आयुष्यावर प्रभाव टाकू द्यायचा की नाही हे *'त्यांना करू द्या'* सिद्धान्त तुम्हाला शिकवतो. त्यामुळे तुम्ही खरोखर महत्त्वाच्या गोष्टींवर लक्ष केंद्रित करू शकता.

१. **समस्या :** इतर लोक दिवसभर असे काहीतरी करणारच जे तुम्हाला त्रास देईल, चिडवेल किंवा तणाव वाढवेल. हे होणारच आहे. तुम्ही त्यावर नियंत्रण ठेवू शकत नाही. जेव्हा तुम्ही इतरांच्या वर्तनामुळे तणावग्रस्त होता, तेव्हा तुम्ही तुमची शक्ती त्यांच्याकडे सुपुर्द करता. यामुळे तुम्ही

मानसिकदृष्ट्या थकून जाता आणि स्वतःसाठी वेळ व ऊर्जा शिल्लक राहत नाही.

२. **सत्य :** तुमच्या शरीराची तणाव प्रतिक्रिया स्वयंचलित असते. तुम्हाला चिडचिड, अस्वस्थता आणि राग येणं स्वाभाविक आहे. तुम्ही या भावना थांबवू शकत नाही. परंतु तुम्ही तुमच्या तणाव प्रतिक्रिया ठरवू शकता. त्यामुळे तुमच्या भावना तुमच्यावर ताबा मिळवू शकणार नाहीत.

३. **उपाय :** *'त्यांना करू द्या'* सिद्धान्त वापरून तुम्ही स्वतःला इतरांमुळे होणाऱ्या तणावापासून वाचवू शकता. तुमची खरी शक्ती म्हणजे तुमच्या प्रतिक्रियेवर नियंत्रण ठेवणं. इतरांच्या वर्तनावर, त्रासदायक परिस्थितींवर आणि तुम्हाला वाटणाऱ्या भावनांवर तुमची प्रतिक्रिया नियंत्रित करण्यामध्येच तुमची खरी शक्ती आहे.

जेव्हा तुम्ही *'त्यांना करू द्या'* म्हणता तेव्हा तुम्ही ठरवता की, इतर लोकांच्या वर्तनामुळे स्वतःला तणाव येऊ द्यायचा नाही. जेव्हा तुम्ही मला करू द्या म्हणता तेव्हा तुम्ही तुमच्या तणाव प्रतिक्रियेवर नियंत्रण ठेवता आणि परिस्थितीला कशी प्रतिक्रिया द्यायची हे जबाबदारीने ठरवता.

तुम्ही तुमचा संपूर्ण वेळ आणि ऊर्जा खरोखर महत्त्वाच्या गोष्टींसाठी वापरायला सुरू करण्याची आता वेळ आली आहे.

इतर लोकांच्या मतांची भीती वाटणे

प्रकरण पाचवे

त्यांना तुमच्याबद्दल वाईट विचार करू द्या

कवयित्री मेरी ऑलिव्हर यांनी त्यांच्या 'द समर डे' या कवितेत एक प्रश्न विचारला आहे,

''मला सांगा, तुमच्या या एकमेव, स्वच्छंद आणि अनमोल आयुष्याचं तुम्ही काय करणार आहात?''

मेरी ऑलिव्हरच्या या प्रश्नाचे तुमचे उत्तर काय असेल हे मला माहीत नाही, पण तुमच्या योजना काहीही असल्या तरी इतर लोकांचे त्याबद्दल मत असणार हे मला माहीत आहे.

पुढच्या काही प्रकरणांमध्ये, *'त्यांना करू द्या'* सिद्धान्त कसा वापरायचा हे तुम्हाला शिकायला मिळेल, इतरांच्या मतांमुळे तुम्ही मागे राहणार नाही आणि तुमच्या आयुष्याच्या संधी सीमित होणार नाहीत हे त्यातून तुम्ही शिकाल

ही समस्या किती मोठी आहे, याची तुम्हाला कल्पनाही नाही. मलाही नव्हती. आपल्याला वाटतं की, आपल्याला इतर लोक काय विचार करतात याची मला फिकीर नाही. पण खरी गोष्ट अशी आहे की, आपण सगळेच याचा विचार करतो.

सत्य हे आहे की, लोक तुमच्याबद्दल नकारात्मक मत ठेवणारच, आणि ते बदलण्यासाठी तुम्ही काहीही करू शकत नाही. जर तुम्ही इतर काय म्हणतील या भीतीने तुमच्या स्वप्नांचा त्याग केला, तर तुम्ही इतरांच्या मतांचे कैदी बनता.

आयुष्यातील प्रत्येक क्षेत्रावर या भीतीचा परिणाम होतो. हीच भीती तुम्हाला काम टाळायला लावते.

हीच भीती तुम्हाला स्वतःवर शंका घ्यायला भाग पाडते. हीच भीती तुम्हाला परिपूर्णतेच्या सापळ्यात अडकवते. हीच भीती तुमच्या अति विचाराच्या सवयीचं मूळ कारण आहे.

आता हे सगळं थांबवण्याची वेळ आली आहे. लोकांना हवं ते विचार करण्याची पूर्ण मोकळीक द्या. *'त्यांना करू द्या'* आणि स्वतःला मुक्तपणे वागू द्या. 'मला करू द्या.'

आत्मविश्वासाने आणि निर्भयपणे लहान लहान पावले उचला कारण याच छोट्या कृती कालांतराने तुमचं संपूर्ण आयुष्य बदलतील.

'त्यांना करू द्या' हा सिद्धान्त मला जागरूक करणारा एक धक्का होता. मला माहीत होतं की, मी इतर लोकांच्या मतांबद्दल काळजी करत होते, पण ही समस्या किती मोठी आहे, याची जाणीव *'मला करू द्या'* म्हणायला सुरुवात केल्यानंतरच झाली. त्यांना न्याय करू द्या. त्यांना नापसंती दर्शवू द्या. त्यांना त्यांची मते असू देत. त्यांना तुमच्याबद्दल वाईट विचार करू द्या. त्यांना तुमच्या मागे बोलू द्या.

सध्या, तुम्ही इतरांच्या मतांप्रमाणे तुमचे आयुष्य कंठित आहात. तुम्ही डावीकडे किंवा उजवीकडे वळण्याचा निर्णय इतर लोक काय म्हणतील यावरून घेताय, स्वतःला हवं तसं नाही. जर तुम्ही नेहमी लोक काय विचार करतील याचा अंदाज घेत जगलात, तर तुम्ही तुमची संपूर्ण ताकद त्यांच्याकडे सुपुर्द करताय.

त्याऐवजी, प्रत्येक गोष्टीचा अति विचार करणं थांबवा आणि जर तुम्ही लोकांना हवं ते विचार करू द्याल तर काय होईल? ही मानसिकता स्वीकारणं तुमच्या आयुष्याला आमूलाग्र बदलून टाकेल.

मनुष्यस्वभावाचा एक मूलभूत नियम आहे हे लक्षात ठेवा. तुम्ही कोणत्याही प्रौढ माणसाला त्याने काय बोलायचं, काय करायचं, किंवा काय विचार करावयाचा हे नियंत्रित करू शकत नाही. जर तुम्ही प्रयत्न केला, तर तुम्हाला पश्चात्तापच होईल. जेव्हा तुम्ही लोकांना त्यांना काय हवे आहे याचा विचार करू देता, तेव्हा तुमचं आयुष्य अधिक शांत आणि आनंदी होते.

जर तुम्ही स्वतःला मुक्तपणे जगण्याची परवानगी दिली आणि तुम्ही इतर लोकांना त्यांच्या मतांसाठी मोकळीक दिली तर काय होईल? जर तुम्ही तुमचा वेळ आणि ऊर्जा तुमच्या छंदांमध्ये, तुमच्या सवयींमध्ये आणि तुमच्या आनंदात गुंतवली तर?

जर तुमच्याबद्दल कोणीही काही मत बनविणार नाही, कोणीतरी तुमच्याबद्दल अनुमान काढणार नाही याची खात्री असेल, तर तुम्ही तुमच्या आयुष्यात कोणता मोठा बदल कराल? तुम्हाला एखादी गोष्ट पाहिजे आहे, पण ते कबूल करायला भीती वाटते तर काय? तुमच्या कोणत्या विश्वासांबद्दल अधिक स्पष्टपणे बोलायचं धाडस तुमच्यात नाही? एखादी गोष्ट तुम्ही पूर्वी केलेली नाही म्हणून ती करण्याची खूप भीती वाटते अशी कोणती गोष्ट आहे? कोणते आव्हान स्वीकारण्याची किंवा शर्यतीत भाग घेण्याची किंवा धोकादायक गोष्ट करण्याची तुमची मनस्वी इच्छा आहे? आपल्या कार्यालयात काय घडावे असे तुम्हाला वाटेल, पण ते विचारण्याची तुम्हाला भीती वाटते? कोणते संभाषण तुम्ही टाळत आहात? कोणते संभाषण तुम्ही टाळत आहात? कोणता फोटो ऑनलाइन पाठविण्यासाठी तुम्ही थांबून राहिला आहात?

तुमच्या आयुष्यातील सर्वांत मोठ्या अडथळ्यापाशी तुमचे स्वागत आहे

दहा वर्षांपूर्वी, मी नुकतीच प्रेरक वक्ता (मोटिव्हेशनल स्पीकर) म्हणून प्रवास सुरू केला होता.

मी या क्षेत्रात अगदी नवीन होते आणि बऱ्याच नव्या व्यवसायांप्रमाणे, सुरुवातीला काहीच पैसे मिळत नव्हते. माझं नाव या क्षेत्रात प्रस्थापित करण्यासाठी, मी छोट्या

महिलांसाठीच्या छोट्या परिषदांशी संपर्क साधायचे आणि विनामूल्य भाषणं द्यायची तयारी दाखवायचे.

जर तुम्ही एखादा व्यवसाय सुरू करत असाल, किंवा एखादा जोडधंदा करत असाल, किंवा सोशल मीडियावरून पैसे कमवायचा प्रयत्न करत असाल तर सुरुवातीला खूप मेहनत घ्यावी लागते, पण काहीच कमाई होत नाही याच्याशी तुम्ही सहमत असाल.

एक वर्ष होऊन गेले होते. मी व्यासपीठावर अधिक प्रभावी होत होते, प्रेक्षकसंख्या वाढत होती, पण बँकेतील खाते मात्र रिकामे होत चालले होते. असे का? कारण मी संपूर्ण आठवडाभर पूर्णवेळ नोकरी करत होते आणि आठवड्याच्या अखेरीस विनामूल्य भाषणे देत होते.

या पुस्तकाचा परिचय करून देताना प्रारंभी लिहिल्याप्रमाणे, याच काळात, माझे आणि माझ्या नवऱ्याचे मोठ्या आर्थिक संकटांशी झगडे सुरू होते. म्हणूनच, मला हा व्यवसाय आर्थिकदृष्ट्या यशस्वी करण्यासाठी तयार करण्याची तीव्र गरज होती.

यातून अर्थार्जन कसे करावे याविषयी मी अनुभवी वक्त्यांकडून मार्गदर्शन घ्यायला सुरुवात केली. जो कोणी व्यवसाय, उपक्रम किंवा जोडधंदा सुरू करण्याचं स्वप्न बाळगतो, त्याने अनुभवी लोकांकडून शिकणं अत्यंत महत्त्वाचं असतं. मी तुम्हालाही हेच करायला सुचवेन.

प्रत्येक व्यवसायाचे यशस्वी होण्यासाठी एक सूत्र असते. त्यानुसारच व्यवसाय करा. मी इतरांचे अनुकरण केले असे लोक म्हणतील याची तुम्हाला भीती वाटते, त्यामुळे 'माझं काहीतरी वेगळं असायला हवं' असा अनेक लोकांचा अट्टाहास असतो म्हणून मी हे सांगत आहे. सहज साध्य करता येणारा, सोपा व ज्यावर अनेकांना यश प्राप्त झाले आहे असा मार्ग अनुसरणे सोडून लोक काय म्हणतील या भीतीने तुम्ही स्वतःलाच थांबवता याचे हे एक उदाहरण आहे.

तुम्ही अनुकरण केले असे त्यांना वाटू दे. कारण तुम्ही अनुकरण केले आहे. कारण त्यांनीसुद्धा कोणाचेतरी अनुकरण केले आहे. कोणतेही सूत्र असते ते वेळोवेळी सिद्ध झालेले असते. त्या सूत्रामध्ये तुम्ही वापरलेल्या तुमच्या शैलीमुळे त्यात वेगळेपण येईल. चाकाचा शोध पुनश्च लावू नका. सूत्रानुसार काम करा व आपला फायदा करून घ्या.

अनुभवी वक्त्यांनी मला हेच सांगितले. प्रत्येक यशस्वी वक्ता ठरावीक तीन गोष्टी करतो. जोपर्यंत तुम्ही त्या करत नाही, तोपर्यंत तुम्ही खऱ्या अर्थाने वक्तृत्वाच्या दुनियेत नसता.

त्या तीन गोष्टी खालीलप्रमाणे आहेत :

१. सोपी, सुलभ वेबसाइट तयार करा, व्यासपीठावर तुम्ही भाषण करीत असतानाच्या फोटोंचा अंतर्भाव करा, व्याख्यानातील मुख्य मुद्दा व तुमच्या भाषणातून लोकांना काय शिकायला मिळेल त्याचे वर्णन करा.

२. ज्या कार्यक्रमांमध्ये यापूर्वी तुम्ही बोलला आहात, तिथल्या आयोजकांकडून चांगल्या प्रतिक्रिया घ्या, त्या तुमच्या वेबसाइटवर असाव्यात.

३. आणि सर्वांत महत्त्वाचे, तुमच्या भाषणांबद्दल माहितीवजा संदेश पाठवा (ऑनलाइन पोस्ट). समाजमाध्यमांद्वारे (सोशल मीडिया) विपणन करा. विविध कार्यक्रमांचे फोटो पोस्ट करा. तुमच्या भाषणासंबंधित माहिती पोस्ट करा. कार्यक्रमांचे आयोजन (इव्हेंट प्लॅनर) करणाऱ्या लोकांबरोबरचे तुमचे फोटो पोस्ट करा. सोशल मीडियाद्वारे लोक तुम्हाला शोधतात आणि तुम्हाला वक्ता म्हणून स्वीकारतात. सोशल मीडिया तुमच्या वेबसाइटकडे लोकांना आकर्षित करतं, जिथून ते तुम्हाला आमंत्रित करू शकतात.

हे सूत्र वापरा म्हणजे तुम्हाला अर्थप्राप्ती होण्यास प्रारंभ होईल. मी नेमकं काय करायला हवं, ते आता मला कळलं होतं. यावर मी खूप काही पणाला लावले होते. माझ्या कुटुंबास कर्जातून बाहेर काढण्यासाठी मला पैशांची आवश्यकता होती. मी स्पष्टपणे जाणून होते की, मला काय करायला हवं.

परंतु मी त्या सूत्रानुसार वागले का? खरं तर नाही. होय, मी वेबसाइट तयार केली. प्रशंसापत्र (टेस्टिमोनियल्स) घेतली आणि वेबसाइटवर टाकली. पण सोशल मीडियावर माहिती दिली का? (पोस्टिंग) नाही.

त्या वेळी माझं सोशल मीडिया खाजगी होतं. फक्त मुलांचे फोटो, कौटुंबिक ट्रिप्स, मित्रांसोबतचे फोटो होते. माझ्या संपर्कामध्ये (फॉलोअर्समध्ये) फक्त मित्र, नातेवाईक, आणि जुने वर्गमित्र होते. 'मला प्रेरक वक्ता (मोटिव्हेशनल स्पीकर) व्हायचं आहे.' – 'मी वर्षभर मोफत भाषणे दिली आहेत.' हे मी कधीच पोस्ट केलं नव्हतं.

जर तुम्ही कधी तुमचा व्यवसाय सुरू करताना सोशल मीडियाचा वापर करायचा विचार केला असेल, किंवा तुमची प्रतिभा लोकांसमोर आणावयाची असेल तर तुमच्या सोशल मीडियाच्या वैयक्तिक अकाउंटवरील खाजगी फोटो यांचा विपणनाचे माध्यम (मार्केटिंग चॅनेल) म्हणून विचार करणे किती अवघड आहे हे तुम्हाला माहीत आहे.

माझ्या व्यवसायाबद्दल सोशल मीडियावर माहिती देणे प्रारंभ करण्यास मला दोन वर्षे लागली. का बरे?

लोक काय विचार करतील याची मला भीती वाटत होती.

'मेल तू कोणाला घाबरत होतीस?' माझ्या मित्रांना.

माझ्या मुलांचे फोटो, कुटुंबासोबतच्या समारंभांचे आणि मित्रमैत्रिणींबरोबर एकत्र येण्याचे फोटो पोस्ट करणं थांबवले आणि त्याऐवजी सभांमध्ये भाषण करतानाचे माझे फोटो पोस्ट करायला लागल्यावर, लोक माझ्याबद्दल काही मत बनवतील याची मला चिंता वाटली.

'ही स्वतःला काय समजते?', 'तिला बोलण्यासाठी कोण बोलवतंय?', 'हिच्याकडे असं काय खास सांगण्यासारखं आहे?', 'ही काय बनावट आहे!'

मी पोस्ट करायचा प्रयत्न केला. पण मी त्या सभांच्या फोटोंमधून दोन-तीन फोटो निवडले व शीर्षक ठरविल्यावर पुन्हा मनात भीती डोकावू लागली. इतरांच्या नकारात्मक मतांची मला चिंता वाटू लागली. हे खूप गर्विष्ठ वाटते का? हे शीर्षक व्यावसायिक म्हणून पुरेसे आहे का? *मी हे पोस्ट केल्यावर लोक माझ्या संपर्कातून बाहेर पडतील का (अनफॉलो)? मी आत्मप्रौढी करीत आहे असे माझ्या मित्रमैत्रिणींना वाटेल का? एखादे अगदी वेगळे नवीन अकाउंट तयार करावे का?* असे विचार येऊ लागले.

मी स्वतःलाच समजवायचे की, पोस्ट करणं काही महत्त्वाचं नाही. का माहितेय? एक अशी पोस्ट जी माझी ओळख निर्माण करेल, लोकांनी काही वाईट विचार करू नये त्याबद्दल लोकांनी काही नकारात्मक विचार करू नये अशी व परिपूर्ण, प्रभावी आणि आकर्षक पोस्ट तयार करण्यासाठीकी मी इतकी ऊर्जा खर्च करत होते की त्यातच मी थकून जायचे.

मी शेकडो पोस्ट मसुदा स्वरूपात तयार केल्या. पण त्या वर्षानुवर्षे तशाच पडून राहिल्या.

आणि जेव्हा कधी थोडीशी हिंमत करून मी पोस्ट करायचे, तेव्हा पाच मिनिटांत दहा वेळा त्यावरील प्रतिक्रिया पाहायचे आणि जर पुरेशा लोकांना त्या आवडल्या नाहीत (पुरेसे लाइक्स मिळाले नाहीत) किंवा प्रतिक्रिया माझ्या अपेक्षेपेक्षा कमी सकारात्मक आल्या, तर मी त्या पोस्ट काढून टाकायचे.

ही मूर्ख भीती मला माझ्या व्यवसायाची प्रसिद्धी करण्यापासून रोखत होती आणि मी तर हा व्यवसाय माझं पूर्णवेळ करिअर बनवायचं ठरवलं होतं. माझ्या व्यवसायाची प्रगती करण्याच्या माझ्या क्षमतेपेक्षा मी लोकांच्या मतांना जास्त महत्त्व दिलं. हे म्हणजे माझी शक्ती दुसऱ्यांच्या हातात देण्या सारखंच होतं!

जेव्हा मागे वळून मी या गोष्टींकडे पाहते तेव्हा मला दुःख होते.

आवश्यक त्या गोष्टी करण्यापासून मी स्वतःला अडवीत होते. त्या गोष्टी केल्या असत्या तर माझी उद्दिष्टं पूर्ण झाली असती, जास्त पैसा मिळाला असता, कर्ज फेडता आलं असतं, मुलांसाठी छान वस्तू घेता आल्या असत्या आणि अनेक नवीन ग्राहक मिळवणं सोपं झालं असतं. हे मूर्खपणाचं नाही का?

हो, नक्कीच आहे! आणि तरीही, मला खात्री आहे की, जेव्हा स्वतःला व्यक्त करण्याची वेळ येते तेव्हा तुम्हालासुद्धा अशीच भीती वाटते.

तुमचा व्यवसाय असो, कला असो, संगीत असो, व्हिडिओज असोत किंवा आपला बिकिनीतील फोटो पोस्ट करायचा असो, त्या वेळी जर तुम्ही स्वतःला रोखत असाल तर याचा एकच अर्थ आहे तो म्हणजे लोक काय विचार करतील याची तुम्हाला भीती वाटते. अशा भीतीमुळेच तुम्ही चेहऱ्यावरील तारुण्यपीटिका लपविता, फोटोमध्ये आपण चांगले दिसावे याची काळजी घेता आणि ऑफिसमध्ये मीटिंगमध्ये बोलायचं टाळता. हीच भीती तुम्हाला ऑनलाइनही मागे ठेवते. सोशल मीडियामध्ये तुम्हाला वाईट दिसायची भीती वाटते आणि कामाच्या ठिकाणी आपण चुकीचे बोलू अशी तुम्हाला भीती वाटते. तुम्हाला अशी भीती वाटते की, लोकांनी आपले खरे स्वरूप पाहिले तर ते काय विचार करतील?

प्रत्येक वेळी जेव्हा तुम्ही पोस्टमध्ये दुरुस्ती करता, वर्गात किंवा ऑफिसमध्ये गप्प राहता, ग्रुप फोटोमध्ये मागे लपता, त्या क्षणी तुम्ही स्वतःला नाकारत असता. तुम्हीच स्वतःला सांगता की, 'मी पुरेसा चांगला नाही.'

हे सतत प्रश्न विचारणे, दुरुस्ती करणे, मजकूर रद्द करणे, अति विचार करणे आणि 'हे ठीक दिसतंय ना?' असे इतरांना विचारत फिरणे हे फक्त तुमच्या स्वतःविषयीच्या शंका वाढवीत जाते. सर्वांत विचित्र गोष्ट म्हणजे असे नुकसान तुम्ही स्वतःच करून घेत असता. मीसुद्धा केलं होतं.

यावर दिल्या जाणाऱ्या बहुतांश सल्ल्यांना काही अर्थ नसतो. लोक सांगतात, 'लोक काय विचार करतील याची काळजीच करू नका.' पण कोणीच सांगत नाही की ते कसं करायचं. त्यासाठीच *'त्यांना करू द्या'* ही एक नवीन पद्धत वापरायची वेळ आली आहे. या सिद्धान्ताचा वापर केल्याने अशा भीतीवर तुम्ही कायमची मात कराल. तुमच्याबद्दल नकारात्मक विचार कारण्याचे स्वातंत्र्य लोकांना द्या. 'त्यांना करू दे.'

ही एक क्रांतिकारी आणि सुंदर कल्पना आहे जी तुमचा आत्मविश्वास वाढवेल, तुमच्या अभिव्यक्तीला मुक्त करेल आणि तुम्हाला तुमच्या आयुष्यातील एका नव्या पर्वात घेऊन जाईल. लोकांना तुमच्याबद्दल काहीतरी नकारात्मक विचार करण्याचे स्वातंत्र्य द्या.

'त्यांना करू द्या' हे फक्त प्रभावी नाही. हे विज्ञान आहे.

तुमच्याबद्दलच्या लोकांच्या मतावर तुमचे अजिबात नियंत्रण नसते

इतर लोक काय विचार करतात यावर नियंत्रण ठेवणे अशक्य आहे हे वास्तव आहे. त्यामुळे लोक काय विचार करतील याची भीती बाळगणं किंवा त्यांच्या विचारांवर नियंत्रण मिळवण्याचा प्रयत्न करणं हे पूर्णतः वेळ आणि ऊर्जा वाया घालवणं आहे.

जोपर्यंत तुम्ही लोकांच्या मतांबद्दल चिंता करणं सोडत नाही तोपर्यंत तुमचे आयुष्य, तुमच्या भावना, तुमचे विचार आणि तुमचे निर्णय यांच्यावर तुमचे पूर्ण नियंत्रण आहे असे वाटणार नाही.

तुम्ही काहीही केले तरी प्रौढ लोकांची मते तुमच्याबद्दल नकारात्मक असतील हे मी पुन्हा सांगते. का? कारण प्रत्येक प्रौढ व्यक्तीला हवं ते विचार करण्याची पूर्ण मुभा आहे.

इतर लोक काय विचार करतील यावर शारीरिक व मज्जासंस्थेच्या दृष्टीने नियंत्रण ठेवणे अशक्य आहे. सामान्य माणसाच्या मनात दिवसाला सुमारे ७०,००० विचार येतात. त्यांपैकी बहुतांश विचार सहजगत्या मनात येतात आणि त्यांच्यावर कोणाचंही नियंत्रण नसतं. म्हणूनच, लोक काय विचार करतील याची चिंता करणं किंवा त्यांचे विचार बदलण्याचा प्रयत्न करणं अगदी हास्यास्पद आहे.

तुम्हाला तुमच्या डोक्यात येणाऱ्या विचारांमधील निम्म्या विचारांवरसुद्धा नियंत्रण ठेवता येत नाही. असे असताना इतरांच्या विचारांवर नियंत्रण ठेवण्याचा तुम्ही विचारच करू नका. ते तुम्हाला करता येणार नाही. ते शास्त्रीयदृष्ट्याही अशक्य आहे. म्हणूनच *'त्यांना करू द्या'* सिद्धान्त एवढा क्रांतिकारी आहे.

लोकांच्या मतांची भीती बाळगण्याऐवजी, तुम्ही त्यांना हवं ते विचार करण्याचं स्वातंत्र्य द्या.

खरं तर, लोक तुमच्याबद्दल नकारात्मक विचार करणारच असं गृहीत धरण्याचा सल्ला मी तुम्हाला देते. कारण लोकांच्या मनात तुमच्याबद्दल नकारात्मक विचार असतातच.

हे साहजिक आहे.

आणि हो, जे लोक तुमच्यावर प्रेम करतात, तेही तुमच्याबद्दल दररोज नकारात्मक विचार करतात! मी ज्या लोकांवर प्रेम करते, त्यांच्याबद्दलही मला दररोज काहीतरी वाईट विचार मनात येतात. हे अगदी साहजिक आहे. हे सिद्ध करण्यासाठी मी आधी माझे उदाहरण घेते.

उदाहरणार्थ, माझा नवरा जेव्हा सकाळी उठतो, तेव्हा तो मोठा आवाज काढतो. माझा पहिला विचार असतो – 'किती घाणेरडा आहेस तू!' तरीही, मी या जगातल्या कुठल्याही व्यक्तीपेक्षा क्रिसवर जास्त प्रेम करते. पण नेहमीच माझ्या मनात त्याच्याबद्दल वाईट विचार आणि नकारात्मक मते असतात.

हेच माझ्या कुत्र्याच्या बाबतीत होते. संध्याकाळी ५ वाजता माझा कुत्रा होमी प्रचंड त्रासदायक होतो.

त्याला कळतं की, जेवणाची वेळ झाली आहे आणि मग तो माझ्या मागे फिरत राहतो, जोरजोरात श्वास घेतो, उड्या मारतो आणि मला असं वाटतं, 'हा किती डोकं खाणारा प्राणी आहे! जरा शांत बसू शकत नाही का?' पण मी तरीही त्याच्यावर खूप प्रेम करते.

माझी मोठी मुलगी सॉयर, हिने माझ्यासोबत हे पुस्तक लिहिले आहे, जेव्हा तिला सर्व गोष्टी कायम तिच्या मनासारख्या नसतात, तेव्हा ती उद्दाम आणि तीव्र होते. ती पुन्हा पुन्हा गोष्टी त्या करू लागते व त्या सर्वांना त्रासदायक होतात. तरीही, मी तिच्यावर प्रेम करते.

आमची मधली मुलगी केंडल, जेव्हा लॉस एंजेलिसहून माझ्याबरोबर जेव्हा फेसटाइमवर संपर्क करते तेव्हा प्रत्येक वेळी तिने एक नवीन पोशाख परिधान केला आहे असे वाटते. ती पैशांच्या बाबतीत निष्काळजी आहे असे मला वाटते व आणखी पोशाखांची तिला अजिबात आवश्यकता नाही. पण तरीही, मी तिच्यावर प्रेम करते.

आणि आमचा मुलगा ओकली, तो खरंच परिपूर्ण आहे. हे मी गमतीत सांगितलं. तो उठल्यावर पहिल्या एका तासात लोकांकडे पाहत नाही व लोकांशी संवाद साधण्यास नकार देतो. माझ्या मनात विचार येतो की, तो असभ्य आहे. पण मी त्याच्यावर प्रेम करते.

मी माझ्या मुलांना विचारलं की, ते माझे वर्णन करण्यासाठी कोणती विशेषणे वापरतात. त्यांनी सांगितले : अव्यवस्थित, विस्कळीत, मोठ्याने बोलणारी, जास्त मैत्री करणारी, सर्वत्र वावर असलेली, नियंत्रण करणारी, नेहमी उशीर करणारी, सर्व काही माहीत असणारी. मी आमच्या आयुष्यातील किती गोष्टी ऑनलाइन पोस्ट करते याबद्दल त्यांची अनेक मते आहेत आणि तरीही, ते माझ्यावर प्रेम करतात. (सॉयरच्या हस्तलिखित प्रती इतक्या वेळा मी नाकारल्या की, पालक म्हणून माझे हक्क काढून घेण्याच्या जवळपास ती होती हे ती तुम्हाला सांगू इच्छिते. त्याचे कारण म्हणजे हे अकराव्या वेळी लिहिलेले हस्तलिखित आहे.)

मी तुम्हाला हे का सांगितलं? प्रत्येक जण ज्या लोकांवर प्रेम करतो त्यांच्याबद्दल व पूर्णपणे अनोळखी लोकांबद्दल टीकात्मक विचार बाळगून असतो. हे आयुष्यातील वास्तव आहे. ते अंगीकारा व स्वीकारा. जी वास्तविकता आहे ती बदलण्याचा प्रयत्न करू नका, तुमच्या फायद्यासाठी तिचा वापर करा. 'त्यांना करू द्या.'

आता आणखी एक सत्य पहा. एखाद्याचे तुमच्याबद्दल नकारात्मक मत असले तरी त्याचा अर्थ असा नाही की, तुम्हाला त्याने पूर्णपणे नाकारले आहे.

मी माझ्या नवऱ्याबद्दल वाईट विचार करू शकते आणि तरीही त्याच्यावर प्रेम करू शकते आणि त्याच्याशी इतक्या आदराने आणि प्रेमळपणे वागू शकते, कारण दोन गोष्टी एकाच वेळी सत्य असू शकतात. तुम्ही एखाद्याच्या वागण्यामुळे चिडू शकता आणि तरीही त्याच्यावर खूप प्रेम करू शकता.

हेच तुमचं तुमच्यावर प्रेम करणाऱ्यांबद्दलचं मत आहे! त्यांच्या मित्रांचा वाईट प्रभाव त्यांच्यावर आहे असे तुम्हाला वाटते. तुम्हाला वाटतं की, ते अत्यधिक प्रतिक्रिया देत आहेत. तुम्हाला वाटतं की, त्यांचे मित्र त्यांना चांगले वागवीत नाहीत. व्यवसायासंबंधीच्या त्यांच्या कल्पना यशस्वी होणार नाहीत असे तुम्हाला वाटते. ते आत्मकेंद्रित आहेत असे तुम्हाला वाटते. तरीही तुम्ही त्यांच्यावर प्रेम करता.

माझा मुद्दा साधा आहे : प्रौढ लोकांचे तुमच्याबद्दल आणि तुम्ही करत असलेल्या प्रत्येक गोष्टीबद्दल नकारात्मक मत असेल. त्यांना तुमच्याबद्दल मत बनवू द्या. त्यांना प्रतिक्रिया देऊ द्या. त्यांना तुमच्यावर शंका घेऊ द्या. त्यांना तुम्ही घेतलेल्या निर्णयांवर प्रश्न विचारू द्या. त्यांना तुमच्याबद्दल चुकीचे सिद्ध होऊ द्या. जेव्हा तुम्ही ऑनलाइन व्हिडिओ पोस्ट करायला लागता किंवा बाराव्यांदा हस्तलिखित पुनर्लिखित करू इच्छिता, तेव्हा त्यांना डोळे फिरवू द्या.

त्यांच्याविषयी चिंता करत बसण्याऐवजी तुम्हाला स्वतःचा अभिमान वाटेल अशा प्रकारे जगा.

माझ्या या एका मुक्त आणि मौल्यवान जीवनात मला जे करायचं आहे ते करू द्या.

हा दृष्टिकोन मुक्त करणारा आहे, कारण सध्या तुम्ही तुमचं जीवन ज्या पद्धतीने जगता आणि निर्णय घेता, तेव्हा इतर लोक काय विचार करतील याचा अंदाज घेत करीत असता. जेव्हा लोक काय म्हणतील या भीतीने तुम्ही तुमचे निर्णय ठरवता, तेव्हा तुम्ही स्वतःच्या क्षमतेवर मर्यादा घालता आणि तुम्हाला खरोखर जे पाहिजे आहे ते साध्य करण्याच्या प्रयत्नापासून रोखता.

हीच ती कारणे आहेत ज्यांमुळे तुम्ही सतत टाळाटाळ करता, स्वतःवर शंका घेता, परिपूर्णतेच्या तणावाखाली अडकता आणि सर्वांत महत्त्वाचे म्हणजे, रोज सकाळी उठून खऱ्या यशाकडे नेणारे काम टाळता.

तुम्ही लोकांच्या मताची इतकी भीती बाळगता की, कोणताही धोका पत्करत नाही. लोक तुमच्याबद्दल काही मत बनवतील याचीच तुम्हाला भीती वाटते ना?

म्हणजे, जर तुम्ही घटस्फोट घेतला, रिअल इस्टेट व्यवसाय सोडला, पुन्हा शाळेत जाण्याचा निर्णय घेतला, केस कापले, फुटबॉल संघासाठी प्रयत्न केला आणि नाकारले

गेले तर प्रत्येकाला यावर काही ना काही मत असणार? अर्थातच, प्रत्येकाला याबद्दल मत असणार. असले म्हणून काय झाले?

ही मूर्ख भीती तुम्हाला नवीन गोष्टी करण्यापासून, धोके पत्करण्यापासून, स्वतःला व्यक्त करण्यापासून आणि हळूहळू तुमचे संपूर्ण आयुष्य बदलू शकतील अशी पाउले उचलण्यापासून थांबवते. किती दुःखद आहे हे!

'त्यांना करू द्या' सिद्धान्त तुम्हाला अधिक धैर्यवान बनवेल. वास्तव स्वीकारून लोकांना त्यांचे मत मांडण्याचे स्वातंत्र्य देणे अधिक शहाणपणाचे नाही का?

कोण काय विचार करतो हे तुम्ही नियंत्रित करू शकत नाही, मग त्याची भीती बाळगण्याचे किंवा त्याला तुमच्या मार्गात अडथळा होऊ देण्याचे कोणतेही कारण नाही. तुमचा वेळ त्यापेक्षा कितीतरी मौल्यवान आहे, कारण या एका अद्भुत आणि मौल्यवान जीवनात तुम्हाला खूप महत्त्वाच्या गोष्टी करायच्या आहेत.

आजपासून, तुम्ही लोकांना तुमच्याबद्दल नकारात्मक विचार करण्याचे स्वातंत्र्य देणार आहात. *'त्यांना करू द्या.'*

'पण लोकांनी माझ्याबद्दल नकारात्मक विचार करावा असे मला वाटत नाही.'

मला माहीत आहे तुम्ही काय विचार करीत आहात : *'पण मेल, मला नाही वाटत की लोकांनी माझ्याबद्दल नकारात्मक विचार करावेत.'* असे होऊ नये असे तुम्हाला वाटते हे मला माहीत आहे. पण लोक काय विचार करतील याची भीती हीच आपल्या स्वतःबद्दलच्या शंकांचा एक मोठा स्रोत असतो.

'मी पुरेशी चांगली नाही.' (कोणासाठी?)

'मी पुरेशी बुद्धिमान नाही.' (कोणासाठी?)

'ते माझ्यावर रागावतील.' (कोण रागावेल?)

'माझ्या आई-वडिलांना हे आवडणार नाही.' (मग काय?)

'मी हे केलं तर कोणीच मला पसंत करणार नाही.' (म्हणजे कोण?)

'माझे मित्र काय विचार करतील?' (त्यांना जे हवे त्याचा विचार करतील)

'यामुळे मी वाईट दिसते का?' (कोणाच्या दृष्टीने?)

हे सगळे सामान्य प्रश्न आणि भीती या सगळ्यांचं मूळ इतर लोकांमध्ये आहे. म्हणूनच मी वारंवार एकच गोष्ट सांगते आहे. प्रौढ लोक तुमच्याबद्दल, तुमच्या कपड्यांबद्दल, तुम्ही काय बोललात याबद्दल, गेल्या आठवड्यात काय केलंत याबद्दल आणि तुम्हाला काय करायचंय याबद्दल नकारात्मक मत बाळगतीलच.

त्यांचे मत तसे असू दे.

त्यांना जसे वाटते तसा विचार करण्याचा प्रौढांना पूर्ण अधिकार आहे आणि तुम्हालाही आहे.

म्हणूनच *'त्यांना करू द्या'* हा सिद्धान्त तुम्हाला मुक्त करेल. स्वतःच्या आयुष्यात कायम बचावात्मक भूमिका घेण्याऐवजी, आता तुम्ही आक्रमक भूमिका घेणार आहात. आता तुम्ही जीवनाचा खेळ तुमच्या पद्धतीने खेळणार आहात.

आणखी एक सत्य गोष्ट आहे. तुम्ही इतर लोकांच्या मतांपेक्षा कितीतरी अधिक सामर्थ्यवान आहात.

आपली ताकद इतरांच्या हातात देणं थांबवा आणि स्वतःच्या पूर्ण क्षमतांकडे वाटचाल करायला सुरुवात करा.

मला माझं आयुष्य अशा पद्धतीने जगू दे, ज्याचा मला अभिमान वाटेल. माझ्या मूल्यांशी सुसंगत असतील असे निर्णय मला घेऊ दे. मला धोके पत्करू दे, कारण तशी माझी इच्छा आहे.

जिकडे माझा आत्मा मला सतत ओढतो त्या मार्गावर मला वाटचाल करू दे.

धाडस करणं, धोका पत्करणं आणि स्वतःचा मार्ग निवडणं तुम्हाला आनंद देते ते नेहमीच इतर लोकांच्या मतांपेक्षा जास्त महत्त्वाचं असतं. हे तुमचं आयुष्य आहे. इतर लोकांच्या मतांनी ते खराब होऊ देऊ नका.

पुस्तक लिहा. त्यांना भेटीसाठी आमंत्रण द्या (डेट). तुम्हाला जे परिधान करावयाचे आहे ते करा. संपूर्ण दिवस सर्फिंग करा. पुन्हा शाळेत/कॉलेजमध्ये प्रवेश घ्या. शाळा/कॉलेज सोडा. नवीन ठिकाणी स्थलांतर करा. एक कुत्रा आणा. सहलीला जाणे ठरवा. दारू पिणं थांबवा. स्वतःची लैंगिकता स्वीकारा. ज्या वाटेवरून चालायची भीती वाटत होती त्या वाटेवरून चाला.

'त्यांना करू द्या' हा सिद्धान्त तुम्ही जितका जास्त वापराल तेवढी तुम्हला जाणीव होईल की तुम्हाला वाटत असणाऱ्या भीतीच्या तळाशी तुमच्यासाठी जी दिशा योग्य आहे तिकडे जाण्यास तुमचा आत्मा तुम्हाला सतत प्रवृत्त करीत होता.

प्रत्येक वेळी जेव्हा तुम्ही *'त्यांना करू द्या'* म्हणता तेव्हा वरच्या पातळीवरचा गोंगाट बाजूला सारता आणि आतून उगम पावणाऱ्या एका महत्वाच्या गोष्टीसाठी जागा तयार करता ती म्हणजे तुमच्या स्वतःच्या आवाजासाठी, अंतःप्रेरणेसाठी, सत्यासाठी, आणि तुमच्या आयुष्याच्या अनोख्या वाटेसाठी.

हे सर्व नेहमी तेथेच असते. ते फक्त या सर्व भीतीखाली दबले गेले आहे.

इतर लोकांच्या मतांच्या ओझ्यापासून स्वतःला मुक्त करण्यासाठी तुम्ही *'त्यांना करू द्या'* या सिद्धान्ताचा वापर करता तेव्हा तुम्ही तुमच्या मूल्यांना, तुमच्या गरजा आणि तुमच्या ध्येयांना तुमचा ठरविलेला मार्ग समजून जीवनात वाटचाल सुरू कराल. इतर लोक काय विचार करतील याचा अंदाज घेण्याऐवजी तुम्हाला स्वतःचा अभिमान वाटेल अशा प्रकारे जीवनात मार्गक्रमण कराल आणि तेच रहस्य आहे.

जेव्हा तुम्हाला स्वतःचा अभिमान असतो, तेव्हा तुमच्याकडे सर्व शक्ती असते.

तुम्हाला अभिमान वाटेल असे निर्णय घ्या

हे मला तुमच्या गरजांना प्राधान्य देण्याच्या आणि त्याचबरोबर आधार देणारे आणि प्रेमळ नातेसंबंध टिकवून ठेवण्याच्या एका अतिशय महत्त्वाच्या मुद्द्यावर आणते. येथे मुद्दा असा आहे की, जीवनात स्वार्थी किंवा आत्मकेंदित आणि इतर लोकांची पर्वा न करणारी व्यक्ती म्हणून वाटचाल करू नका.

मुद्दा असा आहे की, इतर लोकांच्या अपेक्षा आणि भावना तुमच्यासाठी योग्य आहेत का आणि तुमच्या गरजांना प्राधान्य देणे हे संतुलित करण्यास शिकत आहात. जीवनात, तुम्हाला क्षुलक व्यक्ती व्हायचे नाही; परंतु तुम्हाला अविचारी बुलडोझरदेखील व्हायचे नाही. हे एक संतुलन आहे.

समजा, तुमचा एक खूप व्यग्र वीकेंड येत आहे. एकीकडे, तुमचा एक जवळचा मित्र वयाच्या विशिष्ट टप्प्यावरील एक वाढदिवस साजरा करत आहे, तेथे सर्व मित्र एकत्र येऊन साजरा करत आहेत व तो खरोखरच मजेदार वीकेंडपैकी एक आहे.

जिथे पार्टी होणार आहे तिथे पोहोचण्यासाठी चार तासांचा प्रवास करावा लागणार आहे. तुम्हाला माहीत आहे की, तुमच्यासाठी योग्य निर्णय म्हणजे तिथे असणे. दुसरीकडे, तुम्ही काही महिन्यांपूर्वी तुमच्या पालकांना वचन दिले होते की, तुम्ही याच आठवड्याच्या शेवटी घरी याल कारण तुमचे आजी-आजोबा भेटायला येत आहेत.

तुम्हाला दोन्ही करायचे आहे.

तुम्हाला एक चांगली मैत्रीण व्हायचे आहे, तुम्हाला एक चांगली मुलगी व्हायचे आहे आणि तुम्हाला एक चांगली नात व्हायचे आहे, म्हणून तुम्ही तुमच्या मित्रासाठी शुक्रवार रात्रीच्या उत्सवात उपस्थित राहण्यासाठी चार तास गाडी चालवत जाता आणि तुम्हाला आनंद आहे की तुम्ही ते केले.

तुम्ही रात्री उशिरापर्यंत जागे राहता, मित्रांसोबत हसता आणि एक बाटली दारू (वाइन) पिता.

तुम्हाला खूप मजा येते. दुसऱ्या दिवशी सकाळी तुम्ही ७ वाजता उठता. तुम्ही अंथरुणातून उठता, कपडे बदलता, एक चिठ्ठी लिहिता की, आठवड्याच्या अखेरचा उर्वरित भाग तुम्ही त्यांच्याबरोबर घालवू शकत नाही याबद्दल दिलगिरी व्यक्त करता आणि तुमच्या आजी-आजोबांसोबत उर्वरित आठवडा घालवण्यासाठी तुमच्या पालकांच्या घरी जाण्यासाठी आणखी चार तास गाडी चालवण्यासाठी गाडीत बसता.

तुम्ही हे प्रयत्न केलेत याचा रस्त्यावर गाडी चालवत असताना तुम्हाला स्वतःवर अभिमान आहे. तुम्हाला माहीत नाही (तुम्हाला नंतर कळेल), जिचा वाढदिवस होता ती मुलगी तुम्ही गेल्याने नाराज झाली आणि ती म्हणाली : *''मला माहीत नाही की, तिला फक्त एकच रात्र राहावयाचे होते तर ती आलीच कशाला.''*

तिला म्हणू दे.

चार तासांनंतर, तुम्ही तुमच्या पालकांकडे आहात. तुम्ही थोडेसे दारूच्या (वाइन) अमलाखाली आणि खूप थकलेले आहात. तुम्ही गाडीतून उतरता आणि तुमच्या आजीला मिठी मारता, ती खूप उत्साहित आहे, तिच्या डोळ्यांत अश्रू आहेत.

मग तुम्ही तुमच्या आईला मिठी मारता आणि ती तुमच्या कानात कुजबुजते, ''तुझी आजी काल रात्री आली तेव्हा तू इथे नसल्यामुळे खूप निराश झाली होती.'' आणि मग ती पुढे म्हणते, ''आपल्याला दहा मिनिटांत जेवणासाठी निघायचे आहे. तुला कपडे बदलावे लागतील.''

तिला म्हणू दे.

मी तुम्हाला ही गोष्ट दोन मुद्दे सिद्ध करण्यासाठी सांगत आहे : पहिली गोष्ट म्हणजे, जेव्हा तुम्ही खूप धडपड करून सर्वांना खूश करण्याचा प्रयत्न करता तेव्हाही इतर लोक सकारात्मक विचार करतील याची हमी देत नाही. त्यांना जाऊ द्या.

दुसरा आणि हा सर्वांत महत्त्वाचा मुद्दा म्हणजे सर्वांना आनंदी करण्यासाठी अपार कष्ट करणारी व्यक्ती बनू नका. मी पूर्वी तशी व्यक्ती होते. यामुळे मी निराश झाले आणि असे वाटले की, मी जे काही करतो ते लोकांसाठी पुरेसे नाही.

आता मला *'त्यांना करू द्या'* हा सिद्धान्त माहीत असल्याने, मी स्वतःला आनंदी करण्यासाठी कष्ट घेते. मी स्पष्ट करते.

एवढा प्रचंड प्रयत्न करून तुमच्या मैत्रिणीची वाढदिवसाची पार्टी आणि तुमचे आजी-आजोबा यांचे घर या ठिकाणी तुम्ही उपस्थित राहता याचे कारण म्हणजे त्यामुळे तुम्हाला स्वतःचा अभिमान वाटतो. तुम्ही एक चांगली मैत्रीण आहात असे तुमच्या मित्रमैत्रिणींना वाटावे म्हणून वाढदिवस समारंभास जाऊ नका. तुम्ही एक चांगली मैत्रीण आहात असे तुम्हाला वाटावे म्हणून त्या समारंभास जा.

तुमच्या आईला आनंद होतो म्हणून तुमच्या आजी-आजोबांना भेटायला घरी जाऊ नका. तुमच्या आजी-आजोबांना आणि कुटुंबाला प्राधान्य देण्यास तुम्हाला आनंद होतो म्हणून जा.

जेव्हा तुम्ही स्वतःचा अभिमान वाटेल अशा पद्धतीने काम करता, तेव्हा इतर लोक काय विचार करतात याने काही फरक पडत नाही. तुम्ही लवकर निघून गेलात म्हणून ते रागावतील. तुम्ही उशिरा पोहोचलात म्हणून ते रागावतील. तुम्ही घेतलेल्या निर्णयांमुळे कोणीतरी नेहमीच निराश होणार आहे. तुम्ही कधीही स्वतःला निराश होऊ देऊ नका आणि अपराधीपणाच्या भावनेने तुमचे निर्णय घेऊ नका.

जेव्हा तुम्ही तुमच्या पालकांकडे जाता कारण तुम्हाला 'दोषी' वाटते, तेव्हा तुम्ही तुमच्या पालकांना खलनायक बनवले आहे. जर तुम्ही गेला नाहीत तर तुम्हाला स्वतःचा राग येईल म्हणून तुम्ही गेलात तर तुम्ही तुमच्या निर्णयांवर नियंत्रण ठेवता.

इतर लोक काय विचार करतात याबद्दल काळजी करणे कसे थांबवायचे आणि तुमच्या मूल्यांना तुमचे निर्णय कसे घेऊ द्यायचे याचे हे एक अगदी सोपे उदाहरण आहे.

जेव्हा तुमचे मत आणि इतरांचे मत खरोखरच एकमेकांच्या विरुद्ध असतात त्या क्षणांबद्दल काय? तुम्ही ज्या व्यक्तीशी लग्न करणार आहात ती व्यक्ती तुमच्या आईला आवडत नसेल तर? अशा वेळी तुम्ही काय कराल?

मी त्या परिस्थितीतून गेले आहे.

प्रकरण सहावे

कठीण लोकांवर प्रेम कसे करावे

माझ्या मते, अनोळखी लोकांसोबत, सहकारी आणि अगदी मित्रांसोबतही *'त्यांना करू द्या'* हा सिद्धान्त वापरणे सोपे आहे, कारण तो वापरल्यानंतर तुम्ही व ते यांच्यामध्ये थोडे अंतर असेल व तुम्ही तुमची ऊर्जा पुनःप्रस्थापित करू शकाल. तुम्ही तुमच्या बेडरूममध्ये जाऊन दार बंद करू शकता. कामानंतर तुम्ही घरी जाऊ शकता. तुम्ही विमानातून उतरू शकता.

आणि बहुतेक वेळा, जेव्हा कोणी तुमच्याबद्दल काही नकारात्मक विचार करत असेल तेव्हा तुम्हाला ते कळणारही नाही. पण कुटुंबाचे काय? कुटुंबाचे महत्त्व वेगळेच असते. कुटुंब हे आयुष्यभर तुमच्याबरोबर असते.

तुमचे कुटुंब बरेच स्पष्ट असते आणि तुमच्यासमोर त्यांचे मत मांडते : तुम्ही सुट्टीसाठी घरी येत नाही याचा त्यांना राग येतो. ते सतत प्रश्न विचारतात की, तुम्ही अजूनही अविवाहित का आहात. त्यांना वाटते की, तुम्ही शाळा सोडून तुमचे आयुष्य उद्ध्वस्त केले आहे. ते तुमच्या मित्रांचा द्वेष करतात. तुम्ही तुमचे जीवन कसे जगत आहात याच्याशी ते असहमत आहेत. ज्या व्यक्तीच्या भेटीगाठी घेत असता (डेटिंग) ती व्यक्ती त्यांना आवडत नाही हे ते स्पष्ट करतात. त्यांना तुम्ही नोकरी सोडून व्यवसाय सुरू करावा असे वाटत नाही. तुम्ही स्वतःची चांगली काळजी घ्यावी अशी त्यांची इच्छा असते आणि ते त्याबद्दल खूप स्पष्टपणे बोलतात.

कुटुंब तुमच्याशी जास्त कठोर वागते कारण तुमच्या आनंदात आणि तुमच्या यशात त्यांचा वाटा असतो. बऱ्याच वेळा तुमच्यावर दबाव आणून ते तुमची काळजी घेत आहेत हे दाखवितात. जेव्हा त्यांना तुमचे मित्र आवडत नाहीत किंवा त्यांना वाटते की, तुम्ही चुकीच्या मार्गावर जात आहात, किंवा त्यांना वाटते की, तुम्ही स्वतःची चांगली काळजी घ्यावी, तेव्हा ते तुम्हाला तसे सांगतात.

बहुतेक वेळा वरील प्रकारे तुमचे कुटुंब तुम्हाला दाखवते की, त्यांना तुमची काळजी आहे. त्यांना तुमच्यासाठी अधिक हवे आहे, ते तुम्हाला आनंदी ठेवू इच्छितात आणि तुमची क्षमता जेव्हा वाया जात असेल तेव्हा त्यांना ते दिसते. तथापि, काळजी घेण्यापासून नियंत्रणापर्यंत ते सहजपणे रेषा ओलांडू शकतात.

कुटुंबाचे तुमच्या जन्मापासूनच तुमच्याबद्दल मत आहे. ते तुम्हाला सर्वांत जास्त काळ ओळखतात. त्यांना त्यांच्या मतांचा अधिकार वाटतो कारण त्यांना वाटते की, तुमच्यासाठी काय चांगले आहे हे त्यांना माहीत आहे. (सामान्यतः त्यांच्यासाठीपण तेच चांगले आहे असे त्यांना वाटते.)

शिवाय, तुमच्या कुटुंबातील प्रत्येकाच्या एकमेकांबद्दल आणि कुटुंबाने कसे काम करावे याबद्दल अपेक्षा असतात.

हे कौटुंबिक संबंध बाकीच्यांपेक्षा खोलवर जातात कारण तुम्ही त्यांना बराच काळ ओळखता आणि हे संबंध एकमेकांशी जोडलेली प्रणाली तयार करतात. तुम्ही केलेल्या कोणत्याही बदलाला तुमचे कुटुंब अधिक नाट्यमय प्रतिक्रिया का देते हेदेखील स्पष्ट करते कारण तुम्ही त्या कुटुंबव्यवस्थेचा भाग आहात. तुम्ही केलेला कोणताही बदल संपूर्ण व्यवस्थेत सकारात्मक किंवा नकारात्मक लाटा निर्माण करेल.

तुम्ही पिढ्यान्‌पिढ्या चालत आलेल्या नात्यांच्या एका गुंतलेल्या जाळ्याचा भाग असल्याने लोकांची प्रतिक्रिया असेल हे जाणून घेतल्याने तुम्हाला हे अधिक चांगल्या प्रकारे समजेल.

मी असे म्हणत नाही की, त्या अपेक्षा किंवा ती व्यवस्था बरोबर आहे. मी फक्त असे म्हणत आहे की, ती वस्तुस्थिती आहे आणि कोणत्याही परिस्थितीचा संपूर्ण संदर्भ समजून घेतल्याने मला माझ्या कुटुंबात मी कसे वागावे यावर नियंत्रण ठेवण्यास मदत होते.

उदाहरणार्थ, जर तुम्ही तुमच्या जोडीदारापासून घटस्फोट घेण्याचा निर्णय घेतला, किंवा तुम्हाला यापुढे त्याच परंपरा पाळायच्या नाहीत, किंवा तुम्ही तुमच्या धर्माबाहेरील एखाद्याशी लग्न केले, किंवा तुम्ही एक वेगळा व्यवसाय / नोकरी निवडली (करिअर), किंवा तुमचे राजकीय विचार वेगळे असतील, तर हे सर्व कुटुंबास धक्कादायक वाटेल कारण तुम्ही कोण आहात व तुमचे आयुष्य तुम्ही कसे जगावे याबद्दलच्या त्यांच्या अपेक्षा व विश्वास यांना तडा जातो.

सावत्र मुले आणि सावत्र पालक यांचे संबंध जेव्हा जोडले जातात तेव्हा हे जेवढे स्पष्टपणे दिसते तेवढे कुठेही दिसत नाही. कुटुंबव्यवस्थेला हा एक मोठा धक्का आहे, तो व्यवस्था कायम ठेवतो किंवा तोडतो व यातून चांगले किंवा वाईट निष्पन्न होते. जेव्हा कुटुंबात नवीन व्यक्तींचा प्रवेश होतो तेव्हा घर कसे चालते याबद्दलच्या सर्व अपेक्षा दूर सारल्या जातात. बदल स्वीकारणे खरोखर कठीण असू शकते. विशेषतः हा बदल स्वीकारण्यास व एका मोठ्यात मोठा मिश्र कुटुंबाचा भाग होण्यास जेव्हा मुलांवर सक्ती केली जाते तव्हा त्या मुलांसाठी हे खूपच कठीण असते.

सावत्र पालक म्हणून तुमची भूमिका पार पाडण्यास मदत करण्यात *'त्यांना करू द्या'* सिद्धान्त प्रस्थापितात बदल करणारा असेल (गेम चेंजर). प्रौढ म्हणून, 'त्यांना दुःखी होऊ द्या' ही तुमची जबाबदारी आहे. तुमच्याकडे व तुमच्या मुलांकडे त्यांना धोका म्हणून पाहू द्या कारण तुमचे हेतू कितीही चांगले असले तरी, तुम्ही एक धोका आहात. पालकांसोबत वेळ घालवण्यासाठी त्यांना तुमच्याशी स्पर्धा करावी लागते. हे खरे आहे. ते तुमच्यासारखेच नियंत्रण शोधत आहेत. त्यांना त्यांच्या भावना जाणवू द्या. त्यांना त्यांच्या पालकांसोबत एकटे वेळ घालवू द्या. तुमच्याबद्दल त्यांना आवड नसेल तर नसू दे.

कधीही विसरू नका की, सावत्र मुलांना विशेषत: तुमच्याकडून समजूतदारपणा, कृपा आणि करुणेची आवश्यकता असते. ते फक्त त्यांच्या आयुष्यात नवीन प्रौढ व्यक्तीला स्वीकारायला शिकत नाहीत, तर त्यांना हवे असलेले कुटुंब गेल्याचे दुःखही त्यांना होत आहे. हे सामान्य आहे.

व्यापक संदर्भ समजून घेतल्याने, तुम्हाला *'मला करू द्या'* या भूमिकेवर लक्ष केंद्रित करण्यास आणि अधिक आकर्षकपणे काम करण्यास आणि शहाणे व करुणामय प्रौढ होण्यास मदत होईल. तुम्ही जितकी जास्त कृपा आणि दया दाखवाल तितकीच परस्पर संबंधात बदल घडवून आणण्याची शक्यता निर्माण होईल.

सावत्र मुले आणि सावत्र पालकांमधील हे परस्परसंबंध कठीण आहेत. त्यांच्याबद्दल काहीही अखंड नाही. परंतु त्यांच्यामध्ये *'त्यांना करू द्या'* या सिद्धान्ताच्या मदतीने आणि या प्रकरणात तुम्ही शिकणार असलेल्या एका विशिष्ट साधनाच्या मदतीने हे संबंध खूप सुंदर होण्याची क्षमतादेखील आहे.

मी एकदा एका परिषदेत एक उपचारतज्ज्ञ असे म्हणताना ऐकले होते, 'जर कुटुंबे नसती तर माझा व्यवसाय नसता.' कुटुंबाच्या बाबतीत, तुमच्या नातेवाइकांना त्यांचे मत असण्याचा अधिकार आहे, परंतु मत असणे वेगळे आणि तुमचे जीवन जगण्याचा, आपल्याला पाहिजे तसे असण्याचा आणि ज्या व्यक्तीची निवड प्रेम करण्यासाठी केली आहे तिला नाकारणे हे वेगळे आहे. त्यांची मते बरोबर आहेत की नाही हा मुद्दा नाही. तुम्ही त्यांच्या मतांशी कसे संबंध ठेवता हे महत्त्वाचे आहे.

जेव्हा तुमचे प्रियजन तुम्ही तुमचे जीवन कसे जगता किंवा एक व्यक्ती म्हणून तुम्ही कोण आहात याच्याशी सहमत नसतात तेव्हा काय होते? मी सांगू शकते. तुम्ही त्याबद्दल काय करणार आहात ते येथे आहे. 'त्यांना करू द्या.' (त्यांना असहमत असू द्या.)

त्यांचे मत बदलण्याचा प्रयत्न करू नका. त्यांना ते असण्याचे स्वातंत्र्य द्या. मग तुमची सावत्र मुले असोत, तुमची वहिनी असो, तुमची आजी असो किंवा तुमचा भाऊ असो, त्यांना जे हवे ते विचार करण्याची परवानगी आहे आणि त्यांना तुम्ही किंवा तुमची प्रिय व्यक्ती न आवडण्याचीही परवानगी आहे. म्हणून, *'त्यांना करू द्या'*.

आणि मग, मी काय प्रतिसाद द्यायचा ते मला निवडू द्या.

संदर्भाची चौकट

उत्कृष्ट विक्री होणाऱ्या पुस्तकांची लेखिका, 'वुमन ऑफ इम्पॅक्ट' या पॉडकास्टची सादरकर्ती, क्वेस्ट नुट्रीशन या एक अब्ज डॉलर विक्री असणाऱ्या कंपनीची सहसंस्थापक माझी मैत्रीण लिसा बील्यु हिने मला *'संदर्भाची चौकट'* ही संकल्पना सांगितली. (फ्रेम ऑफ रेफरन्स.)

कोणीतरी तुम्ही कोण आहात, तुम्ही कोणावर प्रेम करता, तुमचा कशावर विश्वास आहे किंवा तुम्ही तुमचे जीवन कसे जगता हे मान्य करीत नाही आणि अशा परिस्थितीत खोलात जाऊन त्यावर मात करण्यासाठी हे एक उपयुक्त साधन आहे.

मी या परिस्थितीतून गेले आहे आणि कदाचित तुम्हीही गेला असाल.

जेव्हा लिसाने संदर्भाची चौकट याचे वर्णन एक मानसिकता साधन म्हणून केले आणि त्याच्यामुळे तिच्या नातेसंबंधांना मदत झाली तेव्हा आमच्या पॉडकास्टच्या जगभरातील प्रेक्षकांना ते विलक्षण आकर्षक वाटले. एखाद्या व्यक्तीचा दृष्टिकोन एखाद्या गोष्टीकडे पाहण्याचा कसा आहे हे समजून घेण्यासाठी संदर्भाची चौकट हा उत्तम मार्ग आहे आणि तो *'त्यांना करू द्या'* या सिद्धान्तासह छान उपयोगी पडतो.

मी तुम्हाला माझ्या आयुष्यातील एक उदाहरण देते. जेव्हा मी माझे पती क्रिसला भेटले तेव्हा मी उत्साहित आणि प्रेमात वेडी झाले होते. जेव्हा त्याने विवाहाचा प्रस्ताव दिला तेव्हा मी स्वर्गीय सुखात होते. त्या वेळेस मी जेवढी उल्लसित होते तेवढी माझी आई उल्लसित नव्हती हे मला आठवते.

म्हणून मी तिच्याशी हे संभाषण केले आणि मी तिला सांगितले की, ती माझ्यासाठी उल्लसित असावी असे मला वाटते आणि तिनेच क्रिसला माझ्यासाठी निवडले आहे असे तिने वागावे असे मी तिला सांगितले.

ती म्हणाली, ''पण मी त्याला तुझ्यासाठी निवडले नाही, आणि जर ते माझ्यावर अवलंबून असते तर त्याला निवडले नसते आणि त्यामुळे मी त्याला निवडले असे दाखविणार नाही.''

त्या वेळी, मी इतकी रागावले होते की, काय करावे हे मला माहीत नव्हते. तिला माझ्या आयुष्यातून काढून टाकायची माझी इच्छा नव्हती; परंतु परिस्थिती कशी हाताळायची हे मला माहीत नव्हते.

मी माझ्या ओळखीच्या एका व्यक्तीच्या प्रेमात वेडी झाले होते तो माझ्या आयुष्याचा जोडीदार होता, ही माझी भावना होती आणि माझी आई मला माझ्या तोंडावर सांगत होती की तिने त्याला निवडले नसते व माझ्यासाठी ती उल्लसित होऊ इच्छित नव्हती.

मी क्रिसशी लग्न केले, परंतु वर्षानुवर्षे माझ्या आणि माझ्या आईमधील संबंधांना नापसंतीचा हा ताण मला जाणवला. तिने जे सांगितले ते विसरणे माझ्यासाठी कठीण होते आणि मला ते कसे सोडून द्यावे हे माहीत नव्हते.

कालांतराने, तणाव कमी झाला आणि ३० वर्षांनंतर, माझी आई क्रिसचे कौतुक करते. 'क्रिस, तू माझा आवडता जावई आहेस', असे ती विनोदाने म्हणते. (तो तिचा एकुलता एक जावईदेखील आहे).

तर मी हे कसे साध्य केले? अलीकडेच *'त्यांना करू द्या'* सिद्धान्त (*लेट देम थिअरी*) आणि संदर्भाची चौकट हे साधन (फ्रेम ऑफ रेफरन्स), वापरून मला खरोखर समजले आहे की, तिला असे का वाटले. माझ्या आईसोबतच्या माझ्या नातेसंबंधात आणि तिच्या मताशी मी असहमत असताना ते स्वीकारण्याच्या माझ्या क्षमतेत हे खरोखरच मूलभूत बदल करणारे ठरले आहे.

जर मी माझ्या आईच्या जागी असते आणि तिच्या आयुष्याबद्दल काय माहिती आहे हे जाणून मी क्रिसशी लग्न करावे असे मला वाटणार नाही. का? कारण क्रिस पूर्व किनारपट्टीचा आहे आणि त्याच्याशी लग्न केल्याने मी कदाचित पूर्वेला स्थायिक होईन आणि

कधीही मध्य-पश्चिम भागात (मिडवेस्टला) घरी परत जाणार नाही किंवा पुन्हा कधीही माझ्या आई आणि वडिलांजवळ राहणार नाही असे तिला वाटत होते.

कारण माझ्या आईची संदर्भाची चौकट अशी आहे की, एकदा तिने घर सोडले व माझ्या वडिलांना भेटली त्यानंतर ती पुन्हा कधीही घरी परतली नाही. माझी आई १७ वर्षांची असताना कुटुंबाचे शेतावरील घर सोडले आणि कान्सास येथील कॉलेजमध्ये शिकण्यासाठी न्यू यॉर्कमध्ये वाढली. ती तिथे माझ्या वडिलांना भेटली आणि त्यांचे प्रेम जमले. ती १९ वर्षांची झाली तेव्हा तिचे लग्न झाले होते आणि तिने मला जन्म दिला होता.

तिने किंवा माझ्या वडिलांनी हे नियोजित केले नव्हते, तर ते घडले होते. खरं तर, जेव्हा माझ्या वडिलांच्या पालकांना कळले की, माझी आई गर्भवती आहे, तेव्हा माझी आजी माझ्या १९ वर्षांच्या आईला म्हणाली, ''मला आशा आहे की, तू आमच्या मुलाचे आयुष्य उद्ध्वस्त केले नाहीस.''

तुम्ही कल्पना करू शकता का? माझे पालक किती लहान होते आणि ते कान्सासमध्ये राहत होते आणि त्यांच्याभोवती कुटुंब नव्हते याबद्दल जेव्हा मी विचार करते तेव्हा मला खूप दुःख होते.

माझ्या आईचा हा अनुभव होता आणि त्यामुळे पालकांपासून इतके दूर कुटुंब वाढवण्याबद्दल आणि तुमच्या आजूबाजूला कुटुंबाकडून कोणताही आधार नसणे किती कठीण आहे असा तिचा संदर्भ तयार झाला.

माझ्या वडिलांनी रेसिडेन्सी आणि मेडिकल स्कूल पूर्ण केल्यानंतर माझे आई-वडील शेवटी मिशिगनमध्ये स्थायिक झाले आणि मोठे झाल्यावर मी क्वचितच माझे आजी-आजोबा किंवा मोठे कुटुंब पाहिले कारण ते खूप दूर राहत होते. आमचे कुटुंब म्हणजे फक्त मी, माझी आई, माझे वडील आणि माझा भाऊ होते. जगाच्या विरोधात असलेले आमचे स्वतःचे छोटे कुटुंब.

म्हणून जेव्हा मी पूर्व किनाऱ्यावर कॉलेजला जाण्यासाठी घराबाहेर पडले तेव्हा कदाचित ही भीती तिच्या मनात निर्माण झाली असेल की, मी कधीही घरी परत येणार नाही. जेव्हा मी न्यू यॉर्कमध्ये पूर्व किनाऱ्यावर राहणाऱ्या क्रिसला भेटले तेव्हा माझ्या आईची सर्वांत मोठी भीती अधिकच बळकट झाली की, मीही माझे आयुष्य खूप दूर सुरू करेन आणि कधीही माझ्या छोट्या मध्य-पश्चिम भागातील शहरात परत जाणार नाही.

आणि तेच घडले. माझ्या आईची सर्वांत मोठी भीती खरी ठरली. जेव्हा तुम्ही माझ्या आईच्या संदर्भ चौकटीतून ते पाहता तेव्हा तिला तिची कहाणी तिच्यासमोर पुन्हा एकदा घडताना दिसली. मी दूर जाऊन कोणालातरी भेटणार आणि कधीही घरी येणार नाही आणि ती बरोबर होती. मला खात्री आहे की, तिला मी मिशिगनमधील एखाद्याशी लग्न करावे असे वाटत होते जेणेकरून मी त्यांच्या जवळ स्थायिक होऊ शकेन. तीस वर्षांपूर्वी जेव्हा मी क्रिसला भेटले, तेव्हा माझ्या आईच्या संदर्भाच्या चौकटीचा मी विचार केला नाही. मी फक्त नाराज आणि रागावले होते आणि असा निष्कर्ष काढला की, 'ती मला पाठिंबा देत नव्हती.'

मी आता समजू शकते की, तिने मला पाठिंबा दिला, तिला फक्त तिची मुलगी गमावण्याची भीती वाटत होती. ती माझ्यावर प्रेम करते आणि मी इतके दूर राहावे असे तिला वाटत नव्हते. *'त्यांना करू द्या'* या सिद्धान्ताचा वापर करून, माझे आयुष्य वेगळ्या मार्गाने जावे अशी इच्छा करण्याचे स्वातंत्र्य तिला देऊ शकते आणि तिला असे का वाटते हेदेखील मी खरोखर समजून घेऊ शकते.

कोणीतरी लग्न करून तुमच्या मुलीला तुमच्यापासून दूर नते आहे हे पाहणे किती कठीण आहे हे मी समजू शकते व त्याबद्दल मला सहानुभूती आहे. मी माझ्या मुली आणि मुलासाठीही अशा व्यक्तीची निवड करणार नाही.

माझी मुलगी सॉयरने युरोपमधील एखाद्याशी लग्न करावे आणि पॅरिसमध्ये राहावे असे मला वाटत नाही. त्यामुळे ती सुखी होणार असेल तर तिने तसे करावे. परंतु ती माझी निवड असेल का? तर नाही. हे मी तिला मदत करीत नाही किंवा नियंत्रित करते आहे असे भासेल; परंतु मला खात्री आहे की, प्रत्येक पालक हे समजून घेऊ शकेल आणि मी हे नियंत्रणात ठेवण्यासाठी म्हणत नाहीये. मी हे म्हणत आहे कारण मला असं वाटतं. माझं मत नकारात्मक असू शकतं, पण मला ते तसे असण्याची मला परवानगी आहे. मी समर्थन देत नाही असे माझ्या मुलीला वाटेल, याची मला खात्री आहे.

माझी मुलगी केंडलसोबतही तीच परिस्थिती आहे. ती सध्या लॉस एंजेलिसमध्ये राहते आणि ती कॅलिफोर्नियामध्ये राहणाऱ्या एखाद्या व्यक्तीला भेटू शकते आणि तिथेच स्थायिक होऊन तिचा संसार करू शकते व मुलांना वाढवू शकते. याचा अर्थ असा की, जर ते इथे पूर्व किनाऱ्यावर राहत असतील तर मी तिला किंवा तिच्या मुलांना जितक्या वेळा भेटू शकेन तितके भेटता येणार नाही.

ज्याप्रमाणे सॉयरला पॅरिसला जाण्याची परवानगी आहे आणि केंडलला लॉस एंजेलिसमध्ये कुटुंब वाढवण्याचा निर्णय घेण्याची परवानगी आहे त्याचप्रमाणे मलाही माझे मत बाळगण्याची परवानगी आहे.

माझ्या आईलाही असे मत मांडण्याची परवानगी आहे की, तिने माझ्यासाठी ईस्ट कोस्टमधून कोणाचीही निवड केली नसती. माझ्यासाठी पूर्व किनाऱ्यावरील कोणाची निवड करू नये असे मत बाळगण्याची माझ्या आईस परवानगी आहे. पण त्यामुळे क्रिसबरोबर विवाह करून आम्हाला हवे तेथे राहणे व मुलांना वाढविणे मी रद्द केले नाही याचा मला आनंद आहे.

पण आता मी *'त्यांना करू द्या'* सिद्धान्ताबद्दल कृतज्ञ आहे कारण मी माझ्या आईला आणि ३० वर्षांपूर्वी तिची अनिच्छा का होती हे पूर्णपणे समजू शकते. तो निर्णय नव्हता; ते दुःख होते. ती चुकीची नव्हती. ती बरोबर होती. पण मीही चूक नव्हते.

खरं तर, आम्ही दोघीही बरोबर होतो. कारण आमच्या दोघींची संदर्भाची चौकट वेगवेगळी होती.

तिच्या नजरेतून पाहिल्याने मला आमचे नाते पुन्हा संतुलित करण्यास मदत होते. आता सत्ता संघर्ष नव्हता; समजूतदारपणा होता.

या प्रकारची परिस्थिती हाताळणे इतके आव्हानात्मक का आहे याचे एक कारण म्हणजे तुम्ही दोघेही आपणच बरोबर आहोत असे समजता. त्यांच्या प्रत्यक्ष अनुभवावरून किंवा संदर्भ चौकटीवरून, ते त्यांचे मत बरोबर आहे असे समजतात. तुमच्या प्रत्यक्ष अनुभवावरून किंवा संदर्भ चौकटीवरून, तुम्हाला तुमचे मत बरोबर वाटते.

'त्यांना करू द्या' या सिद्धान्तामध्ये दोघांचेही मत बरोबर आहे असे स्वीकारले जाते व मान्य केले जाते. येथे सखोल संबंध, प्रामाणिकपणा आणि प्रेम आहे.

तुमच्या भावनांपासून अलिप्त राहण्यासाठी आणि दुसऱ्याच्या जागी पाऊल टाकण्यासाठी स्वतःच्या भावनांपासून अलिप्त होऊन दुसऱ्याच्या भूमिकेतून पाहणे यासाठी एका असाधारण प्रौढ व्यक्तीची आवश्यकता असते. कोणीतरी तुमच्यावर प्रेम करू शकते आणि त्याचे विचार 'खूप दुखावणारे' आणि कधीकधी दुराग्रही असतात हे समजणे कठीण आहे.

जेव्हा आयुष्यात असे घडते, तेव्हा तुम्ही कसा प्रतिसाद द्यावयाचा हा एक सखोल वैयक्तिक निर्णय असतो. तुमच्या कुटुंबातील कोणी तुमच्याबद्दल मत बनवीत असेल तर तुम्ही काय करावे हे मी तुम्हाला सांगू शकत नाही. परिस्थितीला कसा प्रतिसाद द्यायचा हे ठरवण्यासाठी मी तुम्हाला साधने देऊ शकतो.

तुम्हाला ही व्यक्ती तुमच्या आयुष्यात हवी आहे का? जर तुम्हाला पाहिजे असेल तर *'त्यांना करू द्या'* सिद्धान्त हे शक्य करू शकतो. माझ्या स्वतःच्या अनुभवात आणि या पुस्तकाच्या संशोधनात आणि इतर अनेक लोकांच्या अनुभवांबद्दल ऐकण्यात मला जे आढळले आहे ते म्हणजे जेव्हा तुम्ही लोकांना त्यांच्या स्वतःच्या निष्कर्षांवर येण्याची संधी देता आणि 'प्रेमळ आणि करुणामय' आहोत असे दाखवण्यावर लक्ष केंद्रित करता, तेव्हा कालांतराने लोक अनेकदा स्वतःहून त्यांचे मत बदलतात असे असे माझे स्वतःचे अनुभव आहेत आणि या पुस्तकाच्या संशोधनात आणि इतर अनेक लोकांच्या अनुभवांबद्दल ऐकण्यात मला आढळले आहे.

म्हणून, कितीही कठीण वाटले तरी, त्यांना त्यांची मते मांडू द्या आणि तुम्ही कशी प्रतिक्रिया देणार आहात यावर लक्ष केंद्रित करा. दुसऱ्याच्या संदर्भ चौकटीत पाऊल टाकण्याच्या या कल्पनेबद्दल मला जे आवडते ते म्हणजे त्या व्यक्तीचे संदर्भ व पूर्वपीठिका काय आहेत हे समजून घेतल्याने त्यांचे किंवा तुमचे मत बदलू शकत नाही, परंतु तुम्ही परस्पर संपर्क करताना तुमच्यातील संबंध अधिक दृढ होईल.

हे तुम्हाला एकाच वेळी दोन गोष्टी सत्य असण्याची परिस्थिती निर्माण करण्यास मदत करते आणि त्या परिस्थितीमध्ये प्रेम अस्तित्वात असू शकते. माझ्यावर विश्वास ठेवा, तुमच्या पालकांमुळे चिडचिड किंवा नाराज होणे सोपे आहे. त्यांना दोष देणे सोपे आहे हे मला समजते.

तुमची भावंडे किंवा घटस्फोटित आईवडील, तुमचे सासूसासरे किंवा सावत्र आईवडील, मोठी झालेली मुले यांच्याशी संबंध ठेवत असताना निराश होणे किंवा रागावणे सहज शक्य आहे.

तुम्ही लोकांना (विशेषतः तुमचे कुटुंब किंवा विशेषतः सावत्र कुटुंब) जसे आहेत तसे स्वीकारायचे का त्यांच्यापासून काही अंतर राखावयाचे हे तुम्हाला ठरवावे लागेल. त्या

सर्वांनी कुटुंबात कसे वागावे हे एका व्यक्तीने दाखवून दिल्यास सर्व कुटुंबव्यवस्था अधिक चांगली होऊ शकते. ती व्यक्ती तुम्ही आहात.

'त्यांना करू द्या' हा सिद्धान्त मला आवडतो कारण जेव्हा केव्हा तुम्ही स्वतःमध्ये सुधारणा करता त्या वेळी तुमचे सर्व नातेसंबंध सुधारतात आणि हे कुटुंबाच्या बाबतीत विशेषतः लागू पडते. हे मी माझ्या कुटुंबात अनुभवले आहे.

मला ज्या गोष्टी त्रास देत होत्या त्या आता मला ताण देत नाहीत. मी स्वतः त्यामध्ये अडकत नाही आणि ज्यामुळे मला अभिमान वाटेल अशा पद्धतीने वागणे व आयुष्य जगणे यांवर मी माझे संपूर्ण लक्ष सतत केंद्रित करते.

मी स्वतःसाठी ठरवलेल्या गोष्टींपैकी एक म्हणजे माझ्या कुटुंबाशी जवळचे नाते असणे माझ्यासाठी महत्त्वाचे आहे. मला ताण देणे किंवा ज्या गोष्टी माझ्या नियंत्रणात नाहीत त्यांचे नियंत्रण करण्याचा माझ्या कुटुंबीयांचा प्रयत्न म्हणजे वेळेचा अपव्यय आहे आणि त्यांना असे करू देणे म्हणजे माझ्या वेळेचा अपव्यय आहे.

तुमच्या प्रियजनांसोबत तुमचा वेळ मर्यादित आहे हे सत्य आहे. कधीतरी, तुम्हाला हे जाणवेल की, तुमचे आईवडील येथे कायमचे राहणार नाहीत आणि मानव म्हणूनही ही त्यांची पहिलीच वेळ होती.

लोकांना स्वतःची जेवढी सखोल माहिती असते तेवढेच ते तुम्हालाही ओळखतात. बहुतेक लोक रोगनिवारण तज्ज्ञाकडे गेलेले नाहीत, त्यांनी आपल्या समस्यांकडे पाहिलेले नाही आणि त्यांना पाहायचेही नाही.

'त्यांना करू द्या.' तुमच्या पालकांना तुमच्या पात्रतेपेक्षा कमी असू द्या. तुमचे कौटुंबिक जीवन परिकथेसारखे नसले तरी चालेल. ते त्यांच्याकडे असलेल्या संसाधनांचा आणि जीवनातील अनुभवांचा वापर करून त्यांना शक्य तेवढे उत्तम कार्य करीत आहेत. तुमच्या भावी आयुष्यात काय होणार आहे हे तुम्ही निवडायचे आहे.

मी घडणाऱ्या कोणत्याही वाईट गोष्टीचे समर्थन करण्यासाठी हे म्हणत नाही. यापेक्षा काही चांगले मिळण्याची तुमची पात्रता नाही असे मी म्हणत नाही. आपल्या कुटुंबाने आपल्याकडे लक्ष देणे, आधार देणे, प्रेम देणे यासाठी प्रत्येक जण पात्र आहे.

पण वस्तुस्थिती अशी आहे की, बहुतेक लोकांनी कधीही स्वतःला समजून घेण्याचे, आपल्या भूतकाळातील अप्रिय गोष्टी विसरण्याचे किंवा आपल्या भावनांचे व्यवस्थापन करण्याचे काम केलेले नाही. जर त्यांनी स्वतःसाठी ते केले नसेल, तर ते तुमच्यासाठी ते करू शकत नाहीत आणि तुम्ही ज्यास पात्र आहात त्या पद्धतीने ते वागू शकत नाहीत.

'त्यांना करू द्या.' जेव्हा तुम्ही ते ओळखता, तेव्हा तुमच्या आयुष्यात एक पर्याय असतो.

तुमच्या कुटुंबाला ते जसे आहेत तसे राहू द्या. तुमचे वडील बदलत नाहीत. तुमची आई बदलत नाही. तुमची भावंडे बदलत नाहीत. तुमचे सासू-सासरे बदलत नाहीत. बदल होऊ शकेल अशी एकमेव व्यक्ती तुम्ही आहात.

जेव्हा तुम्ही *'त्यांना करू द्या'* असे म्हणता, तेव्हा तुम्ही तुमच्या कुटुंबाला तुमच्या आयुष्यात कदाचित पहिल्यांदाच ते जसे आहेत तसेच पाहता. ते मानव आहेत. जे घडले

त्यावर तुमचे नियंत्रण नाही. ते कोण आहेत यावर तुमचे नियंत्रण नाही. या क्षणापासून फक्त तुम्ही काय करता यावर तुम्ही नियंत्रण ठेवू शकता.

तुमच्या परिस्थितीची वास्तविकता स्वीकारण्याचा अर्थ असा नाही की, तुम्ही तिला शरण जात आहात. त्याऐवजी, स्वीकार म्हणजे तुमचे भविष्य घडवण्याची तुमची शक्ती पुन्हा मिळवण्याबद्दल आहे. प्रौढांना प्रौढ कसे राहू द्यायचे आणि लोकांना ते जसे आहेत तसे कसे स्वीकारायचे हे ते शिका. मग त्याचा सर्वोत्तम वापर कसा करायचा ते ठरवा, मी तुम्हाला खात्री देते की, तुमच्या कुटुंबाचे परस्पर संबंध सुधारतील.

या स्वीकृतीमुळे तुम्ही तुमच्या कुटुंबाकडे अनुकंपेने पाहू शकता आणि त्याहूनही महत्त्वाचे म्हणजे ज्याच्याकडे स्वतःची एक संदर्भाची चौकट आहे व आयुष्याचा मार्ग आहे अशी व्यक्ती म्हणून तुम्ही स्वतःकडे पाहू शकता.

मग तुम्ही दुसऱ्या भागात जाता, तो म्हणजे *'मला करू द्या'*. मी कोणत्या प्रकारची व्यक्ती बनू इच्छिते आणि माझ्या मूल्यांवर आधारित मला कोणत्या प्रकारचे नाते निर्माण करायचे आहे हे मला ठरवू द्या.

याचा अर्थ तुमच्या कुटुंबासोबत वेळ घालवणे म्हणजे अपराधीपणा वाटू नये म्हणून नाही, तर ते तुमच्यासाठी महत्त्वाचे आहे. जरी तुमच्या कुटुंबाला त्रासदायक असल्या तरी तुम्ही तुमच्या स्वतःच्या परंपरा स्पष्ट करीत आहात असाही याचा अर्थ होऊ शकतो. याचा अर्थ असा असू शकतो की जरी प्रतिसाद मिळत नसला तरी नेहमी प्रयत्न करणारी व्यक्ती तुम्ही आहात. याचा अर्थ असा असू शकतो की, 'मी तुझ्यावर प्रेम करतो' किंवा 'मी समजतो' किंवा 'मी तुला माफ करतो' असे पहिल्यांदाच म्हणणे.

याचा अर्थ असा असू शकतो की, त्यांच्या मतांच्या किंवा निर्णयाच्या भीतीने जी टाळत होतात ती कठीण संभाषणे करणे.

स्वतःला अपराधीपणापासून मुक्त करणे आणि काही बदल करणे असा याचा अर्थ असा असू शकतो आणि तुम्ही आता तुमच्या पात्रतेपेक्षा कमी स्वीकारण्यास तयार नाही म्हणून स्वतःला वेगळे करणे असा याचा अर्थ असा असू शकतो. याचा अर्थ असा असू शकतो की, तुमच्याकडे वेळ असतानाच तुम्ही सर्व काही करत राहावे.

तर, इतरांच्या मतांना घाबरण्याबद्दल तुम्ही काय शिकलात ते थोडक्यात पाहू या. तुम्ही सध्या इतरांच्या मतांच्या भीतीला तुमच्यावर नियंत्रण ठेवू देता. *'त्यांना करू द्या'* सिद्धान्त इतरांच्या मतांना तुमच्या जीवनावर अधिकार गाजविणे कसे थांबवायचे हे शिकवते; आणि तुम्हाला स्वतःचा अभिमान वाटेल अशा प्रकारे तुमचे जीवन जगण्यास सक्षम करते.

---

१. **समस्या :** तुम्ही इतरांच्या मतांनाही खूप शक्ती देत आहात. जेव्हा तुम्ही लोक काय विचार करतील या भीतीला तुमच्या निवडींवर नियंत्रण ठेवू देता, तेव्हा तुम्ही तुमची क्षमता मर्यादित करता आणि तुम्हाला खरोखर काय हवे आहे ते साध्य करण्यापासून स्वतःला रोखता. या भीतीमुळे

तुम्ही कामात विलंब करता, स्वतःवर शंका घेता, परिपूर्णतेच्या प्रयत्नात पंगू होता आणि सर्वांत महत्त्वाचे म्हणजे, तुमची स्वप्ने सोडून देता.

२. **सत्य :** तुम्ही काहीही करा, लोक तुमच्याबद्दल नकारात्मक मते बाळगतील. तसे होईल. त्यांना करू द्या. तुम्ही त्यावर नियंत्रण ठेवू शकत नाही. दुसऱ्याच्या मतामुळे तुमचे लक्ष विचलित होऊ देणे किंवा तुम्ही स्वतःला त्रस्त होऊ देणे म्हणजे तुमचा वेळ आणि शक्ती वाया घालवणे आहे.

३. **उपाय :** जेव्हा तुम्ही *त्यांना* हवे तसे विचार करू देता तेव्हा ते तुम्हाला हवे तसे करण्याचे स्वातंत्र्य देते. जेव्हा तुम्ही तुमचे विचार आणि कृती तुमच्या मूल्यांशी मिळत्याजुळत्या असतात तेव्हा तुम्हाला स्वतःचा अभिमान वाटेल. आणि जेव्हा तुम्हाला स्वतःचा अभिमान वाटतो, तेव्हा तुम्हाला इतर कोण काय विचार करतात याची पर्वा नसते.

जेव्हा तुम्ही *'त्यांना करू द्या'* म्हणता तेव्हा तुम्ही त्यांना तुमच्याबद्दल नकारात्मक विचार करू देण्याचा निर्णय घेता. जेव्हा तुम्ही *'मला करू द्या'* असे म्हणता तेव्हा तुम्ही त्या व्यक्तीवर लक्ष केंद्रित करता ज्याचे मत खरोखर महत्त्वाचे आहे आणि ती व्यक्ती म्हणजे तुम्ही स्वतः.

तुम्हाला एक मुक्त, मनस्वी आणि मौल्यवान जीवन मिळते, म्हणून तुम्हाला अभिमान वाटेल अशा प्रकारे आयुष्य जगा.

इतरांच्या भावनात्मक प्रतिक्रिया हाताळणे

प्रकरण सातवे

जेव्हा प्रौढ लोक तणतणाट करतात

आता आपण इतरांच्या भावनिक प्रतिक्रियांना तुमच्या निर्णयांवर कसा प्रभाव पाडू दिला आहे ते पाहू या.

वास्तविकता अशी आहे की, प्रौढ लोक मुलांइतकेच भावनिक असतात आणि दुसऱ्यांच्या प्रतिक्रियांचे व्यवस्थापन करण्याची जबाबदारी तुमची नाही. जोपर्यंत तुम्ही इतरांच्या भावनिक अपरिपक्वतेला तुमच्या निवडीवर नियंत्रण ठेवू देता, तोपर्यंत तुम्ही तुमच्या स्वतःच्या आयुष्यात नेहमीच मागे पडाल.

मला कल्पना नव्हती की, ही माझ्यासाठी आणि तुमच्यासाठीही किती मोठी समस्या आहे. अपराधीपणाच्या भावनांशी सामना करीत असताना, निराशा प्राप्त होण्याची भीती बाळगून, अन्य कोणाच्या प्रतिक्रियेची काळजी करीत असताना किंवा एखाद्याची मन:स्थिती सांभाळण्याची ही योग्य वेळ आहे असा विचार करीत असताना इतर लोकांचे वागणे व प्रतिक्रिया यांच्यामुळे तुम्ही स्वतःची ऊर्जा कमी होऊ देता.

पण ते त्याहूनही जास्त हानिकारक आहे. त्यांचे निष्क्रिय आक्रमक वर्तन, अपराधीपणाची भावना व भावनिक उद्रेक यांच्यामुळे तुमचे निर्णय घेतले जात आहेत. म्हणूनच जेव्हा तुम्हाला खरोखर 'नाही' म्हणायचे असते तेव्हा तुम्ही 'हो' म्हणता. जेव्हा तुम्ही खंबीर उभे राहिले पाहिजे तेव्हा तुम्ही हताश होता. म्हणूनच तुम्हाला सीमा निश्चित करणे कठीण जाते. म्हणूनच जेव्हा काही लोक वाईट मन:स्थितीमध्ये असतात तेव्हा तुम्ही भीतीने अत्यंत काळजीपूर्वक वागता.

नक्कीच, तुमच्या बहिणीच्या अपराधीपणाच्या भावनेला बळी पडणे त्या क्षणी सोपे वाटते; परंतु दीर्घ काळात, तुम्ही स्वतःचा एक महत्त्वाचा भाग गमावता. तुमची मैत्रीण किंवा मित्र यांच्याबरोबरच्या प्रत्येक संपर्कानंतर तुम्ही भावनिकदृष्ट्या थकून जात असाल तर स्वतःला विचारा की, नेहमी तुम्हीच का जुळवून घ्यायचे? स्वतःचा आनंद वाया घालवून दुसऱ्याच्या आनंदाची जबाबदारी तुम्ही स्वतःवर का घेता?

जर तुम्ही दुसऱ्यांच्या भावनिक अपरिपक्वतेला तुमच्यावर वर्चस्व गाजवू दिले तर तुम्ही नेहमीच शेवटी असाल. एखाद्याच्या निराशा, राग किंवा अपराधीपणाचे ओझे घेण्याऐवजी, तुम्ही एक मुक्त करणारा नवीन दृष्टिकोन शिकाल तो म्हणजे फक्त त्यांना प्रतिक्रिया देऊ द्या.

जेव्हा तुम्ही *'त्यांना करू द्या'* असे म्हणता, तेव्हा तुम्ही इतर लोकांना त्यांच्या भावनांमध्ये हस्तक्षेप न करता अनुभवू देता. जेव्हा तुम्ही *'मला करू द्या'* असे म्हणता, तेव्हा तुम्ही जरी ते एखाद्याला अस्वस्थ करत असले तरीही तुमच्यासाठी जे योग्य आहे ते करता, अशा प्रकारे तुम्ही तुमच्या स्वतःच्या जीवनाची जबाबदारी घेता.

दुसऱ्याचा अपराधीपणा, राग किंवा निराशा यांनी तुमच्यावर परिणाम होऊ देणे थांबवण्याची वेळ आली आहे. इतर लोकांच्या भावनिक प्रतिक्रियांचे व्यवस्थापन करण्याची तुमची जबाबदारी नाही. मी हे माझी रोगनिवारण तज्ज्ञ डॉक्टर ॲन डेव्हिन, यांच्याकडून शिकले, ती एक सखोल मानसशास्त्रज्ञ, लेखिका आणि मला भेटलेली सर्वांत हुशार महिला आहे. एके दिवशी, मी तिच्याशी एका कठीण कुटुंबातील एका विशेषतः कठीण सदस्यासाठी सीमा निर्माण करण्याबद्दल बोलत होते.

गोष्ट अशी आहे की, मला या व्यक्तीने मला त्रास देऊ नये असे वाटते. ते सतत त्यांच्याबद्दल काहीतरी बनाव करीत असतात. मला खात्री आहे की, तुमच्या कुटुंबात असा कोणीतरी असेल. तुम्हाला माहीत आहे की, या व्यक्तीसोबतची संध्याकाळ कल्पनेपलीकडे थकवणारी असेल. जर आपले त्यांच्याकडे लक्ष नसेल तर ते वेधून घेण्याचे त्यांच्याकडे सकारात्मक किंवा नकारात्मक अनंत मार्ग आहेत.

जर आपण सर्व फक्त आठ वर्षांचे असू तर काय?

मी ॲनशी या व्यक्तीबद्दल बोलत होते आणि तिने असे काहीतरी सांगितले ज्याने सर्व काही बदलले :

'मेल, बहुतेक प्रौढ हे मोठ्या शरीरातील आठ वर्षांच्या मुलांप्रमाणे असतात आणि एक व्यक्ती जे बोलते किंवा करते त्यामुळे तुम्ही त्रस्त होत असाल तर त्या व्यक्तीची चौथ्या इयत्तेतील आवृत्ती तुमच्यासमोर आहे अशी कल्पना करा. कारण तुम्ही त्या व्यक्तीचे जे वर्णन करीत आहात त्यावरून त्या व्यक्तीची भावनिक परिपक्वता आठ वर्षांच्या मुलासारखी आहे.

खरं सांगायचं तर, मी तिथे बसून ती जे बोलत होती त्यावर विचार करीत असताना ते खूप अर्थपूर्ण वाटले. ते खरे आहे. बहुतेक लोकांना त्यांच्या भावना निरोगी पद्धतीने कशा हाताळायच्या हे माहीत नसते, त्यांच्या गरजा थेट आणि आदरपूर्वक व्यक्त करणे तर दूरच. मला माहीत आहे की मी नक्कीच तसे केले नाही.

जरा विचार करा : तुमची आई काय चूक आहे ते सांगण्याऐवजी नापसंती दर्शविण्यासाठी ओठ बाहेर का काढते? तुमचा मित्र नि:शब्द राहून काय दर्शवितो? तुम्ही मित्रांसोबत बाहेर असताना तुमचा प्रियकर तुम्हाला निष्क्रिय-आक्रमक संदेश (मेसेज) का पाठवतो? तुमची बहीण खूप संतापते आणि एक तासानंतर जणू काही झालेच नाही अशी का वागते?

कारण मुळातच प्रौढांचे अंतःकरण मुलांप्रमाणेच भावनाप्रधान असते. फरक असा आहे की, प्रौढ बहुतेक वेळा भावना चांगल्या प्रकारे लपवू शकतात.

पण *'त्यांना करू द्या'* या सिद्धान्तामध्ये एक गोष्ट सुंदर आहे. या सिद्धान्तामुळे तुम्ही अधिक निर्णयात्मक बनत नाही तर दयाळू बनता. निराश होण्याऐवजी, तुम्हाला हे समजू लागते की, बहुतेक लोकांकडे त्यांच्या भावनांना परिपक्वपणे हाताळण्यासाठी साधने नसतात.

हे कसे करायचे हे कोणालाही शिकवलेले नाही हे खरे आहे. तुमच्या भावनांना हाताळण्यासाठी, तुम्हाला त्या समजून घ्याव्या लागतील आणि निरोगी पद्धतीने त्या कशा हाताळायच्या हे जाणून घ्यावे लागेल. माझा असा अनुभव आहे की, बहुतेक लोकांना हे कसे करायचे याची कल्पना नसते. मला माहीत आहे की, मला नक्कीच कल्पना नव्हती.

भावनिक परिपक्वता ही अशी गोष्ट नाही जी तुम्ही जन्मतःच घेऊन येता किंवा ती फक्त घडते. हे एक कौशल्य आहे ज्यासाठी वेळ, सराव आणि शिकण्याची इच्छा लागते. माझे उपचारतज्ज्ञ बरोबर आहेत. तुम्ही ज्यांना भेटता ते बहुतेक लोक जेव्हा त्यांना जे हवे आहे ते मिळत नाही किंवा जेव्हा त्यांच्या भावना त्रासदायक असतात तेव्हा अजूनही आठ वर्षांच्या मुलासारखे वागतात.

पण आता, *'त्यांना करू द्या'* सिद्धान्ताच्या साहाय्याने तुम्ही करुणेने प्रतिसाद देण्यास, तुमच्या सीमा निश्चित करण्यास आणि इतर लोकांच्या भावनिक अपरिपक्वतेला तुमचा जीवनक्रम ठरविणे थांबवण्यास शिकाल. प्रौढ लोक व त्यांचे मुलांप्रमाणे वागणे खोटे आहे असे सिद्ध करता येत नाही त्यामुळे तुम्हाला या साधनाची आवश्यकता आहे.

मुलांचे वर्तन प्रौढांचे वर्तन

मुलांचे वर्तन	प्रौढांचे वर्तन
मुले तुमच्यापासून पळून जातात	प्रौढ लोक संघर्ष टाळतात
मुले रागावून कोपऱ्यात बसतात व चेहरा वाकडा करतात	प्रौढ शांत बसून नाराजी दर्शवितात
मुले गप्प बसतात	प्रौढ संयम राखतात
मुले तणतणाट करतात	प्रौढांच्या रागाचा विस्फोट होतो, संदेश पाठवून ते आपला राग व्यक्त करतात
मुले दरवाजे आपटतात	प्रौढसुद्धा दरवाजे आपटतात
मुले खोटे बोलतात	प्रौढदेखील खोटे बोलतात

जर तुम्ही वरील यादी वाचल्यानंतर तुमच्या मनात प्रत्येक परिस्थितीसाठी लगेच कोणीतरी आलं असेल, माझ्या उपचारबरोबर हे बोलत असताना माझ्या बाबतीतही असंच घडलं. मुले असं का वागतात याचे कारण म्हणजे ते स्वतःच्या भावना नियंत्रित करू शकत नाहीत.

मी तुम्हाला एक उदाहरण देते. खेळण्यांच्या विभागात एका मुलाने एक लेगो सेट निवडला आहे व तो त्याला पाहिजे असे असे समजा. ज्या क्षणी त्याला त्यांना सांगितले जाते की, त्याला तो मिळू शकत नाही, तेव्हा काय होते?

त्यांचे लहान शरीर दुःख, निराशा, आश्चर्य, राग अशा भावनांनी भरून जाते. म्हणूनच ते नाट्यमय भावनिक प्रतिक्रिया देतात आणि रडू लागतात, गप्प बसतात किंवा जमिनीवर पडून रागात तणतणाट करू लागतात.

यावर उपाय म्हणजे मुलाला खेळणे किंवा लेगो सेट देणे हा नाही. उपाय म्हणजे पालकांनी मुलाला वाटत असलेल्या भावना शांत, समजूतदार आणि करुणामय पद्धतीने हाताळण्यास मदत करणे हा उपाय आहे.

खाली वाकून मुलाची समजूत घालण्यासाठी असे म्हणावे लागते, 'मला माहीत आहे की हे कठीण आहे. मला माहीत आहे की तुला लेगो सेट हवा आहे. नाराज होणे ठीक आहे. मीही निराश होतो. हे योग्य नाही. जेव्हा मला हव्या असलेल्या गोष्टी मिळत नाहीत तेव्हा मी नाराज होतो.'

त्यांना रडू द्या, भीक मागू द्या किंवा जोपर्यंत त्यांना गरज आहे तोपर्यंत त्यांना जे काही हवे आहे ते करू द्या.

प्रौढ व्यक्तीने 'शांत व्हा' किंवा 'हे मूर्खपणाचे आहे' किंवा 'तुम्ही जास्त प्रतिक्रिया देत आहात' असे न म्हणता जर मुलांना भावनांच्या उन्मेषाचा पूर्ण अनुभव घेऊ दिला नाही तर तर ते सामान्य मानवी भावनांना निरोगी पद्धतीने कसे हाताळायचे हे कधीच शिकत नाहीत. त्याऐवजी, ते भावनिकदृष्ट्या अपरिपक्व प्रौढ बनतात.

म्हणून मी असे गृहीत धरतो की, बहुतेक प्रौढांनी त्यांच्या भावनांना निरोगी पद्धतीने कसे हाताळायचे हे कधीच शिकलेले नाही, कारण कोणाच्याही आईवडिलांना हे कसे करायचे हे माहीत नसते आणि जर तुमच्या आईवडिलांना माहीत असेल तर तुम्ही एक भाग्यवान व्यक्ती आहात. मुलांना हे स्वतःहून कसे करायचे ते शिकता येत नाही. मी आधी म्हटल्याप्रमाणे हे एक कौशल्य आहे ज्यासाठी वेळ, सराव आणि शिकण्याची इच्छा लागते.

अर्थात, या पुस्तकासाठी संशोधन करताना मला जाणवले की, पालक म्हणून, मी हे पूर्णपणे बिघडवले आहे. मी माझ्या मुलाला लेगो विकत घेतले असते. किंवा 'रडणे थांबवा!' असे निराशेच्या भरात ओरडले असते. किंवा, त्यांना जमिनीवर सोडून मी त्यांच्यापासून दूर गेले असते व मी गेले आहे हे पाहून ते घाबरले असते व त्यांनी रडणे थांबविले असते. यामुळे माझ्या तिन्ही मुलांना आता उपचारांची गरज का आहे हे स्पष्ट होते.

मी हे चेष्टेने म्हणत असते तर बरे झाले असते. मी हे चुकीचे केले कारण मला माझ्या स्वतःच्या भावना कशा नियंत्रित करायच्या हे माहीत नव्हते. मलाही लहानपणी कधीच शिकवले गेले नव्हते. मी अशा कुटुंबात वाढले जिथे आम्ही आमच्या भावनांबद्दल बोलत नव्हतो. लोक जेव्हा भारावून जायचे तेव्हा फक्त रागाने उद्रेक करायचे आणि नंतर काहीही झाले नाही असे भासवायचे.

आणि हे *'त्यांना करू द्या'* या सिद्धांताबद्दल मला एका अतिशय महत्त्वाच्या मुद्द्यावर आणते आणि तो म्हणजे मुलांच्या भावनिक आणि शारीरिक गरजांसाठी प्रौढ १०० टक्के

जबाबदार असतात हे मला अगदी स्पष्ट करावयाचे आहे. मुले त्यांना आवश्यक असलेला भावनिक आणि शारीरिक आधार स्वतःला देऊ शकत नाहीत.

मुलाला त्याच्या भावना नियंत्रित करण्यास मदत करणे ही तुमची जबाबदारी आहे. निरोगी पद्धतीने प्रतिसाद द्या. भावना ही सामान्य गोष्ट आहे आणि त्या कशा हाताळायच्या हे शिकवण्याची जबाबदारीदेखील तुमची आहे.

खरं तर, या पुस्तकासाठी संशोधन करताना डॉक्टर लिसा डॅमोर या वैद्यकीय मानसशास्त्रज्ञ व न्यू यॉर्क टाइम्ससाठीच्या उत्तम विक्री होणाऱ्या पुस्तकांची लेखिका यांनी मला सांगितले की, जेव्हा एखादे मूल (किंवा प्रौढ) त्यांना जे हवे ते मिळाले नाही किंवा काही हरवले तर नाराज होतात हे मानसिकदृष्ट्या जीवनातील अनुभवांना निरोगी प्रतिसाद देणे आहे. दुःखाच्या या भावना आणि निराशा ही तुमची मानसिक स्थिती चांगली असल्याचे लक्षण आहे.

भावना परिस्थितीशी जुळतात का?

जेव्हा तुम्ही आठ वर्षांचे असता तेव्हा तुम्हाला हवा असलेला लेगो न मिळाल्यास अस्वस्थ होणे ही एक सामान्य प्रतिक्रिया आहे. जेव्हा तुमचा शाळेतला मित्र तुमच्या भावनांना इजा पोहोचेल असे बोलतो तेव्हा दुःखी असणे ही एक निरोगी प्रतिक्रिया आहे. जेव्हा तुम्हाला टीव्ही पाहायचा असेल आणि तुमचे पालक म्हणतात की, झोपायची वेळ झाली आहे तेव्हा अस्वस्थ होणे ही एक सामान्य प्रतिक्रिया आहे.

तसे पाहता प्रौढांच्या अनुभवांसाठीही हेच खरे आहे. जेव्हा तुम्ही प्रौढ आहात आणि जर तुम्हाला नोकरीवरून काढून टाकले गेले तर निराश आणि निरुत्साही वाटणे ही सामान्य प्रतिक्रिया आहे. जेव्हा तुमचा प्रेमभंग झालेला असतो तेव्हा तुम्ही उदास असणे स्वाभाविक आहे. डॉक्टर डॅमोर यांच्या मते, या सर्व योग्य, सामान्य भावनिक प्रतिक्रिया आहेत. तुमच्या मनाने जसे कार्य करणे आवश्यक आहे तसे ते करीत आहे याचा हा पुरावा आहे.

पण मोठे झाल्यावर, तुम्हाला कदाचित वारंवार तुमच्या भावना दडपण्यास शिकवले गेले असेल जेव्हा तुम्ही एखाद्या मुलाला 'ते राहू दे' किंवा 'रडणे थांबव' किंवा 'शांत हो', असे सांगता तेव्हा तुम्ही त्यांना त्यांच्या भावना दाबण्याचे प्रशिक्षण देत आहात. या सामान्य मानवी भावनांना विचलित करा, टाळा किंवा सुन्न करा असे तुम्ही सांगत आहात.

कित्येक लोक त्यांच्या मनातील भावनांना अनेक वर्षे वाट करून देत नाहीत त्यामुळे ते चिंता, नैराश्य, व्यसन व दीर्घ काळ वेदना सहन करीत जगतात, असे डॉ. डॅमोर यांनी मला सांगितले आहे.

त्यांच्या स्वतःच्या भावनांवर प्रक्रिया करण्यासाठी मानसिक तयारी करण्यास मुलाला मदत करणे ही तुमची जबाबदारी आहे हे मी पुन्हा सांगत आहे. पण दुसऱ्या प्रौढ व्यक्तीच्या भावनिक प्रतिक्रियांचे व्यवस्थापन करणे ही तुमची जबाबदारी नाही हे समजून घेणे खूप महत्त्वाचे आहे. मी हे आणखी सविस्तरपणे सांगते.

मोठ्यांसारखे मुलांसारखे वर्तन

तुमच्या आयुष्यातील एखाद्या व्यक्तीने आपण अबोल राहण्याचा तुम्हाला दिलेला अगदी सामान्य अनुभव घेऊ या. भावना निरोगी आणि आदरयुक्त पद्धतीने कशा व्यक्त कराव्यात हे माहीत नसल्याने अपरिपक्व प्रौढ अबोल राहतात.

म्हणून त्याऐवजी ते बोलणे बंद करतात. ते काहीही चुकीचे नसल्याचा आव आणतात आणि बऱ्याचदा, ते तुमच्याकडे दुर्लक्ष करतात. जर तुम्ही कधी अशा गोष्टींची शिकार झाला असाल तर म्हणजे मित्राकडून, कुटुंबातील सदस्याकडून किंवा सहकाऱ्याकडून अबोल राहणे झाले असेल तर ते वेदनादायक आहे व आपले काय चुकले हे शोधण्याचा तुम्ही प्रयत्न करू लागता आणि अबोल व्यक्तीस नेमके तेच हवे असते, त्यांना तुमचे लक्ष हवे आहे. कोणीतरी प्रौढ व्यक्तीने येऊन आपली समजूत काढावी म्हणून जसे एखादे मूल रुसून ओठ बाहेर काढून कोपऱ्यात जाऊन बसते त्याचप्रमाणे प्रौढ व्यक्ती अबोल राहून 'तुम्ही ठीक आहात ना?', 'मी काही करू शकतो का?' आणि 'मी काय चूक केली?' असे तुम्ही विचारावे असे त्यांना वाटते.

ते मूक उपचारांचा वापर करतात कारण त्यांना त्यांच्या स्वतःच्या भावना कशा हाताळायच्या हे माहीत नसते आणि ते तुम्हाला त्यांच्याकडे बोलावण्याचा प्रयत्न करत असतात व काय बिनसले आहे हे तुम्ही विचारावे असे त्यांना वाटत असते.

माझी एक मैत्रीण होती ती हायस्कूलमध्ये असताना नेहमीच असे करत असे. एक मिनिट आम्ही छान असायचो आणि पुढच्याच मिनिटाला ती माझ्याशी बोलत नव्हती. मी काय चूक केली हे मला कधीच कळले नाही. मी तिला फोन करीत असे, येता जाता हॅलो म्हणत असे व मी न केलेल्या चुकीसाठी क्षमाही मागत असे.

ती कधीच यावर बोलत नसे, आणि मग अचानक एके दिवशी ठरवत असे की, आता ती यातून बाहेर आली आहे. मग आम्ही पुन्हा उत्तम मैत्रिणी व्हायचो. ती पुन्हा माझ्याशी बोलायला लागली की, मला इतकं हलकं वाटायचं की, मीही जणू काहीच घडलं नाही अशा थाटात वागायचे.

आता मला हे समजतं की, तिला माझ्याशी प्रामाणिकपणे संवाद साधण्यापेक्षा शांततेचा वापर करणं सोपं वाटायचं. कारण ती स्वतःच्या भावना माझ्यापाशी कशा व्यक्त करावयाच्या हे तिला माहीतच नव्हतं.

एक गोष्ट लक्षात घ्या, हे सगळं तुमच्याशी संबंधित नसतं. जेव्हा कोणी अबोल राहते तेव्हा त्याचे मूळ आपल्या भावना कशा हाताळायचा हे त्यांना समजत नाही किंवा जुन्या जखमा यात असते.

'त्यांना करू द्या.' जेव्हा एखादी प्रौढ व्यक्ती आठ वर्षांच्या लहान मुलासारखी वागते तेव्हा त्यांना तसं करू द्या.

ही एक अशी युक्ती आहे जी तुमचं आयुष्य बदलून टाकेल. तुमच्यासाठी कदाचित ती व्यक्ती आई-वडील असतील जे रागावतात, खोलीतून बाहेर निघून जातात आणि काही दिवस किंवा एखादा शनिवार व रविवार (वीकेंड) पूर्ण शांत राहतात.

किंवा, माझ्या एका जवळच्या मैत्रिणीच्या बाबतीत, तिची आई अचानक महिनाभर तिच्याशी बोलणं बंद करते. मग एके दिवशी ती सकाळी जिना उतरते आणि असं भासवते की काहीच घडलं नाही.

'त्यांना करू द्या' हा सिद्धान्त वापरल्यावर तुम्ही कधीच दुसऱ्यांच्या भावनिक अपरिपक्वतेचे किंवा भावनिक छळाचे बळी ठरणार नाही कारण तुम्हाला आता काय करायचं ते ठाऊक असेल.

सर्वांत आधी, एखाद्या प्रौढ व्यक्तीच्या भावनांचं व्यवस्थापन करणं हे तुमचं काम नाही. कोणी तुमच्यासमोर अबोल राहत असेल, स्वतःला पीडित म्हणून मांडत असेल, किंवा चिडून तुटून बोलत असेल तर त्यांना तसे करू द्या आणि मग त्यांच्या शरीरात एक आठ वर्षांचं मूल अडकलेलं आहे अशी कल्पना करा.

असं केल्यावर एक भन्नाट गोष्ट घडते. तुम्हाला त्यांचं भय वाटत नाही, उलट त्यांच्याबद्दल कळवळा वाटतो. रागाच्या जागी सहवेदना येते.

तुम्हाला हेही जाणवेल की, दुःख, असुरक्षितता, निराशा, राग, भीती अशा सामान्य मानवी भावना व्यक्त करण्याची त्यांची क्षमता नाही आणि हा तुमचा दोष नाही. त्याचे निराकरण करणे हा तुमचा प्रश्न नाही. हे त्या व्यक्तीसोबत त्यांच्या लहानपणापासूनच घडत आलंय.

त्यांच्या भावना सांभाळणं किंवा त्या सुधारण्याचा प्रयत्न करणं, ही तुमची जबाबदारी नाही.

तुमचे काम म्हणजे स्वतःला त्यांच्या भावनिक वावटळीपासून वाचवणं आणि सामोरची व्यक्ती आपल्या भावना आरोग्यदृष्ट्या कशा व्यक्त कराव्यात हेच जाणत नाही हे ओळखणं.

त्यांना गप्प राहू दे. त्यांच्या भावनांचा उद्रेक होऊ दे. आपल्यावर अन्याय झाला आहे असे त्यांना म्हणू दे. त्यांना रुसू दे. असे घडलेच नाही असे त्यांना म्हणू दे. त्यांना सगळं स्वतःभोवती फिरू दे.

मग मला करू द्या. माझ्यातील प्रगल्भ, समंजस आणि प्रेमळ प्रौढाला या परिस्थितीत पुढे येऊ दे. मी यावर थेट बोलणार की बोलणारच नाही हे मला ठरवू दे. दुसऱ्याच्या भावना हाताळणं हे माझं काम नाही याची मी स्वतःला आठवण करून देईन जिथे असं चालू आहे तिथे मी स्वतःला त्या संदेश साखळीमधून, जेवणाच्या टेबलावरच्या गोंधळातून, त्या नात्यातून किंवा मित्रगटातून बाजूला काढेन.

इतरांनी बदलावं अशी अपेक्षा करण्यापेक्षा स्वतःमध्ये बदल करा. स्वतःला अधिक उच्च मूल्यांवर स्थापित करा व अशा भावनिक अपरिपक्व वर्तनाचे व्यवस्थापन कारण्यापासून रोखा.

एखाद्याची सततची भावनिक अपरिपक्वता गैरवर्तनासमान होत असेल तर अशा परिस्थितीत थांबू नका. आपल्यावर अन्याय होत आहे अशी नेहमी तक्रार करणाऱ्यांबद्दल सहानुभूती बाळगू नका. एखाद्या आठ वर्षांच्या मुलाप्रमाणे वागणाऱ्या व्यक्तीबरोबर संबंध प्रस्थापित करण्यासाठी तुम्ही जितका जास्त वेळ द्याल तेवढे एखाद्या मुलाचे पालक झाल्यासारखे तुम्हाला वाटेल. स्पष्टपणे दिसणारं आत्मकेंद्रित वागणं सारवासारव करून समजावणं थांबवा.

जेव्हा तुम्हाला समजते की, समोरील व्यक्तीस अंतर्मनावर अजून खूप काही करणे अवश्य आहे तेव्हा त्या व्यक्तीसाठी किती वेळ द्यावयाचा यावर तुम्ही मर्यादा घाला.

कारण जोपर्यंत ही व्यक्ती स्वतःवर काम करत नाही आणि भावनिक बुद्धिमत्तेच्या कौशल्यांचा विकास करत नाही, तोपर्यंत ती गप्प बसणं, अन्याय झाला असे म्हणणे, किंवा सूक्ष्मपणे आक्रमक होणं हेच करत राहील. हे व्यक्तिमत्त्व नाही, हा एक साचा आहे.

जर तुम्हीच समस्या असाल तर काय होईल?

आयुष्यात काही प्रसंगी तुम्हीच भावनिक दृष्टीने अपरिपक्व आहात असे ही ओळ वाचत असताताना जाणवले तर तुम्ही काय कराल?

तुम्ही तुमच्या भावनांमुळे भारावून जाता. रुष्ट होता. अबोल राहता. राग व्यक्त करणारे संदेश पाठविता. आपल्यावर अन्याय झाल्याचा बहाणा करता. तुम्ही इतर लोकांवर रागावता. सगळं स्वतःवरच ओढवून घेता.

जर तुम्हाला हे जाणवत असेल तर तुम्ही एकटे नाहीत हे मी तुम्हाला सांगू इच्छितो. मलासुद्धा स्वतःबद्दल असं जाणवलं होतं.

इतरांमधील अपरिपक्व वागणूक ओळखणे सोपे असते. पण स्वतःमध्ये ती ओळखायला धैर्य आणि भावनात्मक बुद्धिमत्ता लागते. माझ्या बाबतीत, मी आठ वर्षांचीही नव्हते. माझी भावनिक परिस्थिती कदाचित पाच वर्षांच्या मुलाप्रमाणेच होती.

माझ्या भावनांमुळे मी अगदी सहज भारावून जात असे व त्यामुळे तणतण करीत असे, माझ्या नवऱ्यावर रागावत असे किंवा मुलांवर किरकोळ कारणांमुळे ओरडत असे. माझ्या आयुष्यात असेही काळ होते जेव्हा सगळं काही फक्त माझ्याबद्दल असायचं त्यामुळे मी अनेकांची मैत्री गमावली. आतापर्यंत, कामाचा ताण वाढला की, मी माझ्या व्यावसायिक भागीदाराला रागीट आणि तक्रारीचे लांबलचक संदेश पाठवून मी किती निराश आहे हे कळवीत असे आणि हे ठीक नाही.

जेव्हा मी *'लेट देम थिअरी'* हे पुस्तक लिहीत आहे आणि त्याचा वापर स्वतःच्या जीवनात करत आहे, तेव्हा मी सतत माझ्या भावनांच्या योग्य प्रक्रिया करण्याचा सराव करत आहे. आपल्या भावनांना ताबडतोब प्रतिक्रिया न देता अनुभवणं हीच '*लेट देम थिअरी*'तील सर्वांत कठीण गोष्ट आहे. हे अवघड आहे. अजूनही सतत लगेच उत्तर देण्याची किंवा परिस्थितीवर ताबा मिळवण्याची माझी इच्छा असते हे मला जाणवते. आणि हो, चुकल्यावर मी अजूनही रुष्ट होते. पण इथे परिपूर्ण व्हायचं हा मुद्दा नाही, तर मुद्दा असा आहे की, स्वतःबद्दल दयाळू राहायचं आणि वाढत राहायचं.

ही प्रक्रिया आयुष्यभर चालते. कित्येक दिवस असे असतात जेव्हा मला वाटतं की, मी पुन्हा पहिल्यापासून सुरुवात करीत आहे. मला माहीत आहे की, हे एक कौशल्य आहे ज्यावर मी आयुष्यभर काम करत राहीन, आणि तुम्हीदेखील.

'*लेट देम थिअरी*'ने मला स्वतःप्रति अधिक दयाळू होण्यास मदत केली आहे. यामुळे माझ्या भावना कशा हाताळायच्या याबद्दल मला सखोल ज्ञान झाले आहे.

जेव्हा इतर एखादी व्यक्ती रागावून तणतण करीत असते तेव्हा *'लेट देम थिअरी'* वापरणे सोपे आहे. परंतु स्वतःच्या भावना हाताळण्यास वापरली तर तुम्हला उच्च स्तरावर नेते. मी किती जास्त कमाई करते, किती अधिक हुशार झाले, आता मी कशी चांगली पालक आहे, चांगली जीवनसाथी आणि चांगली मैत्रीण बनले आहे हे सांगायला मी प्रारंभही करू शकत नाही कारण मला माझ्या भावनांवर योग्य नियंत्रण मिळाल्यामुळे मी शेवटी एक परिपक्व प्रौढ झाल्याचा अनुभव घेत आहे.

तुम्ही स्वतःच्या भावना स्वस्थपणे हाताळण्यासाठी *'लेट देम थिअरी'* कशी वापरता ते इथे सांगितले आहे :

जेव्हा तुम्हाला भावना उद्रेकशील होताना जाणवतात, तेव्हा त्यांना तसे होऊ द्या. (*'लेट देम.'*)

राग, निराशा, वेदना, अपेक्षाभंग, दुःख, शोक, अश्रू आणि अपयशाची भावना हे सर्व असू द्या. (*'लेट देम.'*)

नंतर प्रतिक्रिया देऊ नका. फोन हातात घेऊ नका. टीव्ही चालू करू नका. एखादे पेय बनवू नका. फ्रिज उघडू नका आणि राग व्यक्त करण्यासाठी संदेश पाठवू नका. फक्त तुमच्या भावना जाणून घ्या आणि त्यांना उफाळून येऊ द्या.

भावना उफाळून येऊ देण्यास शिकणे आवश्यक आहे कारण उफाळून आल्यावर त्या ओसंडूनही जातात.

भावना खऱ्या अर्थाने काय आहेत हे तुम्हाला माहीत आहे का?

भावना तुमच्या मेंदूत तयार होणाऱ्या रासायनिक उत्स्फोटासारख्या असतात आणि त्या सहा सेकंदांच्या आत शरीरात शोषल्या जातात. तुमच्या भावनिक प्रतिक्रिया इतक्या वेगाने होतात की, अनेकदा त्यांची जाणीवही होत नाही. तुम्हाला प्रथम त्या रासायनिक उत्स्फोटासोबत येणाऱ्या शारीरिक संवेदनांमधून म्हणजे घाम येणे, स्नायूंमध्ये ताण, अथवा हृदयाची धडधड वाढणे या माध्यमांतून भावना जाणवू लागतात.

संशोधनातून असं समोर आलं आहे की, बहुतेक भावना उफाळून येतात आणि जर आपण त्यावर प्रतिक्रिया दिली नाही तर त्या ९० सेकंदांच्या आत शांत होतात.

आपण आपल्या भावना उगम पावण्यापासून रोखू शकत नाही. तसं करण्याचा प्रयत्न हा केवळ वेळेचा अपव्यय आहे. याऐवजी एक चांगली युक्ती म्हणजे त्या भावनांना उगम पावू द्यावं आणि प्रतिक्रिया न देता शांत होऊ द्यावं.

आपण कितीही प्रयत्न केला तरी दुसऱ्या माणसाच्या भावनिक प्रतिक्रियांवर नियंत्रण ठेवणं अशक्य आहे.

भावना संसर्गजन्यदेखील असतात. दुसरा एखादा माणूस दुःखी, घाबरलेला, घृणास्पद वाटणारा किंवा रागावलेला असेल तर आपल्यालाही त्या भावना आपोआप जाणवू लागतात. त्यामुळेच एखाद्याचा आवाजातील बदल, ऊर्जा कमी होणे, वाईट मूड किंवा देहबोलीतला बदल आपल्यालाही अस्वस्थ करू शकतो.

एक गोष्ट अजून लक्षात घेण्यासारखी आहे : जेव्हा आपण किंवा दुसरा कोणी भुकेला, थकलेला, तणावाखाली, मद्यप्रभावाखाली, एकटा, रागावलेला किंवा दुखावलेला असतो, तेव्हा भावना अधिक तीव्र होतात. जेव्हा मी काही बोलते किंवा करते आणि नंतर त्याबद्दल मला पश्चात्ताप होतो तेव्हा बहुतांश वेळा त्यामागे तणाव, दारू किंवा भूक असते या अनुभवावरून मी हे सांगते, हे समजल्यावर मला माझ्या भावना अधिक चांगल्या प्रकारे हाताळण्यासाठी बदल करणे शक्य झाले आणि यामुळे मी काय बोलते आणि काय विचार करते यावर नियंत्रण ठेवू शकते.

'त्यांना करू द्या' या सिद्धान्तामधून मिळालेला माझा सर्वांत मोठा धडा म्हणजे आपण आपल्या आजूबाजूला काय घडतंय हे कधीच नियंत्रित करू शकत नाही. ज्याप्रमाणे तणाव-प्रतिक्रिया आपोआप सुरू होतात त्याचप्रमाणे आपण आपल्या भावना उगम पावताना थांबवू शकत नाही, कारण त्या स्वयंचलित असतात; पण दुसऱ्या लोकांच्या वागणुकीवर, जगाच्या घटनांवर किंवा आपल्या आत उगम पावणाऱ्या भावनांवर प्रतिक्रिया देताना आपण काय विचार करायचं, काय बोलायचं आणि काय करायचं हे मात्र नेहमी निवडू शकतो. हीच खरी शक्ती आहे.

इतर प्रौढांना त्यांच्या भावना स्वतः हाताळू द्यायला शिकणं तुमचं आयुष्य बदलू शकतं. तसेच आपण काय करणे आवश्यक आहे हे सांगत असताना अवघड असले तरी आपल्या भावनांचा उगम होऊ देणे व शांत होऊ देणे हे शिकणेही तुमचे आयुष्य बदलेल आणि काही वेळा, स्वतःसाठी योग्य निर्णय घेणं ही तुमच्या आयुष्यातील सर्वांत कठीण गोष्ट असू शकते.

प्रकरण आठवे

योग्य निर्णय अनेक वेळा चुकीचा वाटतो

अलीकडे *'द मेल रॉबिन्स'* पॉडकास्टच्या एका श्रोत्याने मला असा प्रश्न पाठवला –

'मेल, मी साखरपुडा केला आहे आणि लवकरच लग्न आहे. लग्नाला काही आठवडेच उरले आहेत आणि हे आयुष्यातील सर्वांत सुखद क्षणांपैकी एक असायला हवं. पण तसं होत नाही. लग्नाची तारीख जसजशी जवळ येतेय, तशी माझी नियोजित वधू आणि माझ्यात भांडणं वाढत आहेत. मनात एक विचित्र भीती आहे व ती मला काढून टाकता येत नाही. आतून वाटतंय की, मी प्रचंड चूक करत आहे. काय करावं हे समजत नाही. आमंत्रणपत्रे पाठवून झाली आहेत, माझ्या व तिच्या पालकांनी सर्व तयारीसाठी आगाऊ रक्कम भरली आहे. मला कुटुंबाला निराश करायचं नाही, आई-वडिलांचे पैसे वाया घालवायचे नाहीत. माझ्या नियोजित वधूचे मनही मोडावयाचे नाही. तिच्या आई-वडिलांसह इतर सगळे माझ्यावर रागावतील याचीही भीती वाटते. हे लग्न थांबवायचं तर कसं?'

हा प्रश्न वाचताच माझे हृदय बंद पडत आहे असे वाटले. तुमचेही असेच झाले असेल. जेव्हा परिस्थिती इतकी गंभीर असते, तेव्हा योग्य निर्णय बहुतेक वेळा चुकीचा वाटतो.

वरवर पाहता जरी तसे वाटत नसले तरी उत्तर सोपे आहे. त्याने हे लग्न थांबवले पाहिजे. लग्नाच्या विचारानेच भीती येत असेल, तर निर्णय चुकत आहे. सतत 'लग्न रद्द करावे?' हेच डोक्यात घोळत असेल, तर तेच करणे योग्य ठरेल.

योग्य निर्णय स्पष्ट दिसतो याचा अर्थ तो निर्णय सहज घेता येईलच, असे नाही. कारण मनुष्याचा अनुभव प्रामुख्याने भावनिक असतो.

वरवर तर्कसंगत दिसणारे निर्णय, जेव्हा इतरांना तीव्र दुख होणार आहेत हे उमगते, तेव्हा ते तितकेसे तर्कसंगत वाटत नाहीत.

अनेकदा अशा द्विधा मनःस्थितीत असताना तुमच्या योग्य निर्णयामुळे कोणी दुखावणार असेल तर वेगळा निर्णय घेऊन स्वतःलाच त्रास करून घेता.

ज्या मुलाने मला पत्र लिहिले होते तो मुलगा बौद्धिक पातळीवर जाणतो की, काय करावे लागेल. प्रश्न त्याच्या भावनांचा आहे. त्याला एक आश्वासन पाहिजे म्हणून त्याने मला पत्र लिहिले आहे. त्याला स्वतःच्या भावना कशा हाताळायच्या आणि त्या निर्णयामुळे इतरांमध्ये उठलेल्या भावनांचं काय करायचं याची काहीच कल्पना नाही.

कठीण निर्णयावर तासन्‌तास छातीत घुसमट होणे हे अशा परिस्थितीत मानसिकदृष्ट्या निरोगी प्रतिसादच आहे. 'इतरांना काय वाटेल?' ही काळजी तो भला माणूस असल्याचं लक्षण आहे.

तुमच्या आयुष्यात अनेकदा असं घडेल की, तुमच्या कृती/उक्तीमुळे लोक चिडतील, निराश-संतप्त होतील, कदाचित अत्यंत दुःखी होतील. हे होणारच. अशा वेळी योग्य निर्णय ठरवताना स्वतःच्या भावना आणि इतरांच्या भावनिक प्रतिक्रिया यांपासून जरा तटस्थ राहायला शिकले पाहिजे.

फक्त भावनांच्या आधारे निर्णय घेऊ नका, कारण त्या बहुतांश वेळा तुम्हाला योग्य निर्णय घेण्यापासून अडवतील.

हे सगळं शब्दांनी जितकं सोपं दिसतं तितकंच प्रत्यक्षात अवघड असतं. बरेचदा योग्य निर्णय घेणे हेच विनाशकारी वाटू शकते. एखाद्याबरोबर प्रामाणिकपणे वागणे अगदी हृदय पिळवटून टाकणारे असू शकते. विशेषतः जेव्हा तो निर्णय तुमच्या आवडत्या माणसाला वेदना देतो तेव्हा तो तुम्हाला आतून पोखरून टाकेल असं कधीकधी वाटू शकतं.

लग्न मोडण्याचा विचार करणाऱ्या नवऱ्याचं उदाहरण घ्या. हा निर्णय कसा सांगायचा हेच त्याला कळत नाही. तुम्ही तो संदेश वाचताना काळजीची लाट अंगावरून गेली असेल, आणि तो माणूस आपल्या ओळखीचाही नाही!

भावना इतक्या प्रबळ असतात.

तो त्याच्या होणाऱ्या पत्नीला बसवून 'आपल्याला बोलायचं आहे', असं म्हणताना तुम्ही डोळ्यांसमोर आणता तेव्हा तुमच्या छातीवर दडपण येते. तो आई-वडिलांना फोन करताना तुम्हाला दिसतो. आपला चेहरा ओंजळीत लपवून ती ढसढसा रडतेय, हे तुम्हाला ऐकू येतं. ती तिच्या आई-वडिलांना सांगते आहे, सांगत असताना तिचा कंठ दाटून आला आहे याची कल्पना केल्यावर तुमचे हृदय हेलावते. आपल्या चिमुकल्या मुलीचं हृदय तुटताना तिच्या वडिलांच्या उरात राग उसळतोय, हे तुम्ही जाणता. ''बाबा, त्यानं सगळं संपवलं, त्याने लग्न मोडलं.'' असे ती म्हणण्याची शक्यता आहे.

तुम्ही फक्त वाचताय, विचार करताय आणि तरीही तुमच्या आत भावनांचा कल्लोळ उठतो. म्हणूनच लोकांचा विश्वासघात करणे किंवा त्यांच्या हृदयास पीळ पाडणे ही जीवनातली सर्वांत कठीण गोष्ट ठरते.

प्रौढ लोकांना त्यांच्या भावना, राग, दुःख, उद्ध्वस्त होणे, भारावून जाणे, लाज, अथवा तुमच्यावरचा प्रचंड संताप असे जे वाटते ते व्यक्त करण्याचा पूर्ण हक्क आहे.

तुम्ही ते थांबवू शकत नाही.

म्हणूनच तुम्ही सत्य टाळून परिस्थितीवर नियंत्रण ठेवण्याचा प्रयत्न करता. आपण सगळ्यांनीच असं केलंय. म्हणूनच तुम्ही चुकीच्या नात्यात, चुकीच्या नोकरीत किंवा चुकीच्या वागण्यात वर्षानुवर्षे अडकून राहिलात.

त्यामुळेच अजूनही तुम्ही तुमच्या अनुपस्थितीत तुमच्याविषयी बोलणाऱ्या मित्राला थेट विचारलं नाही, आईला सामोरे गेला नाहीत, सुट्टी घेतली नाही, किंवा तुमच्या खास मैत्रिणीवर प्रेम करता याची तिला कबुली दिली नाही.

ते टाळणे सोपे वाटते, कारण टाळल्याने तुम्हाला त्याचा सामना करावा लागत नाही. पण आत्ता जे सहजसाध्य वाटते ते कालांतराने आणखी कठीण होते. आज कठीण गोष्टींवर बोलणं टाळलंत, तर त्या पुढच्या वर्षी अधिक सोप्या होतील, असं नाही.

माझ्या अनुभवावरून सांगते, जितकं जास्त वेळ टाळाल, तितकं ते अधिक वेदनादायक होतं. स्वतःसाठी योग्य असलेली गोष्ट न करणे, शेवटी तुम्हालाच जास्त त्रास देणार आहे.

तर मग, त्या मुलाने लग्न मोडले का? माहीत नाही. पण मला आशा आहे की, त्याने ते मोडलं असेल. त्याच्या भल्यासाठी आणि तिच्याही भल्यासाठी ज्या व्यक्तीला तुमच्याबरोबर राहावे असे वाटते अशी व्यक्ती मिळण्यास प्रत्येक जण पात्र आहे.

आयुष्यात सर्वांत धैर्यशील, सन्माननीय आणि दयाळू गोष्ट म्हणजे, एखाद्याला प्रामाणिकपणे सांगणे की, आपण त्यांच्यासोबत राहू इच्छित नाही. प्रामाणिकपणे सांगणं कठीण असतं, विशेषतः जेव्हा समोरची व्यक्ती भावनिकदृष्ट्या अपरिपक्व असते.

अपराधीपणाचा, रागाचा व खराब मन:स्थितीचा सामना करणे तुम्ही टाळता. आपण संघर्ष टाळत नाही, तर त्यांच्या भावना टाळतो. आपले निर्णय दुसऱ्याच्या भावनांवर काय परिणाम करतील व त्यांची प्रतिक्रिया काय असेल एवढाच संघर्ष आपल्या अंतर्मनात असतो.

म्हणूनच लोक काही दशकं संपलेल्या विवाहात अडकून राहतात. लोक नको असलेल्या नोकऱ्यांमध्ये फार काळ टिकून राहतात. लोक चुकीचे अभ्यासक्रम किंवा करिअर निवडतात आणि त्यात अडकून राहतात, कारण कोणाला दुखावायचे नाही, ही भीती त्यांना निर्णय घ्यायला थांबवते. जर तुम्ही समजून घेतलंत की, भावना या आयुष्याचा स्वाभाविक भाग आहेत आणि प्रौढ लोक या चढ-उतारांचा सामना करू शकतात, तर तुम्ही अधिक धैर्यवान व्हाल. सर्वांची भावना जपणं हे तुमचं काम नाही. तुमच्या मूल्यांशी सुसंगत असे तुमचं जीवन जगणं हे तुमचे काम आणि जबाबदारी आहे.

कधीकधी कोणीतरी दुःखी होईल. त्यांची निराशा होईल. तुमच्या निर्णयामुळे कोणीतरी दुःखी होणार आहे हे माहीत असल्याने तुम्हाला वाईट वाटेल आणि हे आयुष्यातील एक अत्यंत कठीण काम असेल.

जेव्हा मला माहीत असतं की, माझ्या कृतीमुळे कोणीतरी निराश होईल किंवा दुखावेल तेव्हा नकारात्मक भावना या आयुष्यातल्या अडचणींवर एक मानसिकदृष्ट्या निरोगी प्रतिक्रिया असते हे डॉ. डॅमूर यांचं सांगणं मला खूप उपयोगी वाटतं.

जेव्हा तुम्ही मत बदलता, तेव्हा लोकांना अस्वस्थ व्हायचं पूर्ण स्वातंत्र्य आहे; जेव्हा तुम्ही नातं तोडता, तेव्हा निराश किंवा हताश होण्याचा त्यांना अधिकार आहे. एखादी व्यक्ती नोकरी गमावते तेव्हा ती दुःखी होणं स्वाभाविक आहे.

तर मग, हे सगळं तुम्ही कसे करता आणि तुम्हाला स्वतःला योग्य वाटणारा कठीण निर्णय घेताना जी अपराधीपणाची भावना व अस्वस्थता जाणवणार आहे, त्याचं कसं व्यवस्थापन करायचं?

भावनांच्या लाटेवर स्वार व्हायला शिका

माझ्यासाठी उपयोगी ठरलेली गोष्ट म्हणजे भावनिक अस्वस्थतेकडे समुद्रातील लाटांवर स्वार होण्यासारखं पाहणं. कारण भावना ह्या लाटांसारख्याच असतात. त्या उफाळतात आणि मग शांत होतात.

काही दिवस तुमचं आयुष्य स्थिर, शांत आणि सुरळीत असेल आणि लग्न मोडण्याच्या दिवसासारख्या एखाद्या दिवशी वादळ येईल आणि तुम्हाला बुडत असल्यासारखं वाटेल. पण खरं तर तुम्ही बुडणार नाही.

लग्न मोडणं वेदनादायक असेल का? हो. तो तुमच्या आयुष्यातील एक अत्यंत वेदनादायक अनुभव असेल का? नक्कीच असेल. तिचे वडील तुमच्यावर प्रचंड रागावलेले असतील का? नक्कीच काही महिने तरी राग धरतील. तुमच्या पालकांनी भरलेली आगाऊ रक्कम गमावून ते तुमच्यावर चिडतील का? हो. तुमच्या नियोजित वधूवरही प्रेम करीत असल्याने त्यांचीही हृदये विदीर्ण होतील का?

हो.

ते सगळे त्यांच्या कल्पनेतील सुंदर भविष्य हरवल्याच्या दुःखात बुडतील.

आणि मग हळूहळू, जसं तुम्ही त्यांना त्यांच्या भावना मोकळेपणाने व्यक्त करू देता आणि स्वतःलाही आपल्याला जे वाटतंय ते पूर्णपणे अनुभवू देता, त्यात बदल घडवायचा किंवा टाळायचा प्रयत्न करीत नाही, त्यानंतर आयुष्य हळूहळू नव्या प्रकारे स्थिर होतं.

काही काळानंतर तुमचे आईवडील तुम्ही असा निर्णय का घेतला हे समजून घेतील, इतकेच नव्हे तर असा निर्णय घेण्याचे धाडस दाखविल्याबद्दल त्यांना तुमचा अभिमान वाटेल. त्यांना वाटू दे.

'मला करू द्या', म्हणजे स्वतःला आठवण करून देणे की, हे सगळंसुद्धा एक दिवस संपून जाईल. तुम्ही इतरांच्या भावनात्मक प्रतिक्रियांपेक्षा मजबूत आहात. त्यांना त्यांची मते असू देत. मला माझी मते असू देत. तुमच्या भावना उफाळून येऊ देत व त्यांच्यावर प्रक्रिया करण्याची संधी तुम्हाला मिळू दे.

कधीही दुसऱ्याच्या भावनात्मक प्रतिक्रियांचा विचार करून तुमचे कठीण निर्णय घेणे थांबवू नका. *'मला करू द्या'* म्हणजे मला स्वतःशी व इतरांशी प्रामाणिक राहू दे. *'मला करू द्या'* म्हणजे आत्ता जरी क्लेशदायक वाटत असले तरी योग्य ते निर्णय घेऊ दे, कारण त्यामुळे पुढच्या काळात मोठ्या वेदना टळतील. ज्या जीवनास मी पात्र आहे ते जगण्याची संधी मला मिळू दे.

चला तर मग, दुसऱ्यांच्या भावनात्मक प्रतिक्रिया हाताळताना आपण काय शिकलो ते संक्षेपात पाहू या. इतरांच्या भावनात्मक प्रतिक्रिया सध्या तुमचे तुमचे निर्णय ठरवितात. जेव्हा एखादी प्रौढ व्यक्ती लहान मुलाप्रमाणे वर्तन करते तेव्हा *'त्यांना करू द्या'* या सिद्धान्तामुळे तुम्हाला थोडे दुरून त्याकडे पाहता येते.

---

१. **समस्या :** तुम्ही इतर लोकांच्या भावनिक अपरिपक्वतेला तुमच्या जीवनावर प्रभाव टाकू देत आहात. त्यांचे उद्रेक, अपराधीपणाची भावना व प्रतिक्रियांमुळे तुम्ही तुमच्या कृती ठरविता त्यामुळे तुम्ही सतत त्यांच्या भावना सांभाळण्यातच अडकून राहता आणि स्वतःच्या भावना व गरजा यांच्यावर लक्ष केंद्रित करू शकत नाही. या गोष्टीमुळे तुमचे स्वतःचे सुख नेहमी दुसऱ्यांच्या भावनांपेक्षा दुय्यम ठरते.

२. **सत्य :** इतर लोकांच्या भावनिक प्रतिक्रिया सांभाळणे हे तुमचे काम नाही. तुम्ही त्यांच्या भावना किंवा प्रतिक्रिया नियंत्रित करू शकत नाहीस; ना तुमची आणि त्यांची भावनिक अपरिपक्वता सुधारू शकत नाही. अनेक प्रौढ व्यक्तींची भावनिक समज आठ वर्षांच्या मुलासारखी असते आणि तुम्ही ती बदलू शकत नाही.

३. **उपाय :** समोरची व्यक्ती कितीही बालिश वागली तरी *'त्यांना करू द्या'* सिद्धान्ताचा स्वीकार केल्यावर तुम्ही परिस्थिती नियंत्रणात ठेवू शकता. जरी त्या निर्णयामुळे काही लोक नाराज झाले तरीही स्वतःच्या हितासाठी निर्णय घ्या. इतरांच्या भावना सतत सांभाळण्याच्या ओझ्यातून मुक्त होताना, तुम्ही स्वतःच्या मूल्यांना आणि आदर्शांना खरी जागा देता.

'त्यांना करू द्या' म्हणजे इतरांच्या भावनांचे व्यवस्थापन किंवा दुरुस्ती करण्याची जबाबदारी न घेता त्यांना भावना व्यक्त करू देण्याचं स्वातंत्र्य देणं. *'मला करू द्या'* म्हणजे इतरांना जरी चुकीचे वाटले तरी स्वतःसाठी योग्य वाटणारे निर्णय धैर्याने घेणे.

स्वतःची परिपक्वता सिद्ध करण्याची आणि एका प्रगल्भ व्यक्तीसारखं आयुष्य जगण्याची आता वेळ आली आहे.

सततच्या तुलना करण्यावर मात करणे

प्रकरण नववे

हो, आयुष्य न्याय्य नसतं

आयुष्य कधीच न्याय्य नसतं हेच सत्य आहे.

पण एक क्षण असा येतो की, जेव्हा तुम्हाला जागं व्हावं लागतं, हे वास्तव स्वीकारावं लागतं आणि दुसऱ्यांकडे काय आहे, ते कसे दिसतात, किंवा त्यांनी काय साध्य केलंय यावरून सतत स्वतःला छळणं थांबवावं लागतं.

दुसऱ्यांच्या यशाने स्वतःला लाचार बनवणं या वृत्तीशी या पृथ्वीवरील प्रत्येक माणूस झुंजतो.

सत्य हेच आहे की, दुसऱ्यांच्या यशावर, त्यांच्या नशिबावर किंवा त्यांच्या आयुष्यातील घटनांच्या वेळेवर तुमचे काहीही नियंत्रण नसते. दुसऱ्यांनी जी उदाहरणे घालून दिली आहेत ते पाहून तुम्ही काय करावयाचे एवढेच तुमच्या नियंत्रणात आहे.

जर तुम्ही इतरांचं यश पाहून स्वतःला अपयशी, कमी आकर्षक किंवा अपूर्ण समजू लागलात, तर तुम्ही स्वतःच स्वतःचा सर्वांत मोठा अडथळा बनता.

मनमानीपणे सोशल मीडियावर स्क्रोल करणं, किंवा कोणाच्यातरी समोर स्वतःला कमी लेखणं, तुम्हाला अडकवून टाकतं, निराश करतं आणि कायमच मागे टाकतं. तुम्ही स्वतःला निष्कारण छळत आहात. इतर लोकांमुळे तुम्ही स्वतःला त्रस्त करून घेता, त्यामुळे तुम्ही कामे लांबणीवर टाकीत आहात व स्वतःवर टीका करता.

जेव्हा तुम्ही सतत आयुष्य किती अन्यायकारक आहे यावर लक्ष केंद्रित करता व स्वतःची इतरांबरोबर तुलना करता तेव्हा तुम्ही स्वतःची प्रेरणाशक्ती गमावता स्वतःला प्रगतीपासून रोखता. ही एक अशी भविष्यवाणी बनते जी तुम्ही स्वतःच खरी करता. सततची तुलना तुमच्या अपयशाचं मूळ बनते.

समस्या तुम्ही स्वतःच आहात, हे सत्य स्वीकारणे हे पहिले पाऊल आहे. आयुष्य न्याय्य नाही. ते खरेच न्याय्य नाहीच.

विद्यार्थी म्हणून तुम्हाला शिक्षणाचे शुल्क परवडत नसल्यामुळे तुम्ही कर्जात बुडाले आहात हे अन्यायकारक आहे.

तुझी बहीण खूप सुंदर (सुपर मॉडेलसारखी) दिसते आणि बारमध्ये सर्व लोक तिच्याभोवती गोळा होतात, तर तू एकटाच बाजूला बसून स्वतःसाठी पेय विकत घेत असतोस हेही अन्यायकारक आहे.

तुमचे वरिष्ठ अधिकारी तुम्हाला नेहमी कामाचे वाईट तास (शिफ्ट) देतात.

तुमच्या देशात युद्धामुळे फाटाफूट झाली आहे हेही अन्यायकारक आहे.

तुम्ही मधुमेहाचा आजार घेऊन जन्माला आलात आणि आयुष्यभर तुम्हाला इन्सुलिन घ्यावे लागते आहे हेही अन्यायकारक आहे.

तुझ्या मित्राचे सुंदर घर आहे कारण त्याच्या पालकांनी पैसे दिले, हेही अन्यायकारक आहे.

तुमच्या सहकाऱ्याला बढती मिळाली आणि तुम्हाला नाही, हेही अन्यायकारक आहे.

तुम्हाला नुकतेच ब्रेस्ट कॅन्सरचे (स्तनाचा कर्करोग) निदान झाले आहे हेही अन्यायकारक आहे.

तुमच्या मित्राचे कौटुंबिक जीवन परिपूर्ण आहे आणि तुमचे जीवन इतकं वाईट आहे की तुम्हाला रिॲलिटी शोमध्येही दाखवणार नाहीत हेही अन्यायकारक आहे. तुमच्या मैत्रिणीची चयापचय किया इतकी वेगवान आहे की ती पाहिजे ते खाऊ शकते हेही अन्यायकारक आहे. तुम्ही प्रदूषित भागात वाढल्यामुळे तुम्हाला दम्याचा त्रास आहे हेही अन्यायकारक आहे. जीवनावश्यक वस्तूंचे आणि इंधनाचे दर वाढत आहेत, हेही अन्यायकारक आहे. तुझ्या चेहऱ्यावर सतत मुरूम येत आहेत, हेही अन्यायकारक आहे.

तुमचे बरोबर आहे. हे खरंच अन्यायकारक आहे.

पण सत्य हे आहे की, प्रत्येक माणसाच्या हातात वेगळेच पत्ते पडलेले असतात आणि इतर कोणाच्या हातात कोणते पत्ते आहेत, हे तुम्ही नियंत्रणात ठेवू शकत नाही.

जर तुम्ही सतत दुसऱ्यांकडे पाहण्यात वेळ घालवाल तर खेळाच्या खऱ्या अर्थास मुकाल.

जीवनात तुम्ही कोणाच्या विरोधात नाही तर त्याच्या सोबत खेळात आहात.

नेहमीच कोणाच्यातरी हातात तुमच्यापेक्षा चांगले पत्ते असतील. तुम्हाला कोणते पत्ते मिळाले आहेत हा मुद्दा नाही तर जे आहेत ते पत्ते तुम्ही कसे खेळता हा आहे.

जेव्हा तुम्ही सतत स्वतःची तुलना इतरांबरोबर करता तेव्हा आयुष्यातील एका मोठ्या रहस्यास पारखे होता आणि ते म्हणजे एक उत्तम खेळाडू बनायचं हे इतर लोक तुम्हाला शिकवतात आणि ह्याच मार्गाने तुम्ही जिंकता.

बऱ्याच लोकांना 'जास्त नशीबवान' किंवा 'यशस्वी' पत्ते मिळालेले असतात हे खरं आहे त्यांना मिळू द्या.

ते लोक गोष्टी लवकर साध्य करणार आहेत. त्यांच्याकडे जास्त संसाधने असतात. त्यांच्याकडे काही अधिक आहे. त्यांच्याकडे जास्त साधनसंपत्ती आहे. त्यांना जास्त आधार मिळतो. हे बदलण्यासाठी तुम्ही काही करू शकत नाही, ही वस्तुस्थिती आहे. त्यांना जाऊ द्या.

कारण याची काळजी करणं किंवा स्वतःला वाईट वाटून घेणं हे तुमच्या बुद्धीची थट्टा आहे. कसे जिंकावयाचे हे तुम्ही शोधू शकता. तुमच्याकडे जे आहे त्याच्या साह्याने तुम्ही

काम करू शकता, तुम्ही ज्या परिस्थितीत आहात तेथून सुरू करून आयुष्यात तुम्हाला हवे ते निर्माण करू शकता.

पण जर तुम्ही स्वतःची तुलना दुसऱ्यांशी करत राहिलात तर तुम्ही ते करू शकणार नाही आणि तुमचे सारे सामर्थ्य या मूर्ख आणि विषारी सवयीला द्याल. ते थांबवा.

बारमध्ये तुमच्या बहिणीभोवती लोक गोळा होण्याऐवजी तुमच्याभोवती का नाही, याचा विचार करणं, युरोपच्या सहलींवर तुम्ही का नाही, याचा विचार करणं, तुम्ही उंच का नाही, तुमचा वर्ण अधिक तेजस्वी का नाही, तुम्हाला चांगली नोकरी का नाही, विवाहाची मागणी किंवा अधिक पैसे का नाहीत हे सर्व विचार करून काही मिळणार नाही. त्याने फक्त तुमचा आत्मविश्वास कमी होतो.

जगातल्या कोणत्याही दर्जेदार पत्ते खेळणाऱ्या माणसाकडे बघितलं तर तो एकच गोष्ट सांगेल, तुम्हाला कोणते पत्ते मिळालेत हा मुद्दा नाही. मिळालेले पत्ते तुम्ही कसे खेळता हा आहे.

जीवनाच्या खेळात जिंकण्यासाठी तुम्हाला तुमच्याकडे असलेल्या पत्त्यांकडे लक्ष केंद्रित करावं लागतं आणि योग्य निर्णय घ्यावे लागतात.

आणि बघा, मला समजतं! तुमच्या हातातले पत्ते बघून जगातले सगळ्यात वाईट पत्ते आपल्याला मिळाले आहेत असं वाटणं हे फार त्रासदायक आहे. 'मीच का?' असा प्रश्न विचारणं फार सोपं आहे.

स्वतःबद्दल वाईट वाटून घेणे सोपे आहे. दुसऱ्यांकडे बघून, त्यांची शरीरयष्टी, त्यांचं बँक खातं, त्यांचं प्रेममय नातं, त्यांचं परिपूर्ण आरोग्य, त्यांची कार, त्यांचा ट्रस्ट फंड, त्यांची सुरक्षितता, त्यांची शिस्त, त्यांचा मित्रपरिवार पाहून स्वतःला वाईट वाटून घेणं फार सोपं आहे कारण हे खरोखरच अन्यायकारक आहे. तुम्हाला माहीत आहे का? जीवन कधीच वाजवी असत नाही.

काही लोक खरोखरच फार नशीबवान असतात. माझे काही मित्र आहेत, जे जन्मतःच सर्व काही व्यवस्थित मिळवून आले आहेत असं वाटतं. त्यांना हवे ते सर्व काही मिळाले आहे असे वाटते.

चांगल्या गोष्टी आणि सुंदर अनुभव त्यांच्या आयुष्यात अगदी सहजपणे, इकडून तिकडून सतत येत राहतात. सगळं काही नेहमी त्यांच्या बाजूने जमतं असंच वाटतं.

'हे लोक इतके नशिबवान कसे झाले आणि मी का नाही?' असा विचार करणे फार सोपे आहे.

स्वतःची कीव येणे आणि अशा लोकांवर चिडणेही अगदी स्वाभाविक आहे, बरोबर ना? त्यांचे कुटुंब जगात सर्वोत्तम आहे, त्यांना कॉलेजमध्येच आपल्या आयुष्याची जोडीदार भेटली आहे ते अतिशय आकर्षक आहेत आणि कुशल खेळाडूसुद्धा आहेत. असं वाटतं की, त्यांच्या आयुष्यात काहीच चुकत नाही आणि तुमच्या निरीक्षणानुसार, त्यांना नैराश्य, चिंतेचा त्रास किंवा बालपणात झालेले कोणतेही मानसिक आघात यांसारख्या समस्या ज्या इतरांना भेडसावतात त्या त्यांना कधीच भेडसावत नाहीत.

पण तुम्ही एखाद्याच्या नशिबाशी स्वतःची तुलना करणे ही तुमच्या वेळेची केवळ वायफळ उधळपट्टी आहे.

जेव्हा तुलना तुम्हाला यातना देऊ लागते

'पण मेल, इतर लोक किती आकर्षक दिसतात याचा विचार करणे, किंवा मी थोडा उंच असतो किंवा मला दम्याचा त्रास नसता, किंवा माझ्या आईवडिलांचा घटस्फोट झाला नसता आणि माझं कौटुंबिक आयुष्य अधिक चांगलं असतं, अशी इच्छा करणं मी थांबवू शकत नाही.'

इतरांशी स्वतःची तुलना करणे टाळणे जवळपास अशक्य आहे. मानवी स्वभावच असा आहे की, आपण इतर लोक काय करत आहेत, ते कसे आहेत आणि आपण त्यांच्याशी कसे जुळतो हे पाहतोच.

समस्या तुलना करण्याच्या प्रवृत्तीमध्ये नाही. त्या तुलनेचे तुम्ही काय करता ही समस्या आहे.

म्हणून तुलना करताना तुम्ही काय करता हे स्वतःला विचारा. स्वतःला यातना करून घेता की, त्यातून काही महत्त्वाचे शिकता?

खरं तर, लोक दोन प्रकारची तुलना करतात : एक म्हणजे छळ करणारी तुलना, आणि दुसरी म्हणजे शिकवणारी तुलना.

तुलनेचा उपयोग तुमच्या फायद्यासाठी करायचा असेल, तर सर्वप्रथम तुम्हाला ओळखावं लागेल की, तुम्ही कोणत्या प्रकारची तुलना करीत आहात आणि हे ओळखणं फार सोपं आहे.

पहिला प्रकार म्हणजे छळ करणारी तुलना. जी गोष्ट तुम्ही बदलू शकत नाही त्याबद्दल भारावून जाणे, त्यातच अडकून पडणे, स्वतःला त्रास करून घेणे असे या तुलनेमध्ये होते.

जेव्हा एखाद्याच्या आयुष्यातील खास वैशिष्ट्यांवर तुम्ही लक्ष केंद्रित करता तेव्हा तुलना ही यातनांसारखी वाटते.

उदाहरणार्थ, एखाद्याचे नैसर्गिक सौंदर्य, शरीररचना, कौटुंबिक इतिहास, उंची, चयापचय, पालक, मूळ देश, भूतकाळातील अनुभव किंवा खेळातील नैसर्गिक कौशल्य, सुरांवरील अचूक पकड, विलक्षण बुद्धिमत्ता, क्षणात भाषा शिकण्याची क्षमता, छायाचित्रासमान स्मरणशक्ती, कलात्मक कौशल्ये अशा देवदत्त प्रतिभा आणि अनेक गोष्टी, हा सारांश तुमच्या लक्षात आला असेल.

तुम्हाला इतरांच्या या अंगभूत गुणांची ईर्षा वाटू शकते, पण अशा गोष्टी सहसा माणसाला जन्मतःच लाभलेल्या असतात. या गोष्टी त्यांनी कष्टाने मिळवलेल्या नसतात. त्यांना त्यांच्या नशिबाने हे गुण दिले आहेत आणि हे गुण तसेच तुमचे गुणही त्यांच्या आयुष्यात कायमचे आहेत.

महत्त्वाचे म्हणजे, कितीही प्रयत्न केला तरी तुम्ही हे गुण तुमच्या आयुष्यात निर्माण करू शकत नाही.

एक साधा कसोटीचा प्रश्न आहे - पुढच्या ३० सेकंदांत तुम्ही यामध्ये काही बदल करू शकता का? जर नाही, तर हे कधीच बदलणार नाहीत.

तुम्ही काय बदलू शकता आणि काय बदलू शकत नाही, हे ओळखणे अत्यावश्यक आहे. कारण, तुम्ही बदलू शकत नाही अशा एखाद्याच्या गोष्टींशी स्वतःची तुलना करणे हे केवळ स्वतःला त्रास देण्यासारखे आहे.

म्हणूनच, जेव्हा तुम्ही इतरांच्या अशा गुणांबद्दल विचार करत स्वतःच्या जीवनाशी तुलना करता, तेव्हा ते स्वतःला छळणे असते. हे तुमच्या वैयक्तिक विकासासाठी निरुपयोगी असून, तुमच्या आनंदासाठी घातक आहे. जर ते बदलता येत नसेल, तर तुम्ही ते स्वीकारणे शिकले पाहिजे. *त्यांना तसेच राहू द्या.*

हे करणे सोपे नाही.

मी माझी मोठी मुलगी सॉयरकडे पाहते आहे, ती अशाच प्रकारच्या तुलना करत स्वतःला वर्षानुवर्षे छळत आहे. तिचं संपूर्ण लक्ष तिची धाकटी बहीण केंडलकडे लागलेलं असतं, जिला पूर्णपणे वेगळी शरीररचना, हाडांची बनावट, चयापचय आणि खेळातील कौशल्य लाभले आहे. त्यात भर म्हणजे, केंडलला जन्मतःच सुंदर गायनाचा आवाज आणि सुरांवरील अचूक पकड लाभलेली आहे.

सॉयर हे बदलू शकत नाही. केंडल हे बदलू शकत नाही. आणि मीदेखील हे बदलू शकत नाही.

पण या वर्षांमध्ये मी पाहिलंय की, सॉयरने स्वतःला त्रास देत, सतत स्वतःची इतरांशी तुलना करून, स्वतःची ताकद गमावली आहे. परिणामतः तिला स्वतःचं शरीर नकोसं वाटतं. ती स्वतःच्या चयापचयाबद्दल सतत आत्मनिंदाच करते. ती वारंवार तक्रार करते की, वजन कमी करणं किती कठीण आहे आणि ते वाढणं किती सोपं.

तिने हेही स्पष्टपणे सांगितलंय की, हे किती अन्यायकारक आहे की केंडल तिचे कपडे सहज घालू शकते, पण सॉयर केंडलचे कपडे घालूच शकत नाही.

आणि खरं सांगायचं तर तिचे बरोबर आहे. हे खरंच अन्यायकारक आहे. कितीही व्यायाम केला, पूरक आहार घेतले, किंवा गायनाचे धडे घेतले, तरीही सॉयरच्या मनात जिथे केंडल सतत 'जिंकते' आणि ती 'हरते' त्यामुळे त्या दोघींचे गुण समान होणार नाहीत.

यालाच मानसशास्त्रात *'श्रेष्ठत्वाशी तुलना'* (अपवर्ड कंपॅरिझन) म्हणतात. यामध्ये तुम्ही स्वतःची तुलना अशा लोकांशी करता, ज्यांचे गुणधर्म तुम्हाला स्वतःपेक्षा वरचढ वाटतात. संशोधन सांगतं की, अशी तुलना तुमचा आत्मसन्मान उद्ध्वस्त करते.

तुम्ही क्वचितच *'कनिष्ठत्वाशी तुलना'* करता, म्हणजे जगातल्या अनेक लोकांपेक्षा तुम्ही किती चांगल्या स्थितीत आहात हे लक्षात घेणं. संयुक्त राष्ट्रसंघाच्या आकडेवारीनुसार, प्रत्येक चारपैकी एक व्यक्ती स्वच्छ पिण्याच्या पाण्याला मुकलेली आहे. सत्य हे आहे की, जर तुमच्याकडे नळाने येणारं पाणी, वीज आणि हे पुस्तक वाचायला वेळ आहे, तर तुम्ही जगातल्या बहुसंख्य लोकांपेक्षा चांगल्या परिस्थितीत आहात.

पण तरीही, आपण सतत ज्या गोष्टी आपल्या नियंत्रणाबाहेर असतात किंवा ज्यात बदल करणं अशक्य असतं अशा गोष्टींसाठी स्वतःला छळतो, या मुद्द्याकडे परत येत आहे.

सॉयर स्वतःला किती दुःखी करतेय हे पाहत असताना मला खूप वाईट वाटते आणि मी तिला वाचवू शकत नाही. मी तिला अशा प्रकारची तुलना करणे थांबवायला भाग पाडू शकत नाही.

कितीही स्तुती केली, आधार दिला, तरीही तिचं वर्तन बदलणार नाही. तिने स्वतः ठरविले तरच हे बदलू शकते.

कारण जोपर्यंत ती स्वतःला छळणं थांबवत नाही, तोपर्यंत तिच्यासमोर असलेलं मोठं, सुंदर, विलक्षण आयुष्य तिला दिसणारच नाही. तिला स्वतःच्या शरीराची सुंदरता कधीच समजणार नाही. ती नेहमी स्वतःमध्ये काय नाही याकडे पाहते, पण तिच्यामध्ये जे आहे त्या भव्यतेकडे तिने कधीच लक्ष दिलं नाही. ती तिच्या बहिणीकडे पाहण्यात इतकी गुंतलेली आहे की, आम्ही इतर सगळे तिच्यातली अफाट बुद्धिमत्ता, तिची खास कौशल्यं आणि खेळातली नैसर्गिक तयारी हे सारं पाहतो, पण ती स्वतःच हे पाहत नाही.

तुम्ही इतरांच्या नशिबाच्या पत्त्यांकडे पाहणं थांबवलं पाहिजे. आयुष्य कधीच वाजवी / न्याय्य नसतं. कुणाच्यातरी हाती तुमच्यापेक्षा चांगले पत्ते असतीलच. तुम्ही जर तुमचे पत्ते त्यांच्या पत्त्यांशी सतत तुलना करत राहिलात, तर तुम्ही कायम हराल. इतर खेळाडूंवर लक्ष केंद्रित करून तुम्ही हा आयुष्यातील खेळ जिंकू शकत नाही. इतर खेळाडूंशी स्पर्धा न करता त्यांच्यासोबत खेळायला शिका.

दुःखाची गोष्ट म्हणजे मी खूप लोकांना पाहिलंय की, त्यांनी अशी तुलना केल्यामुळे जे क्लेश होतात त्यामुळे काहींना खाण्याचे विकार झाले, काहींना मानसिक आरोग्याच्या समस्या, काही व्यसनांच्या किंवा लज्जास्पद अवस्थेच्या गर्तेत अडकले. हे मी गांभीर्याशिवाय बोलत नाही कारण मला माहीत आहे की, यामुळे अनेक गंभीर अडचणी निर्माण होतात आणि त्या अडचणी माझ्या अगदी जवळच्या लोकांनीही भोगल्या आहेत.

मानसशास्त्रज्ञ सांगतात की, अशा अनेक समस्यांच्या मुळाशी सगळं काही आपल्या नियंत्रणात ठेवायची विक्षिप्त गरज ही एकच गोष्ट असते. या पुस्तकातून तुम्ही शिकत आहातच की, ज्या तुमच्या हातातच नाहीत अशा गोष्टींवर नियंत्रण ठेवायचा प्रयत्न करता तेव्हा तुमचं नियंत्रण सुटल्यासारखंच वाटतं आणि त्यामुळे तुम्ही अधिक असहाय्य आणि कमकुवत होऊन जाता.

म्हणूनच हे ओळखणं अत्यावश्यक आहे की, तुम्ही ही पहिल्या प्रकारची तुलना करताय का.

थांबा. *त्यांना त्यांचे आयुष्य जगू द्या.* मला माझ्या आयुष्यावर लक्ष केंद्रित करू द्या.

तुम्ही खूप हुशार आहात त्यामुळे स्वतःचा असा छळ करीत आयुष्य वाया घालविणार नाही. तुमच्या हातातली खरी ताकद जपा कारण तीच तुम्हाला तुमच्या खास आयुष्याची क्षमता माहीत होण्यासाठी लागणार आहे. माझा अनुभव असा आहे की, खरं सुखी होण्यासाठी माणसाने स्वतःला सुखी होऊ द्यावं लागतं.

एकाच वेळी स्वतःच्या आयुष्यातील आनंद उपभोगणे व स्वतःला दोष देणे शक्यच नाही.

म्हणून चला, आता आपण दुसऱ्या प्रकारच्या तुलनेकडे वळू या. कारण हा प्रकार तुमच्यासाठी सुवर्णसंधी आहे.

प्रकरण दहावे

तुलनेस आपले शिक्षक कसे बनवावे

तुम्ही नुकतीच तुलना करण्याच्या पहिल्या प्रकाराची ओळख करून घेतली जी स्वतःला त्रास देण्यासारखी वाटते. आता आपण दुसऱ्या प्रकाराकडे पाहू या जी तुलना आपल्याला काहीतरी शिकवते. तुलना चांगली आहे हे ओळखायचं कसं? तर ती तुम्हाला एखाद्याच्या यशातील किंवा जीवनातील अशा पैलूंकडे पाहायला लावते, जे तुम्हीही आपल्या आयुष्यात निर्माण करू शकता.

वेळ आणि सातत्यपूर्ण प्रयत्न यांच्या साहाय्याने, तुमचं करिअर, आरोग्य किंवा वैयक्तिक आयुष्य यामधील अनेक गोष्टी बदलू शकतात.

या बदलांची यादी अपार आहे, तुमचं सध्याचं काम, चांगले मित्रमंडळ निर्माण करणं, जीवनातील उद्दिष्ट सापडणं, मुलांसोबत अधिक वेळ घालवणं, सुट्ट्यांचा आनंद घेणं, आर्थिक स्वातंत्र्य मिळवणं, लवकर उठण्याची सवय लावणं, तुमच्या आयुष्यातील सर्वांत सुंदर प्रेमकथा घडवणं, उत्कृष्ट स्वयंपाक करणं, सर्वोत्तम शारीरिक स्थिती मिळवणं, मोठी अंगठी विकत घेणं, झगमगतं घड्याळ किंवा स्पोर्ट्स कार विकत घेणं; स्वयंपाकघराचं नूतनीकरण करणं, दुसरं घर बांधणं, सावत्र पालकांशी चांगले संबंध प्रस्थापित करणं, अधिक निरोगी सवयी अंगीकारणं, एखादं पुस्तक लिहिणं, आपल्या मनावरच्या जखमा भरून काढणं, सोशल मीडियावर अधिक लोकांशी जोडलं जाणं, स्वतःसाठी वेळ राखून ठेवणं, स्वतःसाठी अधिक वेळ देता यावा म्हणून उत्तम सीमारेषा तयार करणं, स्वतःचा व्यवसाय सुरू करणं, किंवा आपली प्रतिमा अधिक उजळ करणं इत्यादी.

मी मुद्दामहून ही यादी इतकी लांब केली. तुम्हाला आयुष्यात हव्या असलेल्या ९५ टक्के गोष्टी अशा आहेत की, जर तुम्ही मेहनत करण्यास, सातत्य ठेवण्यास, शिस्तीने आणि संयमाने काम करत राहण्यास तयार असाल तर तुम्ही स्वतः निर्माण करू शकता ही वस्तुस्थिती आहे.

ज्याची तुम्ही कल्पनाही करू शकत नाही असं काहीतरी मोठं, उत्तम आणि अप्रतिम काम कोणीतरी केले असेल तर ते होऊ दे. त्यांना त्यांचा यशाचा अनुभव घेऊ द्या. ते साध्य करण्यात त्यांना तुमच्यावर मात करू द्या. त्यांना अतिशय हुशारीने आणि आकर्षक रीतीने

ते साध्य करू द्या. त्यांचे यश हे तुमच्या यशाचे सूत्र आहे. माझ्या सोशल मीडियावर पोस्ट करण्याच्या माझ्या गोष्टी आठवतात का? तुम्हाला जे काही हवं आहे, त्या यशाचे सूत्र दुसरा कोणीतरी तुम्हाला देऊ शकेल त्यांना मार्ग दाखवू द्या.

माझ्या आयुष्याच्या बऱ्याच काळात, मला हे समजत नव्हतं. कोणी माझ्या स्वप्नातली गोष्ट आधी साध्य केली तर त्यांनी मला हरविले असे मी स्वतःशी म्हणत असे. जेव्हा तुम्ही इतरांचा विजय ही आपली हार मानता तेव्हा प्रारंभ करण्यापूर्वीच तुम्हाला पराभूत झाल्यासारखे वाटते.

जर तुम्ही सावध राहिला नाहीत तर ही तुलना स्वतःबद्दल शंका निर्माण करू शकते, काम पुढे ढकलण्याची सवय लावू शकते आणि तुम्हाला जिथे आहात तिथेच अडकवून ठेवू शकते.

तुमच्यातही तेच यश मिळवायची क्षमता आहे; पण ते मिळविण्याचा प्रयत्न करण्याऐवजी तुम्हाला जे हवे आहे त्याच्या विरुद्ध वाद घालायला लागता. इतर लोकांना तुम्ही अडथळा मानता, याचे हे उदाहरण आहे आणि तसे होण्याची काहीच आवश्यकता नाही.

सुख, यश आणि पैसा या गोष्टी सर्वांसाठी पुरेशा प्रमाणात आहेत. तुमच्यासाठीसुद्धा.

कोणी तुमच्याकडून काहीही घेऊन जात नाही. सुख, यश आणि पैसा हे तुमच्यासाठी वाट पाहत आहेत, फक्त तुम्ही ते निर्माण करण्याच्या बाबतीत गंभीर होणं गरजेचं आहे. दुसऱ्याचं यश हा तुमचा पराभव नसतो मी हे पुन्हा सांगते. म्हणूनच तुम्हाला इतरांच्या यशाकडे पाहण्याचा दृष्टिकोन बदलायला हवा.

खरी गोष्ट ही आहे की, या पृथ्वीवर ८ अब्जांहून अधिक लोक आहेत. जर तुम्ही सतत हेच शोधत बसलात की, कुणीतरी जास्त कमावतोय, उत्तम कपडे घालतोय, एकदम मस्त मित्रपरिवार आहे, किंवा जास्त प्रतिष्ठित शाळेत गेला आहे, त्याची प्रकृती उत्तम आहे, त्याने आपली कंपनी विकली आहे, तो *न्यू यॉर्क टाइम्ससाठीचा* उत्तम लेखक आहे, जगभर प्रवास केला आहे किंवा तुम्हाला जे काही पाहिजे ते इतरांकडे आहेच.

तुलना करण्याची प्रवृत्ती ही समस्या नाही. त्या तुलनेचा आपल्या फायद्यासाठी उपयोग न करून घेणे ही समस्या आहे. तुलना ही मोठी समस्या नसून तिचे रूपांतर तुमच्या आयुष्यातील सर्वोत्तम शिक्षकात कसे करावयाचे हे तुम्ही 'त्यांना करू दे' हा सिद्धान्त वापरून शिकाल.

ते नेहमीच तुझे शिक्षक होते

अलीकडे माझी एक मैत्रीण मॉलीसोबत गप्पा होत होत्या. मॉली ही एक अत्यंत कुशल आंतरिक सजावट करणारी आहे. तिने स्वतःचा एक यशस्वी व्यवसाय उभारलेला आहे, काही कर्मचारी ठेवले आहेत आणि आपल्या ग्राहकांसाठी देखणं तसेच दिलखुलास काम करते.

गेल्या काही वेळा जेव्हा आमची भेट झाली, तेव्हा ती कायम एकच प्रश्न विचारायची, "मेल, सोशल मीडियावर मी स्वतःला कसं पुढे आणू शकते? मला माहीत आहे की,

मला सोशल मीडियावर अधिक सक्रिय व्हायला हवं, माझ्या व्यवसायाची आणि कामाची जाहिरात नीट केली पाहिजे, पण सुरुवात कुठून करावी हेच समजत नाही.''

प्रत्येक व्यवसायासाठी एक ठरावीक सूत्र असतं, म्हणून मी तिला काही सोप्या गोष्टी सांगितल्या. 'दररोज पोस्ट टाक. तुझे प्रकल्प समजावून सांगणारे व्हिडिओ तयार कर. पूर्वी आणि नंतरचे फोटो शेअर क़र. एखादा शिकाऊ उमेदवार घे, तो तुझ्यासाठी लहान-लहान व्हिडिओंचं संग्रहालय तयार करेल. सोशल मीडिया या विषयाचा मोफत ऑनलाइन कोर्स कर आणि एकच प्लॅटफॉर्म निवड, ज्यावर तुला लक्ष केंद्रित करायचं आहे.'

काही वर्षांपूर्वी मी माझा व्यवसाय सुरू करीत होते तेव्हा मी असेच केले हे उदाहरण मी दिले आहे, तुम्ही जे करायचे असते ते सोपे आहे. ते न करणे ही समस्या आहे.

परवा मॉलीचा फोन आला आणि पहिल्याच क्षणी मला जाणवलं, काहीतरी बिनसलंय. ''मॉली, तू नेहमीसारखी वाटत नाहीस. सगळं ठीक आहे ना, मुलांचं काही?''

ती म्हणाली, ''हो, हो, हो. मुलं ठीक आहेत. पण मी नाही.''

मी विचारलं, ''अगं, काय झालं?''

ती म्हणाली, ''परवा रात्री काहीसं बघितलं आणि त्याने मला अक्षरशः एका गर्तेत लोटलं. तेव्हापासून मी विचित्र अवस्थेत आहे.''

मी ऐकत होते आणि मनात विचार करत होते की, *काय झालं असावं इतकं गंभीर? काहीतरी मोठंच असावं.*

घडलेली गोष्ट अशी होती की, मॉलीच्या शेजारच्या परिसरात एक स्त्री आहे, जिला ती खूप वर्षांपासून ओळखते. ती स्त्री मॉलीला फारशी आवडत नाही. कायम स्वतःकडे लक्ष वेधून घेणाऱ्या व संपर्कात येणाऱ्यांबरोबर कटुता उत्पन्न करणाऱ्या व्यक्तींपैकी ती आहे. त्या दोघींमध्ये कधीच सौहार्द निर्माण झालं नाही.

ही व्यक्ती आंतरिक सजावट या क्षेत्रात पूर्णपणे अडाणी होती. पण आता, तिने अचानकच या व्यवसायात उडी घेतली, सोशल मीडियावर पोस्ट टाकायला सुरुवात केली आणि अचानकच तिच्या पोस्ट्स व्हायरल होऊ लागल्या. हजारोंच्या संख्येने लाइक्स, सर्व शेजारी लोक तिच्या 'प्रतिभे'ची वाहवा करत होते.

मॉली चिडून सांगत होती, ''अगं हे तर तिच्याच घराचे फोटो आहेत! आणि ते घरसुद्धा तिने डिझाइन केलेलं नाही!''

त्या दिवशी संध्याकाळी, ग्राहकांमुळे थकवणारा दीर्घ दिवस संपवून, मुलांना झोपवून मॉली सोफ्यावर बसली आणि फोन हातात घेतला. स्क्रोल करत करत ती जात होती आणि अचानक तिच्या फोनवर त्याच त्रासदायक स्त्रीच्या अनेक पोस्ट होत्या.

तिला राहवलं नाही. तिने प्रत्येक पोस्ट वाचली. तिची वेबसाइट शोधली. वेबसाइट इतकी सुंदर आणि आधुनिक दिसत होती, तर मॉलीची स्वतःची वेबसाइट मागच्या तीन वर्षांत अपडेटसुद्धा झालेली नव्हती. त्या दुसऱ्या स्त्रीने स्वतःला जेवढं व्यवस्थित सादर केलं होतं, ते पाहून वाटायचं की, ती कित्येक वर्षांपासून हा व्यवसाय करतेय.

आणि हेच बघून मॉली एका निराशेच्या गर्तेत गेली.

''ती माझे ग्राहक हिरावून घेणार! सगळ्यांना वाटेल की, तीच माझ्यापेक्षा चांगली आहे! तिला हे सगळं कसं येतं? मीच एवढा वेळ का वाया घालवला? आर्रर्र!''

थोडा वेळ श्वास घेत ती म्हणाली, ''मेल, तुला काय वाटतं, मी काय करावं आता?''

मी माझे उत्तर तिला दिले आणि तेच मी तुम्हाला सांगत आहे ते असे : जेव्हा कधी तुम्हाला वाटेल की, तुम्ही दुसऱ्याशी तुलना करून होरपळत आहात किंवा कुणा दुसऱ्याच्या यशामुळे चिडत आहात, तेव्हा खालील गोष्ट लक्षात ठेवा.

कोणीच तुमच्यावर दया करावी अशी गरज नाही. जर तुम्ही आत्ता कुणाच्या यशामुळे जळत असाल, तर छान आहे. मी तुमच्यासाठी आनंदी आहे. ईर्षा ही तुमच्या भविष्याकडून आलेले आमंत्रण आहे. दुसऱ्या कोणावर तरी नजर टाका, त्यामुळे स्वतःला कमीपणा वाटून घेऊ नका, ईर्षा तुम्हाला सांगते आहे की काय शक्य आहे.

ती स्त्री मॉलीचं यश चोरत नव्हती. मॉलीला तिची वेबसाइट अद्ययावत कारण्यापासून सोशल मीडियावर लक्ष केंद्रित करण्यापासून ती स्त्री रोखत नव्हती. इंटरनेटच्या माध्यमातून त्या स्त्रीस मिळणारे यश हे मॉलीचे अपयश किंवा नुकसान नव्हते.

कारण दुसरे लोक कधीच तुमच्या यशाच्या मार्गात अडथळा बनू शकत नाहीत. ते शक्यच नाही. फक्त तुम्हीच ते यश मिळविण्यापासून स्वतःला थांबवू शकता.

ती स्त्री मॉलीला आठवण करून देत आहे की, सोशल मीडिया महत्त्वाचा आहे. ती एक शिक्षिका आहे, एक मार्गदर्शक. त्यांना तुम्हाला जागे करू देत. त्यांना यशस्वी होऊ दे. त्यांचे सुंदर वेब डिझाइन तुम्हला चकित करू दे.

हे शक्य आहे हे त्यांना दाखवू दे

कदाचित तुझ्या रोजच्या दिनक्रमात तू इतकी अडकली आहेस की, जे समोर दिसते आहे त्याकडे तू दुर्लक्ष करत आली आहेस. तू स्वतःकडे इतका कमीपणा घेत आली आहेस की, तुझं आयुष्य किती मोठं आणि सुंदर होऊ शकतं हेच तुला दिसेनासं झालंय. ज्या पद्धतीने तू गोष्टी करीत आहेस त्यांची तुला सवय झाली आहे व त्यात बदल कारण्यास तू नाखूश आहेस.

इतर लोक तुम्हाला काय शक्य आहे ते दर्शवितात. तुलना जर गुरू म्हणून पाहिली, तर लक्षात येईल की, कोणीच तुमचं काही हिसकावत नाही; उलट, ते काहीतरी देऊनच जातात. तुम्हाला स्वतःलासुद्धा अजून तुमच्या भविष्यात काय आहे हे स्पष्ट दिसत नसले तरी इतरांना ही एक विलक्षण क्षमता लाभलेली असते आणि ते तुम्हाला तुमच्या भविष्यातील काही भाग दर्शवितात. ते तुम्हाला अशा शक्यता दाखवतात, ज्यांचा तुम्ही कधी विचारच केला नव्हता, किंवा स्वतःला त्या साकार करण्यास अयोग्य मानलं होतं.

एखादी व्यक्ती किंवा गोष्ट यामुळे तुम्हाला असूया निर्माण होत असेल तर ते चांगले आहे. तिचं यश, तिचे विजय तुम्ही जे निर्मण करू इच्छिता त्याची शक्यता कमी करीत नाहीत. ते शक्यतांचा विस्तार करतात. त्यांना वाट दाखवू द्या. तुमच्या असूयेचं रूपांतर प्रेरणेत करा. त्यांच्या उदाहरणातून काय शक्य आहे, हे पहा.

तुम्ही ज्यांच्याशी तुलना करता, ते लोक आरशासारखे असतात, ते तुमच्यासमोर मोठ्या शक्यता उभ्या करतात. मॉलीच्या बाबतीत, त्या स्त्रीने तिला दाखवून दिलं की, मॉली जे प्रयत्न काही वर्षं टाळत होती, त्याच प्रयत्नांची तिला आता गरज आहे हे त्या स्त्रीने तिला दाखवून दिलं आणि मी मॉलीला तेच सांगितलं. *'त्यांना वाट दाखवू द्या.'*

आता येथे एक महत्त्वाचा मुद्दा आहे. मॉलीच्या मनाला उगाच का त्रास झाला याचे एक महत्त्वाचे कारण आहे. तिला अस्वस्थ करण्यासाठी या स्त्रीचीच आवश्यकता होती. आयुष्यात, जेव्हा तुम्ही स्वतःहून बदल घडवत नाही, तेव्हा एखादा दुःखद वा त्रासदायक प्रसंग तुम्हाला झटका देऊन जागं करतो.

मॉली अनेक वर्षं प्रसिद्ध इंटिरिअर डिझायनर्सकडे पाहत होती. 'सोशल मीडियावर काहीतरी करायचंय', असंही म्हणत होती. पण नेहमीच काहीतरी कारणं शोधत राहिली आणि मग अचानक कोणतीही पूर्वीची डिझायनिंगची पार्श्वभूमी नसलेली अस्वस्थ करणारी स्त्री समोर येते आणि मॉली पाहते की, तिला कित्येक वर्षांपासून जे करावे असे वाटत होते तेच सर्व ती स्त्री करीत आहे.

मॉलीला माहीत आहे की, या स्त्रीकडे काही विशेष कौशल्य, साधनं, किंवा पूर्वानुभव नाही. म्हणूनच ती चिडते. कारण ती स्त्री एका साध्या, पण त्रासदायक सत्याकडे बोट दाखवते. *'मी करू शकते, तर तूही करू शकतेस.'*

येथेच ही तुलना खऱ्या अर्थाने औत्सुक्यपूर्ण होते. असे लोक आपल्या आयुष्यात आरशासारखे उभे राहतात आणि आपल्याला आपल्या स्वतःच्या मर्यादा, आळस व टाळाटाळ दाखवतात.

म्हणून त्यांच्यामुळे तुम्हाला राग येऊ दे. तुम्हाला ज्या व्यक्तीमुळे राग येतो त्यांचे तुम्ही आभार मानले पाहिजेत कारण प्रत्यक्षात तुम्ही त्यांच्यावर रागावलेला नाहीत. ज्या रागाने तुमचा जळफळाट होत आहे तो म्हणजे तुम्ही स्वतःवरच रागावलेला आहात कारण तुम्हाला माहीत आहे की, तुम्हीही आधीच प्रयत्नशील होणे आवश्यक होते आणि हे तुमच्या लक्षात येण्याची क्षमता तुमच्याकडे आहे. म्हणूनच मी म्हणते की, या प्रकारची तुलना म्हणजे तुमचा सर्वांत मोठा गुरू आहे.

तुलनेमुळे *तुम्ही* काय करणे आवश्यक आहे हे समजते हे कारण नसावे तर त्यामुळे तुमची शक्ती उजळून निघते व तुमच्यामधील राग जागृत होतो. तुमच्या प्रगतीसाठी हे रागाचे इंधन आवश्यक आहे.

म्हणून ज्या कोणामुळे तुम्ही कार्यरत होता, त्यांना ते करू दे. त्यांच्यामुळे तुम्हाला राग येऊ दे. त्यांच्यामुळे तुमचा जळफळाट होऊ दे आणि तुमच्या ध्येयाप्रत पोहोचण्यासाठी तुम्हाला नक्की काय पाहिजे हे त्यांना दाखवू दे.

आपण तुमच्याविषयी बोलू

या निराशेच्या व असूयेच्या क्षणांचे परिवर्तन एखाद्या चांगल्या गोष्टीत कसे करावयाचे? तुलनेचे रूपांतर तुम्ही प्रेरणेमध्ये कसे कराल? अगदी सोपे आहे. *'मला करू दे'* या वृत्तीने इतरांच्या यशातून जी माहिती मिळते ती पहा.

जेव्हा तुम्ही तुलना करीत असता त्या प्रत्येक वेळी काहीतरी महत्त्वाचे घडत असते.

ही विचार करण्याची वेळ आहे, सबबी सांगण्याची नाही असा याचा अर्थ आहे. 'मला कामास लागू दे.' प्रयासांची आवर्तने करा. 'यश हे प्रयासाच्या आवर्तनांमुळेच मिळते', असे जेफ वॉकर हे उत्कृष्ट लेखक नेहमी सांगतात. याचा अर्थ सोपा आहे. यशस्वी होण्यासाठी, वजन घटविण्यासाठी, पुस्तक लिहिण्यासाठी, यूट्यूबवर नियमित पोस्ट करण्यासाठी तुम्हाला रोज तेच कंटाळवाणे, त्रासदायक, असुखावह, काम करावे लागते. तुम्हाला प्रयासांची आवर्तने करावीच लागतात.

उदाहरणार्थ, व्यायामशाळेत जाणे असा तुमच्या आयुष्यात जो काही बदल पाहिजे आहे त्याचा विचार करा. तुम्ही चांगली शरीरयष्टी कशी कमावता? तुम्ही रोज व्यायामशाळेत जाता व काही व्यायामप्रकार पुन्हा पुन्हा करता. सुप्रसिद्ध फुटबॉल खेळाडू टॉम ब्रॅडी म्हणतात की, 'खरे तर तुम्ही काही वैशिष्ट्यपूर्ण असणे आवश्यक नाही. तुमच्यामध्ये सातत्य, दृढ निश्चय आणि ध्येयासाठी प्रयत्न पाहिजेत जे इतर अनेक लोकांमध्ये ते नसते.'

ज्या सर्व लोकांमुळे तुमच्यात असूया उत्पन्न होते ते दर्शवितात की, जेव्हा तुम्ही सबबी सांगत होता तेव्हा ते प्रयत्नांची आवर्तने करीत होते, कंटाळवाणे आणि कठीण काम हळूहळू करीत होते.

टॉम ब्रॅडी म्हणतात की, ते लोक काही खास नाहीत. सातत्य, दृढ निश्चय आणि प्रयत्न करण्याची तयारी हे तुमच्यामध्ये नाही आणि त्यांच्यामध्ये आहे. माझ्या यशाचे १०००% श्रेय हेच आहे.

आता मी माझी मैत्रीण मॉलीकडे परत येते. वरील गोष्टींना प्राधान्य देणे आवश्यक आहे हे तिला गेली अनेक वर्षे माहीत होते. दुसऱ्या कोणाच्यातरी प्रयत्नांना फळ मिळाले आहे हे पाहून आत्ता तिला खूप यातना होत आहेत. तुम्हाला जे साध्य करावयाचे आहे त्यासाठी प्रयत्न केले नाहीत तर असेच होत राहील.

मॉली ज्या सुंदर वेबसाइटवर राग काढीत होती तिची निर्मिती काही एका रात्रीत झाली नव्हती. त्यासाठी ती स्त्री अनेक महिने काम करीत होती. मॉली ज्या सोशल मीडियाविषयी जळफळाट करीत होती ती काही जादूने तयार झालेली नव्हती. मॉली जेव्हा सबबी संगत होती तेव्हा ती स्त्री संशोधन करीत होती, अभ्यास करीत होती, शिकत होती आणि आता मॉली ज्या पोस्ट पाहत आहे त्या निर्माण करीत होती.

या लोकांचा तुम्हाला एवढा राग येतो कारण तुम्हीसुद्धा ते करू शकला असता हे तुम्हाला माहीत आहे आणि तुम्ही बऱ्याच काळापूर्वीच याचा प्रारंभ केला नाही यामुळे तुम्ही संतप्त आहात. तुम्ही काहीतरी करावे यासाठी फक्त प्रेरणा किंवा एकदम सुचलेली कल्पना पुरेशी नाही.

म्हणूच राग महत्त्वाचा आहे आणि मी हे पैजेवर सांगू शकते की, जेव्हा तुम्हाला एखाद्याचा राग येईल तेव्हा ती व्यक्ती तुमच्या माहितीतील असण्याचीच शक्यता आहे. तुमच्याच मजल्यावर राहणारा ॲरॉन असेल. अचानक तो आपल्या नोकरीचा राजीनामा देतो, पण तुम्हाला माहीत नसताना ग्राहकांच्या मागणीनुसार नौका बनवून देण्याच्या व्यवसायाची तयारी प्रत्येक शनिवारी व रविवारी पूर्ण वेळ करीत असतो आणि त्या वेळी तुम्ही मात्र मित्रांबरोबर भटकत असता.

म्हणूनच त्याला दारातून बाहेर पडताना पाहिलं की, तुमच्या मनात असूया निर्माण होते. कारण ज्या लोकांना तुम्ही रोज पाहता, जे तुमच्यासारखेच आहेत आणि जेव्हा ते काही वेगळं करतात, तेव्हा तुम्ही ते का करू शकत नाही यासाठी तुमच्याकडे काही सबबी नसतात.

तुम्ही कामाच्या ठिकाणी ॲरॉनच्या शेजारी वर्षभर बसले असता त्यामुळे तुम्हाला माहीत आहे की त्याच्याकडे कोणतं गुप्त सामर्थ्य नाही, कोणती वारशाची तिजोरी नाही, किंवा खास संधीही नाही. त्याने फक्त सुरुवात केली आणि आता तो निघून चालला आहे. म्हणूनच तुम्हाला एवढी असूया वाटते. म्हणूनच यासाठी त्याचीच आवश्यकता होती.

कोणाचं सुंदर संकेतस्थळ पाहताना, एखादा सहकारी नवीन जीवनासाठी आपली बॅग उचलून जाताना, किंवा मित्राच्या नव्या आलिशान घरात पाय ठेवताना दुखावलं जाणं स्वाभाविक आहे. पण जर तुम्हाला खरोखरच यशस्वी व्हायचं असेल, आरोग्यदायी जीवन जगायचं असेल, किंवा तुमचे ध्येय पूर्ण करायची तळमळ असेल तर अस्वस्थ होऊन थांबून राहण्यासाठी तुमच्याकडे वेळ नाही आणि हे असूया करणं परवडणारं नाही. कारण तुमचे काम अजून बाकी आहे आणि त्यासाठी तुम्हाला ही सगळी ऊर्जा लागणार आहे.

अशा क्षणी वेदना होतील आणि असे क्षण पुन्हा पुन्हा येतील. म्हणून तयार रहा. *'त्यांना करू द्या'* हा सिद्धान्त वापरल्याने तुलना तुम्हाला काय शिकविण्याचा प्रयत्न करीत आहे हे तुम्ही ओळखू शकाल.

असूया ही तुमच्या भविष्याच्या थोड्याशा उघडलेल्या दरवाजासमान आहे हे तुम्ही ओळखून या वेळी त्या दरवाजास लाथ मारून तो उघडून त्यातून आत जाणे हे तुमचे काम आहे.

जेव्हा तुम्ही इतरांना पुढे जाऊ देता तेव्हा तुमच्या लक्षात येईल की, तुमची सर्व भीती, सर्व सबबी आणि वाया घालवलेला वेळ या सर्वांच्या मुळाशी तुम्हाला जे आयुष्य, जे नेहमीच पाहिजे होते ते आहे.

सध्या तुमच्या आयुष्याचं नियंत्रण घेण्यापासून फक्त सबबी, भीती व भावना कारणीभूत आहेत हे आपण या पुस्तकात अनेक ठिकाणी पहिले आहे.

इतर लोकांचे विचार, भावना व कृती हे विसरून, स्वतःचा वेळ, स्वतःची ऊर्जा यांचा उपयोग करून तुमच्या आयुष्यातील एक सुंदर खंड लिहिण्याची वेळ आली आहे.

हे इतकं महत्त्वाचं आहे की, मी यावरून माझ्या जीवनातली आणखी एक घटना तुम्हाला सांगणार आहे.

या कथेमागचा हेतू असा आहे की, आपली असूयेची भावना आपल्याला नेमकं काय शिकवते आहे हे नेहमी स्पष्टपणे कळतंच असं नाही. माझ्या चाळिशीच्या दशकात आर्थिक अडचणींचा काळ होता आणि अजून माझ्या कारकिर्दीचं काही ठोस रूप साकारलेलं नव्हतं, त्या दिवसांत माझी एक मैत्रीण आपल्या घराचं मोठं नूतनीकरण करत होती.

प्रत्येक वेळी जेव्हा आम्ही जेवायला बाहेर गेलो किंवा फेरफटका मारला, तेव्हा मला तिच्या घराच्या कामाबद्दल सविस्तर ऐकायला आवडायचं. तिच्या घरात झालेल्या बदलांचे फोटो पाहणं, त्या प्रगतीचा मागोवा घेणं, हे एक प्रकारचं मन रमवणारं ठरत होतं. पण दर

वेळी जेव्हा मी तिच्यापासून परत आपल्या छोट्याशा घरात येत असे तेव्हा मला उदास आणि खिन्न वाटत असे.

माझ्या आठवणीत ती एक संध्याकाळ कायम राहील, क्रिस आणि मी त्या मैत्रिणीच्या वळणावळणाच्या दाट झाडीतून जाणाऱ्या रस्त्यावरून तिच्या घरापर्यंत पोहोचलो, आणि त्या नव्या सजलेल्या वास्तूकडे पाहून माझे डोळे विस्फारले गेले. ते घर खरंच अप्रतिम होतं.

ती आम्हाला सगळ्यांना घर दाखवत होती आणि माझ्या मनात मात्र तुलना सुरू झाली होती, 'त्यांच्याकडे एवढे पैसे कुठून आले असतील?' असा प्रश्न डोक्यात घोळू लागला.

खरं तर, मला तिचं समाधान पाहून आनंदच झाला होता. ती आणि तिचा नवरा या दोघांनी अनेक वर्षं मेहनत करून हे सगळं मिळवलेलं होतं. त्यांचा त्या सगळ्या वैभवावर, आनंदावर आणि अभिमानावर पूर्ण हक्क होता.

मला हे सर्व मनाच्या खोल पातळीवर मान्य होतं, पण तरीसुद्धा माझ्या मनातला मत्सर आणि असुरक्षितता मला तिच्या आनंदात सहभागी होऊ देत नव्हती.

जेव्हा तिने हसत हसत वरच्या मजल्यावरील मुलांच्या खेळण्याच्या खोलीचे दरवाजे उघडले, तेव्हा माझा जवळजवळ जळफळाट झाला.

''ही वरची लहान मुलांची खेळण्यासाठी आहे. इथे पूल टेबल आहे आणि थोडसं आराम करण्यासाठी खास जागा आहे. लहानपणी खेळायला आणि मोठं झाल्यावर मित्रांसोबत थोडं जबाबदारीने गप्पा मारायला.''

असं म्हणून तिने डोळा मारला आणि आम्ही सगळे हसायला लागलो.

''आणि ही सगळ्या मुलांसाठी आणि त्यांच्या मित्रांसाठी खास झोपायला बंक रूम. आता माझी मुलं इतकी खूश आहेत की, त्यांना त्यांच्या स्वतःच्या खोलीतही झोपायचे नसते.''

माझं तोंड अक्षरशः उघडंच राहिलं. आता कळालं की, माझी मुलं का सतत त्या मैत्रिणीच्या घरी जायला उत्सुक असायची आणि का त्यांनी कधी आमच्याकडे त्यांच्या मित्रांना बोलावावं असं वाटलं नव्हतं. मोठ्या आकाराचे (क्वीनसाइज) बंक बेड्स? गॅरेजच्या वर खेळण्यासाठी खोली? अगदी स्वप्नवत! हे तर प्रत्येक मुलाचं स्वप्न होतं. खरं सांगायचं तर जिथे सगळी मुलं यावीत, गप्पा माराव्यात, खेळावीत असंच एक घर आपलं असावं हे माझेही स्वप्न होते.

त्या घराच्या सफरीत त्या टप्प्यावर पोहोचल्यावर मला स्वतःबद्दल तीव्र खंत वाटत होती आणि असे वाटले की तिथेच खाली उतरावं, वाइनची बाटली उचलावी आणि त्या क्वीनसाइज बंक बेडमध्ये घुसावं. एवढ्या चांगल्या मैत्रिणीबद्दल मला खरं तर आनंद व्हायला हवा होता. पण त्याऐवजी मी मत्सराच्या आगीत होरपळत होते.

ती फक्त आश्चर्यकारकच नव्हती, अंतर्बाह्य तेजस्वी होती, सगळ्यांची लाडकी होती, आणि आता तिच्याकडे माझं स्वप्नवत घरही होतं.

रात्र जसजशी सरत गेली, मी पोटातल्या त्या खदखदणाऱ्या भावनेला दाबण्याचा प्रयत्न करत राहिले. बाहेरून मी अगदी शांत, आनंदी असल्याचा अभिनय करत होते. पण जेव्हा

आम्ही कारमध्ये बसलो आणि क्रिससह घरी निघालो, तेव्हा मला ती मत्सराची भावना लपवावीशी वाटली नाही. मी ती त्याच्यावरच फेकून दिली.

आठ वर्षांच्या मुलीप्रमाणे, मी पूर्ण रडारड, चिडचिड, रागाचा स्फोट केला.

''आपल्याकडे कधीच असं घर असणार नाही!'' मी संतापाने ओरडले.

''तुला हॉटेल व्यवसायातच का जायचं होतं?''

क्रिस नि:शब्द होता. त्याच्याकडे बोलण्यासारखं काही नव्हतं. आम्ही शांततेत घरी परतलो. ती शांतता मात्र ठिणगीखालची राख होती.

मी ही गोष्ट इतक्या तपशिलात सांगू शकते, कारण ही एक घटना आम्ही विवाह समुपदेशनात अनेकदा उकलून पाहिली आहे. वरवर पाहता, ही गोष्ट फक्त एका घराबद्दल वाटेल. पण खरं तर ती घराबद्दल नव्हतीच. यातील मोठी शिकवण मला समजायला पाहिजे होती. माझ्या मैत्रिणीबरोबर तुलना आणि राग मला माझे आयुष्य बदलणारा धडा शिकवत होते.

मी माझ्या मैत्रिणीवर रागावले नव्हते. मी माझ्या नवऱ्यावरही रागावले नव्हते. मी माझी महत्त्वाकांक्षा सोडून दिली होती म्हणून मी माझ्यावरच रागावले होते. नव्हे. नवऱ्यावरही नव्हे. मी असं गृहीत धरून बसले होते की, माझा नवरा यशस्वी होईल आणि त्याच्या यशातून मला माझं हवं ते सगळं मिळेल. तुमचं जीवन ही तुमची जबाबदारी आहे हेच सत्य आहे. तुम्हाला आर्थिक यश पाहिजे असेल तर ते स्वप्न साकार करणं, ही तुमची जबाबदारी आहे. तुम्हाला क्वीनसाइज बंक बेड्स असलेलं घर आणि नवीन सजवलेले स्वयंपाकघर पाहिजे आहे? तर त्यासाठी काम करणं, ही तुमची जबाबदारी आहे.

मी मात्र ही जबाबदारी जवळजवळ एक दशक टाळत होते. पण त्या अनुभवाने मला आरसा दाखविला, मला काय पाहिजे आहे याबद्दल स्वतःशी प्रामाणिक राहण्यास भाग पाडले. मत्सर हा खरं तर माझ्या भविष्याकडूनच आलेला एक संदेश होता. माझ्या मैत्रिणीचं यश पाहून मी स्वतःसाठीही मोठं स्वप्न बघायला शिकले.

मग मी दरवाजा उघडून टाकला आणि कामाला लागले. मी काही विशेष नाही. मी फक्त ती कृती केली जी मी आधी करायला तयार नव्हते. मी सातत्याने, चिकाटीने, आणि जिद्दीने काम सुरू केलं. मी पुन्हा पुन्हा प्रयत्न करीत राहिले. माझ्या क्वीनसाइज बंक बेड्सच्या स्वप्नपूर्तीपर्यंत पोहोचायला मला तब्बल १५ वर्षं मेहनत घ्यावी लागली. पण मी ते साध्य केलं आणि ते तुम्हीही करू शकता.

'त्यांना करू द्या' ही संकल्पना तुम्हाला खोलवर डोकावायला भाग पाडते, मत्सर काय सांगू पाहतो आहे, हे समजून घ्यायला शिकवते आणि तुम्ही स्वतःलाच कुठे कुठे कमी समजून बसला आहात, हे उघड करून दाखवते.

जर तुम्ही कायम वरवरच्या गोष्टींमध्ये अडकून राहिलात, दुसऱ्यांच्या निर्णयांमध्ये, त्यांच्या आयुष्याच्या गोष्टींमध्ये किंवा अशा गोष्टींत ज्या तुमच्या हातातच नाहीत, तर तुम्ही तुमच्या आयुष्यातील खरा अर्थ आणि शक्यता कधीच उलगडू शकणार नाही.

तुमचं आयुष्य सुंदर आहे. विलक्षण आहे. तुमच्यात तुमच्या कल्पनांपलीकडच्या अमर्याद शक्यता आहेत. तुमचं राहण्याचं ठिकाण, तुमची सध्याची आर्थिक किंवा वैयक्तिक परिस्थिती या गोष्टी तुम्हाला मर्यादा घालू शकत नाहीत.

फक्त इतकं करा, स्वतःशी प्रामाणिक व्हा. काय हवं आहे हे स्वतःला निःसंकोचपणे विचारा आणि ते साकार करण्याची जबाबदारी स्वतःच्या खांद्यावर घ्या. तुम्हाला खास असण्याची गरज नाही. फक्त रोज उठून, एक पाऊल पुढे टाका. कालच्यापेक्षा आज थोडं अधिक चांगलं व्हा आणि हेच पुन्हा पुन्हा करत रहा. एक दिवस तुम्ही डोळे उघडाल आणि तुम्हाला जाणवेल की, तुम्ही फक्त स्वतःत बदल घडवला नाही, तर ज्या गोष्टींचा तुम्हाला पूर्वी मत्सर वाटायचा, त्या आयुष्याच्या मधोमध तुम्ही जगत आहात.

चला, तर मग एक सारांश पाहू या, तुलनेच्या या दीर्घ काळाच्या सवयीवर मात करण्याची खरी शिकवण काय मिळाली आहे?

आतापर्यंत इतरांच्या यशाने तुम्ही थबकून जात होता. *'लेट देम थिअरी'* म्हणजेच *'त्यांना करू द्या'* हा सिद्धान्त हे शिकवितो की, इतरांना त्यांचं यश मिळू द्या आणि त्याच वेळी तुमचं स्वप्नवत आयुष्य घडवण्यासाठी ते यश प्रेरणा म्हणून वापरा.

१. **समस्या :** जेव्हा तुम्ही 'जीवन किती अन्यायकारक आहे' यावर लक्ष केंद्रित करता आणि सतत स्वतःची इतरांशी तुलना करता तेव्हा ज्या गोष्टी तुमच्या हातातच नाहीत त्यांच्यावर तुम्ही तुमचा किमती वेळ आणि ऊर्जा वाया घालवता. इतरांचं यश तुम्हाला थबकवून टाकतं, तुम्हाला मागे पडल्यासारखं वाटतं, अपूर्ण, हताश वाटायला लागतं. ही मानसिकता आळशीपणा आणि परिपूर्णतेच्या भ्रामक शोधाला खतपाणी घालते आणि त्यामुळे तुम्ही स्वतःचं यश साध्य करण्यासाठी आवश्यक ती कृतीच करू शकत नाही.

२. **सत्य :** ज्याचं नशीब उजळलेलं असेल, ज्याच्याकडे तुम्हाला हवं असलेलं काही असेल, जो तुमच्यापेक्षा पुढे गेलेला असेल किंवा जो तुमच्यापेक्षा अधिक वेगाने यश मिळवत असेल असा कोणीतरी नेहमी असणारच. स्वतःची तुलना इतरांशी करणं हा मानवी स्वभाव आहे. पण जेव्हा ही तुलना सतत तुमच्या मनात ठाण मांडून बसते तेव्हा ती तुमच्या आत्मविश्वासावर आणि प्रेरणेवर आघात करते. इतरांचं यश तुमच्या हातात नाही, पण तुम्ही त्यावर कसा प्रतिसाद देता, हे तुमच्या हातात आहे.

३. **उपाय :** *'त्यांना करू द्या'* हा सिद्धान्त वापरून स्वतःला छळणं थांबवा आणि तुलना ही एक साधन म्हणून वापरा. इतरांना त्यांचं यश मिळू द्या आणि त्याचं रूपांतर तुमच्या स्वतःच्या प्रवासाला चालना देण्यासाठी प्रेरणेत करा, इतरांचं यश हा पुरावा आहे की, तुम्हीही ते करू शकता. प्रेरणेचं कृतीत रूपांतर झालं की, तुम्ही हळूहळू जे तुम्हाला प्रत्यक्षात हवं आहे, ते विलक्षण आयुष्य घडवायला सुरुवात करता जे तुम्हाला प्रत्यक्षात हवं आहे.

जेव्हा तुम्ही *'त्यांना करू द्या'* असं म्हणता, तेव्हा तुम्ही इतरांच्या यशातून शिकता. तेवढंच नव्हे, तर त्यांना मार्गदर्शक म्हणून स्वीकारता. जेव्हा तुम्ही *'मला करू द्या'* असं म्हणता, तेव्हा तुम्ही तुमच्याकडे असलेल्या साधनांचा उपयोग करता, प्रेरणेला कृतीत रूपांतरित करता आणि इतरांशी स्पर्धा न करता खेळ जिंकण्यासाठी त्यांच्या बरोबरीने खेळता.

तुमच्या हातात असलेले पत्ते वापरून आयुष्याच्या खेळात जिंकण्याची वेळ आली आहे.

आता या पुस्तकाचा पहिला अर्धा भाग तुम्ही संपविला आहे. आता तुम्हाला *'त्यांना करू द्या'* (Let Them) या सिद्धान्ताचे प्रभावशाली सामर्थ्य जाणवू लागले आहे. जगाच्या अपेक्षांचे ओझे वाहणे थांबवून, इतरांच्या वागणुकीवर, मतांवर आणि अपेक्षांवर नियंत्रण ठेवण्याचा व्यर्थ प्रयत्न न करता, स्वतःकडे लक्ष केंद्रित केल्यावर किती मोकळीक लाभते, हे तुम्ही अनुभवले आहे.

'त्यांना करू द्या' (Let Them) द्या आणि *'मला करू द्या'* (Let Me) हे शब्द जितके अधिक मनापासून उच्चाराल तेवढ्या मानसिक जागा, भावनिक उर्जा आणि वेळ या तुमच्याकडे आधी असून त्यांची जाणीव नसलेल्या गोष्टी तुम्ही अनुभवाल. या स्वातंत्र्याच्या क्षणांनी तुम्ही स्वतःसाठी आणि तुमच्या नातेसंबंधांतही नव्याने उभे राहू शकाल. *'त्यांना करू द्या'* सिद्धान्त या दोन्ही बाबतींत सर्वाधिक खोलवर परिणाम घडवून आणेल.

पुढील प्रकरणात आपण या सिद्धान्ताचा उपयोग प्रौढांच्या नात्यांमधील नाजूक गुंतागुंतीतून मार्ग कसा शोधायचा, याचा वेध घेणार आहोत. मैत्री, कुटुंब, प्रेमसंबंध किंवा सहकारी यांच्या बाबतीत सीमारेषा स्पष्ट करणं, बंध दृढ करणं आणि 'सगळ्यांना सांभाळण्या'चा थकवणारा भार टाकून देणं आवश्यक आहे.

या क्षणी कदाचित तुम्हाला काही नात्यांत खिन्नता, एकटेपणा किंवा आवश्यक ते संपर्क होतील की नाही असा संभ्रम वाटत असेल.

पण सत्य हेच आहे : तुमच्या जीवनातील सर्वांत सुंदर नाती, सर्वांत हृदयस्पर्शी मैत्री आणि सर्वांत प्रेमळ क्षण अजून यायचे आहेत. इतरांना ते आहेत तसे स्वीकारले व नसलेल्या नातेसंबंधांची सक्ती केली नाही तर हे शक्य आहे.

जसजसे तुम्ही अपेक्षा, नियंत्रण आणि इतरांना 'सुधारण्या'ची गरज सोडून द्याल तसतशी नाती फुलतील. मैत्री शोधण्यासाठी, चुकांची भरपाई करण्यासाठी, कौटुंबिक बंध दृढ करण्यासाठी किंवा तुमच्या स्वप्नवत प्रेमाची अनुभूती घेण्यासाठी कधीच उशीर झालेला नसतो.

आयुष्यातील सर्वांत अर्थपूर्ण क्षण आणि सर्वांत खोल नाती तुमच्या उंबरठ्यावर उभी आहेत हे किती रोमांचक आहे.

जर तुम्ही *'त्यांना करू द्या'* हा सिद्धान्त आत्मसात केला असेल तर चला, नव्या प्रवासाला सुरुवात करू या.

तुमचे नातेसंबंध आणि 'त्यांना करू द्या' सिद्धान्त

प्रौढ मैत्रीमध्ये प्रावीण्य मिळविणे

इतरांना बदलण्यासाठी प्रेरित करणे

संघर्षात असलेल्या व्यक्तीला मदत करणे

तुम्ही ज्या प्रेमास लायक आहात ते प्रेम निवडणे

‘लोकांना जेवढे ते जसे आहेत
तसेच राहू द्याल तेवढे तुमचे नातेसंबंध
अधिक समृद्ध होतील.’

–मेल रॉबिन्स

प्रौढ मैत्रीमध्ये प्रावीण्य मिळविणे

प्रकरण अकरावे

प्रौढ मैत्रीबद्दल कोणीही न सांगितलेले सत्य

प्रामाणिकपणे पाहता प्रौढ मैत्री ही सोपी नाही. माझ्या ओळखीतला प्रत्येक जण आज मैत्री निर्माण करणं, ती गमावणं किंवा ती टिकवून ठेवण्यासाठी वेळ शोधणं या गोष्टींशी झगडतोय.

तुमच्या आयुष्यात तुम्ही जर *'माझे सगळे मित्र कुठे गेले?'* असे वाटण्याच्या टप्प्यावर पोहोचलात तर तुम्ही एकटे नाही आहात. कदाचित तुम्हाला वाटतंय की, तुम्हाला कोणी मित्रच नाहीत. किंवा तुमच्या आयुष्याचा टप्पा आता तुमच्या जुन्या मित्रांपेक्षा वेगळा आहे.

कधी तुम्ही नात्यांमधल्या नाट्यात अडकता, कधी वाट पाहता की, कोणीतरी आधी पुढे येईल.

कधी नक्की काय नातं उरलंय हेच कळेनासं होतं. किंवा असं वाटतं की, सगळ्यांचं आयुष्य म्हणजे एखादा सतत सुरू असलेला मोठा आनंदोत्सव साजरा करणे आहे आणि तुम्ही मात्र तेथे अनुपस्थित आहात. तुम्हाला खरी मैत्री हवी आहे, पण ती कुठे आणि कशी मिळेल, हेच उमगत नाही.

मी स्वतःसुद्धा याच संघर्षातून गेले आहे.

या प्रकरणात आपण प्रौढ मैत्रीच्या वास्तवाकडे पाहणार आहोत.

आजवर तुम्ही मैत्रीकडे जसे लहानपणी बघितले होते तसेच बघत आलात, 'ती आपोआप घडेल' अशी तुमची अपेक्षा होती. म्हणूनच तुमचे मैत्रीसंबंध जसे असावयाला पाहिजेत तसे नाहीत.

मैत्री प्रौढपणी पूर्णपणे बदलते हेच खरे आहे आणि हे बदल कधी येतात ते कुणालाच लक्षात येत नाही. म्हणूनच *'त्यांना करू द्या'* सिद्धान्त यावर नियंत्रण ठेवण्यासाठी तुमच्या या जीवनप्रवासात वापरणं अत्यंत गरजेचं आहे.

मैत्री ही मानवी आयुष्याच्या सर्वांत सुंदर आणि अर्थपूर्ण बाबींमधली एक आहे. तुम्ही अशी मैत्री अनुभवण्यास पात्र आहात. मित्र खूप छान असतात, तुमचे आयुष्य ते अधिक आनंदी व समाधानी करतात आणि कधीमधी तुमचं स्वतःचं निवडलेलं कुटुंबही बनू शकते.

मोठ्या प्रमाणात विखुरले जाणे

प्रौढ मैत्रीशी जमवून घेणे अवघड असते कारण विसाव्या वर्षानंतर मैत्री ही सांघिक खेळ राहत नाही, तर वैयक्तिक प्रकारची होते आणि हे कुणालाच उमगत नाही.

ही घडामोड लक्षात न घेतल्यामुळे प्रौढ मैत्रीसाठी आवश्यक दृष्टिकोन घेतला जात नाही व त्यामुळे तुम्हाला एकटेपण जाणवते. आजकालच्या अत्यंत व्यग्र जीवनात तुमच्या आवडीच्या लोकांच्या संपर्कात राहणे तुम्हाला आव्हानात्मक आहे.

तुमचं व्यक्तिमत्त्व जसजसं घडतं; तसं तुम्ही नोकऱ्या, शहरे, नाती आणि जीवनाच्या टप्प्यांमधून प्रवास करीत असताना नवीन ठिकाणी व आयुष्याच्या नवीन वळणांवर आपले लोक शोधणे हे तुम्हाला आवाहनात्मक असेल.

'त्यांना करू द्या' हा सिद्धांत तुम्हाला प्रौढ मैत्रीचा गाभा उलगडून दाखवेल, तुम्हाला तुमच्या विद्यमान मित्रांशी संबंध बळकट करायला मदत करेल आणि ज्यांना तुम्ही अजून भेटलेही नाहीत अशा लोकांपर्यंत घेऊन जाईल व ते लोक तुमच्या आयुष्यातले सर्वांत आवडते लोक ठरतील.

म्हणजे काय बदलते?

लहानपणीची मैत्री आणि प्रौढपणी घडणाऱ्या अनेक मोठे बदल झाल्यानंतरच्या मैत्री यांमधील वेगळेपण काय आहे याबद्दल आपण आता बोलू या.

जेव्हा तुम्ही लहान होता तेव्हा तेव्हा तुमचे मित्र, वर्गमित्र हे सगळे जण एका संघासारखे वाटायचे, जणू जीवनाच्या प्रवाहात सगळे एकाच गतीने, एकाच दिशेने वाटचाल करत होते. बालवाडीपासून ते हायस्कूलपर्यंत, तुमचं दैनंदिन जीवन एकसारखंच होतं, तेच बसने जाणं, तीच पुस्तकं वाचणं, तेच विषय शिकणं.

तुमच्या वयाचे सर्व लोक नेहमी दिसायचे, वर्गात, शाळेच्या गॅलरीत, क्रीडांगणावर, आणि शेजारीपाजारी. तुमचे प्रगतीचे टप्पेही एकसारखेच होते. वाढदिवस, पदवीदान समारंभ, एकाच वेळचं सुट्टीचं वेळापत्रक. तुम्ही एकाच क्लबमध्ये, एकाच उपक्रमात, खेळात आणि वर्गात सहभागी व्हायचात त्यामुळे नकळत असं वाटायचं की, जीवनाच्या या प्रवासात एक मोठा समूह तुमच्यासोबत आहे आणि तुम्ही त्या समूहाचा भाग आहात.

म्हणूनच लहानपणी मैत्री म्हणजे एक सामूहिक खेळ वाटायचा. का? कारण सर्वांनी समूहातच वावरायचं आणि लहान वयात तेच नैसर्गिक वाटायचं.

पहिल्या वीस वर्षांत, मैत्रीची संपूर्ण रचनाच तुमच्यासाठी इतरांनी आखून ठेवलेली होती. पालकांनी, शाळा व्यवस्थापनाने, खेळांच्या संघांनी, महाविद्यालयीन वसतिगृहांनी, सामाजिक संस्था आणि उपक्रमांनी. त्यामुळे तुमच्या वयाच्या, तुमच्यासारख्या अनुभवातून जाणाऱ्या लोकांशी संपर्क सहज शक्य होता.

मैत्री करणे केवळ सोपेच नव्हते, तर तुम्ही इतका वेळ एकत्र घालवत होतात, इतके अनुभव एकत्र वाटून घेत होतात की, खोल अर्थपूर्ण मैत्रीसाठी लागणारी सगळी तयारी झाली होती.

आणि हे सगळं सामूहिक खेळासारखं वाटण्याचं मुख्य कारण हे होतं की, जर तुम्ही एखाद्या गटाचा, संघाचा, क्लबचा भाग असलात, तर काहीही ठरवलं गेलं की, तुम्हाला निमंत्रण मिळणं अपेक्षितच असे.

तुमचं बालपण तुम्हाला शिकवत गेलं की, तुम्हाला नेहमी बोलावलं जाईल, मैत्री सहज जुळेल, मित्र नेहमी भेटतील आणि काहीतरी मजेदार सतत घडत राहील.

आणि मग अचानक धाडकन तुमच वय वीसच्या उंबरठ्यावर येतं, आणि तुम्ही मैत्रीच्या अशा टप्प्यावर येता ज्याला मी मोठ्या प्रमाणात 'विखुरले जाणे' म्हणते. या विखुरल्या जाण्यामुळे हायस्कूल किंवा कॉलेज संपतं आणि सगळी मित्रमंडळी वेगवेगळ्या दिशांना जातात. अचानक सगळे वेगवेगळ्या शहरांमध्ये राहायला लागतात, आणि थोड्याच काळात प्रत्येक जण वेगवेगळ्या वेळापत्रकांवर चालत असतो. कोणी वेगळी नोकरी करतंय, कोणी वेगळ्या लोकांमध्ये रमलंय, कोणी वेगवेगळ्या गाठीभेटी घेतंय आणि प्रत्येक जण प्रगतीचे टप्पे वेगवेगळ्या गतीने गाठत आहे आणि पूर्वी तुमच्या सर्व मित्रांना एकत्र ठेवणारी रचना नष्ट झाली आहे.

म्हणूनच अचानक तुम्हाला वाटायला लागतं की, तुमच्या आयुष्यातील प्रत्येक भागाचे नियंत्रण गेलेले आहे. आता काही ठरलेलं नाही, ना एखादा मार्ग, ना साचा, ना वेळापत्रक, ना विशिष्ट टप्पे.

पुढे काय करायचं आणि ते कधी साध्य करायचं, हे सगळं फक्त तुमच्यावर अवलंबून असतं.

दुसऱ्या शब्दांत सांगायचं तर, तुमचं प्रौढ आयुष्य सुरू होतं. पहिल्यांदाच तुम्ही खरोखर स्वतःच्या पायांवर उभे असता. आपला वेळ कशात घालवायचा, कुठे काम करायचं, कोणत्या शहरात राहायचं आणि कुणासोबत मैत्री टिकवायची हे सर्व तुम्हालाच ठरवायचे असते.

हळूहळू, ते जिवलग मित्र जे दुसऱ्या शहरात गेले ते खरोखर दूर वाटायला लागतात. सगळ्यांजवळ वेळच उरलेला नाही. सगळ्यांचं वेळापत्रक जुळवून एकत्र भेटण्याचा प्रयत्न हा जवळजवळ अशक्य होतो. तुमचं मैत्रीचं नातं धरून ठेवणारा फक्त एक चॅट ग्रुप असतो जो हळूहळू शांत, अगदी शांत होत जातो. कारण प्रत्येक जण आपल्या आयुष्यावर लक्ष केंद्रित करत असतो आणि आपल्या आजूबाजूच्या माणसांशीच जोडलेला राहतो.

इथेच खरी एकटेपणाची भावना जाणवायला लागते. याच क्षणी प्रौढ मैत्री अवघड वाटते. पूर्वी दिवसभरात केव्हाही मित्रांना भेटण्याची संधी असायची व त्यानुसार आपण भेटू शकू अशी अपेक्षा आता करता येत नाही. आणि मग 'माझे सगळे मित्र कुठे गेले?' असा तुम्ही विचार करता.

तुम्ही नियंत्रण गमावले आहे असे तुम्हाला वाटेल. तुम्ही घट्ट पकडून ठेवायचा प्रयत्न करता. तुम्हाला असुरक्षित वाटते. तुम्ही आणखी घट्ट पकडता.

पण वस्तुस्थिती अशी आहे की, प्रौढ वयात मैत्री होते आणि नाहीशी होते. मैत्रीची अपेक्षा करणे तिला नष्ट करते. मैत्रीसाठी तुम्हाला लवचीक आणि सक्रिय राहावं लागतं. म्हणूनच तुम्ही 'त्यांना जाऊ दे' असे स्वतःला कायमच सांगत असता, असे आढळेल.

त्यांना दूर जाऊ दे. त्यांना त्यांच्या नव्या नित्रमैत्रिणींना प्राधान्य देऊ दे. त्यांना माझ्यासाठी वेळ नसला तरी नसू दे. त्यांनी मला संदेश पाठविले नाही तरी ठीक आहे. त्यांना माझ्याशिवाय भोजनासाठी जाऊ दे.

हे आपल्यापैकी प्रत्येकाच्या आयुष्यात घडतं आणि तरीही जेव्हा ते खरंच घडतं तेव्हा ते मनाला चकित करणारं, गोंधळवून टाकणारं असतं. मैत्री या नात्याचा प्रौढत्वात कसा विचार करावयाचा व त्याकडे कसे पहावयाचे, हे आता आणि सदैव तुमच्याच हातात आहे. कारण 'मोठ्या प्रमाणात विखुरणं' हे आधीच घडून गेलं आहे. त्याचे स्वरूप अनेक वेळा, पुन्हा पुन्हा आपल्या आयुष्यात येणार आहे.

जेव्हा तुमचे अविवाहित मित्र लग्न करतात, तेव्हा ते विखुरतात. जेव्हा त्यांना मुलं होतात, तेव्हा ते विखुरतात. जेव्हा ते शहर सोडून उपनगरांत जातात, तेव्हा ते विखुरतात. मुले मोठी होऊन दुसरीकडे जातात तेव्हा किंवा घटस्फोट होतो, किंवा वृद्धत्व येतं, सेवानिवृत्ती होते, कोणाचा वियोग होतो तेव्हा ते विखुरतात.

हे तुमच्या आयुष्यात व मित्रांच्या बाबतीत पुन्हा पुन्हा घडणार आहे. हेच सत्य आहे.

आणि म्हणूनच *'त्यांना करू द्या'* हा सिद्धान्त आपल्याला आत्मसात करणं गरजेचं आहे.

हे तत्त्वज्ञान तुम्हाला मैत्रीकडे अधिक लवचीकपणे पाहायला शिकवेल आणि तुमचा वेळ तुमच्या आयुष्यातील सर्वोत्तम ठरू शकेल अशा मैत्रींसाठी वापरण्याची शिकवण देईल.

मैत्रीचे तीन आधारस्तंभ

जवळीक किंवा संपर्क (प्रॉक्सिमिटी), वेळ (टायमिंग) आणि ऊर्जा (एनर्जी) हे तीन आधारस्तंभ खरी मैत्री होण्यासाठी अत्यावश्यक असतात. प्रत्येक मैत्रीचा अदृश्य पाया या तीन गोष्टींमध्ये असतो.

मैत्रीत दुरावा येतो, मैत्री विरते, संपर्क तुटतो तेव्हा त्या तिन्ही आधारस्तंभांपैकी एकतरी ढासळलेला असतो. मोठेपणी मैत्री विरळ होते ती फारशा वैयक्तिक कारणांमुळे नाही, तर या तीन आधारस्तंभांमधील कमतरतेमुळे होते.

ही तीन तत्त्वं समजून घेतली, तर *'त्यांना करू द्या'* तत्त्वज्ञान अधिक सहजतेने अंगीकारता येईल. आणि मग मोठेपणातही मैत्री अधिक समजूतदार, लवचीक आणि अर्थपूर्ण राहू शकेल.

मैत्रीचा पहिला आधारस्तंभ – जवळीक

जवळीक म्हणजे वारंवार एखाद्या व्यक्तीच्या तुम्ही प्रत्यक्ष संपर्कात किती येता. ही बाब महत्त्वाची आहे कारण जेव्हा एखादी व्यक्ती तुमच्या जवळपास असते तेव्हा तुमचं एकत्र वेळ घालवणं आपोआपच घडतं. तुम्ही जवळ राहत नसाल, तर भेटी दुर्मीळ होतात. संपर्कात राहण्यासाठी अधिक प्रयत्न करवे लागतील.

हो, ते शक्य आहे, पण अवघड असतं. ज्यांना तुम्ही वारंवार भेटता, त्यांच्याशी मैत्री वाढवणं सोपं असतं.

ही केवळ सामान्य समजूत नाही, तर वस्तुस्थिती आहे.

'जवळीक' या संकल्पनेवर अनेक अभ्यास झाले आहेत. कोण मित्र होतो आणि कोण होत नाही, हे बऱ्याच वेळा यावरच अवलंबून असतं. कारण जितक्या वेळा तुम्ही एखाद्याला प्रत्यक्ष भेटता, तितक्या वेळा तुम्हाला त्यांच्याशी संवाद साधता येतो, अनुभवांची देवाणघेवाण होते आणि मैत्री अधिक खोलवर रुजते.

कॅन्सास विद्यापीठाच्या अभ्यासानुसार, कोणाशी 'प्रासंगिक' मैत्री निर्माण व्हावी, यासाठी सुमारे ७४ तास एकत्र वेळ घालवावा लागतो आणि कोणाशी 'घनिष्ठ' मैत्री व्हावी, यासाठी तर २०० तासांहून अधिक वेळ लागतो.

हेच संशोधन जर आपण आपल्या बालपणातल्या किंवा तरुणपणातल्या मैत्रींसंदर्भात पाहिलं, तर लक्षात येईल की, शाळेत किंवा महाविद्यालयात आपण हे तास सहजपणे गाठलेले असतात.

शाळेत पाच-सहा आठवड्यांतच २०० तासांचं मैत्रीचं बळ तयार होतं. कॉलेजमध्ये मित्रांबरोबर राहता, प्रत्येक जेवण एकत्र घेता, शनिवार-रविवार एकत्र घालविता. हे सगळं मिळून मैत्रीच्या नात्याला पक्कं करतं.

या जवळिकीमुळेच तुमची मैत्री दृढ होते व तुमचे अनेक अनुभव व आठवणी एकत्र असतात त्यामुळे विश्वास व मैत्रीसंबंध निर्माण होतो.

तुम्ही जर कुणाच्या शेजारी राहत असाल, समोरच्या इमारतीत, वसतिगृहात, किंवा ऑफिसच्या बाजूच्या टेबलावर, किंवा मुलांच्या फुटबॉल सामन्यात प्रत्येक शनिवारी भेटत असाल तर साहजिकच जवळिकीमुळे तुम्ही एकत्र वेळ घालविता.

ही गोष्ट फारच महत्त्वाची आहे. आपण लहान असताना सहज मैत्री का होत असे, याचंही हे उत्तर आहे. तेव्हा आपण दररोज आपल्या वयाच्या लोकांभोवतीच असायचो. मात्र मोठेपणी, सर्व जण विखुरतात, कोणी लग्न करतं, कोणी स्थलांतर करतं, कोणाचे वेळापत्रक वेगळे असते आणि मग मैत्री करणं अधिक कठीण होऊन बसतं. कारण एखाद्याबरोबर २०० तास घालवणं हे खूप मोठं गणित ठरतं.

मोठेपणी, लहानपणीसारखा मोकळा वेळ आपल्या हातात राहत नाही कारण आपण काम करत असतो हीसुद्धा एक वस्तुस्थिती आहे. 'अमेरिकन टाइम स्टडी'च्या संशोधकांनी दाखवून दिलंय की, २१ ते ६० या वयोगटातील माणूस आपल्या कुटुंबीयांपेक्षा आणि मित्रांपेक्षाही जास्त वेळ सहकाऱ्यांबरोबर घालवतो.

म्हणजे तुमच्याकडे मित्रांबरोबर वेळ घालवण्याची संधी असते ती फक्त संध्याकाळी ऑफिसनंतर किंवा आठवड्याच्या शेवटी. आता विचार करा, एखाद्या नवीन मैत्रीला २०० तास मिळवण्यासाठी कितीतरी वेळा कॉफीपानासाठी एकत्र यावे लागेल, फेरफटका किंवा रविवारी बार्बेक्यू लागतील! 'जर जवळीक इतकी महत्त्वाची असेल, तर मग ऑफिसमधले सगळे सहकारी आपले घनिष्ठ मित्र का नसतात', याचेही तुम्हाला आश्चर्य वाटू लागते.

मैत्रीचा दुसरा आधारस्तंभ – वेळ

वेळ म्हणजे जीवनाचा तो अध्याय, ज्यामध्ये तुम्ही सध्या आहात. जर एखादी व्यक्ती वेगळ्या अध्यायात असेल तर तुम्हा दोघांमध्ये समान गोष्टी खूप कमी असतील त्यामुळे तुमचे एकमेकांशी जमणे कठीण असते.

आयुष्यातील अध्याय वेगळे असणे याचा सर्वांत ठळक प्रभाव ऑफिसमधील सहकाऱ्यांबरोबरच्या मैत्रीमध्ये दिसतो. आपण आधीच पाहिलं की, २१ ते ६० वयोगटांत आपण आपल्या सहकाऱ्यांबरोबरच सर्वाधिक वेळ घालवतो. पण येथेच एक अडथळा येतो. कामाच्या ठिकाणी प्रत्येक जण वेगळ्या अध्यायात असतो. म्हणजेच, आयुष्याच्या चाळीसपेक्षा अधिक वर्षांच्या कालखंडात ज्यांच्याबरोबर तुम्ही वेळ घालविता ते तुमच्यापेक्षा आयुष्याच्या वेगवेगळ्या अध्यायात असतात.

उदाहरणार्थ, जर तुमचं सगळं कामकाज तुमच्यापेक्षा चाळीस वर्षांनी मोठ्या असलेल्या लोकांबरोबर होत असेल तर त्यांच्याशी नातं जोडणं खूप कठीण ठरू शकतं. माझ्या मुलींपैकी एक कायम सांगायची की, तिच्या ऑफिसच्या सहकाऱ्यांबरोबरच्या मीटिंग्समध्ये ती असायची आणि दिवसाची संभाषणाची सुरुवात (ब्रेक द आइस) प्रश्नमंजूषा 'तुम्ही कुठे लग्न केलं?' किंवा 'तुमचा निवृत्तीनंतर काय करायचा विचार आहे' अशी असायची.

तिला असं वाटायचं की, दर सोमवारच्या सकाळी तिला तिचं खरं आयुष्य लपवावं लागतंय, कारण जेव्हा बाकी सगळे त्यांच्या मुलांबरोबर वीकेंडला काय केलं ते सांगत असतात, तेव्हा ती मात्र तिच्या मैत्रिणींसोबत पार्टी करत मद्यपान करून कचराकुंडीत उलटी करत बसलेली असायची.

म्हणूनच आयुष्यातील टप्प्यांचे महत्त्व किती मोठं आहे हे लक्षात येतं. कारण तिनं तिच्या सहकाऱ्यांबरोबर खूप वेळ घालवला, त्यांच्याशी मैत्रीपूर्ण संबंध होते, तिला ते आवडतही होते तरीसुद्धा ते एकमेकांपासून खूप वेगळ्या टप्प्यावर होते. म्हणूनच ते कधीही आठवड्याच्या अखेरीस भेटले नाहीत, ऑफिसचे काम संपल्यावर जेवण्यासाठी गेले नाहीत कारण त्यांच्या आयुष्यात, कामाशिवाय साम्य काहीच साम्य नव्हतं.

मी आणखी एक उदाहरण देऊ शकते, आयुष्यातील टप्प्याचा मैत्रीवर कसा परिणाम होतो हे यातून दिसेल. क्रिस आणि मी, आम्हाला दोघांनाही खूप प्रिय वाटणारे काही कुटुंबमित्र आहेत. ते खूप छान आहेत. मला त्यांच्याबरोबर वेळ घालवायला आवडतं. पण आम्ही त्यांच्यापेक्षा पंधरा वर्षांनी लहान आहोत आणि ते आता आजी-आजोबा झाले आहेत. आमच्यात फारसं बोलण्यासारखं उरत नाही, कारण आमची आयुष्यं फारच वेगवेगळ्या टप्प्यांवर आहेत.

आमची मैत्री टिकून आहे का? नक्कीच! मला ते खूप आवडतात, पण ही मैत्री फार खोलवर जाऊ शकत नाही, कारण आम्ही एकमेकांच्या जवळ राहत नाही, भेटी कमी होतात आणि वेळेचं गणित जुळत नाही कारण आयुष्यातील टप्पे खूपच वेगळे आहेत.आणि मला या मैत्रीच्या तीन आधारस्तंभांबद्दल समजले तेव्हा माझ्या लक्षात आले की, यात वैयक्तिक काही नाही.

मैत्री होते आणि जाते. कधी खूप जवळची वाटते, कधी दूरची. पण यात काहीही वैयक्तिक नसतं. ही फक्त जवळीक आणि वेळ यांची गोष्ट असते.

'त्यांना करू द्या' हा सिद्धान्त मला प्रौढ वयातल्या मैत्रीच्या संकल्पनेवरील माझी पकड सैल करण्यासाठी खूप उपयोगी पडली. ती तुमच्याही मदतीला येईल. कारण तुम्ही जेवढे प्रौढ होता तेवढे अधिक लोक तुमच्या संपर्कात येतात. त्यांना येऊ दे.

प्रत्येकाशी तुमची चांगली मैत्री होईल, प्रत्येक प्रसंगी तुम्हाला आमंत्रण येईल, सर्व प्रसंगात तुम्हाला अंतर्भूत केले जाईल किंवा सर्वांशीच तुमचे चांगले जमेल अशा अपेक्षा करणे जेव्हा तुम्ही थांबवता तेव्हा मैत्री सोपी होते. *'त्यांना करू द्या'* हा सिद्धान्त वापरून प्रौढ मैत्रीकडे अगदी वेगळ्या दृष्टिकोनातून पाहता येते त्यामुळे तुमचे आयुष्य खूप समाधानी, सशक्त आणि सुखाचे होते.

मैत्रीचा तिसरा आधारस्तंभ म्हणजे ऊर्जा

काही लोकांबरोबर आपले सहज जुळते आणि काहींशी अजिबात नाही. का ते आपल्याला आणि त्यांनाही सांगता येत नाही. त्यामध्ये ऊर्जा असते किंवा नसते. हे स्पष्ट करण्यासाठी कोणतेच शास्त्रीय कारण नाही. तुम्हाला त्यावर विश्वास ठेवावा लागतो.

येथे एक कठोर सत्य आहे ते म्हणजे ऊर्जेत वेळेनुसार बदल होतो. कधी ती ऊर्जा फिकी पडते, तर कधी नवी ऊर्मी घेऊन पुन्हा फुलते आणि हे चांगलेच आहे. कारण याचा अर्थ असा की, आपण आणि आपल्या जीवनातील लोक नवे रूप धारण करून नव्या रूपांमध्ये वाढत आहेत.

उदाहरणार्थ, समजा कॉलेजमध्ये तुम्ही पाच जिवलग मित्रांबरोबर राहत होता. तुम्हाला एकमेकांची खूपच साथ होती. ती मैत्री तुमच्या आयुष्यातील सर्वोत्कृष्ट अनुभव होता. पण पदवी मिळाल्यानंतर तुम्हा दोघांनी एकत्र राहायला सुरुवात केली आणि चार महिन्यांतच काहीतरी बिनसलं. काहीतरी वेगळंच वाटायला लागलं. ही अगदीच नैसर्गिक गोष्ट आहे. याचा अर्थ असा नाही की, मैत्री संपली. तर फक्त तुम्ही दोघं बदलत आहात, विकसित होत आहात.

पण इथे आपण एक मोठी चूक करतो. आपण काय बिघडलंय याचा विचार करत बसतो, त्याऐवजी स्वीकृती, सहृदयता आणि दुसऱ्याविषयीचा आदर या गोष्टींवर लक्ष केंद्रित करणं आवश्यक असतं. आयुष्याच्या एका टप्प्यावर कोणी तुमचा जिवलग मित्र असला तरी याचा अर्थ असा नाही की, पुढच्या टप्प्यावरसुद्धा तो जिवलग राहील.

खरं तर, आपण या विषयावर बोलत असताना, मला 'सर्वोत्तम मित्र' हा शब्द फारसा आवडत नाही. या नात्यावर तो एक अनावश्यक ओझं आणि अपेक्षांचं दडपण टाकतो, या नात्याला वृद्धिंगत होण्यासाठी आणि बदलत राहण्याची संधी आवश्यक असते. तुमच्या आयुष्यात लोक येत-जात राहतात, त्यांना जाऊ द्या. तुमच्या आयुष्यातील टप्प्यावर विश्वास ठेवा.

काही लोक तुमच्या जीवनात फक्त एका ऋतूसाठी येतात. काही लोक एखाद्या विशिष्ट कारणासाठी येतात आणि काही लोक तुमच्यासोबत अखेरपर्यंत राहतात.

हे अगदी नैसर्गिक आहे. कोणी तुमच्यापासून हळूहळू दूर जाऊ लागलं, किंवा तुमच्यातील ऊर्जा नष्ट झाली आहे असे वाटले तर त्यांना शत्रू मानू नका. नाती ओढूनताणून टिकवली जात आहेत का, याचे संकेत आपल्याला मिळतात कारण अशा संवादांत थकवा जाणवतो. संवाद कृत्रिम वाटायला लागतात आणि आतून एक विचित्र भावना येते की, काहीतरी चुकतंय आणि संभाषण सक्तीचे वाटत आहे. त्या भावना ओळखा. मी स्वतः अनुभवातून हे शिकले आहे. एखाद्या नात्याला जबरदस्तीने धरून ठेवणं, ते नातं जबरदस्तीने टिकवण्याचा प्रयत्न करणं, हे सर्व काही आणखी क्लिष्ट आणि वेदनादायक करतं.

काही नाती ही आपल्यासाठी नाहीत हे माहीत असूनसुद्धा आपण बऱ्याचदा अशा नात्यांना घट्ट धरून ठेवतो, आपल्याला माहीत असतं की, ज्या क्षणी आपण ते सोडून देऊ, त्या क्षणी ते नातं संपुष्टात येईल. माझ्या बाबतीत हेच घडलं. अचानक मला माझ्या जिवाभावाच्या वाटणाऱ्या मित्रमंडळींमधून मी बाहेर आहे असे मला आढळले. काय करावं, हेच समजेनासं झालं. आणि त्याचा सामना मी फारशा शहाणपणाने केला नाही.

प्रकरण बारावे

काही मैत्रीसंबंध आपोआप का विरळ होतात

येथे काय झालं ते पहा.

माझ्या आयुष्यातील एक अत्यंत आनंदाचा काळ होता, जेव्हा मी तीन लहान मुलांची आई होते. आम्ही एका अशा परिसरात राहत होतो, जिथे एक मोठा मित्रपरिवार तयार झाला होता, आम्ही सगळे एकत्रच आपापली मुलं वाढवत होतो, एकमेकांच्या सहवासात वेळ घालवत होतो आणि खरंच एक सुंदर आणि आश्चर्यकारक समुदाय निर्माण करीत होतो.

आमच्या सगळ्यांच्या मुलांचं वय साधारण एकसारखंच होतं आणि ती सगळी एकाच सार्वजनिक प्राथमिक शाळेत जात होती. माझ्या आयुष्यातला तो काळ अत्यंत सामाजिक आणि मजेशीर होता, कारण मुलं, शाळा आणि त्यांचे वेळापत्रक यांमुळे आम्ही सतत एकमेकांना भेटत होतो. सतत काही ना काही योजना, निमंत्रणं आणि लोकांसोबत गप्पा, भेटीगाठी यांमुळे मला खरंच माध्यमिक शाळेत असल्यासारखे वाटत होते.

त्या वेळी दोन जोडप्यांशी आमची विशेष जवळीक झाली. आम्ही आमच्या मुलांसह अनेक गोष्टी एकत्र करत होतो; आठवड्याच्या शेवटी कुठेतरी सहलीला जाणं, हॅलोविनला ट्रिक-ऑर-ट्रीटसाठी फिरणं, शनिवारी सकाळी मुलांचं फुटबॉल कोचिंग, रविवारी ब्रंच, फुटबॉल पार्टीज, नेहमीच एकत्र बार्बेक्यू करणं अशा तुम्ही म्हणाल त्या गोष्टींसाठी आम्ही एकत्र असू.

मी आणि क्रिस खरोखर आनंदी होतो. असं वाटत होतं की, जणू आमचं नशीबच जोरावर आहे, कारण आम्हाला कोणीही ओळखत नाही अशा एका नवख्या उपनगरात आलो होतो आणि एकदमच इतके खास लोक आमच्या आयुष्यात आले. इतकी खास जोडपी आम्हाला भेटली व त्यांच्याबरोबर वेळ घालविणे आम्हाला आवडत होते आणि आमच्या मुलांनाही त्यांची मुले आवडत होती. हे सर्व अविश्वसनीयरीत्या खरे होते.

त्याच काळात, आमच्याच अतिशय जिव्हाळ्याच्या मित्रांपैकी एक दुसऱ्या राज्यात राहत होता. तेथील आमच्या मित्रांना आमच्या सध्याच्या मित्रमंडळींचा, आमच्या मौजमजेचा हेवा वाटत असे व ते तो बोलून दाखवत असे. आम्हाला वाटायचं त्यांनीसुद्धा त्यांच्या मुलांसकट आमच्याच गावात यावं म्हणजे गोष्टी अजून छान होतील.

मी आणि क्रिस दोघांनी त्यांना आग्रह करायला सुरुवात केली, ''इथेच यायला हवं तुम्हाला!''

आणि त्यांनी ऐकलंही. त्यांनी जिथे घर घेतलं, ते अगदी समोरच्या गल्लीत होतं, तेथेच ज्यांच्यासोबत आम्ही सतत काही ना काही करत असायचो असे आमचे दोन जिवलग कुटुंबीय मित्र राहायचे. प्रथम, मी अतिशय उत्साही होते. कल्पना करा, तुमचा एक जवळचा मित्र केवळ तुमच्या गावातच नाही, तर तुमच्या गल्लीत राहायला येतो आणि तुमच्या आधीपासूनच्या दोन सर्वांत जवळच्या कुटुंबीय मित्रांसोबत तोदेखील शेजारी होतो! आमचं घर फक्त पाच मिनिटांच्या अंतरावर, एक प्रकारे परिपूर्णच सगळं!

म्हणूनच मी स्वाभाविकपणे अशी अपेक्षा केली की, ही चारही कुटुंबे नेहमी एकत्र असतील व पार्टी करतील. सुरुवातीला अगदी माझ्या इच्छेनुसारच सर्व घडत होते. ते आम्हाला फोन करायचे व संध्याकाळी सहज जेवायला बोलवायचे. पण हळूहळू एक अनपेक्षित बदल जाणवू लागला. अशा आमंत्रणांची संख्या कमी कमी होत गेली आणि नंतर एक गोष्ट स्पष्ट दिसू लागली ती म्हणजे ती तीन कुटुंबे आमच्याशिवाय कायम एकत्र असायची.

आता मागे वळून पाहताना मला समजतंय की खरंच, असं होणं साहजिकच होतं. जवळीक महत्त्वाची असते. ते सगळे एकाच गल्लीत, समोरासमोर राहत होते. घराच्या दारातून हात हलवून एकमेकांना अभिवादन करायचे. त्यांची मुलंही एकाच वयाची होती, रोज एकत्र शाळेच्या बसने जायची, खेळांसाठी एकाच्याच गाडीमधून जात असत. (कारपूल करायची.)

आता मागे पाहिल्यावर मला जाणवते की, हे काही वैयक्तिक नव्हतं. जेव्हा तुम्ही रस्त्याच्या कडेला कोणाच्यातरी शेजारी उभं राहून मुलांची वाट पाहत असता, तेव्हा साहजिकच तुम्ही त्यांना विचारता की, आज संध्याकाळी काय करता आहात? आमच्याकडे जेवायला याल का?

त्यांची अगदी चांगली मैत्री होईल हे आपण समजू शकतो आणि त्यांना तसे करण्याची मुभा आहे. परंतु ॲटलांटा होऊन आलेल्या या जोडप्याने माझ्या कल्पनेनुसार आमची असलेली जागा घेतली हे मी पाहत होते. आणि ती परिस्थिती मी योग्य प्रकारे हाताळली नाही.

मी फारच वाईट वागले

मी नेमकं तेच केलं, जे बरेच लोक करतात जेव्हा त्यांना आपल्याला कोणीतरी दूर करतंय, बाजूला सारतंय, असं वाटतं तेव्हा जे बरेच लोक करतात तेच नेमकं मी केलं कारण मला प्रौढ मैत्री कशी असते, याचं भानच नव्हतं. माझं संपूर्ण मन त्या वेळी मत्सर आणि रागाने भरून गेलं होतं. आम्ही तेथे होतो असा विचार मी केला. माझे मित्र त्यांनी हिरावून घेतले आहेत. जेव्हा माझ्या मनातील ऊर्जेचा प्रवाह त्यांच्याकडे वळला तेव्हाच सगळं बदलायला लागलं.

सगळं पूर्ववत होण्यासाठी सुरुवातीला मी प्रयत्न केला, मनमोकळं वागले, गोड वागले, हसले, बेफिकीर वागले. जसं मी त्यांच्याबद्दल विचार करू लागले किंवा त्यांना

कुठे पाहिलं, तसं माझ्यात एक अनामिक अंधार दाटून यायचा, जणू एखादं भूत माझं मन, शरीर आणि आत्मा व्यापून टाकतंय.

मी माझ्या भावना थांबवूच शकत नव्हते. मी थंड आणि कटू होते. माझी ऊर्जा बदलली होती, आणि सगळ्यांना ती जाणवत होती. क्रिसला जाणवत होतं. ती तीनही जोडपी जाणून होती.

आणखी दूरच्या ओळखीतील मित्रमैत्रिणींनाही जाणवत होतं. माझी इच्छा नसतानाही मी खूप वाईट वागत होते.

मी विचार न करता राहू शकत नव्हते. आठवड्यामधील रात्री जेव्हा आम्ही घरात डायनिंग टेबलवर बसून स्पॅघेटी खात असायचो तेव्हा ते सगळे मात्र एकत्र अंगणात ग्रिल करत, हसतखेळत असत. त्यामुळे मी रागाने धुमसत असे.

माझ्या त्या काळातील वागण्याची, भावना व्यक्त करण्याच्या पद्धतीची आता मला लाज वाटते. मी खूप क्षुल्लक व असुरक्षित होते. कारण त्या टप्प्यावर मी स्वतःच्या भावनांना व त्यांना कसे हाताळायचे हे समजूनच घेत नव्हते. माझ्याकडे *'त्यांना करू द्या'* सिद्धान्त नव्हता. मी जणू मैत्रीमध्ये एक चालतीबोलती अडसर ('रेड फ्लॅग') झाले होते.

शनिवारी सकाळी एखादा फुटबॉल सामना असो, शाळेची मीटिंग, एखादी संध्याकाळची पार्टी, किंवा अगदी किराणा मालाच्या दुकानात त्या सहा जणांपैकी एखाद्याला पाहिलं तरी मला तणावग्रस्त वाटत असे. मला सर्वसामान्य व्हायचं होतं. मला हे लोक आवडायचे आणि परिस्थितीत बदल व्हावा असं वाटायचं. पण मला माझ्या भावना कशा हाताळायच्या हे माहीतच नव्हतं.

मी स्वतःला सावरू शकत नव्हते. माझ्या आवाजाचा स्वर बदलायचा. हाताची घडी घालून ते आपोआप छातीवर यायचे. जरी माझ्या भावना अशा असू नयेत असे मला वाटायचे तरी त्या कशा बदलाव्यात हे मला अजिबात कळत नव्हतं. कोणी मुद्दाम काही उद्देशाने मला किंवा क्रिसला वगळले असे मला वाटत नव्हते.

आज जेव्हा मी मागे वळून पाहते, तेव्हा मला सगळं स्पष्ट दिसतं. माझ्यात किती राग आणि मत्सराचे विष भरले होते ते जाणवतं. कोणाकडेही बार्बेक्यू पार्टीला मी असावे असेही मला वाटत नव्हते. माझी नकारात्मक ऊर्जा मला तेथे न्यावयाची नव्हती. आयुष्याच्या त्या टप्प्यावर जर आम्हाला कोणी आमंत्रण दिले तर ते एक मोठे आश्चर्य असे.

माझा बिचारा नवरा. त्याला मित्रमंडळींच्या नात्यात झालेला बदल फारसा त्रासदायक वाटत नव्हता.

तो कोणतीच गोष्ट वैयक्तिक समजत नव्हता. पण मी मात्र माझ्या भावना बदलू शकत नव्हते.

आजही त्या आठवणी खोल जखमा देतात आणि मी माझ्या अपरिपक्वतेची व विषारी वागणुकीची पूर्ण जबाबदारी स्वीकारते. मी लहान मुलासारखी वागत होते. एक क्षण रुसून बसायचे, दुसऱ्याच क्षणी सगळं काही ठीक असल्याचा अभिनय करायचे आणि बहुतेक वेळा बिचाऱ्या क्रिससमोर घरात रडारड आणि रागाच्या भरात गैरवर्तन करायचे.

जर त्या काळात मला *'त्यांना करू द्या'* सिद्धान्त माहीत असता, तर मी त्यांना त्यांच्या मैत्रीत राहू दिलं असतं. त्या परिस्थितीत मी अस्वस्थ झाले नसते. मी माझ्या भावना समजून घेऊन त्या योग्य एका परिपक्व प्रौढ व्यक्तीसारख्या हाताळल्या असत्या. पण त्या वेळी, माझ्या भावना कशा हाताळायचा याची मला कल्पना नव्हती आणि मला काय वाटतंय हेच समजत नव्हतं. सगळं मला वैयक्तिक शत्रुत्वासारखं वाटायचं. आणि म्हणूनच, ते माझ्या कहाणीतील खलनायक बनले.

का? कारण दुसऱ्याला दोष देणं आणि रागात बसून राहणं हे स्वतः जबाबदारी घेण्यापेक्षा सोपं असतं.

मी प्रौढ मैत्रीमध्ये सर्वांत मोठी चूक करत होते. मैत्री कायम राहील, मला कायम सामील करून घेतले जाईल आणि सर्व काही सहज आणि सुलभ असेल अशी अपेक्षा मी करीत होते.

मैत्रीत 'संगत' किंवा जवळीक खरोखरच फार मोठी भूमिका बजावते आणि ती नेहमी आपल्या हातात नसते हे वरील गोष्ट दर्शविते. मात्र, हेही तितकंच खरं आहे की, तुमच्या आतून निर्माण होणारी उर्जा मैत्री उद्ध्वस्त करू शकते आणि ती मात्र तुमच्या पूर्ण नियंत्रणात असते. ही परिस्थिती माझ्या जीवनात आली तेव्हा मी माझ्या वयाच्या तिशीनंतर व चाळिशीच्या प्रारंभी होते. पण हे कुठल्याही वयात घडू शकते.

तुम्ही तुमच्या मित्रमंडळींचा भाग असता आणि पुढच्याच एखाद्या क्षणी तुम्हाला बाहेर ठेवण्यात येतंय असं वाटतं. हे अगदी नैसर्गिक आहे कारण लोक येतात आणि जातात, आपापल्या दिशांनी विखुरतात, आपलं जीवन बदलतात आणि शेवटी जे बनायचं आहे ते बनतात. हे सर्व घडत असल्यामुळे मैत्रीच्या जवळीक, वेळ आणि ऊर्जा या तीनही स्तंभांमध्ये बदल होतो. म्हणूनच प्रौढ वयातील मैत्रीला लवचिकता लागते. म्हणूनच जेव्हा लोक तुमच्या आयुष्यात येतात आणि जातात तेव्हा ते तुमच्याशी वैयक्तिकरीत्या संबंधित नसते.

त्यांना जाऊ दे.

'मी त्यांना जाऊ दिलं. पण आता माझ्याकडे मित्रच नाहीत.'

या पुस्तकाच्या संशोधनात आणि जगभरातील हजारो लोकांच्या अनुभवांचे विश्लेषण करताना एक गोष्ट वारंवार समोर आली, ती म्हणजे ज्यांना आपण आपले मित्र समजतो, ते कधीच आपले मित्र नव्हते असा सर्वांत कठीण अनुभव लोकांना येतो.

तुम्ही जेव्हा *'त्यांना करू द्या'* असे म्हणता तेव्हा लोक आपलं खरं रूप उघड करतात आणि त्याचबरोबर तुमचं त्यांच्या आयुष्यातलं स्थानही उघड करत असतात.

'त्यांना करू द्या' या सिद्धान्ताचा खूपसा वापर तुम्ही तुमच्या मित्रांबरोबर करता आणि तुम्हाला दिसू लागेल की, अनेक नात्यांमध्ये प्रयत्न एकतर्फी तुमच्याकडूनच होत आहेत.

तुम्हीच नेहमी फोन करता आणि जेव्हा तुम्ही फोन करणे थांबवता तेव्हा कोणीच परत फोन करीत नाही. तुम्हीच सतत पुढाकार घेता, योजना आखता आणि हे जेव्हा तुम्ही थांबवता तेव्हा कोणीच तुमच्याशी संपर्क करीत नाही आणि आमंत्रण देत नाही. तुम्हीच

सर्व प्रयास करीत आहात हे सत्य खूप वेदनादायक आहे. हे जेव्हा घडते आणि ते घडणारच आहे तेव्हा जवळीक, वेळ आणि ऊर्जा या मैत्रीच्या तीन स्तंभांकडे तुम्ही पुन्हा या, अशी माझी इच्छा आहे.

मैत्री ओसरू लागते, किंवा कोणी आपले खरे रूप उघड करते, तेव्हा त्या तीन आधारस्तंभांपैकी एखादा खचलेला असतो. कदाचित, अधिकही. स्वतःवर हळहळ व्यक्त करण्याआधी आणि एकाकीपणाच्या गर्तेत गुरफटण्याआधी किंवा रागाने प्रतिक्रिया देण्याआधी, थोडा वेळ थांबून वस्तुस्थितीकडे नजर टाका.

काही बदलले आहे का? तुम्ही किंवा तुमचा मित्र नवीन प्रकारे वाढला आहात का? तुमच्या आयुष्याची रूपरेखा किंवा वेळापत्रक आता बदलले आहेत का? तुम्ही एकमेकांना पूर्वीसारखे सहज भेटताय का? तुम्ही दोघे अजूनही आयुष्याच्या समान टप्प्यावर आहात का तुम्ही वेगवगळ्या टप्प्यांवर आहात? एखाद्या मोठ्या घटनेमुळे तुमच्यापैकी एखाद्याच्या आयुष्यात परिवर्तन झाले आहे का, ज्यामुळे मैत्रीतील ऊर्जेचा प्रवाह बदलला आहे?

हे प्रश्न स्वत:ला विचारणे फार महत्त्वाचे आहे, कारण बहुतेकदा आपणच स्वत:ला चुकीचे ठरवतो किंवा दुसऱ्याला दोष देऊन मैत्रीच संपली असे गृहीत धरतो.

मैत्री थांबविण्यापूर्वी समोरच्या व्यक्तीचा हेतू चांगला आहे असं गृहीत धरा. कधीकधी आपण अशा व्यक्तीसोबत मैत्रीत असतो जी कधीही स्वतःहून योजना करत नाही, जी खूप अंतर्मुख असते, किंवा जिच्या आयुष्यात सध्या अनेक जड व जबाबदारीने भरलेले प्रसंग चालू असतात. ते तुम्हाला टाळत नाहीत; ते फक्त त्यांच्या जीवनाच्या सध्याच्या टप्प्यावर थकून गेलेले असतात. त्यांचं दूर जाणं वैयक्तिक नसतं आणि तुम्ही अजूनही त्यांच्या संपर्कात राहत असाल तर तेच त्यांना अस्तित्वासाठी आवश्यक असे साहाय्य असेल.

या पुस्तकासाठी संशोधन करत असताना एक गोष्ट प्रकर्षाने जाणवली ती म्हणजे मित्र संदेश (टेक्स्ट) पाठवीत नाहीत यामुळे ते अस्वस्थ होतात, असे अनेक लोकांचे म्हणणे होते. तुमचे मित्र तुम्हाला पाहिजे तेवढ्या वेळा संदेश (टेक्स्ट) पाठवीत नाहीत म्हणून मैत्री उद्‌ध्वस्त करू नये असे मला वाटते.

मैत्री ही 'जशास तसे' अशा तत्त्वावर चालत नाही. चूक किंवा बरोबर यांच्या संख्यांची नोंद ठेवू नका. फक्त तुम्हाला मनापासून वाटते म्हणून कोणालातरी संदेश पाठवा. पण प्रतिसादाची अपेक्षा करू नका. कोणी किती लवकर किंवा किती वेळा प्रतिसाद देतो, हे त्यांच्या तुमच्यावरील प्रेमाचे प्रमाण नसते. ते फक्त त्यांच्या आयुष्यातील गोंधळ आणि ओझ्याचे द्योतक असते.

आपण सगळेच आपापल्या जगात फार काही सांभाळतो आहोत आणि त्यातील ९९ टक्के वेळा एखादा काय परिस्थितून जात आहे याची आपल्याला कल्पना नसते त्यामुळे मित्रांकडून प्रतिसाद मिळाला नाही तरी काही अनुमान काढू नका, त्यांचा हेतू चांगला आहे असे गृहीत धरा.

त्यांनी परत उत्तर दिलं नाही तरी चालेल

माझ्या वैयक्तिक अनुभवावरून सांगायचं झालं, तर मागील चार वर्षं माझ्या आयुष्यातील सर्वांत उलथापालथ करणारी आणि आव्हानात्मक होती. या काळाने माझ्या मैत्रीवरही मोठा प्रभाव टाकला. बोस्टनच्या उपनगरात २६ वर्षं राहून आम्ही दूर एका नव्या राज्यात ग्रामीण भागात स्थलांतर केले व तेथे माझ्या बरोबरीच्या वयाच्या कोणालाच मी ओळखत नव्हते.

त्याच वेळेस माझ्या कंपनीने प्रचंड वेगाने वाढायला सुरुवात केली आणि माझ्या व्यवसायिक जीवनात याआधी कधीही अशा प्रकारचं नेतृत्व करावं लागलं नव्हतं. माझं प्रमुख लक्ष कुटुंबावर आणि या नव्या गावात आपले बस्तान बसविण्यावर केंद्रित केले होते. म्हणून, जो थोडासा मोकळा वेळ मिळत असे, तो मी संपूर्णपणे कुटुंबात गुंतवला किंवा नव्या मैत्रींसाठी प्रयत्न केले.

माझ्या काही जुन्या मित्रांना वाटत असेल की, मी त्यांना दुर्लक्षित केलं, संपर्क तोडला, किंवा मैत्रीत कमी पडले आणि त्यांचं म्हणणं त्यांच्या दृष्टिकोनातून बरोबरच आहे.

पण याचा अर्थ असा नाही की, मला त्यांची काळजी नाही. फक्त गेल्या काही वर्षांत माझं लक्ष आणि ऊर्जा वेगळ्याच गोष्टींवर केंद्रित झाली होती. मी जुने संबंध जपायला व सतत त्यांच्या संपर्कात राहायला प्राधान्य दिले नाही. पण तेही चालतं.

कोणी 'संपर्कात राहिलं नाही' याचा अर्थ असा नाही की, तुमची मैत्री संपली. मला हे मान्य करायला त्रास होतो की, अनेकदा लोक असं गृहीत धरतात की, जो कोणी दूर गेला, तो आता शत्रू झाला असं नसतं. त्यांना दूर जाऊ द्या. ते तुमच्यासमोर नसले तरी त्यांच्याबद्दल वैर असतंच असं नाही. लोकांसाठी आनंदी रहा. त्यांचं भलं होवो, ही सदिच्छा मनात बाळगा. याची सवय करा.

माझ्या काही मित्रमैत्रिणींच्या बाबतीत पाहिले आहे की, लोक वर्षानुवर्षं 'गायब' होतात आणि मग कळतं की ते वयस्कर आईवडील, स्थिरस्थावर होण्यासाठी धडपड करीत असलेले अपत्य, कटुता आलेल्या संबंधाचा त्रास किंवा खरेच आव्हानात्मक कामाचे स्वरूप याची जबाबदारी घेत होते.

हे मी म्हणून सांगते कारण मला असं वाटतं की, *'त्यांना करू द्या'* ह्या विचारसरणीचा वापर करून, केवळ आपण थोडंसं लवचीक राहिलो नाही इतक्याच कारणामुळे आपण एखाद्या उत्तम नात्याला गमावू नये. आपल्या आणि दुसऱ्याच्या आयुष्यात घडणाऱ्या गोष्टींनुसार, काही लोक येतात, काही जातात हे स्वाभाविक आहे. अनेक वेळा, फक्त एक छोटासा संदेश किंवा फोन कॉल पुरेसा असतो आणि आपण पुन्हा त्या नात्यात पूर्ववत परत जातो.

या चार वर्षांच्या धावपळीच्या, गोंधळलेल्या काळातून मी आता बाहेर पडले आहे. आम्ही आमच्या नव्या घरात स्थिरावलो आहोत, बोस्टनमधील स्टुडिओ पुन्हा चालू झाले आहेत, मी माझ्या वयोवृद्ध आईवडिलांसोबत अधिक वेळ घालवू शकले आहे, आणि आता आमचं घर 'रिकामं घरटं' झालं आहे, आमच्या आयुष्याचं एक नवं प्रकरण सुरू झालं आहे आणि या प्रकरणात जुने मित्र शोधून काढणं व मैत्रीला पुन्हा प्राधान्य देणं हे प्रथम क्रमांकावर आहे.

ज्याच्याशी खूप दिवस संपर्क नव्हता अशा कुणाकडून कॉल किंवा मेसेज आला तर ती एक फार आनंददायी आणि आश्चर्यकारक गोष्ट असते. माझ्या आयुष्यातही असे काही लोक आहेत, ज्यांच्याशी मी अनेक वर्षं बोलले नाही, पण जर त्यांच्यासोबत एक कप कॉफी घेतली, तर त्या नात्याचं सखोल आणि प्रेमळ रूप आपोआप परत उफाळून येईल. मी ते करण्यासाठी उत्सुक आहे. 'मला करू द्या.' (Let me.)

माणसांमधलं खरंखुरं नातं कधी तुटतच नाही. फक्त वेळ आणि अंतर हे आपल्याला तात्पुरतं एकमेकांपासून दूर नेतं. त्यामुळे, जुने संबंध पुन्हा जुळवायला कधीच उशीर होत नाही आणि हे पूर्णपणे आपल्या हातात असतं.

'त्यांना करू द्या' ही कल्पना आपल्याला अधिक लवचीक बनवते, सहृदय ठेवते आणि लोकांना त्यांच्या वेळेनुसार येऊ-जाऊ देण्याची परवानगी देते. *'मला करू द्या'* आपल्याला आठवण करून देते की, आपण फक्त इतरांच्या आमंत्रणांची वाट पाहत बसू नये, किंवा त्यांच्या मनात काही वाईट हेतू आहे असं गृहीत धरू नये. उलट, हे विचार आपल्याला प्रेरणा देतात की, आपणच पुढाकार घ्यावा, जुन्या मित्रांना पुन्हा गाठावं आणि नव्या ओळखी निर्माण कराव्यात.

'त्यांना करू द्या' ही संकल्पना, अगदी नव्याने सुरुवात करत असलो तरी, आपल्याला आपल्या लोकांपर्यंत घेऊन जाईल. एकदा का आपण ही सवय लावली, तर आयुष्यातल्या काही सर्वांत सुंदर मैत्री आपण अशा रीतीनेच निर्माण करू.

आपल्या आयुष्यात अनेक अद्भुत माणसं, नाती आणि अनुभव फक्त आपण आधी पुढाकार घेऊन 'हॅलो' म्हणण्याची वाट बघत आहेत हे समजणे किती रोमांचक आहे. म्हणूनच, चला या *'त्यांना करू द्या'* संकल्पनेचा आधार घेऊन त्यांना शोधायला सुरुवात करू या. मी हे अगदी अलीकडेच ५४व्या वर्षी आम्ही एका नव्या गावात राहायला आलो तेव्हा केलं. आता मी तुम्हाला ही संपूर्ण गोष्ट सांगणार आहे आणि आपण दोघंही एकत्र येऊन *'मला करू द्या'* या मैत्रीच्या पैलूकडे लक्ष केंद्रित करू या.

प्रकरण तेरावे

तुमच्या आयुष्यातील सर्वोत्कृष्ट मैत्री कशी कराल

आम्ही जेव्हा नव्या गावात स्थलांतर केलं, तेव्हा मला प्रचंड एकटं वाटायचं. मी त्या परिसरात अगदीच नवीन होते. माझ्या वयाचं कोणतंही ओळखीचं माणूस नव्हतं. आणि मी अक्षरशः उदास होऊन गेले होते. तुमच्याही आयुष्यात कधीतरी अशीच अवस्था येणार आहे. प्रत्येक मोठा बदल आपल्या मैत्रीच्या नात्यांवर परिणाम करतो. प्रेमभंग किंवा घटस्फोट अशा परिस्थितीत लोक दोघांपैकी एकाची बाजू घेतात तेव्हा हे तुम्ही अनुभवाल. किंवा तुम्ही अथवा तुमची कोणी अत्यंत जवळची व्यक्ती एखाद्या मोठ्या संकटातून जात असेल आणि लोकांना तुम्हाला आधार कसा द्यावा हेच उमजत नसेल किंवा ते इतके अस्वस्थ होतील की तुमच्यापासून दुरावतील, अशा वेळी ही एकटेपणाची भावना तुम्हाला भिडेल. तुमच्या करिअरमुळे किंवा शिक्षणासाठी तुम्हाला दुसऱ्या ठिकाणी जावं लागलं, तरी हाच अनुभव येतो.

आणि विशेष म्हणजे, तुम्ही या बदलामुळे खूपच उत्साही असलात, तुमच्या स्वप्नातल्या कॉलेजमध्ये किंवा शहरात जाणार असलात तरीही खरी परिस्थिती हीच आहे की, तेथे तुम्हाला मित्र नाहीत. जेव्हा तुम्ही कॉलेजला गेलात तेव्हा तुम्ही हे पहिल्यांदाच तेव्हा अनुभवलं असेल. कॉलेजमध्ये जाताना वाटतं, आता आपल्या सर्वोत्कृष्ट मैत्री असणाऱ्या व्यक्तींशी आपली भेट होईल. पण तसं काहीच होत नाही.

प्रत्येक जण थोडासा घाबरलेला असतो. ज्याच्याशी पहिल्यांदा ओळख होते, त्यालाच धरून ठेवण्याचा प्रयत्न होतो आणि मग एकत्र येऊन नकळत एक गट तयार होतो.

एका आठवड्यातच असं वाटू लागतं की, सगळ्यांचेच मैत्रीचे गट तयार झालेत. पण जर तुम्ही कॉलेज किंवा अगदी हायस्कूलमधल्या तुमच्या मित्रमंडळींचा गट विचारात घेतला तर तुमचे तेथील शिक्षण पूर्ण होईपर्यंत तो गट बराच बदललेला असतो. याचे कारण म्हणजे तुम्हाला हवे असलेले लोक मिळण्यास वेळ लागतो.

त्यासाठी एक वर्ष जाऊ द्या

जेव्हा माझी मुलगी कॉलेजला गेली तेव्हा ती मला सारखी रडत रडत फोन करायची. म्हणायची, ''मी चुकीच्या कॉलेजमध्ये आलेय. इथे माझे कोणी नाहीयेत. मला कॉलेज बदलावं लागेल, बहुतेक.''

मी तिला वारंवार एकच गोष्ट सांगायचे की, 'फोन ठेव, कॅफेटेरियात जा आणि जिथे तुला एखादी व्यक्ती रंजक वाटेल तिच्यासोबत बसू का, असे तिला विचार. तुला स्वतःहून पुढे जावं लागेल आणि सगळ्यात महत्त्वाचं म्हणजे स्वतःला एक वर्ष दे.'

तिला हे सल्ले अजिबात आवडायचे नाहीत. ती संपूर्ण वर्षभर मला रडून रडून फोन करत राहिली. तिला प्रचंड एकटं वाटायचं. निराश वाटायचं. तिने सुरुवातीला लेक्सी आणि मिकायला या दोन मैत्रिणी मिळवल्या, त्यांनाही हाच अनुभव येत होता. पण त्यांचं खरं कौतुक आहे. त्यांनी पहिल्या संपूर्ण वर्षभर स्वतःला सतत समोर आणायचा प्रयत्न चालूच ठेवला.

माझी मुलगी, सॉयर, कॉलेजमध्ये सतत नवे लोक शोधायची, कोणी ओळखीचे नाहीत म्हणून ती लोकांना मेसेज करत असे, लंचसाठी विचारायची, शेकडो क्लबसमध्ये नाव नोंदवलं, क्लब लॅक्रॉस टीमसाठी आवाजाची चाचणी (ऑडिशन) दिली (पण बाहेर फेकली गेली), कॅम्पसवरील कार्यक्रमांना जायची, पण काहीच जुळून आलं नाही. तिला खरोखर एक वर्षभर प्रयत्न करावा लागला. कॉलेज संपण्याच्या काही आठवड्यांपूर्वी तिला मेरी मार्गरिट भेटली जिच्याशी तिची आजही घट्ट मैत्री आहे. त्या मेरीने तिला आणि तिच्या दोन मैत्रिणींना अजून सात मुलींच्या गटाशी जोडून दिलं आणि तो सर्व गट आजही तिला प्रिय आहे. तिला खरोखर यासाठी एक वर्ष द्यावे लागले.

आणि गंमत म्हणजे, जेव्हा मी स्वतः नवीन ठिकाणी स्थलांतर केलं, तेव्हा मीच माझा सल्ला विसरले.

मलाही एका वर्षाच्या प्रयत्नांची गरज होती. पण नवीन शहरात येऊन फक्त एक आठवडाच गेला होता आणि मला वाटलं, 'मी फार मोठी चूक केलीये.' पूर्ण वर्षभर मी स्वतःला दुःखी करीत राहिले. मी सतत रडायचे आणि मनाशी ठाम ठरवून टाकलं की, इथे मला माझ्या आवडीचे कोणीच सापडणार नाही. पण खरोखर, त्या पहिल्या वर्षात मी काय केलं?

काहीच नाही. फक्त घरात बसून एकटं वाटून घेतलं.

मी एकदाही माझ्याकडून पुढाकार घेतला नाही. मी कोणालाच भेटण्याचा प्रयत्न केला नाही. सतत उदास गाणी लावून स्वतःचं दुःख कुरवाळत राहिले. मी रडले, नवऱ्याकडे तक्रार केली. आतल्या आत बंद झाल्यासारखी झाले होते आणि मी एक मोठी चूक केली ती म्हणजे मैत्री आकाशातून कोसळून माझ्या पदरात पडेल अशी अपेक्षा ठेवली. पण आयुष्य असं नसतं.

खरं सांगायचं तर तुमच्याही आयुष्यात असं काहीतरी घडलं असेलच. कदाचित, तुम्ही नवं गाव गाठलं असेल, नोकरी बदलली असेल, एखादं नातं तुटलं असेल, एखाद्या आजारी नातलगाची काळजी घेतली असेल किंवा मुले मोठी होऊन घरातून गेल्यानंतर

वाटलं असेल की, आयुष्य परत नव्यानं सुरू करावं लागणार आहे. अशा क्षणी एकटेपणाने गाठलेलं असतं. हे अगदी स्वाभाविक आहे.

जरी चांगले मित्र असले, पण ते दूर राहत असतील तरी जवळपास कोणी नसेल तर मन अगदी रिकामं वाटतं. माझ्यावर इतकं ओढवलं होतं की, एक दिवस मी माझ्या दोन मोठ्या मुलींसोबत फेरफटका मारत होते आणि भररस्त्यात हमसून रडत होते. 'माझा एकही मित्र नाही आणि मला या ठिकाणी राहणंच नको आहे!' असे मला वाटत होते.

तेव्हा आम्ही एका घराजवळून गेलो. त्या घरात राहणाऱ्या बाईशी मी सहा महिने आधी एकदाच भेटले होते. मी सहज मुलींना म्हटलं, ''इथे राहणारी बाई मला बरीच स्मार्ट वाटली होती.'' आणि काय, त्या दोघींनी मला अक्षरशः तिच्या घराच्या अंगणात नेलं आणि सांगितलं, ''आता चल, तिच्या दारात जाऊन 'हाय' म्हण.''

मी तयार नव्हते. तिच्या घराकडे जाण्याची मला खरेच भीती वाटत होती. मी हरले आहे असे वाटत होते. माझ्यावर खरंच ही वेळ आली आहे का?

होय, खरंच तसंच झालं होतं. खरं सांगायचं तर, हेच मी माझ्या मुलीला, सॉयरला, कॉलेजच्या पहिल्या वर्षी ती रडत कॉल करत होती तेव्हा सांगितलं होतं : ''ऊठ, बाहेर जा, कोणाशीतरी बोल.''

पण त्या क्षणी दारावर ठोठावणं खूप लाजिरवाणं वाटत होतं. हृदय धडधडत होतं. कुत्रे भुंकायला लागले, पावलं वाजली आणि दार उघडलं. पण ती बाई नव्हती. तिचा नवरा होता.

मी थोडं गोंधळून गेले, पण तरी विचारलं, ''मिया आहे का इथे?'' आणि एकदम सगळं तोंडून निघालं, ''मी काही काळापूर्वी तिला भेटले होते, मी इथे नवीन आहे, फार एकटी वाटते, म्हणून म्हटलं भेटून जावं.'' मग माझ्या मुली म्हणाल्या, ''आमच्या आईला मित्र हवे आहेत. तिला तुमची बायको छान वाटली होती, म्हणून आम्ही तिला इथे बोलायला लावलं.''

तो गृहस्थ फारच आनंददायक निघाला. त्याने आम्हाला आत बोलावलं. फिरवून सर्व घर दाखविले, आमची कुत्र्यांशी ओळख झाली. आम्ही भेटायला आलो हे मियाला फारच आवडलं. आम्ही एकमेकांचे नंबर घेतले आणि एक आठवड्यानंतर त्याच भागातून आम्ही दोघी एकत्र हिंडत होतो. माझ्या आयुष्यात आमूलाग्र बदल करणारा तो प्रसंग होता. प्रौढ मैत्री ही आपोआप होत नाही तर ती निर्माण करावी लागते हे मी शिकले.

मियाच्या दारावर घंटी वाजविणे मला अवघड वाटत होते आणि असेच अनेक अवघडलेले प्रसंग आले होते, पण आता कॉफीशॉपमध्ये कोणाला स्वतःची ओळख करून देणे, एखाद्या फुलझाडांच्या शेताजवळ थांबून ती फुले किती सुंदर आहेत हे त्याच्या मालकास सांगणे, व्यायामशाळेत माझ्या शेजारील व्यक्तीला हॅलो म्हणणे हे मी करते हे सांगण्यास मला आनंद होत आहे. अशा पद्धतीने हळूहळू, पण निश्चितपणे माझ्या स्वतःचा एक समुदाय निर्माण करीत होते.

त्या गावातील लोकांची व माझी फक्त तोंडओळखच नव्हती, तर त्यांच्याबद्दल अधिक माहिती झाल्याने एका वर्षाच्या कालावधीत त्यांच्याबद्दल मला आपलेपणा वाटत होता. म्हणूनच यासाठी तुम्ही *'मला करू द्या'* या संकल्पनेवर लक्ष केंद्रित करणे आवश्यक आहे.

'प्रथम पाऊल उचलण्याची' सवय

चला, मीच सर्वप्रथम स्वतःची ओळख करून देते. मीच प्रथम म्हणते, ''मी इथे नवीन आहे. तुम्ही इथे किती दिवसांपासून राहता?'' मीच प्रथम म्हणते, ''कधी तुम्हाला चालत फिरायला जायचे असेल तर मला नक्की कळवा. हा माझा नंबर आहे.''

हळूहळू, प्रत्येक वेळेस एकानंतर एका संकोचपूर्ण बोलण्यानंतर मी केवळ ओळखी वाढवल्या नाहीत तर या लहान, ग्रामीण गावात मला माझ्या आयुष्यातले काही सगळ्यात आवडते, खास लोक सापडले. जर मी पन्नाशीत असतानाही छान मैत्री करू शकते तर तुम्ही कुठेही राहात असाल आणि कितीही वयाचे असाल तरीही तुम्हीही नक्कीच करू शकता.

उशीर कधीच झालेला नसतो, कारण प्रत्येकाला आयुष्यात मैत्री हवीच असते, लागतेच. जरी आधीपासून लोकांचे एक मित्रमंडळ असले तरी ज्याच्याबरोबर मैत्री होऊ शकेल असा नेहमीच कोणीतरी त्यांच्यामध्ये असतो.

फक्त सुरुवात करायला तुम्ही तयार असलं पाहिजे.

आजूबाजूच्या कोणालाही हसून 'हाय' म्हणण्याचं पहिलं पाऊल तुम्हीच उचला. त्याचा फरक फार मोठा असतो. मी बराच काळ तसं केलंच नाही. एक वर्षभर मी घरात बसून रडत होते आणि जेव्हा बाहेर पडायचे तेव्हा मनानं बंदच होते.

एखाद्या कॉफी शॉपमध्ये गेल्यावर तेच तेच चेहरे दिसायचे, पण मला कोणाचेच नाव माहीत नसे. कारण मी कधी विचारलंच नव्हतं. म्हणूनच मी कोणालाही ओळखत नव्हते. मी स्वतःपुरतीच मर्यादित राहिले. कोणाशी संवादच साधला नाही.

पण ज्या क्षणी मी 'सर्वप्रथम पाऊल टाकणं' सुरू केलं, त्याच क्षणी गोष्टी बदलायला लागल्या.

मी नेहमी जिथं जायचे, त्या नेहमीच्या कॉफी शॉपमध्येच गेले. काउंटरवरच्या कॅशिअरने बिल करत असताना मी म्हटलं, ''मी मेल आहे. तुमचं नाव काय?''

तो म्हणाला, 'केविन.'

त्याने मला कॉफी दिली, तेव्हा मी हसून म्हटलं, ''थँक्स, केविन.''

मग मी कॉफी घेऊन बसले आणि लगेच फोन काढून एका नव्या संपर्काची नोंद केली 'कॉफी शॉप'.

आणि पुढे लिहिलं... 'केविन - उंच, कॉफी बनवणारा कर्मचारी (बारिस्टा) दाढी आहे.'

मी लगेच लिहून ठेवलं कारण गाडीत बसल्यानंतर विसरून जाईन असे वाटले.

मग माझं लक्ष गेलं त्या तरुण जोडप्याकडे, जे रोज सकाळी दिसायचं, पण मी कधी त्यांच्याशी बोलले नव्हते. मी सहज म्हटलं, ''अहो, तुम्ही नेहमी दिसता इथे. मी नुकतीच इथे स्थलांतरित झालेय. म्हणून ओळख करून द्यायला आले. मी मेल आहे. तुमचं नाव काय?''

''ग्रेगरी आणि जॉर्डन.'' त्यांचं हसणं इतकं मनमोकळं होतं, इतकं आपुलकीचं. मी लगेच त्यांच्या नावाखाली लिहिलं, 'गोड जोडपं. लॉस एंजेलिसहून स्थलांतर. बाळ फारच गोंडस आहे.' मग मी विचारलं, ''तुम्ही किती दिवस येथे राहत आहात?'' त्यांनीही अवघ्या वर्षभरापूर्वी इथे घर केलं होतं ही माहिती मिळाली.

मग विचारलं, ''तुम्ही काय करता?'' आणि तुम्हाला एक गंमत ऐकायची आहे? ग्रेगरी पॉडकास्ट क्षेत्रात काम करतो. जॉर्डन मानसशास्त्रज्ञ आहे. हे ऐकून मी विचारात पडले, एक वर्षभर मी त्यांच्यापासून फक्त दहा फुटांवर बसत होते आणि आपल्यासारख्या लोकांशी बोलण्याची संधीच घेतली नाही? हे कॉफी शॉपमध्ये मी जसं काही केवळ बोलण्यापुरतं करत नव्हते. मी माझ्यासाठी एक समाज, एक समुदाय निर्माण करण्यास सुरुवात करत होते.

आपण इतरांना दिलेली ऊब, प्रेम, आणि आपुलकी परत येतेच. आपल्या आजूबाजूच्या चेहऱ्यांना ओळखा. त्यांची नावं लक्षात ठेवा म्हणजे तुम्ही त्यांच्या निकट संपर्कात आहात असे वाटेल. याशिवाय, जितक्या जास्त लोकांना तुम्ही भेटाल तितक्या लवकर तुमचे स्नेहसंबंध कोणाशी जुळतात हे तुम्हाला समजेल.

या सवयीचे फायदे इतकेच नव्हेत, तर याहून अधिक आहेत. पुढाकार घेऊन, तुम्ही एक असा बंध तयार करता जो तुमच्या आनंदासाठी आणि मानसिक स्वास्थ्यासाठी फार महत्त्वाचा ठरतो. परंतु याकडेच नेहमी दुर्लक्ष होते. संशोधक सांगतात की, कॉफी शॉपमध्ये ज्या अनोळखी माणसांच्या शेजारी आपण बसतो, किंवा आपल्या इमारतीतील लिफ्टमध्ये ज्या व्यक्तींच्या शेजारी आपण उभे राहतो ते अनोळखी नसतात, ते असतात 'कमकुवत संबंध.'

हे लोक फारच प्रभावशाली असतात आणि तुमच्या जीवनाचा एक महत्त्वाचा भागही. तेच तुमचं दैनंदिन जगणं थोडं थोडं उजळवू शकतात, आधार देऊ शकतात. त्यांची नावं लक्षात ठेवा. हसून हाय म्हणा. त्यांच्या कुत्र्यांवरून हात फिरवा. त्यांच्याविषयी काही तपशील तुमच्या फोनच्या कॉन्टॅक्ट्समध्ये लिहून ठेवा त्यामुळे पुन्हा कॉफी शॉपमध्ये गेल्यावर आठवण ताजी होईल.

प्रत्येक संवादाच्या धाग्याने मी ज्यांना मी फक्त नावाने 'हाय केविन', 'हाय ग्रेगरी', 'हाय जॉर्डन' असे ओळखत होते त्यांच्याभोवती हळूहळू माझं सामाजिक जाळं विणू लागले. त्यामुळे माझं एकटेपण थोडं कमी वाटू लागलं.

अशाच एका संवादाने माझ्या आता अतिशय जिवलग मित्राची, डेविडची, ओळख झाली. आम्ही एकाच भागात एक मैल अंतरावर राहत होतो परंतु संपूर्ण वर्षभर एकमेकांना कधी भेटलोच नव्हतो, कारण दोघंही घरात एकटे बसून स्वतःची कीव करत होतो. एक साधं 'हॅलो' कॉफी शॉपमध्ये झालं आणि आज तो माझ्या जीवनातील सगळ्यात आवडत्या व्यक्तींपैकी एक आहे. आता ते पती-पत्नी आमच्या कुटुंबासारखेच झालेत.

मी करू शकले, तर तुम्हीही नक्कीच करू शकता. *'त्यांना करू द्या'* सिद्धान्त यामध्ये तुम्हाला मदत करेल.

काही लोकांना अवघडल्यासारखे होईल, तसे होऊ द्या.

बहुतेक लोक मनापासून आणि आनंदाने प्रतिसाद देतील का? देतील. त्यांनाही देऊ द्या.

खरी मैत्री ही *'मला करू द्या'* यामुळे सुरू होते आणि मी प्रथम पाऊल उचलण्यासाठी पुढीलप्रमाणे अगदी साधे व सोपे उपाय केले :

१. जिथे जाल तिथे लोकांचं कौतुक करा.

एखाद्याच्या नखांचा रंग आवडला तर सांगा. त्यांचा पोशाख छान वाटला, तर आवर्जून सांगा. त्यांचे मोजे आवडले? मग तेही नक्की सांगा! लोकांना कौतुक आवडतं कारण ते त्यांचं अस्तित्व ओळखल्यासारखं आणि कौतुक केल्यासारखे वाटतं. हे ओळख वाढवण्याचं एक सुंदर आणि नैसर्गिक साधन आहे आणि अडखळल्याशिवाय संवाद सुरू करण्याचा सहज मार्ग.

२. उत्सुक रहा.

ते कोणते पुस्तक वाचत आहेत हे विचारा. त्यांनी काय मागवलं आहे, ते जाणून घ्या. लोकांना स्वतःबद्दल बोलायला आवडतं आणि त्यांनी धन्यवाद म्हणणे याच्यापुढे संवाद गेला नाही तरी प्रथम सुरुवात केल्याचे श्रेय तुम्हाला मिळते.

३. प्रत्येक जण ज्याला तुम्ही भेटता किंवा वाटेत भेटतो, त्याला हसून नमस्कार करा.

उबदार आणि सहजपणे भेटणं ही एक कला आहे. ती सरावानं आत्मसात करता येते. ही सवय झाली की तुमचं संपूर्ण आयुष्यच त्याच उबदारतेनं भरून जातं. स्वागतशील मनानं आयुष्य जगाल, तर आयुष्य तुमचं स्वागत करतं.

४. हे सगळं कोणतीही अपेक्षा न ठेवता करा.

परक्यांशी प्रेमळपणे वागल्याने अशा छोट्या संबंधांतूनही आयुष्यात नवे रंग खुलतात. तुम्ही दिलेला प्रेमळपणा परत तुमच्याकडे येतोच.

कोणीतरी तुम्हाला लगेच जेवणासाठी बोलावेल किंवा लगेच तुमच्याशी घट्ट मैत्री करेल, अशी अपेक्षा न ठेवता जितके अधिक तुम्ही असे कराल तितके लवकर योग्य लोक तुमच्याकडे आकर्षित होतील.

एकटेपणा खराखुरा असतो. पण तुम्ही त्यात अडकलेले नाहीत. बाहेर जाऊन स्वतःला व्यक्त करणे अवघड आहे, पण चार भिंतींमध्ये एकटं राहणं त्याहून कठीण आहे. एक क्षण अडचणीचा वाटला तरी चालेल, पण कायम एकटं वाटणं नको. तुम्हालाही असेच वाटते हे मला माहीत आहे.

आणि शेवटी, यासाठी एक वर्ष जाऊ द्या.

आपल्याला एका खऱ्या समुदायाचा भाग असल्याची भावना देणारे नाते तयार करणे हा प्रौढ वयातील मैत्रीसाठी एक अत्यंत महत्त्वाचा भाग असतो. सगळे लोक माझ्या आवतीभोवतीच होते, त्यांच्याशी सहजरीत्या मैत्रीसाठी संपर्क करणे शक्य होते, पण मीच त्यांच्या संभाव्य मैत्रीपासून दूर होते याची जाणीव झाल्यावर मला आश्चर्याचा धक्का बसला.

कुठेही 'समुदाय' निर्माण करणं शक्य आहे.

समोर पसरलेला एक सुंदर, जिवंत समुदाय माझी वाट पाहत होता, पण एकटेपणात गुरफटून घेतल्यामुळे मीच स्वतःला त्यांच्यापासून वेगळे केले होते.

आज कदाचित तुमचा आवडता मित्र, किंवा तुमचा जिवलग जोडीदार कॉफी शॉपमध्ये तुमच्यापासून दोन टेबल दूर बसलेला असेल. त्यांनी तुम्हाला शोधत यावे अशी अपेक्षा करू नका.

तुम्हीच पहिले पाऊल टाका.

जर तुम्हाला खरंच ज्यांच्याशी चटकन मैत्री होईल अशा लोकांशी लवकर नातं जोडायचं असेल, तर आम्ही – मी आणि माझ्या पतीने – काही गोष्टी केल्या, त्या तुम्हीही करून बघा :

१. जिथे तुमची आवड जुळेल, असे कार्यक्रम किंवा वर्ग शोधा.

ते काहीही असू शकतात : क्रॉसफिट, योगा, धावणे, चालणे, स्वयंपाक, चित्रकला किंवा फर्निचर तयार करणे असे काहीही ते असू शकतात. ज्या एखाद्या विषयाची तुमची व त्यांची आवड समान आहे अशा लोकांच्या नजीकच्या संपर्कात यामुळे तुम्ही याल. तुमच्या व ज्या लोकांच्या आवडी सामान आहेत असे लोक मिळण्याची शक्यता यामुळे वाढेल.

२. एखाद्याशी जुळल्यास, त्या मैत्रीला वर्गाबाहेर घ्या.

तुम्ही पहिले पाऊल उचला, त्यांना कॉफीसाठी किंवा फेरफटका मारायला जावे असे सुचवा. जितक्या जास्त लोकांबरोबर तुम्ही असे वागाल तेवढे तुम्ही नुकतेच भेटलेल्या लोकांना सहजपणे आमंत्रण देऊ शकाल व तुमचे खरे मित्र शीघ्र गतीने भेटतील.

३. जसजसे नवीन लोक भेटत जातील, तसतशी त्यानुसार तुमच्या आवडीच्या नवीन गोष्टी शोधा आणि कोणाला एकत्र जायला आवडेल का, असे आधी भेटलेल्या लोकांना विचारून पहा.

ते कधी एखादी संगीत मैफिल असू शकते, कधी व्याख्यान, कधी स्वयंसेवकांचा दिवस.

मी एकदा अशाच प्रकारे एका बाईंशी सलूनमध्ये गप्पा मारताना ओळख वाढवली. त्यांच्यासोबत चालण्यासाठी एक छोटा ग्रुप सुरू केला. एक दिवस त्यांनी त्यांची मैत्रीण आणली. मग मी दुसऱ्यांनाही आमंत्रण द्यायला सुरुवात केली. आता दर बुधवारी सकाळी ६:३० वाजता आम्ही शेजारच्या परिसरात एक ठरावीक फेरी चालतो.

तीन वर्षं झाली, ही सवय अजूनही तशीच टिकून आहे. आमच्या गप्पांच्या समूहामध्ये (चॅट ग्रुपमध्ये) इतके लोक आहेत की अजून कोणाला समाविष्ट करून घेता येत नाही. नवनवे चेहरे दर आठवड्याला या गटात सामील होत असतात. अशा गोष्टींसाठी एक पूर्ण वर्ष का लागते याचे हे आणखी एक उदाहरण आहे.

एकत्र फिरायला जाणे हे एक उदाहरण आहे. मी काही लोकांना एकत्र आणून जॅझ संगीत ऐकायला एके ठिकाणी नेलं. कोणाला रीथ (wreath) बनवण्याच्या वर्गात नेलं, तर कधी ड्रॅग क्वीन बिंगोमध्ये मजा करायला. कधी डाहलिया फुलांची मुळे खोदायला एका स्थानिक शेतकऱ्याला मदत करायलासुद्धा.

माझा नवरा क्रिस यानेही हेच सूत्र वापरलं. तो एका जिममध्ये जॉइन झाला. गोल्फ लीगमध्ये भाग घेतला.

पॅडल टेनिसचे वर्ग घेतले. मंगळवारी सकाळी सूर्योदयाच्या वेळी पर्वतावर जाऊन उतरताना स्कीइंग करणे असा एक समूह त्याने तयार केला. ते वाहनतळावर भेटत असत, लोकांना याची माहिती झाली आणि आता कोणत्याही मंगळवारी वेगवेगळ्या वयाचे, आसपासच्या ठिकाणांहून येणारे सुमारे २०-२५ गिर्यारोहक एकत्र असतात.

हे सगळं तुम्हाला काय सांगतं?

हे सांगते की, सावकाश, पण निश्चितपणे तुम्ही नवीन मित्र जोडू शकता आणि आपल्यापैकी प्रत्येक जण इतरांशी संपर्क करण्याच्या व नवीन मित्र मिळविण्याच्या संधी शोधत असतो.

कोणीतरी एखादा ट्रेकिंग ग्रुप सुरू करेल, चालण्यासाठी एक क्लब उघडेल, किंवा पुस्तकप्रेमींचा एक गोष्टींचा कट्टा जमवेल, या आशेवर निवांत बसून राहण्याऐवजी तुम्हीच सुरुवात करा.

'त्यांना करू द्या' सिद्धान्त वापरला तर केवळ अनेकांशी चांगली मैत्री होईल इतकेच नाही, तर तुम्ही स्वतःही एक अधिक चांगले मित्र बनाल. हे महत्त्वाचं आहे. कारण आपली नातीच आपलं जीवन सुंदर करतात. चांगले मित्र हे अधिक आनंदी करतात, निरोगी ठेवतात आणि आयुष्याला अर्थ देतात.

आणि या आयुष्याच्या प्रवासात, मैत्री ही एक अशी गोष्ट आहे, जी सर्वाधिक जपून ठेवावीशी वाटते.

'त्यांना करू द्या' हा सिद्धान्त तुम्ही ज्यास पात्र आहात अशा अनेक मैत्री करण्यास तुम्हाला शिकवितो. अशी मैत्री टिकविण्यासाठी तुम्हाला लवचीक होणे जरूर आहे. आपल्या आयुष्यात मित्र येतील आणि जातील हे लक्षात ठेवा. आमंत्रणाची वाट पाहणं थांबवा. एखादी गोष्ट बदलू लागली की तिला घट्ट धरून बसणं सोडा आणि तुम्ही कसे वागता याची जबाबदारी घ्या. अधिक लवचीक कसे व्हायचे, काही गोष्टी वैयक्तिक न समजणे, योग्य व्यक्तींना तुमच्या आयुष्यात येऊ देणे व अयोग्य व्यक्तींना जाऊ देणे हे तुम्हाला *'त्यांना करू द्या'* हा सिद्धान्त शिकवेल.

जेव्हा तुम्ही नवीन मैत्री करीत असता तेव्हा येणाऱ्या अवघड क्षणांतून मार्ग काढणे हेसुद्धा हा सिद्धान्त तुम्हाला शिकवेल. तुम्ही कॉफी शॉपमध्ये कोणाला हाय म्हणालात आणि त्याने मैत्रीपूर्ण प्रतिसाद दिला नाही तर त्यांना जाऊ दे. त्यांचा वेळच इतका व्यापलेला असेल की ते फिरायला येऊ शकले नाहीत तर न येऊ द्या. आधी ठरलेली योजना त्यांनी रद्द केली, कारण ऑफिसमधला आठवडा खूप थकवणारा गेला तर असू दे. जर ते प्रेमात पडले, मूल झालं आणि त्यांच्या प्राधान्यक्रमात तुम्ही राहिलाच नाहीत तर असू द्या. ते शहर सोडून गेले आणि आयुष्याचा नवीन अध्याय सुरू केला तर असू द्या. ते तुमच्या कॉल्सना उत्तर देणं थांबवतात तर असू द्या. ते दुसऱ्या मित्रांसोबत वेळ घालवतात, किंवा कामाला महत्त्व देतात तर असू दे. वेळ, अंतर किंवा ऊर्जा जुळत नाही तर असू दे.

तुमच्या आयुष्यात लोक येतील व जातील आणि तुम्ही जितके अधिक लवचीक असाल तितकं अधिक सहजपणे हे येणं-जाणं घडतं. त्यांना जाऊ देणं हीच गोष्ट सुंदर आहे. पण असे करताना *'मला करू द्या'* याकडे लक्ष द्या कारण तेच तुमच्या हातात आहे.

मला समजून घेऊ दे. *मला* प्रयत्न करू द्या. काहीही अपेक्षा ना ठेवता मला चौकशी करू द्या कारण मला खरंच काळजी आहे. मला नियोजन करू द्या. ऊर्जा कमी होईल तेव्हा मला विश्वास ठेवू द्या. माझ्या मनात जर कोणाचा विचार आला तर त्यांना फोन करू द्या किंवा संदेश पाठवू द्या.

माझे आवडते मित्र कदाचित अजून भेटायचेच आहेत या विश्वासाने मला वागू द्या.

माझ्यापासून सुरुवात होऊ द्या.

चला, तर मग प्रौढ वयातील मैत्री कशी साधायची, याचा सारांश पाहू या. तुम्ही प्रौढ मैत्रीला बालपणीच्या मैत्रीसमान समजलात, ती आपोआप होईल असं गृहीत धरलं. पण *'त्यांना करू द्या'* हा सिद्धान्त मैत्री आपोआप होईल ही अपेक्षा करणे थांबविण्याची क्षमता देतो आणि मैत्री घडवून आणण्याची जबाबदारी तुमच्यावर देतो.

१. **समस्या :** सारे विखुरले गेले आणि ते कधी झालं, हे तुमच्या लक्षातही आलं नाही. तेव्हापासून तुम्ही मैत्रीकडे चुकीच्या पद्धतीने पाहत आला आहात. आपल्याला समाविष्ट केले जाईल अशी तुमची अपेक्षा होती. आपण कायम आपली मित्रांसमवेत असू अशी तुमची अपेक्षा होती. तुमच्या संदेशास ते उत्तर पाठवतील अशी तुमची अपेक्षा होती. त्या अपेक्षेतूनच संपर्क तुटल्याची, एकटेपणाची भावना निर्माण होते सध्याच्या व नवीन मित्रांकडे पाहण्यात अनिश्चितता येते.

२. **सत्य :** प्रौढ मैत्रीचे तीन स्तंभ आहेत, जवळीक, वेळ आणि ऊर्जा. हे समजून घेऊन लवचीक विचारसरणी आणि मैत्रीप्रति सक्रिय दृष्टिकोन स्वीकारणे ही तुमची जबादारी आहे. तुमच्या मैत्रीसंबंधांमध्ये अफाट शक्ती आहे आणि तुमचे काही आवडते लोक आजही फक्त तुमच्याच पहिल्या पावलाची वाट पाहत आहेत.

३. **उपाय :** *'त्यांना करू द्या'* सिद्धान्त वापरून कोणतीही अपेक्षा न ठेवता संबंध तयार करा.

   तुम्हीच पहिले पाऊल उचला. आज जिथे आहात तिथेच लोकांशी 'हॅलो' म्हणायला सुरुवात करा, आपला एक छोटासा समुदाय तयार करा. एखाद्या शिक्षणवर्गासाठी नोंदणी करा. पुस्तक वाचन मंडळ सुरू करा. मजकूर पाठवा. एका पुढे चालू ठेवलेल्या संभाषणातून तुम्हाला तुमचे मित्र मिळतील.

   हा दृष्टिकोन तुम्हाला तुमच्याभोवती एक अद्भुत समुदाय निर्माण करण्याची ताकद देतो, त्यांची मैत्री अर्थपूर्ण, आधार देणारी आणि तुमच्या स्वभावाशी सुसंगत आहे.

'त्यांना जाऊ द्या', असं जेव्हा तुम्ही म्हणता तेव्हा जे मैत्रीसंबंध आता उपयुक्त नाहीत ते सोडून देता व तुमच्या दृष्टीने महत्त्वाचे नवीन मैत्रीसंबंध निर्माण करण्यास वाव देता. *'मला करू द्या'* असं जेव्हा तुम्ही म्हणता तेव्हा तुम्ही तुमच्या सामाजिक जीवनाचा ताबा घेता, संवाद साधणं सुरू करता आणि अशी मैत्री निर्माण करणं जी तुमच्या मूल्यांना प्रतिबिंबित करणारी आणि तुम्हाला आनंद देणारी मैत्री निर्माण करता.

आता थांबून राहण्याची वेळ नाही. तुमच्या आयुष्यातील सर्वांत सुंदर मैत्री निर्माण करण्याची, जी तुम्हाला उचलून धरते, आधार देते अशी संगत निर्माण करायची वेळ आली आहे. समोर हसणं आहे, आठवणी निर्माण करावयाच्या आहेत आणि भविष्यातल्या अफाट अद्भुत सफरी तुमची वाट पाहत आहेत.

पुढे जाऊन ते निर्माण करावे यासाठी ते थांबलेले आहे.

फक्त तुम्ही प्रथम सुरुवात करावयाची आहे.

इतरांना बदलण्यासाठी प्रेरित करणे

प्रकरण चौदावे

जेव्हा त्यांना बदलावंसं वाटतं तेव्हाच लोक बदलतात

'एखाद्याला बदलण्यासाठी प्रेरित कसं करावं?' हा प्रश्न अनेक वर्षांपासून सतत विचारला जातोय :

तुम्ही प्रेरित करू शकत नाही.

जेव्हा त्या व्यक्तीला स्वतःला बदलावंसं वाटतं फक्त तेव्हाच त्या व्यक्तीमध्ये बदल होतो. त्या व्यक्तीनं बदलावं असे तुम्हाला कितीही तीव्रतेने वाटत असले तरी काही फरक पडत नाही. तुमचं कारण कितीही योग्य असो, तुमचं म्हणणं कितीही खरं असो, बदल न केल्याचे परिणाम कितीही गंभीर असोत, त्यांना जर बदल करावा असे वाटत नसेल तर ते बदलणार नाहीत. याहून वाईट गोष्ट म्हणजे जर तुम्ही कोणावर जबरदस्तीने बदल लादण्याचा प्रयत्न केला तर त्या नात्यात तणाव वाढतो, संताप निर्माण होतो आणि दोघांमध्ये अंतर वाढतं. हे मी तुम्हाला सिद्ध करून दाखविते.

तुमच्या आयुष्यात अशी कोणीतरी व्यक्ती आहे जी तुमच्यासाठी खूप महत्त्वाची आहे, पण तुम्हाला वाटतं की, तिनं काहीतरी बदलायला हवं असा विचार करा. ती कोणीही असू शकते : तुमची आई, पुतणी, रूममेट, भाऊ, नवरा, माजी प्रियकर/प्रेयसी, मुलं, वहिनी, जिवलग मैत्रीण, जोडीदार असे कोणीही.

तुम्हाला वाटतं की, त्यांनी चांगली नोकरी शोधावी, वजन कमी करावं, अधिक प्रेरित व्हावं, लवकर उठावं, खर्चावर मर्यादा ठेवावी, स्वतःला आवर घालावा, अयोग्य माणसांपासून दूर राहावं, थोडं सकारात्मक व्हावं, दारू कमी प्यावी, कुत्र्याची जबाबदारी घ्यावी, राजकीय मतं बदलावी, इतरांना अधिक समजून घ्यावे, धूम्रपान बंद करावे, मुलांकडे जास्त लक्ष द्यावे किंवा जेवणानंतर ताट न धुता ठेवून देणे बंद करावे.

तुम्ही त्यांच्याबद्दल काळजी करत असाल. त्यांच्यासाठी एक गंभीर मुद्दा आहे हे त्यांच्या ध्यानात येत नाही व आपल्यात बदल करण्यासाठी ते का प्रेरित होत नाहीत हे तुम्हाला समजत नाही.

'ते इतकं साधं आहे. मी जे सांगतोय ते ते का नाही करू शकत?' असा विचार कदाचित तुम्ही केला असेल. तुम्हाला काय वाटत असेल हे मी निश्चित समजू शकते.

जेव्हा तुम्ही एखाद्यावर जबरदस्ती करता तेव्हा साहजिकच ती व्यक्ती विरोध करते हे सत्य आहे. तुम्ही मनुष्यस्वभावाच्या विरुद्ध काम करीत आहात. प्रत्येक माणसाला आपल्या निर्णयावर नियंत्रण असावे असे वाटते. तुमच्या आयुष्यात आलेल्या लोकांमध्ये बदल व्हावा असे तुम्हाला वाटत असते, पण जर तुम्ही त्यांच्यावर दबाव टाकलात तर उलट एक प्रतिकार तयार होतो.

तुमचा उद्देश कितीही चांगला असला तरीसुद्धा परिणाम कधीकधी अत्यंत विपरीत होतात.

कारण मानवी स्वभावाविरुद्ध गेलेली प्रत्येक लढाई तुम्ही हरता.

एखाद्याने आपली वागणूक बदलावी असे तुम्हाला वाटत असेल तर ही संपूर्ण परिस्थिती हाताळायचा एक नवाच मार्ग *'त्यांना करू द्या'* हा सिद्धान्त वापरून तुम्ही शिकणार आहात. तुम्ही कोणालाही बदलायला लावू शकत नाही हे खरे आहे. पण मी कधीही असं म्हणाले नाही की, तुम्ही त्यांच्यावर परिणामही करू शकत नाही.

मी माझ्या स्वतःच्या आयुष्यातील अनुभवांमधून तुम्हाला उदाहरणं देणार आहे, आणि टप्प्याटप्प्यानं तुम्हाला शिकवणार आहे की *'त्यांना करू द्या'* सिद्धान्त वापरून तुम्ही इतरांच्या वागणुकीवर प्रभाव कसा टाकू शकता. तुम्ही हे वाचताना तुमचे नातेसंबंध व जे लोक तुम्हाला हताश करीत आहेत त्यांचा विचार करा.

कोणीतरी बदलावे असे वाटणे

'माझी इच्छा आहे की, तुम्ही स्वतःची अधिक चांगली काळजी घ्यावी.'

माझी एक अत्यंत घनिष्ठ मैत्रीण तिच्या पतीवर मनापासून प्रेम करते. पण तिचा नवरा आरोग्याच्या दृष्टीने काळजी घेणं टाळतोय. कदाचित, तुमच्या एखाद्या आवडत्या व्यक्तीच्या बाबतीत तुम्हीही अशाच परिस्थितीत असाल. तिने आपल्या नवऱ्याने प्रकृतीची काळजी घ्यावी हे पटविण्यासाठी सर्व प्रयत्न केले.

तिनं विनवण्या केल्या, सूचनांच्या इशाऱ्यांतून सांगायचं प्रयत्न केला, कधी थेट आग्रह केला, तर कधी त्याच्यासमोर अश्रूंनी डोळे भरून आल्यामुळे अनावर झाली. तिला त्याची खूप काळजी वाटते.

ती त्याच्यावर चिडली आहे, कधी उपरोधिक टोमणे मारलेत, कधी थेट राग व्यक्त केला. तिनं त्याच्यासाठी जिमचं सदस्यत्व घेतले. नवीन बुटांची जोडी आणून दिली. पौष्टिक आणि आरोग्यदायी जेवणं बनवली. इथवर की, घरात व्यायाम करता यावा म्हणून पेलोटॉन (घरी व्यायाम करण्याची सायकल – होम फिटनेस बाइक)देखील घेतलं.

पण काहीच उपयोग झाला नाही. आता तर परिस्थिती अशी झाली आहे की, काहीही घडलं तरी तिचं चिडणं साहजिकच झालंय. मेन्यूवर त्यानं काय ऑर्डर दिली, व्यायामाला

टाळणं, जेवणानंतर गोड खाणं, दररोज रात्री टीव्हीसमोर बसून राहणं, तो बिचारा काहीही करीत असला तरी ती सतत चिडलेली असते.

आणि बिचारा तो, त्यानं प्रयत्न केलेत. कधी डाएट सुरू केलं, कधी अधूनमधून जिमला गेला, पेलोटॉनचे प्रशिक्षणही घेतले. पण हे सगळं काही काळापुरतंच, मग त्याच्या प्रकृतीची विवंचना या विषयावर तो व त्याची पत्नी यांचे मतभेद तसेच राहतात.

तिला राग येतो की, तो काहीच बदलत नाही आणि त्याला त्रास होतो की, ती त्याचं डोकं खात राहते.

ओळखीचं वाटतंय ना? मलाही.

तुमच्याही आयुष्यातील एखाद्याने बदलावे असे तुम्हाला मनापासून वाटत असेल तेव्हा तुम्हालाही हे परिचित वाटेल याची मला खात्री आहे.

हे त्याच्या चांगल्यासाठीच तुम्ही हे सांगत आहात हे मला माहीत आहे. म्हणूच तुम्हाला वाटते की, त्याने बदलावे. ती व्यक्ती तुम्हाला प्रिय आहे म्हणूनच या परिस्थितीत तुम्ही एवढा त्रास करून घेत आहात.

म्हणूनच तुम्ही त्याला अधिक निरोगी, अधिक सुखी, अधिक यशस्वी होताना पाहू इच्छिता.

चांगली नोकरी मिळवावी, अभ्यासात मन लावावं, समुपदेशन घ्यावं, घटस्फोटानंतर नव्या नात्यांसाठी तयार व्हावं, किंवा निदान घराबाहेर पडून मित्रांमध्ये वेळ घालवावा असे तुम्हाला वाटते.

आपले ज्या व्यक्तीवर आपार प्रेम आहे तिच्या आयुष्यात काहीतरी चांगलं घडावं, तिचं आयुष्य समृद्ध, समाधानकारक व्हावं असं वाटणं ही भावना पूर्णपणे नैसर्गिक आहे. कोणाचंतरी भलं व्हावं, त्यांनी त्यांच्या क्षमतेनुसार मोठं व्हावं, त्यांच्या ध्येयांपर्यंत पोहोचावं अशी इच्छा बाळगणे हे केवळ चांगलंच नव्हे तर सुंदरही आहे.

असे दुसऱ्या कोणासाठी वाटणे हा मुद्दा नाही. हा विषय तुम्ही कसा हाताळता व त्यामुळे तुमच्या व त्या व्यक्तीच्या संबंधावर काय प्रभाव पडतो आहे हा महत्त्वाचा मुद्दा आहे.

हे सगळं वाचताना तुम्हाला जाणवतंय की, कोणीतरी तुम्ही बदलावे म्हणून तुमच्यावर सतत दबाव टाकतंय.

ते तुमच्या नोकरीबद्दल, तुमच्या सवयींबद्दल किंवा कोणत्या मैत्रिणीला वारंवार भेटता याबद्दल काही म्हणतही नसतील, पण त्यांच्या वागण्यातून स्पष्ट दिसतं की, सध्या तुम्ही जसे आहात तसे ते तुम्हाला स्वीकारत नाही.

त्यांना वाटतं की, तुम्ही वेगळ्या प्रकारे जगायला पाहिजे आणि ते त्रासदायक आहे हे मला माहीत आहे. कारण विरोध करणे ही आपली नैसर्गिक प्रतिक्रिया असते.

आपण एखाद्याला बदलण्यासाठी दबाव टाकतो आणि विरोध कसा त्वरित समोर येतो यावर आणि कोणालाही बदलणं एवढं सोपं का नसतं, याचा विचार करण्याचे आव्हान *'त्यांना करू द्या'* या संकल्पनेने मला दिले.

बदल इतका कठीण का असतो?

म्हणजे बघा ना, जेव्हा तुम्ही कुणा दुसऱ्याला बदलायला सांगता, तेव्हा सहजपणे असंच गृहीत धरता ना की, त्यांनी तो बदल फक्त करावा इतकंच आहे!

मीसुद्धा अशा अवस्थेत अनेकदा होते. तुम्ही फक्त स्पष्ट सांगणे आवश्यक आहे, हो ना?

उदाहरणार्थ, कुणाला व्यायाम केल्यावर किती चांगलं वाटेल हे सांगणं, अधिक चांगली नोकरी मिळविण्याची त्यांची क्षमता आहे याची वारंवार आठवण करून देणं व त्यातून मिळणारा चांगला पगार त्याच्या सध्याच्या आर्थिक अडचणी दूर करेल, हे पटवून देणं किंवा, दर शनिवारी-रविवारी टी.व्ही.समोर बसून व्हिडिओ गेम खेळत बसल्याने आयुष्यात काही अद्वितीय घडणार नाही, हे सतत बजावणं.

म्हणजे, हे सगळं त्यांनी स्वतःच्या मनात कधीच विचारात घेतलं नाही असंच आपण समजतो. बरोबर ना?

आता याच्या दुसऱ्या बाजूचा विचार करा. किती वेळा असं झालंय की, कुणीतरी तुम्हालाच असंच काही स्पष्ट आणि ठाम बोलून गेलंय? जणू तुम्हाला हे माहीतच नाही की, व्यायाम केल्याने वजन कमी होऊ शकतं. किंवा, बेडरूममध्ये एकटे रडत बसल्याने तुमचं गेलेलं प्रेम परत येणार नाही.

किंवा, नर्सिंग शाळेत प्रवेश घ्यायचा असेल, तर अर्ज करावा लागतोच, हे तुमच्या लक्षातच नाही.

जेव्हा दुसरं कुणी आपल्याला अशा पद्धतीने समजावण्याचा प्रयत्न करतं तेव्हा ते आपल्याला दुखावतं, जणू हल्लाच झाला असे वाटते आणि चांगल्या पगाराची नोकरी चुटकीसरशी मिळू शकेल असे जेव्हा कोणी अधिकारवाणीने सांगू लागतात तेव्हा त्यांचा खूप राग येतो. तुमच्यासाठी काय योग्य आहे याचा विचार ते कसा काय करू शकतात?

बदल हा तुमच्यासकट प्रत्येकासाठी अवघड असतो ही वस्तुस्थिती आहे. त्यांच्यावर पूर्वीपासूनच दबाव असताना त्यांच्याकडून त्यांना आणखी दबाव नको असतो.

माझी मैत्रीण व तिचा नवरा यांचेच उदाहरण घ्या. त्याला खरंच चांगली शरीरयष्टी पाहिजे आहे. त्याला वजन कमी करावयाचे आहे. आपल्या शरीराला ५० पौंडांचे अधिक वजन वागविणे सोपे नाही. त्याच्या मित्रमंडळींमध्ये तो सर्वांत जास्त जाड आहे याचा त्याला तिटकारा आहे. त्याच्या हृदयासाठी हे योग्य नाही. त्याला हे माहीत आहे. तो मूर्ख नाही. ते किती अवघड आहे व त्यासाठी किती प्रयत्न करावे लागतील हेही त्याला माहीत आहे.

सकाळी लवकर उठणे, मद्यपान कमी करणे, जिममध्ये अवघडल्यासारखे वाटणे आहारावर नियंत्रण ठेवणे हे सर्व त्रासदायक आहे. खरंच त्रासदायक आहे. एखाद्यास धूम्रपानाची सवय सोडून देणे जसे त्रासदायक आहे तसेच हे आहे. अवाजवी खर्च करणाऱ्या व्यक्तीस अंदाजपत्रकानुसारच खर्च करणे अवघड असते. एकटे राहणे अवघड असते त्यामुळेच लोक नाइलाजाने एकत्र राहतात. जर तुम्हाला नोकरीवरून काढून टाकले असेल तर स्वतःवर विश्वास ठेवून नवी नोकरी मिळविणे अवघड असते.

बदल हा कधीच सोपा नसतो. सोपा असता तर तुमच्या प्रिय व्यक्तीने तो केव्हाच स्वीकारला असता.

त्यांच्यावर दबाव टाकणे बंद करणे हेच त्यांच्यावरील प्रेम आहे. त्यांना करू दे. या क्षणी तुमच्या अपेक्षा अवाजवी आहेत व तुमच्या पद्धतीस विरोध होत आहे. त्यांना करू देणे याशिवाय तुमच्याकडे दुसरा मार्ग नाही. ते प्रौढ आहेत, त्यांना प्रौढासारखे वागू दे.

'त्यांना करू द्या' या सिद्धान्तामुळे तुम्ही वस्तुस्थिती समजून घ्याल व तुमचे संबंध अधिक प्रेमळपणे, विनयशीलतेने व परिणामकारकरीत्या हाताळाल. सर्वप्रथम प्रेरित करण्यामागील शास्त्र तुम्ही समजून घेतले पाहिजे व बदलले पाहिजे म्हणजे तुमची पद्धत अधिक परिणामकारक ठरेल.

सत्य क्रमांक १ : प्रौढ माणसे फक्त जेव्हा त्यांना स्वतःहून तसं वाटतं तेव्हाच बदलतात.

म्हणूनच लोकांना सतत प्रेरित करण्याचा प्रयत्न थांबवा. त्याचा उपयोग होत नाही. बदलाची खरी प्रेरणा ही त्या माणसाच्या आतूनच यायला हवी असे संशोधन सांगते.

लोकांना 'प्रेरणा' (मोटिव्हेशन) हा शब्द खूप प्रिय असतो. कदाचित, तुम्हालाही असेल. तिच्या नवऱ्याला स्वतःची काळजी घेण्याची प्रेरणा नाही अशी तक्रार माझी मैत्रीण करते आणि तुम्हालाही कदाचित तसंच वाटत असेल की, जो माणूस बदलायला हवा, तो काही प्रेरितच वाटत नाही.

पण हे सगळं इतकं सोपं नाही. चला, आधी 'प्रेरणा' या शब्दाचा अर्थ बघू : प्रेरणा म्हणजे 'काहीतरी करावंसं वाटणं.'

प्रौढ लोक फक्त तेच करतात, जे त्यांना करावंसं वाटतं हे आपण समजून घेत आहोत.

तुमच्या जोडीदाराला व्यायाम करावासा वाटत नाही. म्हणूनच तो प्रेरित नाही! त्यांना तो करायचाच नाही आणि तुम्ही त्यांना प्रेरणा देऊन काही करू शकत नाही, कारण 'करावंसं वाटणं' ही भावना त्यांच्या आतूनच यायला हवी.

मोटिव्हेशनची खरी अडचण हीच आहे, ती जेव्हा सर्वांत जास्त हवी असते, तेव्हाच ती मिळत नाही.

जर मोटिव्हेशन इतकं सहज आपोआप मिळणारं असतं, तर सगळ्यांकडे उत्तम शरीरयष्टी (सिक्स पॅक) असती, बँकेत लाखो-कोटी रुपये असते आणि प्रत्येकाकडे एक अफलातून उत्पन्नाचे जगातील सर्वोत्तम साधनही असते.

म्हणून जर तुम्ही एखाद्याला काही करावंसं वाटायला जादूने भाग पाडू शकत असता तर ते 'प्रेरणा' नव्हे, तर मनावर नियंत्रण (माइंड कंट्रोल) असतं!

आणि पहा, मीसुद्धा यात चुकले आहे.

ज्याप्रमाणे मी स्वतःला बदलण्यास भाग पाडते त्याचप्रमाणे मी कित्येक वर्षे इतरांनाही ढकलून पुढे नेण्याचा प्रयत्न करून लोकांना माझ्या पद्धतीने बदलायला लावायचा प्रयत्न केला. माझ्या जिवलग मैत्रिणीला मी पुन्हा डेटिंग सुरू करायला लावण्याचा प्रयत्न केला, भावाला मी वैयक्तिक प्रशिक्षक (पर्सनल ट्रेनर) भेट दिला, आईला उपचारांसाठी जबरदस्तीने पाठवायचा प्रयत्न केला. हे सर्व अयशस्वी ठरले.

अर्थातच हे अपयशी ठरले कारण तुम्ही एखाद्यावर जबरदस्ती केली तर ते प्रतिकार करतात.

सत्य क्रमांक २ : जे सुखद वाटते त्याकडेच मनुष्य आकर्षित होतो.

एखाद्यावर दबाव टाकून तुम्ही काही साध्य करू शकत नाही याचे दुसरे कारण काय?

जे आत्ता आनंद देतं तिकडे झुकायचं; आणि जे कठीण वाटतं, त्यापासून पळ काढायचा हा मनुष्यस्वभाव आहे. हे मज्जासंस्थाशास्त्र आहे. या विषयावर संशोधन करत असताना मी हार्वर्ड-शिक्षित मानसोपचारतज्ज्ञ, डॉ. आलोक कनोजिया (डॉ. के) यांच्याशी संवाद साधला. जगभरात 'हेल्थी गेमर - Healthy Gamer' या ऑनलाइन व्यासपीठावर लाखो लोक त्यांचे अनुयायी आहेत.

प्रेरणा आणि वर्तन या विषयांतील ते एक अग्रगण्य व्यक्तिमत्त्व मानले जातात.

'लोकांवर दबाव टाकणं फसतं, कारण तुम्ही माणसांच्या मेंदूची रचना समजून घेतलेलीच नसते.' असे त्यांनी मला स्पष्ट शब्दांत सांगितलं.

डॉ. के यांच्या मते, तुमच्यासाठी जाणून घेण्यासारखी सर्वांत महत्त्वाची गोष्ट म्हणजे माणूस नेहमी त्या गोष्टीची निवड करतो, जी त्याला आत्ता आनंद देते; आणि टाळतो त्या गोष्टी, ज्या त्याला आत्ता त्रासदायक वाटतात. बदल घडवण्यासाठी लागणारी मेहनत ही नेहमीच त्रासदायक आणि कठीणच असते. म्हणूनच बदल आपल्यासाठी दीर्घकालीन फायद्याचा आहे हे आपल्याला माहीत असूनही कुणालाच लगेच बदलायला प्रेरणा मिळत नाही.

माझ्या मैत्रिणीचा नवरा हे चांगल्या प्रकारे जाणतो की, त्याच्या तब्येतीसाठी नियमित व्यायाम, आहार आणि जीवनशैलीतले अनेक बदल आवश्यक आहेत. पण सध्या तो ज्या सोफ्यावर बसलेला आहे त्याचे काय? आत्ता तो आरामदायक आहे. तो खात असलेल्या चिप्सचा पुडा? ते आत्ता खूप चविष्ट आहेत. तो टीव्हीवर पाहत असलेला सामना? तो आत्ता खूप करमणूक करीत आहे.

त्याला माहीत आहे की, ट्रेडमिलवर धावणं, बेंच प्रेस करणं हे दीर्घकालीन चांगले परिणाम देतील.

पण ते सुख आत्ताच मिळत नाही. जेव्हा तो स्वतःला जबरदस्तीने सोफ्यावरून उठवून ट्रेडमिलवर जातो तेव्हा सर्वप्रथम त्याचे अंग दुखणार आहे. ट्रेडमिल थकवते, बेंच प्रेस अंग दुखवते. त्यावर खूप कष्ट घ्यावे लागणार आहेत. आणि त्याला हे सातत्याने करता आले नाही तर? जर ते उपयोगी नसेल तर? जर वजन कमी झाले नाही तर? जर त्याला ते जमले नाही तर? हातातील चिप्सचा पुडा संपविणे ही अधिक चांगली कल्पना नाही का, आणि उद्या व्यायामाचा प्रयत्न करावा.

चिप्स संपविणे ही अर्थातच चांगली कल्पना आहे आणि म्हणूनच त्याच्यामध्ये काही बदल करण्याची प्रेरणा नाही. त्याला काही करावे असे वाटत नाही म्हणून तो ते करीत नाही.

डॉ. के मला म्हणाले, ''जेव्हा आपण इतरांवर बदलासाठी दबाव टाकतो, तेव्हा आपण संपूर्ण आयुष्यात प्रवाहाच्या विरुद्ध पोहत राहतो. आपल्या अंतःप्रेरणेच्या रचनेला

समजून घेण्याऐवजी, आपण तिच्यावर विजय मिळवण्याचा अयशस्वी प्रयत्न करतो. ती रचना उपयोगात आणण्याऐवजी, आपण तिच्याशी झुंज देतो आणि तिला हरवू पाहतो.''

जेव्हा आपण कोणावर दबाव टाकतो, तेव्हा आपण मानवी मेंदूच्या नैसर्गिक संरचनेविरुद्ध झुंजतो आहोत. माणूस त्या क्षणी सुखद वाटणाऱ्या गोष्टीकडे झुकतो ही मेंदूची रचना आहे. डॉ. के सांगतात की, बदल घडवून आणायचा असेल तर व्यक्तीला त्या क्षणी येणाऱ्या वेदनेपासून स्वतःला वेगळं करता आलं पाहिजे आणि त्या वेदनेपलीकडचं योग्य कृत्य स्वीकारता आलं पाहिजे.

म्हणजेच, जेव्हा तो सोफ्यावर बसलेला असेल तेव्हा 'व्यायाम करणं कठीण जाणार आहे. पण मी तरीही तो करणार आहे.' असे त्याला स्वतःलाच सांगावे लागेल.

त्याला ते करावंच लागणार. त्याला त्या क्षणिक वेदनेपासून स्वतःला वेगळं करावं लागणार. भावनांवर मात करून, कृतीकडे वळायचं ठरवावं लागणार. तुम्ही दुसऱ्या कोणासाठी करू शकत नाही. म्हणून, त्याला त्या सोफ्यावर बसू द्या.

आणि एवढ्यावरच गोष्ट संपत नाही. दबाव टाकण्याचे प्रयत्न उलटे परिणाम का घडवितात याची मानसशास्त्रीय पातळीवर आणखी अनेक कारणं आहेत.

सत्य क्रमांक ३ : जगातील प्रत्येक माणूस स्वतःला अपवादच समजतो.

या पुस्तकासाठी संशोधन करत असताना माझी भेट डॉ. टाली शॅरोट यांच्याशीही झाली.

डॉ. शॅरोट या वर्तनात्मक मेंदूशास्त्रज्ञ असून, युनिव्हर्सिटी कॉलेज लंडन आणि एमआयटी येथील अॅफेक्टिव्ह ब्रेन लॅबच्या संचालक आहेत. त्यांचं संशोधन हे मेंदूशास्त्र, वर्तनशास्त्र आणि मानसशास्त्र यांची सांगड घालून भावना व वर्तन यांचा माणसाच्या श्रद्धा आणि निर्णयांवर कसा प्रभाव पडतो याचा सखोल अभ्यास करते.

त्यांच्या संशोधनातील एक निष्कर्ष थक्क करणारा आहे. लोकांचा ठाम विश्वास असतो की, इशारे, धोक्याचे संकेत किंवा ज्ञात जोखमी हे सगळं आपल्याला लागू पडत नाही.

म्हणूनच माझ्या मैत्रिणीच्या नवऱ्याला वाटते की, तो एकटाच असा माणूस आहे ज्याचं वजन जास्त असले आणि तो निष्क्रिय आयुष्य जगत असला तरीही त्याला कधीही हृदयविकाराचा झटका येणार नाही.

म्हणूनच 'मी जसा आहे तसाच राहिलो तरीही काहीच वाईट घडणार नाही.' असे तो स्वतःला खात्रीपूर्वक समजावतो.

म्हणूनच तुमच्या मैत्रिणीला वाटते की, ती एकटीच अशी आहे जिला दिवसातून कितीही वेळा इलेक्ट्रॉनिक सिगरेट ओढली तरी तरी तिच्या फुप्फुसांवर त्याचा परिणाम होणार नाही.

म्हणूनच कामावर उशिरा पोहोचणं, लवकर निघणं, कामात मन न लावता तोंडी निभाव देणं हे सगळं कुणाच्याही लक्षात येणार नाही असे समजून तुम्हाला असे वाटत आहे की, तुम्ही तुमच्या नोकरीचा शांतपणे राजीनामा देत आहात.

म्हणूनच जेव्हा तुम्ही म्हणता, ''हे असंच चाललं तर मी निघून जाईन,'' तेव्हा तुमचा जोडीदार त्यावर विश्वास ठेवत नाही.

सगळ्यांना वाटतं की, वाईट परिणाम त्यांच्या वाट्याला येणार नाहीत. ते स्वतःला अपवाद मानतात.

यामुळेच तुमचं रडणं, विनवण्या करणं किंवा निर्वाणीचे सांगणं हे सगळं निष्फळ ठरतं.

आपला मेंदू अगदी सर्वांत वाईट शक्यता दुर्लक्षित करतो म्हणूनच नाखुशी दर्शविणारे तुमचे उसासे काहीच परिणाम साधत नाहीत. त्यांना वाटतं ते अपवाद आहेत.

(आणि हो, तुमच्या स्वतःच्या जीवनातील काही बदलांना तुम्ही विरोध करीत असता तेव्हा तुम्हालाही असंच वाटतं.)

जेव्हा आपण कुचकट टोमणे मारतो, तेच मुद्दे वारंवार उगाळतो किंवा बदलासाठी दुसऱ्यावर दबाव टाकण्याचा मार्ग 'धमक्या' देतो तेव्हा त्याचा नेहमीच विपरीत परिणाम होतो.

डॉ. टाली शॅरोट यांचं एक महत्त्वाचं निरीक्षण आहे, 'जेव्हा कुणी आपल्याला काही नकारात्मक सांगतं, उदा., 'तू दारू पिणं थांबवलं नाहीस, तर मी तुला सोडून जाईन' किंवा 'तो माणूस तुझ्यासाठी योग्य नाही, तो एक स्वार्थी आहे.' तेव्हा ती नकारात्मक माहिती ऐकणारा आपल्या मेंदूचा भाग थेट बंद होतो असे मेंदूचे स्कॅन दाखवतात.'

अशा परिस्थितीत तुमच्या धमक्या, गंभीर परिणामांच्या शक्यतांची उदाहरणं, टोमणे, डोळे फिरवणं, भीतिदायक कल्पनाचित्रं दुसऱ्या व्यक्तीच्या मेंदूत पोहोचतच नाहीत.

तुमचा वेळ वाया जातोय, शब्द वाया जातात, श्वास वाया जातो. आणि म्हणूनच अशा परिस्थितीमुळे तुम्ही इतके निराश आणि थकलेले आहात.

म्हणूनच तुम्हाला एका वेगळ्या दृष्टिकोनाची गरज आहे. *'त्यांना करू द्या'* ही कल्पना या विज्ञानाचं रूपांतर कृतीत कसं करायचं हे शिकवते. त्यामुळे तुमचा वेळ आणि ऊर्जा अधिक प्रभावी आणि सहृदय मार्गानं वापरता येईल.

आणि जर तुम्ही हे खरंच योग्य प्रकारे केले तर कदाचित तुमच्या प्रिय व्यक्तीलाही स्वतःहून बदलायची प्रेरणा मिळेल.

चला, पुन्हा माझ्या मैत्रिणीच्या आणि तिच्या नवऱ्याच्या उदाहरणाकडे वळू या. तुम्ही तिच्या जागी आहात अशी कल्पना करा.

तू दिवसभराचं काम करून दमून भागून घरी परत येतेस आणि समोर तुझा नवरा बास्केटबॉलचा सामना बघत, तोंडात चिप्स कोंबत, संपूर्ण समाधानात आरामात सोफ्यावर पसरलेला आहे .

तो तिथे आनंदात बसलेला आहे आणि तुझ्याकडे पाहून हसत म्हणतो, ''हाय हनी!''

आणि तू? तू त्याच्याकडे एक नजर टाकतेस, तुला ताण जाणवायला लागतो, 'अमिग्डाला' जागं होतं, मेंदूतील तो भाग जो भीती, चिडचिड आणि तणावाला चालना देतो.

क्षणातच चिडचिड होते. तुझ्या आत काहीतरी उकळायला लागतं. तुझ्याकडून एक उसासा निघतो आणि तू म्हणतेस, ''हं, हाय.''

त्या क्षणी तुम्ही मेंदूविज्ञान, प्रेरणाशास्त्र, किंवा आतापर्यंत आपण बोललेली कोणतीही गोष्ट लक्षात ठेवलेली नाही. 'याला एवढं काय अवघड आहे उठून काहीतरी करायला?' असा तुमच्या मनात एकच विचार चालू असतो.

पण तुम्ही सध्या काही स्वीकारण्याच्या नाही तर निर्णय घेण्याच्या भूमिकेत आहात, त्याला काय वाटतं, त्याला किती त्रासदायक वाटेल हे सगळं विचारात घेत नाही.

त्याला जिमला जायचं म्हणजे आधी खोलीत जावं लागेल, कपडे बदलावे लागतील, पाण्याची बाटली भरावी लागेल, चाव्या शोधाव्या लागतील, गाडीत बसून जिमला जावं लागेल, तिथे व्यायामासाठी मशीन शोधावे लागेल आणि त्यानंतर खराखुरा व्यायाम करावा लागेल याचा तुम्ही विचार करीत नाही.

त्याऐवजी वास्तव, विज्ञान आणि बदल हा सगळ्यांसाठी किती कठीण असतो यापलीकडे जाऊन त्यांनी जे करणे आवश्यक आहे असे तुम्हाला वाटते ते का करीत नाहीत, या गोष्टीमुळे तुम्ही त्रस्त होता.

वास्तविक पाहता तुम्ही त्यांच्यावर रागावण्यापेक्षा अनुकंपा दर्शविणे आवश्यक आहे, तुमचे नाराजीचे सूर व तुमची खराब मन:स्थिती यांमुळे ते सोफ्यावरून ताडकन उठणार नाहीत. प्रत्यक्षात तुमची नाराजी पाहून तुमचा पती त्याचा रिमोट सोफ्यावरील उश्यांमध्ये हरवेपर्यंत सोफ्यावरच पडून राहणार आहे.

तुमच्या नाराजीच्या सुरांमागचा उद्देश कितीही प्रेमळ असला तरी तुमच्या पतीच्या दोषाचे तुम्ही निवारण करीत आहेत असे त्याला वाटत राहील व हे त्याला दुःखदायक होईल आणि तो तुमच्यापासून दूर जाईल. स्वतःचे संरक्षण केले पाहिजे असे त्याला वाटेल व बदल करावा असे वाटण्यापासून तो आणखी दूर जाईल.

संघर्षाच्या ठिणगीचा प्रवेश

दडपणाने बदल घडत नाही, ते फक्त त्या बदलाला विरोध निर्माण करते. जेव्हा तुम्ही कोणाच्या वागणुकीवर नियंत्रण मिळवण्याचा प्रयत्न करता, तेव्हा त्यांच्या मनात सहजच त्या नियंत्रणाच्या विरोधात बंड उभं राहतं.

बदल घडवण्याऐवजी तुमच्या दडपणामुळे आता एक संघर्ष उभा राहतो.

मी डॉ. शॅरोट यांच्याशी बोलत असताना त्यांनी एक महत्त्वाचा मुद्दा अधोरेखित केला. माणसाला स्वभावतः गोष्टी आपल्या नियंत्रणात ठेवण्याची गरज असते. ही एक जगण्यासाठी लागणारी उपजत प्रेरणा आहे. आपलं आयुष्य आपणच नियंत्रित करत आहोत ही भावना आपल्याला सुरक्षिततेचा दिलासा देते आणि हाच दिलासा आपल्या आयुष्यातील इतर माणसांनाही हवा असतो.

म्हणजे गोष्टी आपल्या नियंत्रणात ठेवण्याची जशी तुमची इच्छा असते तसेच तुमचा जोडीदार, रूममेट, आई, बॉस, अगदी तुमचे मित्र या सगळ्यांच्याही मनात नियंत्रण आपल्या हातात असावं ही तीच मूळ प्रेरणा असते.

ज्यांच्यावर तुमचं प्रेम आहे त्यांना स्वतःच्या आयुष्याच्या दोऱ्या आपल्या हातात आहेत असं वाटलं तरच त्यांना सुरक्षित वाटतं.

त्यामुळे जेव्हा तुम्ही कोणावर दबाव टाकता, त्यांच्यावर हुकूम गाजवता किंवा त्यांना काय करावं हे सांगता तेव्हा तुम्ही त्यांच्या स्वतःच्या निर्णय, कृती आणि आयुष्यावरील नियंत्रणाची गरज धोक्यात आणत असता. तुम्ही त्यांच्या मार्गात अडथळा बनत जाता. ते स्वतः, त्यांचे आयुष्य, त्यांचे विचार आणि वर्तणूक यांवर त्यांचे नियंत्रण आहे या त्यांच्या भावनेला तुम्ही अडसर बनता.

जेव्हा त्या व्यक्तीला खरंच धावायला जाण्याची इच्छा नसते तेव्हा 'आज बाहेर धावायला जायला छान हवामान आहे', अशी अप्रत्यक्ष सूचना देता तेव्हा प्रत्यक्षात तुम्ही त्यांना असुरक्षित केलं आहे.

तुमचा सूचक सल्ला कितीही हितावह असला तरी आपण काय करावयाचे व केव्हा करावयाचे हे ठरविण्याचा त्यांचा हक्क तुम्ही हिरावून घेण्याचा प्रयत्न तुम्ही करीत आहात असे त्यांना वाटते.

म्हणूनच, प्रौढ व्यक्तींना प्रौढांप्रमाणे वागू द्या. त्यांना करू द्या.

दुसऱ्याला जसा आहे, तसा स्वीकारणं हाच सशक्त आणि प्रेमळ नात्याचा पाया आहे.

जेव्हा कोणालातरी असं वाटतं की, 'तो/ती मला जसा आहे तसाच स्वीकारतो,' तेव्हा त्यांना सुरक्षित वाटते.

पण जेव्हा तुम्ही कुणावर दबाव आणता, त्यांच्यात बदल घडवायचा प्रयत्न करता, टीका करता किंवा ते जसे आहेत त्यापेक्षा वेगळं वागण्याची अपेक्षा करता तेव्हा परिणाम उलट होतो. अशा दबावामुळे ती व्यक्ती आणि तुम्ही यांच्यामध्ये नियंत्रणासाठी संघर्ष निर्माण होतो हे तुमच्या लक्षात येईल किंवा येणारही नाही.

डॉ. के यांच्या संशोधनानुसार आपलं मेंदूचं कार्य सुखाकडे जाणे व दुःखापासून दूर जाणे या नैसर्गिक प्रवृत्तीवर आधारित असतं हे आठवा. दडपण जाणवणं म्हणजे त्यांच्यासाठी दुखदायक अनुभव म्हणूनच ते तुमच्यापासून दूर जातात आणि मग तुम्ही अधिक जोर लावता तेव्हा ते अधिक दूर जातात.

तुमच्या दोघांमधील कधीही ना संपणाऱ्या संघर्षाची ही एक साखळी बनते. हा संघर्ष थांबविण्याची शक्ती तुमच्याकडे आहे.

तुम्हाला जर संघर्ष संपवायचा असेल तर त्यांना सोफा वर बसून राहू दे.

माझी मैत्रीण आणि तिचा पती यांचा विचार केला तर कोणाकडे नियंत्रण आहे? पतीकडे. तो तिच्याकडे दुर्लक्ष करीत आहे तोपर्यंत त्याचे आयुष्य, त्याचे निर्णय व त्याची वर्तणूक यांचे नियंत्रण त्याच्याकडे आहे.

तिला जे हवे ते तो जेव्हा करतो तेव्हा नियंत्रण त्याच्या हातात राहत नाही आणि तिचा विजय होतो. आता हे भांडण व्यायामाबद्दल नाही, तर सत्ता आणि नियंत्रण कुणाकडे आहे यावर आहे.

हिचं असं सतत मागं लागणंदेखील समजून घेता येतं, कारण त्याचं आरोग्य तिच्या मनाला सतत अस्वस्थ करतं. तिला वाटतं की, तिच्या आयुष्यातील एक महत्त्वाचा भाग तिच्या ताब्यातून निसटतो आहे.

म्हणूनच आपल्या आयुष्यातील या भागावर आपले नियंत्रण आहे असे वाटावे म्हणून ती पुन्हा पुन्हा त्याच्यावर नियंत्रण ठेवण्याचा प्रयत्न करते. त्यामुळे आपल्याला धमकी मिळत आहे असे त्याला वाटते आणि आपले अस्तित्व टिकविण्यासाठी तो विरोध करतो आणि जितका तो हट्टीपणाने वागतो तितक्याच जोराने ती त्याच्यावर अधिक दबाव टाकते.

या सर्व घडामोडी गुंता अधिकच वाढवीत जातात हे तुम्ही पाहता आहात का?

शक्य आहे की, तुमचंही असंच नातं असेल, तुमच्या मुलांपैकी कुणाशी किंवा वयोवृद्ध आई-वडिलांपैकी एखाद्याशी, किंवा तुमच्या जोडीदाराशी तुमचे नातेसंबंध कदाचित असेच गुंतागुंतीचे असतील. किंवा कोणीतरी तुमच्यावर दबाव टाकतो आहे म्हणून तुम्हाला अशी गुंतागुंत जाणवत असेल.

कोणालाही आपल्या प्रियजनांकडून, मित्रांकडून, कुटुंबीयांकडून दडपण नको असतं हे सत्य हे आहे.

तुम्हाला निरपेक्ष प्रेम, स्वीकार, माया आणि करुणा हे पाहिजे.

कोणी आपल्यावर नियंत्रण ठेवावं हे नकोच वाटतं, आपण जसे आहोत व आयुष्यात ज्या स्थितीत आहोत तसे आपल्याला पूर्णपणे स्वीकारले गेले आहे अशी भावना तुम्हाला पाहिजे असते.

यामुळेच तुम्ही स्वत्व जपू शकता व तुमच्या नातेसंबंधात स्वत:ला सुरक्षित समजता.

तुमच्याही मित्रमैत्रिणींपैकी कोणी तुमच्या प्रिय व्यक्तीबद्दल नापसंती व्यक्त करावी, किंवा तुमचा जोडीदार तुमच्यावर जबरदस्तीने व्यायामशाळेचे सदस्यत्व, पेलोटॉन आणि सेंद्रिय खरेदी लादू पाहत असेल तर ते तुम्हालाही आवडणार नाही.

आता मला अजून एक सत्य सांगायचं आहे.

जेव्हा माणसाला हे कळतं की, त्याचं वागणं दीर्घ काळासाठी त्याच्या हिताचं नाही तेव्हा मनात एक प्रकारचा अंतर्गत संघर्ष सुरू होतो, यावर डॉ. के यांनी भर दिला.

माझ्या मैत्रिणीच्या नवऱ्याचंही असंच आहे म्हणून तो कधी सुरू करतो, कधी थांबतो. म्हणून तो पुन्हा पुन्हा प्रयत्न करतो. म्हणून तो झगडतो आहे.

बदल ही सगळ्यांसाठी कठीण प्रक्रिया आहे आणि जेव्हा एखादी व्यक्ती सतत तुमचा पाठपुरावा करीत असते तेव्हा ती अधिकच कठीण होते. तुम्हाला त्यांच्या दबावाला तर तोंड द्यावेच लागते, पण त्याशिवाय जेव्हा तुम्ही त्यांच्या म्हणण्याप्रमाणे करू लागता तेव्हा त्यांचे बरोबर होते हे तुम्हाला मान्य करावे लागते.

बदलण्यासाठी तुमची नाही, तर त्या व्यक्तीची इच्छा असणे आवश्यक आहे यावर डॉ. के यांनी खूप भर दिला. आपल्या पत्नीला गप्प करण्याशिवाय त्या पतीकडे मेहनत करण्यासाठी एक कारण आवश्यक आहे. तसे नसेल तर हा बदल फार काळ टिकणार नाही व त्यांच्यामधील चीड वाढतच जाईल.

लोक त्यांना जे करावेसे वाटते तेच करतात

स्वतःमध्ये बदल करण्यासाठी लोक जेव्हा तयार असतात तेव्हाच ते बदलतात. तुमच्या वेळापत्रकानुसार ते बदलत नाहीत म्हणून त्यांना दोष देणं थांबवा. ज्याचं त्यांना स्पष्टपणे काहीच आकर्षण नाही, अशा गोष्टी करायला त्यांना 'प्रेरित' करायचा आटापिटा करणं बंद करा.

हे केवळ तुमचा वेळ वाया घालवणं आहे. हे तुम्हाला तणावात टाकतं आहे. हे तुमच्या नात्याचा नाश करीत आहे. हे काही कामाला येत नाही आणि सर्वांत महत्त्वाचं म्हणजे हे तुमच्यातील दरी वाढवत आहे.

खरं प्रेम म्हणजे, समोरच्या माणसाला त्याच्या ठिकाणी जाऊन समजून घेणं. प्रौढ माणसांना प्रौढांसारखं जगू देणं तुम्ही शिकणं आवश्यक आहे. म्हणूनच *'त्यांना करू द्या'* हा सिद्धान्त एवढा प्रभावी आहे.

जेव्हा तुम्ही त्यांना ते जसं आहेत तसं स्वीकारता, तेव्हा तुम्ही त्यांना खरी मोकळीक देता. त्यांना त्यांच्या वेळेनुसार वागू द्या. त्यांना त्यांच्या कारकिर्दीत अपयश येऊ द्या. त्यांना इलेक्ट्रॉनिक सिगरेट वापरू द्या. त्यांना हार मानू द्या. त्यांना त्या दुःखद संबंधात राहू द्या. जी वचने ते पूर्ण करीत नाहीत ती त्यांना देऊ दे. त्यांना गोंधळात राहू द्या. त्यांना संध्याकाळच्या भोजन समारंभाला ट्रॅकपॅन्ट घालून येऊ द्या. त्यांना संपूर्ण आठवडा व्हिडिओ गेम खेळू द्या. त्यांना त्यांच्या निष्क्रियतेचे परिणाम भोगू द्या. त्यांना व्यायामशाळेत न जाता सोफ्यावरच बसू द्या. त्यांना त्यांचं आयुष्य जगू द्या.

हे सोपे आहे, पण सहजसाध्य आहे असे मी म्हणत नाही. म्हणजे मी काहीच करू शकत नाही का? असा विचार हे वाचत असताना तुम्ही कराल हे मला माहीत आहे. नेहमीच तुम्ही काहीतरी करू शकता.

कारण एक गोष्ट नेहमीच तुमच्या नियंत्रणात असते ती म्हणजे तुम्ही स्वतः इतरांचं वागणं बदलू शकत नाही, पण तुमचं स्वतःचं वागणं मात्र तुमच्या हातात आहे. हेच तुमचं खरं सामर्थ्य आहे.

तुमच्या वर्तणुकीतील पहिला बदल म्हणजे दडपण देणं थांबवणं, आणि स्वीकार करणं सुरू करणं.

त्यांना तसंच जगू द्या. जेव्हा तुम्ही एखाद्याला जसा आहे तसा स्वीकारता तेव्हा नियंत्रणासाठीचा तो निरर्थक आणि त्रासदायक संघर्ष संपतो आणि खराखुरा सकारात्मक बदल घडवणं शक्य होतं.

हे विज्ञान आहे.

'जर दडपण काम करत नसेल, तर मग काय काम करतं?' असा प्रश्न तुमच्या मनात येत असेल याची मला खात्री आहे.

तुम्ही दुसऱ्याचं वर्तन बदलूच शकत नाही असे मी म्हटले आहे. पण त्यावर प्रभाव टाकणे शक्य नाही असे मी कधीच म्हटले नाही. आणि इथंच *'मला करू द्या'* सिद्धान्त समोर येतो, हा तुमच्या प्रभावाचं सामर्थ्य उघडतो.

दशकानुदशके संशोधन केल्यानंतर मेंदूशास्त्रज्ञ आणि मानसशास्त्रज्ञांनी असं सांगितलं आहे की, तुम्ही एखाद्याला बदलायला प्रेरित (मोटिव्हेट) करू शकत नाही, पण त्यांनी बदलावं अशी प्रेरणा (इन्स्पायर) तुम्ही त्यांना देऊ शकता आणि विशेष म्हणजे त्यांना वाटेल की ती त्यांची स्वतःचीच कल्पना होती.

पुढील प्रकरणात मी तुम्हाला दाखवणार आहे की, 'दडपण न देणं' हा मार्ग स्वीकारून बदल करण्यासाठी एखाद्याच्या जन्मजात इच्छेला तुम्ही जागृत करू शकता. त्यांना करू द्या आणि मग, योग्य वेळी योग्य गोष्ट बोलून किंवा कृती करून तुमचा प्रभाव वापरता येतो हे मी तुम्हला संशोधनाच्या आधारे दाखवू शकते.

प्रकरण पंधरावे

तुमच्या प्रभावाचं सामर्थ्य उघड करा

जेव्हा तुम्ही लोकांवर बदल घडवून आणण्यासाठी दडपण देणं थांबवता आणि त्यांना जसं आहेत तसं जगू देता तेव्हा काहीसं जादूसारखं घडतं. सकारात्मक प्रभाव टाकण्याची खरी शक्ती उघड करण्यासाठी आता तुमच्याकडे वेळ असतो, ऊर्जा असते.

लोक समाजप्रिय प्राणी आहेत व आजूबाजूच्या लोकांमुळे ते खूप प्रभावित व प्रेरित होतात.

मानवी वर्तनावर झालेल्या अनेक दशकांच्या संशोधनातून ही गोष्ट सिद्ध झाली आहे. म्हणूनच जेव्हा तुम्ही एखाद्याला सोशल मीडियावर एखाद्या प्रोटीन पावडरचं कौतुक करताना पाहता, किंवा तो नवीन प्रकारच्या जीन्सबद्दल सांगतो, किंवा एखादा व्यावसायिक गोल्फ खेळाडू एका क्लबमुळे त्याचा खेळ सुधारल्याचं सांगतो तेव्हा तुम्हालाही त्या गोष्टी वापराव्यात असे वाटते.

जेव्हा तुम्ही पाहता की, एखादी गोष्ट दुसऱ्यासाठी यशस्वी ठरत आहे तेव्हा ती गोष्ट तुमच्याही मनाला भुरळ घालू लागते. पण जेव्हा कुणी दुसरं व्यक्तिमत्त्व एखाद्या गोष्टीतून आनंद घेत असतं, किंवा त्याला तुम्हाला हवे असलेले परिणाम मिळत असतात, किंवा एखादी गोष्ट सोपी व सुखकारक आहे असे भासविते तेव्हा तुम्ही त्याकडे आकर्षित होता आणि हे कधी तुमच्या लक्षात येतं, कधी नकळत घडतं. म्हणूनच एखादा मित्र एखाद्या पुस्तकाची भरभरून स्तुती करतो, तेव्हा तुमच्याही मनात ते वाचावंसं वाटतं.

एखाद्याने ट्रेनमध्ये बसून ताजी, लालसर रसरशीत सफरचंद खायला सुरुवात केली, तर आजूबाजूच्या प्रवाशांनासुद्धा सफरचंद खाण्याची इच्छा उत्पन्न होते हे संशोधनाने सिद्ध केले आहे.

दुपारच्या जेवणाच्या सुट्टीत तुमचा सहकारी दररोज बाहेर चालायला जातो आणि काही दिवसांनी तुमच्याही मनात चालायला जाण्याची ओढ निर्माण होते.

प्रभाव का काम करतो यामागे मानववर्तनाचे अनेक दशकांचे संशोधन आहे. आपण समाजप्रिय प्राणी आहोत आणि नेहमीच आपल्या आजूबाजूच्या लोकांपासून प्रभावित होतो, आणि प्रेरित देखील.

डॉ. ताली शॅरोट यांनी याला 'सोशल कंटेजन' – सामाजिक संसर्ग असं म्हटलं आहे म्हणजेच लोकांच्या वर्तनावर एकमेकांचा प्रभाव पडतो.

हे आपल्या आयुष्यात वापरणं अत्यंत सोपं आहे तुम्हाला ज्यामध्ये बदल पाहायचा आहे, तोच बदल आधी स्वतःच्या वागण्यात आणा. जसं वागायला तुम्ही सांगता, तसं वागून दाखवा. जर खरंच तुम्हाला एखाद्याच्या वागण्यात बदल घडवायचा असेल, तर त्यांना दाखवा की, तो बदल सोपा, आनंददायक आणि शक्य आहे. उदाहरणार्थ, जर तुम्ही स्वतः नुकत्याच खाल्लेल्या क्रॉसाँचं (ब्रेडचा एक फ्रेंच प्रकार) कौतुक करत असाल, आणि दुसऱ्याला 'आरोग्यदायी खा' सांगत असाल तर तुमचं बोलणं प्रभावी ठरणार नाही. पण जर तुम्ही दररोज संतुलित आणि पौष्टिक आहार घेत असाल आणि त्याचा आनंद उघडपणे व्यक्त करत असाल तर तुमच्या सवयी प्रेरणा बनतात.

तुम्ही एखाद्याला म्हणता की, फोन बाजूला ठेव, पण तुमच्याच हातात फोन असेल तर परिणाम होणार नाही. पण जर तुम्ही तुमचा फोन दुसऱ्या खोलीत ठेवून तुमच्या फोनचा वापर मर्यादित केला तर त्याचा प्रभाव इतरांवर पडेल.

तुम्हाला जसं वर्तन इतरांत पाहायचं आहे तसेच स्वतःचे असावे. या संशोधनात मला सर्वांत आवडणारी गोष्ट म्हणजे दुसऱ्या व्यक्तीस बदलण्यासाठी हे एक प्रकारचे नकळत केलेले मार्गदर्शन आहे आणि त्यांना वाटते की, ही त्यांची कल्पना आहे.

तुमचा एक सहकारी दररोज जेवणाच्या सुट्टीत बाहेर चालायला जातो हे उदाहरण पाहू.

सुरुवातीला तुम्ही फक्त पाहता, तो दररोज बाहेर जातो, चालून परत येतो, ताजातवाना वाटतो, चेहऱ्यावर हास्य असतं, ऊर्जा दिसते आणि त्याच वेळी तुम्ही मात्र डेस्कवर बसून सुट्टी न घेता सँडविच खात असता, काम करत राहता.

अर्ध्या तासानं तो सहकारी परत येतो, ताजातवाना, उत्साही आणि आनंदी दिसत असतो. तुम्ही त्याचा विचार करीत नसला तरी त्याचं हे वर्तन हळूहळू तुमच्यावर परिणाम करतं. जर तुम्ही हे वारंवार पाहिलं आणि त्यांना त्यात आनंद होताना दिसला, तर काय काय होत आहे याचा अंदाज करा. एक दिवस असंच, तुम्ही खिडकीतून बाहेर पाहता, आभाळ निरभ्र असतं, हवेत गारवा असतो आणि तुमच्या रोजच्या सवयींच्या विरुद्ध, आज दुपारच्या जेवणाच्या सुट्टीत काम करत बसण्याऐवजी चालायला जावं असं अचानक वाटू लागतं.

तुम्ही दार उघडून चालायला निघता आणि तुम्हाला वाटतं की, ही तुमची स्वतःची कल्पना होती. असे प्रभावाचे सामर्थ्य मला आवडते. पण ही कल्पना तुमची नाही. तुमच्या सहकाऱ्याच्या सहज वागण्यानं, त्यांच्या चालण्यातून मिळालेल्या आनंदानं तुमच्या मनावर प्रभाव पाडला होता. गंमत म्हणजे, त्यांनी तसा काही हेतूच ठेवला नव्हता! ते फक्त चालत होते आणि त्याचा आनंद घेत होते. हे पटते का?

हेच आहे प्रभावाचं खऱ्या अर्थानं सामर्थ्य आणि हेच संशोधन तुम्ही तुमच्या आयुष्यातील कुणालाही प्रेरणा देण्यासाठी वापरू शकता. कसे ते पहा.

सर्वांत आधी, त्यांना जसं आहे तसं राहू द्या.

त्यांच्यावर बदलासाठी दबाव टाकणं थांबवा. तुम्ही त्यांच्या वागणुकीवर किंवा कृतीवर नियंत्रण ठेवू शकत नाही हे स्वीकारा. प्रौढ व्यक्ती फक्त त्यांना जे करावेसे वाटते

तेच करतात. ते जसे आहेत आणि ज्या परिस्थितीत आहेत तसे स्वीकारा, एवढेच तुमचे काम आहे.

त्यांना जसं आहे तसं राहू द्या. नंतर मला करू द्या.

तुमचा प्रभाव वापरा

खऱ्या अर्थानं सामर्थ्य हे तुमच्या प्रभावात आहे हे लक्षात ठेवा. याचा अर्थ असा की, तुम्ही ज्या गोष्टींवर नियंत्रण ठेवू शकता, त्या गोष्टींवर लक्ष केंद्रित करा, म्हणजेच तुमचं स्वतःचं वर्तन. बदलाचं उदाहरण स्वतः दाखवून द्या आणि तो बदल मजेशीर आणि सोपा वाटेल असा ठसा उमटवा.

डॉ. शॅरोट यांच्या संशोधनानुसार, तुमचा प्रभाव अत्यंत परिणामकारक असतो. पण यासाठी भरपूर संयमाची गरज असते, कारण तुमचा सकारात्मक प्रभाव समोरच्याच्या मनावर उमटायला वेळ लागतो.

म्हणूनच तुम्हाला अनेक वेळा मनात म्हणावं लागेल, 'त्यांना जसं आहेत तसं राहू दे.' तुम्ही फक्त स्वतःच्या वर्तनावर आणि त्याबद्दलच्या स्वतःच्या दृष्टिकोनावर लक्ष केंद्रित करा. हे करताना सर्वांत महत्त्वाचं म्हणजे त्यांनी बदलावं अशी अपेक्षा ठेवू नका. हे महत्त्वाचं आहे कारण जर तुम्ही मनोमन ही अपेक्षा ठेवली की ते बदलतील आणि जर तसं घडलं नाही तर तुमच्या मनात त्यांच्याविषयी नाराजी निर्माण होईल.

स्वतःकडे लक्ष द्या, वर्तनाचं आणि सकारात्मक दृष्टिकोनाचं उदाहरण घालून द्या कारण हे तुमच्यासाठी परिणामकारक ठरतं. तुमच्या प्रभावाचं जादूई सामर्थ्य त्यांच्यावरही काम करेल ही आशा मनात जपून ठेवा. पण हे लक्षात ठेवा : यासाठी सहा महिने किंवा त्याहून अधिक काळ लागू शकतो.

होय, मला माहीत आहे तुम्ही काय विचार करत आहात.

'सहा महिने?'

हो, अगदी सहा महिने. तुम्ही नियमित व्यायामशाळेला जात आहात, ते सहज आणि आनंदात करत आहात आणि त्यातून आश्चर्यकारक परिणाम मिळवत आहात हे सारं पाहायला त्यांना वेळ लागेल.

तुमचा प्रभाव हळूहळू त्यांचं मन बदलू लागेल आणि एखाद्या दिवशी ते स्वतःहून प्रेरित होतील, 'आपल्यालाही काहीतरी सुरुवात करायला हवी', असं वाटायला लागेल. पण जर तुम्हाला इतकी प्रतीक्षा नको असेल, किंवा जर तुम्हाला ज्याची खूप काळजी आहे त्याच्या बाबतीत आधीच मानसिक तणावात असाल तर मग प्रभावशास्त्रातील पुढील पातळीच्या तंत्राचा वापर करण्याची वेळ आता आली आहे.

ए.बी.सी. लूप

ए.बी.सी. लूप ही एक साधी आणि प्रभावी संकल्पना आहे, जी मी विविध तज्ज्ञांच्या संशोधनावर आधारित तयार केली आहे. ही पद्धत तुमच्या आयुष्यातील कुणावरही प्रभाव टाकण्यासाठी अगदी सहज वापरता येते.

या लूपमध्ये तीन टप्पे असतात :

अ) क्षमा मागा (Apologize), आणि मग सविस्तर उत्तरे मिळतील असे प्रश्न विचारा (Ask).

इ) मागे व्हा (Back Off), आणि त्यांच्या वर्तनावर लक्ष ठेवा (Behaviour).

उ) प्रगतीचा आनंद साजरा करा (Celebrate), आणि अपेक्षित बदलाचे उदाहरण बनत रहा (Change).

आता हे तीन टप्पे एकानंतर एक पाहू आणि विज्ञान व *'त्यांना करू द्या'* सिद्धान्ताच्या साहाय्याने हे कसे परिणामकारक ठरते हे दाखवू.

१. मूलभूत नियम : ए.बी.सी. लूपचा वापर

प्रगत पद्धतींचा वापर करायचा असेल तर थोडी तयारी करावीच लागते.

ए.बी.सी लूपची सुरुवात एका संवादातून होते. हा संवाद एक शास्त्रीय आणि सिद्ध पद्धतीचा अवलंब करणारा असतो. याआधी तुम्ही ज्या प्रकारे या विषयावर संवाद साधला असेल त्यापेक्षा हा संवाद पूर्णपणे वेगळा असतो. ही एक संशोधनावर आधारित पद्धत आहे, जी वैद्यकीय क्षेत्रात, चिकित्सालयीन संवादांमध्ये वापरली जाते. त्यामुळे या संवादाची तयारी अत्यंत गंभीरतेने करणे आवश्यक आहे.

जर हा विषय अनेक दिवसांपासून प्रलंबित असेल तर त्यामुळे असंतोष, तणाव, अस्वस्थता यांचाही साठा तुमच्यात दडलेला असेल. हीच गोष्ट अडचणीची ठरते आणि संवाद का निष्फळ ठरत आहे याचे मुख्य कारणही हेच असते. म्हणूनच ही पूर्वतयारी, संवादाची योग्य रचना आणि मांडणी यांमुळे भावना निवळतील आणि संवाद अधिक परिणामकारक ठरेल.

हा संवाद प्रत्यक्ष भेटीतच व्हावा. संवादाच्या वेळी मद्यसेवन वगैरे नकोच. वेळेची घाई नसावी. हे संभाषण अयोग्य ठिकाणी होऊ नये किंवा फोनवर फक्त २० मिनिटांचा अवधी असताना होऊ नये. या पद्धती उपयुक्त ठरत नाहीत. हा संवाद म्हणजे ज्या प्रिय व्यक्तीची तुम्हाला काळजी वाटते त्या व्यक्तीच्या अंतःकरणापर्यन्त पोहोचणे आहे.

याच वेळी करुणा आणि जिज्ञासा दाखविणे आवश्यक असते. हा वेळ तुम्ही तुमचा राग, चिंता किंवा वैफल्य व्यक्त करण्यासाठी नाही. मुद्दा 'बरोबर कोण?' हा नाही; मुद्दा असा आहे की, दोघांमधील तणाव विरघळावा आणि सकारात्मक बदलासाठी एक मार्ग तयार व्हावा.

यासाठी सर्वोत्तम मार्ग म्हणजे कोणताही व्यत्यय न येऊ देता दुसऱ्या व्यक्तीचं पूर्ण लक्ष देऊन ऐकून घेण्याच्या तयारीने येणे.

जर तुम्ही ही सूत्रं पाळलीत तर घाबरण्याचे काहीच कारण नाही. कारण तुम्ही प्रेमाच्या आणि शास्त्राच्या मार्गावर आहात. तुम्ही हे नक्की करू शकता.

२. पूर्वतयारी : '५ का?' (Whys) प्रश्नांचा उपयोग

संवादाला सुरुवात करण्यापूर्वी तुम्हाला अगदी स्पष्टपणे समजून घ्यावं लागेल की, नेमकं काय आहे ज्यामुळे तुम्ही इतके अस्वस्थ, त्रस्त आहात आणि का तुम्हाला त्या व्यक्तीनं आपलं वागणं बदलावं असं वाटतंय. हे समजून घेणं महत्त्वाचं आहे कारण इतरांशी प्रामाणिकपणे बोलायचं असेल, तर सर्वप्रथम स्वतःशी कठोर प्रामाणिकपणा राखावा लागतो.

हे समजून घेण्यासाठी खालील पद्धतीचा अवलंब करा. रिकामं पान घ्या, एक डायरी उघडा, किंवा मोबाइलमधील नोट्स ॲप वापरा.

भावना बाजूला ठेवून तुम्ही इतके त्रस्त का होत आहात याच्या मुळाशी जाणे हा याचा उद्देश आहे. ही शोधमोहीम करायला मदत करणारे एक सिद्ध तंत्र आहे ते म्हणजे '५ का?' (Whys) प्रश्नांचा उपयोग.

ही पद्धत टोयोटा कुटुंबातील उद्योगसमूहाचे संस्थापक आणि तंत्रज्ञ साकिची टोयोडा यांनी निर्माण केली. त्यांनी ही पद्धत अभियंत्यांना एखाद्या समस्येच्या मूळ कारणांपर्यंत पोहोचण्यासाठी बनवली होती. आज हीच पद्धत जगभरातल्या बिझनेस स्कूल्स आणि इंजिनिअरिंग अभ्यासक्रमांमध्ये शिकवली जाते.

माझ्या वैयक्तिक जीवनात, व्यवसायात, आणि वैवाहिक नात्यांमध्येही, आणि जेव्हा एखादी समस्या सोडविता येत नाही असे दिसते तेव्हा ही पद्धत वापरून अंतरंगात सखोल डोकावले आहे.

पद्धत साधी आहे, 'हे तुम्हाला एवढं त्रासदायक का वाटतंय' या प्रश्नाचे संपूर्ण उत्तर मिळेपर्यंत तुम्ही एकच प्रश्न पाच वेळा स्वतःला विचारायचा :

पाचव्या 'का?'पर्यंत पोहोचल्यानंतर, तुम्हाला बहुतेक वेळा या भावनेचं खरं कारण, खोलवर दडलेलं सत्य समजतं.

ही पद्धत कशी वापरायची ते पाहू या :

स्वतःला विचारा, *'या व्यक्तीचं वागणं (किंवा ही परिस्थिती) मला एवढं त्रासदायक का वाटतंय?'*

एकदा मनन करा, उत्तर लिहा किंवा उच्चार करा.

मग परत विचारायचं :

''म्हणजे, असं का वाटतंय?''

आणि पुन्हा *''मग ते का त्रासदायक वाटतंय?''*

असं पाच पायऱ्यांत खोलात जात राहायचं.

उदाहरण पाहू या –

माझी एक मैत्रीण तिच्या पतीच्या आरोग्याबद्दल खूप अस्वस्थ आहे तिचे उदाहरण घेऊ. तर आपण तिला विचारू, ''हे वागणं / ही परिस्थिती तुला का त्रास देते?'' कारण *''त्याला स्वतःच्या आरोग्याची अजिबात काळजी वाटत नाही.''*

''ते तुला का त्रास देतं?''

''कारण तो मुलांसमोर चुकीचं उदाहरण ठेवतोय.''

''ते का त्रासदायक वाटतं?''

''कारण त्याच्यासाठी महत्त्वाच्या असलेल्या गोष्टींना तो दूर सारतोय केवळ एक बियर जास्त मिळावी म्हणून, टीव्हीसमोर १५ मिनिटं अधिक बसावं म्हणून, किंवा आइस्क्रीम खावं म्हणून त्याच्यासाठी महत्त्वाच्या असलेल्या गोष्टींना तो दूर सारतोय आणि त्यामुळे तो अनाकर्षक होत चालला आहे.''

''मग हे तुला एवढं का बोचतं?''

''कारण तो माझ्या आयुष्यातला सर्वांत जिवाभावाचा माणूस आहे, आणि मला असं वाटतंय की तो स्वार्थीपणे वागतोय. मला भीती वाटते त्याला हृदयविकाराचा झटका येईल आणि सोफ्यावरून उठून त्याने व्यायाम केला तर ते टाळता येईल.''

''अन् हे एवढं का सलतं तुला?''

''कारण मला भयानक भीती वाटते की, वेळेपेक्षाही आधी मी त्याला खूप लवकर गमावेन.''

याचा कसा उपयोग होते हे पाहिलंत का? '५ का?' विचारल्यावर मूळ मुद्दा स्पष्ट होतो. मैत्रीण त्याच्यावर रागावलेली आहे यापेक्षा खूप वेगळा मुद्दा आहे. त्यामुळे ती अत्यंत तणावग्रस्त आहे. तुमची उत्तरे पूर्णपणे वैयक्तिक असतील हेसुद्धा तुम्ही ध्यानात घेतले पाहिजे.

हे करताना, तुमच्या आतील काही कुरूप सत्यही उघडं पडू शकतं. मी ही पद्धत हजारो लोकांसोबत वापरलेली आहे आणि पुन्हा पुन्हा एक गोष्ट समोर आली आहे ती म्हणजे दुसऱ्याने केलेले आपले मूल्यांकन आणि त्यांच्या वर्तणुकीमुळे तुमची प्रतिमा कशी मलिन होत आहे (किंवा असे तुम्हाला वाटते).

उदाहरणार्थ, तुमच्या मुलाच्या दारू पिण्याबद्दल तुम्ही अस्वस्थ आहात याचे खरे कारण तुमचा मुलगा व्यसनी आहे याची तुम्हाला शरम वाटते हे आहे, असा निष्कर्ष पाच वेळा 'का?' हा प्रश्न विचारल्यावर तुम्ही काढाल.

'मी एका यशस्वी व्यक्तीशी लग्न केलं नाही', अशा भावनेनं तुम्हाला लाज वाटते.

पाच वेळा 'का?' हा प्रश्न विचारून तुम्हाला जे समजते ते तुमच्यासाठी वैयक्तिक आहे व हे तुम्ही दुसऱ्या व्यक्तीस सांगण्याची आवश्यकता नाही. त्याच्याशी शेअर करावं का, हे तुम्हीच ठरवायचं. त्याच्यावर दबाव टाकण्याबद्दल जर तुम्हाला त्यांची माफी मागवायची असेल तर तुम्ही सांगू शकता; परंतु तुमच्या निराश होण्याच्या कारणाच्या मुळाशी जाणे हा उद्देश आहे त्यांच्या वर्तणुकीवर तुमचे नियंत्रण नाही असे तुम्हाला वाटणे ही वस्तुस्थिती असेल.

स्वतःशी प्रामाणिक राहायची परवानगी द्या. जेव्हा तुम्हाला उमगतं की, हे सगळं तुमच्याबद्दलच होतं, तुमच्या नियंत्रणाच्या गरजेबद्दल, तेव्हा दुसऱ्यावर टाकलेला दबाव सहज सोडून देता येतो आणि त्यांना जसं आहेत तसं स्वीकारणं शक्य होतं.

यामुळे जेव्हा तुम्ही ए.बी.सी. लूप (ABC) वापरून पुढचा संवाद सुरू करता तेव्हा तुम्ही एक संतुलित, समजूतदार भूमिकेत असता.

ही पद्धत खालीलप्रमाणे सुरू होते :

ए.बी.सी लूप

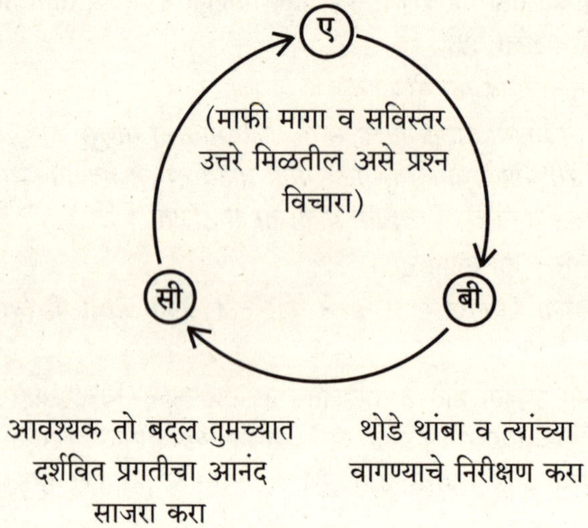

अ) माफी मागा व सविस्तर उत्तरे मिळतील असे प्रश्न विचारा.

हा पहिला टप्पा अत्यंत प्रभावशाली आहे.

Motivational Interviewing (प्रेरणात्मक मुलाखत) ही एक वैज्ञानिकदृष्ट्या सिद्ध केलेली संवादपद्धत आहे. मी ही पद्धत डॉ. के यांच्याकडून शिकले.

डॉ. के सांगतात की, 'जेव्हा एखादी व्यक्ती स्वतःमध्ये बदल घडवण्याच्या इच्छेच्या उंबरठ्यावर उभी असते, पण त्या निर्णयासाठी आतून चालना मिळत नाही तेव्हा त्या व्यक्तीच्या जीवनात बदल घडवण्यासाठी ही एकमेव प्रभावी पद्धत असते.'

या तंत्रातील मला सर्वांत आवडणारा भाग म्हणजे यामध्ये सविस्तर उत्तरे मिळतील असे प्रश्न विचारण्यावर भर दिला जातो. या पद्धतीमागील मूळ विचार असा आहे की, एखाद्याला त्यांच्या भावना बोलून दाखवण्यास उद्युक्त केल्यास त्यांच्या अपेक्षा आणि सध्याच्या वर्तनातील विसंगती त्यांना स्वतःलाच जाणवेल.

हे दबाव टाकण्याच्या विरुद्ध आहे. म्हणजे आपण दुसऱ्याने काय करावं हे सांगण्याऐवजी, त्याच्या वर्तनाविषयी तो कुठे उभा आहे हे जाणून घेण्याच्या उत्सुकतेतून आपण त्याला प्रश्न विचारत आहोत.

या संवादाची सुरुवात क्षमायाचनेने करणे हे सर्वांत प्रभावी आहे. आपण असं काही म्हणू शकतो,

'मी तुमच्याविषयी मत बनविले, तुम्हाला दबावाखाली आणलं, याबद्दल मी दिलगिरी व्यक्त करतो/करते. माझ्या लक्षात आले आहे की तुम्हाला याविषयी काय वाटते हे मी कधीच विचारले नाही.'

उदाहरणार्थ,

- तुझं आरोग्य
- अभ्यासक्रमातील गुण
- नोकरीच्या शोधाविषयी
- एकटं राहण्याविषयी
- सध्याच्या राहणीमानाविषयी
- लग्नाविषयी
- मद्यपानाविषयी
- आर्थिक स्थितीविषयी

अशा प्रकारची क्षमायाचना आणि संवादाची सुरुवात ही एक सहानुभूतिपूर्ण आणि पाठिंबा देणारी, चर्चा करण्यास पोषक ठरते. या व्यक्तीचं उत्तर आल्यानंतर, त्या उत्तराशी सुसंगत असे आणखी प्रश्न विचारत रहा.

म्हणजेच, माझ्या मित्रासाठी मी विचारू शकेन, *''तुला सध्या तुझ्या आरोग्याबद्दल कसं वाटतं?''*

डॉ. के यांच्या म्हणण्यानुसार, ते जेथे आहेत ते त्यांना खरोखर अनुभवण्याचा आणि त्याविषयी ते काहीच करीत नाहीत यांच्यामधील तणाव अनुभविण्याची संधी असे प्रश्न देतात.

''आपण आयुष्यात केलेली प्रत्येक कृती ही स्वतंत्र असते,'' असे ते म्हणतात. ''आणि प्रेरणात्मक संवादामध्ये आम्ही लोकांना हाच मूलभूत विचार समजून घेण्यास मदत करतो. आपण लोकांना त्यांच्या स्वतःच्या परिस्थितीबद्दल विचार करायला प्रवृत्त करतो.''

सुरुवातीच्या प्रश्नाचं उत्तर काहीही असो, तुम्ही तुमचं मत मांडणार नाही. फक्त त्यांनी काय सांगितलं तेच परत त्यांच्या शब्दांत सांगायचं :

''म्हणजे असं वाटतंय की...''

''म्हणजे असं वाटतंय की, तुम्ही तुमच्या तब्येतीबाबत समाधानी आहात?''

जर उत्तर फक्त 'ठीक' असा एकच शब्द असेल तरी चालेल. त्यातूनच सविस्तर उत्तर मिळेल असा प्रश्न विचारा.

''कशामुळे तुम्ही समाधानी आहात?''

मग फक्त उत्सुकतेने त्यांचे म्हणणे स्वीकारत ऐकत राहायचं आणि त्यांच्या उत्तरांवर आधारित असेच उघड प्रश्न विचारायचे.

''म्हणजे तुम्हाला तुमची तब्येत ठीक वाटते कारण तुम्ही खूप काळापासून असंच अनुभवत आला आहात.''

डॉ. के यांनी दिलेले काही पुढचे प्रश्न, जे कुठल्याही विषयाला लागू होऊ शकतात :

'तुमचं त्याबाबत काय मत आहे?'

'म्हणजे तुम्ही त्या परिस्थितीशी सरावलात असं वाटतंय.'

'तुम्ही म्हणता आहात की, तुम्ही आता त्यात आरामात आहात. पण मला थोडं असंही वाटतंय की, जणू काही बदल करण्याची इच्छाच तुम्ही सोडून दिलीय. तुम्हाला वाटतं का की, यात बदल करणं खूप कठीण जाईल?'

'तुमच्यासाठी यात सगळ्यात कठीण काय वाटतं?'

'तुमच्याकडून जास्त काही अपेक्षा करीत माझं सतत पाठपुरावा करणे हे सगळं खूप त्रासदायक वाटत असेल ना?'

'तुम्हाला असं कधीपासून वाटायला लागलं?'

'म्हणजे तुम्ही सांगताय की, तुम्हाला माझ्याकडून काहीच अपेक्षित नाही?'

पुन्हा एकदा लक्षात घ्या. तुमचं काम फक्त प्रश्न विचारण्याचं आहे. तुमचं मत या संवादात अनावश्यक आहे आणि ते इथे सांगायचं नसतं.

'ज्या क्षणी तुम्ही तुमचं मत देता, त्या क्षणी तुम्ही त्या व्यक्तीवर दबाव टाकता आणि त्यामुळे या तंत्राचं प्रभावीपणं हरवतं.'

लोकांनी स्वतः कबूल करावं की, त्यांच्या इच्छांमध्ये आणि त्यांच्या सध्याच्या वागण्यात एक मोठं अंतर आहे, हे साध्य करण्यात हे तंत्र संशोधनात आणि वैद्यकीय व्यवहारात प्रभावी ठरलेलं आहे आणि या दोन्हींमधील तणाव त्यांना जाणवावा हेच याचे उद्दिष्ट आहे.

म्हणूनच, एक-दोन शब्दांची उत्तरं मिळाली, किंवा त्यांनी सतत विषय बदलायचा प्रयत्न केला, तरीही निराश होऊ नका. या संवादाचा उद्देश त्यांच्याकडून 'सत्य' काढून घेणं नाही; तर त्यांच्यात एक प्रकारचं अंतर्गत अस्वस्थतेचं वातावरण तयार करणं आहे.

ती अस्वस्थता कदाचित ते तुम्हाला दाखविणार नाहीत.

पण तीच त्यांचं पुढचं प्रेरणास्थान ठरते. जे हवं आहे आणि ते सध्या काय करत आहेत यांमधला फरक जेव्हा त्यांना जाणवतो, तेव्हाच ते बदल घडवायचं ठरवतात.

म्हणूनच तुम्ही संवादात 'स्वतः'ला सामावून घेता कामा नये. तुमचं काम म्हणजे त्यांना ही दरी अनुभवता येईल असे फक्त एक माध्यम बनणं आणि हे सगळं प्रेमाने, सहानुभूतीने आणि जिज्ञासू वृत्तीने करायचं. तुम्हाला फक्त एवढंच जाणून घ्यायचं आहे की, त्यांना या विषयाबद्दल काय वाटतं.

हा संवाद म्हणजे त्यांच्या बदलाची प्रेरणा जागवण्याचा एक महत्त्वाचा टप्पा आहे. म्हणून त्यांना बोलू द्या.

आणि तुम्ही फक्त ऐकत रहा.

Step B: Back Off – 'एक पाऊल मागे घ्या आणि त्यांचं वर्तन बघा'

तुमच्या वागण्याबद्दल *माफी मागितली* आणि त्यांना सविस्तर उत्तरे अपक्षित असे प्रश्न विचारल्यावर आता तुम्ही एक पाऊल मागे घ्या. दबाव टाकू नका.

ते लगेच कृती करतील अशी अपेक्षा करू नका. त्यांना त्यावर विचार करायला वेळ लागेल.

आणि म्हणूनच, 'बदलाचं उदाहरण घालून देणं' हाही भाग तितकाच महत्त्वाचा असतो आणि तो बदल सोपा व आनंददायक आहे असे त्यांना भासवा आणि तुम्ही हा विषय का महत्त्वाचा आहे हे त्यांनाच समजावून घेण्याचे स्वातंत्र्य द्या.

दररोज दुपारी चालायला जाणाऱ्या सहकाऱ्याचे उदाहरण घ्या. कदाचित, तो हे अनेक महिने करत राहतो आणि मग कुठेतरी एक दिवस तुम्हालाही स्वतःसाठी चालायला जायची प्रेरणा मिळते.

गंभीर विचार केला, तर लक्षात येईल की, दर वेळी तो सहकारी जेव्हा चालायला निघतो आणि तुम्ही मात्र तुमच्या टेबलावर बसून तुमच्या जेवणाची वेळसुद्धा कामात घालवता तेव्हा तुमच्या शरीरात एक अस्वस्थता निर्माण होते. तेव्हा ती अस्वस्थता हळूहळू प्रेरणेत रूपांतरित होते आणि एक दिवस तुम्हीही दरवाजा उघडता व चालायला बाहेर पडता.

म्हणूनच या सगळ्याला वेळ द्या.

कारण 'अस्वस्थता' ही लगेच 'प्रेरणा' बनत नाही, त्याला वेळ लागतो. त्याला वेळ द्या.

तुम्ही एकदा प्रश्न विचारले की, त्यानंतर फक्त एकच गोष्ट उरते ती म्हणजे 'त्यांचं वर्तन निरीक्षण करणं' आणि त्यात बदल घडवण्याचा प्रयत्न न करणं.

जर त्यांच्यात बदल होत आहे असे दिसले तर ते अप्रतिम आहे. नसल्यास त्यांना तसंच राहू द्या.

विशेषतः जेव्हा ती व्यक्ती तुम्हाला प्रिय आहे तेव्हा हे वेळ घेणारंच आहे.

म्हणून पाऊल मागे घ्या. त्यांना मोकळीक, वेळ आणि अंतर द्या. त्यांना असं वाटावं की, तुम्ही त्यांच्यावर 'मी आधीच सांगितलं होतं' असं टोचून बोलणार नाही. अशी मोकळीक दिल्यामुळे त्यांना स्वतःच त्या कल्पनेपर्यंत पोहोचता येते आणि कालांतराने ती अस्वस्थता हळूहळू प्रेरणेत परिवर्तित होते.

टप्पा C : बदलाची प्रक्रिया दर्शवित असतानाच असतानाच प्रगतीचा आनंद साजरा करा

जेव्हा तुम्ही प्रश्न विचारले असतील आणि त्यानंतर स्वतः नम्रपणे मागे राहून तुम्ही अपेक्षित वर्तन स्वतःमधून दाखवत असाल तेव्हा त्यांच्या कोणत्याही लहानसहान प्रगतीचं स्वागत करणं अत्यावश्यक आहे. ते जरी अगदी छोटंसं पाऊल पुढे टाकत असतील, तरी त्याचा आनंद साजरा करा.

डॉ. शॅरॉट यांच्या संशोधनानुसार, तत्काळ दिलेली सकारात्मक प्रतिक्रिया ही वर्तनात बदल घडवून आणण्यासाठी एक प्रभावी प्रेरणा असते. उदाहरणार्थ, समजा तुमच्या जोडीदाराने एखाद्या दिवशी तळघरात जाऊन पेलोटॉनवर व्यायाम सुरू केला तर ते खूपच आशादायक आहे.

जेव्हा ते वर येतील, तेव्हा त्यांना एक प्रेमळ मिठी द्या. त्यांना सांगा, ''मला तुझा खूप अभिमान आहे.''

डॉ. शॅरॉट म्हणतात, 'बदल प्रेरित करण्यासाठी सर्वांत प्रभावी मार्गांपैकी एक म्हणजे, एखाद्याने व्यायाम पूर्ण केल्यानंतर किंवा तुमच्या अपेक्षेप्रमाणे काही चांगलं केल्यावर लगेचच ते किती आकर्षक दिसत आहेत हे त्यांना सांगा किंवा गालावर एक चुंबन द्या.'

हे ऐकायला थोडे मजेशीर वाटेल, पण त्याचा उपयोग होतो.

हे सोपे आहे. लोकांना चांगलं वाटायला हवं असतं.

एखाद्या कठीण गोष्टीचा प्रयत्न केल्यानंतर लगेच मिळालेलं सकारात्मक फळ त्यांची अंतर्गत प्रेरणा वाढवतं, ते पुन्हा करावंसं वाटतं असे संशोधनातून समजले आहे. जेव्हा आपण त्यांच्या प्रयत्नाची दखल घेतो तेव्हा ती एक इंधनासारखी ठरते आणि त्यांना पुढे चालत राहण्यासाठी ऊर्जा देते.

कठीण गोष्ट आता तुम्ही केलेले कौतुक या एका सुखद अनुभवाशी जोडली जाते.लक्षात ठेवा, आपला मेंदू नेहमी ज्या गोष्टी सुखद वाटतात, सोप्या वाटतात आणि आनंददायक असतात तिकडे आकर्षित होतो हे डॉ. के यांनी शिकवलं आहे.

माझ्या एका मैत्रिणीने तिच्या नवऱ्याचं दर वेळी व्यायामानंतर कौतुक केलं, मिठी दिली, प्रेमानं पाहिलं तेव्हा तिचा नवरा व्यायाम या कृतीला त्या सुंदर अनुभवांशी जोडू लागला. त्याला आतापर्यंत न मिळालेला आनंद त्याला तिच्या कौतुकातून मिळत आहे.

हे काही सामान्य व्यहारज्ञान नाही, हे विज्ञानशुद्ध 'न्यूरोसायन्स' आहे. लगेच जेथे सकारात्मक फायदे होतात त्याकडे मनुष्य झुकतो हे आपण शिकलो आहोत. चांगल्या गोष्टी. काही साजरे करणे.

आपण माणसाला बदलण्यासाठी अनेकदा ताशेरे, दबाव, धमकी, भीती असे नकारात्मक मार्ग वापरतो, पण जेव्हा आपण स्वीकार करतो, प्रेमाने साथ देतो आणि मनापासून पाठिंबा देतो तेव्हा खरा परिणाम साधता येतो.

हे सर्व स्वाभाविक आहे, नाही का? *अर्थातच आहे.*

कारण प्रौढ माणूस नेमकं तेच करतो, जे त्याला करावे असे वाटते.

आपली खरी ताकद आपल्या सकारात्मक प्रभावात असते. त्यांना त्यांचं असू द्या आणि या विज्ञानाचा उपयोग बदल घडवण्याची प्रेरणा देण्यासाठी, प्रेमानं बदल घडवण्यासाठी करू द्या.

'त्यांना करू द्या' हे तत्त्व तुम्हाला भावनांच्या आणि निराशेच्या गर्तेतून बाहेर काढते, तुमचे संपर्क बळकट करते आणि त्याच वेळी *'मला करू द्या'* हे तत्त्व तुमच्या प्रिय व्यक्तींवर सकारात्मक परिणाम घडविते.

ते कदाचित लगेच बदलतील. कदाचित आठवड्याभरात बदलतील. कधी काही महिन्यांत, कधी काही वर्षांत आणि कदाचित कधीच नाही.

आणि तेही चालेल.

जर तुम्ही एबीसी लूप वापरलं, सहा महिने धीर धरला आणि तरीही काही सकारात्मक घडलंच नाही तर मग काय, याची चर्चा या पुस्तकात पुढे आपण पाहणार आहोत. तेव्हा तुम्हाला निर्णय घ्यावा लागेल की हे नातं तुटण्याजोगं आहे का? एखाद्या नात्यात सातत्याने कोणावर कोणाबद्दलतरी तुम्ही तक्रार करीत असाल तर त्या नात्यात राहणे योग्य नाही. काहीतरी सुधारण्याचा किंवा आहे तसेच स्वीकारण्याचा हक्क कायमच तुमच्याकडे आहे.

कुठल्याही नात्यात सगळ्यात महत्त्वाचा बदल तुमच्या हातात असतो. तुम्ही स्वतःला बदलता. तुमच्या प्रिय व्यक्तीवर दडपण टाकणे बंद करता आणि तेवढंच अधिक प्रेमळ बनता. हेच तुम्हाला प्रभावी बनविते.

आणि जर तुम्ही हा प्रवास योग्य पद्धतीनं केला, तर दोन व्यक्तींमधील संघर्ष फक्त कमी होतो असे नाही तर या पद्धतीने तुम्ही तुमचे नातेसंबंध अधिक चांगले बनविता.

पण जेव्हा गोष्टी फार गंभीर असतात, जेव्हा विषय नुसता एखाद्याच्या व्यायाम किंवा कामात थोडीशी प्रेरणा आणण्याचा नसतो किंवा स्वतः पुढाकार घेऊन घरी कामात साथ देत नसेल तर काय?

जेव्हा तुमची प्रिय व्यक्ती स्वतःच्या आयुष्यात गुंतागुंतीच्या विळख्यात सापडत असते तेव्हा तुम्ही काय करणार? त्यांना मदिरापान करीत राहू देणार? निराश अवस्थेत बिछान्यावर पडून राहू देणार? त्यांना विनाशाकडे जाऊ देणार?

या पुस्तकाच्या संशोधनात हेच प्रश्न माझ्यासमोर पुन्हा पुन्हा उभे राहिले. कोणीतरी संघर्षात असताना त्यांना आधार देण्याचा एक संपूर्णपणे नवा दृष्टिकोन *'त्यांना करू द्या'* हा सिद्धान्त आणि आधुनिक तज्ज्ञांचे संशोधन यांच्या द्वारे पुढच्या प्रकरणात तुम्ही शिकणार आहात.

इतरांना बदलासाठी कसे प्रेरित करावयाचे याचा सारांश प्रथम पाहू या. हो, तुमच्या आयुष्यातील काही व्यक्तींनी बदलावं असं तुम्हाला वाटतं. पण त्यांच्यावर दबाव टाकून तुम्ही फक्त त्यांच्या मनात त्या बदलाविरुद्ध प्रतिकार निर्माण करता.

दुसऱ्यांना स्वीकारा, स्वतःच्या वाढीकडे लक्ष द्या आणि दबावाऐवजी प्रेमळ प्रभावातून बदलाची प्रेरणा द्या असे करण्यास *'त्यांना करू द्या'* सिद्धान्त प्रोत्साहन देतो.

१. **समस्या :** दबाव बदल घडवत नाही, तो बदलाला अडथळा बनतो. तुम्ही अत्यंत चांगल्या हेतूनं वागत आहात, पण त्याचे परिणाम मात्र विपरीत आहेत. प्रत्येक वेळी जेव्हा तुम्ही कोणावरतरी दबाव टाकता तेव्हा त्या व्यक्तीला तुम्ही आपल्यापासून लांब ढकलत असता. तुम्ही नातं ताणत असता, इतकंच नव्हे, तर त्या व्यक्तीच्या मेंदूच्या आणि शरीराच्या अंतर्गत यंत्रणेच्या विरोधातही लढत असता. दुसरी व्यक्ती तुमच्या इच्छेप्रमाणे वागत नाही यामुळे तुम्हाला तणाव आहे असा विचार तुम्ही करीत आहात. तुमचं चुकतंय. हा तणाव, ही तुटलेली वीण हे सगळं तुमच्याच दबावामुळे निर्माण होतंय.

२. **सत्य :** जेव्हा त्यांना स्वतःला बदलावंसं वाटतं तेव्हाच प्रौढ व्यक्ती बदलतात. प्रत्येक माणसाच्या रक्तातच एक स्वयंसंरक्षणाची सहजप्रवृत्ती असते, त्यांना आपल्या जीवनावर नियंत्रण हवं असतं.

ज्या क्षणी कुणाला वाटतं की, त्यांच्यावर काही लादलं जातंय, तेव्हा ते बंड करतात आणि मग नियंत्रण करण्याच्या संघर्षात तुम्ही अडकून पडता. लोकांनी आपल्याला स्वीकारावे, आपल्यावर प्रेम करावे अशी भावना माणसांना हवी असते. त्यांच्या विचारांवर, कृतींवर, निर्णयांवर हक्क असावा असं त्यांना वाटतं. तुमची खरी ताकद तुमच्या प्रभावात आहे.

३. **उपाय :** *'त्यांना करू द्या'* हा सिद्धान्त वापरून तुम्ही प्रभावाच्या नैसर्गिक नियमांनुसार त्यांच्यामध्ये बदल घडावा यासाठी त्यांच्या अंतर्गत प्रेरणेला चालना देऊ शकता.

एबीसी लूप वापरून तुम्ही सविस्तर उत्तरे मिळतील असे प्रश्न विचारता, काय बदल पाहिजे हे दर्शविता व प्रगतीचा आनंद साजरा करता, तुमची शक्ती/प्रभाव वापरून इतरांमध्ये बदल घडवून आणता. 'बदल आवश्यक आहे' ही त्यांची कल्पना आहे असे त्यांना वाटावे हे यातील मर्म आहे. 'बदल हवा' ही कल्पना तुमची आहे असे त्यांना वाटू नये.

जेव्हा तुम्ही *'त्यांना करू द्या'* म्हणता तेव्हा इतर लोक जसे आहेत तसे त्यांना तुम्ही स्वीकारता, तणाव व दबाव काढून टाकता व त्यांच्या आयुष्यावर त्यांचे नियंत्रण असू देता. जेव्हा तुम्ही *'मला करू द्या'* म्हणता तेव्हा तुम्ही मज्जातंतुशास्त्र वापरून दुसऱ्यावर प्रभाव टाकण्याच्या तुमच्या शक्तीस वाव देता.

प्रौढांना प्रौढांसमानच राहू द्या व तुमच्या प्रभावामुळे त्यांना प्रेरित होऊ द्या.

संघर्षात असलेल्या व्यक्तीला मदत करणे

प्रकरण सोळावे

तुम्ही एखाद्याला जेवढे वाचविता तेवढे ते जास्त खोलात जातात

प्रौढांना प्रौढांसारखेच राहू द्यायचे का, असा असा विचार तुमच्या मनात येत आहे हे मला माहीत आहे. पण जर ज्याला मी बदलण्यासाठी धडपडतो आहे तो एखाद्या गंभीर अडचणीत असेल, तर काय? मी हात टेकून बघत बसावं? त्याला दारू पिऊन गाडी चालवू द्यावं?

नक्कीच नाही.

जर एखादी व्यक्ती स्वतःसाठी धोकादायक किंवा विनाशकारी वागणूक करत असेल, तर तुम्ही *त्यांना* ते करू देणार नाही. अशा वेळी तुम्ही पुढे होता, किल्ल्या काढून घेता, किंवा त्यांच्या जिवाचं रक्षण होईल असं जे काही आवश्यक असेल ते करता. मग ते मदतीसाठी फोन करणं असो, पोलिसांना बोलावणं असो, व्यसनमुक्ती केंद्रात घेऊन जाणं असो, किंवा ती व्यक्ती सुरक्षित ठिकाणी पोहोचेपर्यंत संकटकाळात तिच्याबरोबर राहणे असेल.

पण खरा प्रश्न असा असतो की, जे लोक झगडत असतात, ते बहुधा तुमच्यापासून ते लपवतात. ते तुमच्यासमोर ड्रग्ज घेत नाहीत, उलट त्याबद्दल खोटं बोलतात. कामावर ते आत्मविश्वासाचा मुखवटा घालतात, पण आतून नैराश्याशी झगडत असतात.

संघर्षात लोक किती बुडाले आहेत हे परिस्थिती हाताबाहेर जाईपर्यंत किंवा खूप उशीर होईपर्यंत माहिती नसणे हा या आव्हानातील एक भाग आहे. तुमच्याही आयुष्यात अशी किमान एकतरी मोठ्या संघर्षात असणारी व्यक्ती असते व त्याची तुम्हाला कल्पनाही नसते याची मला खात्री आहे.

बहुतेक वेळा हे लोक लाजेखाली दबलेले असतात आणि त्यांच्या समस्यांचा स्वीकारही करत नाहीत. ते आधीच स्वतःला ओझं समजत असतात आणि आपण इतरांचा अपेक्षाभंग करीत आहोत असे अनेक वेळा स्वतःला सांगत असतात. यामुळेच काय घडते आहे याबद्दल लोक उघडपणे बोलत नाहीत.

तुम्ही ज्यांच्यावर प्रेम करता अशा व्यक्तीला मानसिक आजाराशी, मोठ्या दुःखाशी झगडताना, किंवा व्यसनाच्या विळख्यात अडकलेलं पाहणं हा जीवनातील सर्वांत कठीण अनुभवांपैकी एक असतो. याहून अधिक कठोर सत्य असं आहे की, प्रत्येकाची बरे होण्याची, विचारी होण्याची, काम करण्याची, उपलब्ध साधने वापरण्याची किंवा त्यांच्या प्रश्नांना तोंड देण्याची तयारी असते असे नाही. प्रत्येक जण हे करू शकत नाही.

तुमचं त्यांच्यावर कितीही प्रेम असो, त्यांच्या क्षमतेवर तुमचा कितीही विश्वास असो, त्यांच्या वेदना मिटवण्यासाठी तुम्ही काहीही करायला तयार असलात तरीही तुम्ही त्यांच्या बरे होण्याची, उत्तम प्रकृतीची इच्छा त्यांच्यापेक्षा जास्त बाळगू शकत नाही.

कधीकधी तुमच्या मदतीच्या प्रयत्नांमुळेच तुम्ही, त्या व्यक्तीला स्वतःच्या संघर्षांशी झगडण्याची शक्ती मिळविण्यापासून प्रतिबंध करीत आहात हे पुस्तकाच्या या विभागात दिसून येईल. जितकं तुम्ही त्यांना त्यांच्या अडचणींपासून 'वाचवण्या'चा प्रयत्न करता, तितकीच शक्यता वाढते की, ते त्या अडचणीत अधिक खोलवर अडकतील. त्यांच्या कृतींचे नैसर्गिक परिणाम त्यांना भोगू देणं हाच त्यांच्या बरे होण्याच्या प्रवासातला एक अत्यावश्यक टप्पा असतो. खरं तर, त्या बदलासाठी प्रौढ व्यक्ती जेव्हा स्वतः तयार असतात तेव्हा सुधारतात. वास्तव असं आहे की, तुम्ही त्यांच्या आधीच तयार असता. हे ऐकायला कठोर वाटेल, पण तेच सत्य आहे.

या विभागात आपण आतापर्यंत नातेसंबंधांबाबत, मैत्री, आणि मानवी स्वभावाबद्दल शिकलो आहोत, त्या सगळ्याचा आधार घेत आपण पाहणार आहोत की, हे सत्य अगदी कठीण प्रसंगांमध्येही कसं लागू होतं.

तसंच, संघर्ष करणाऱ्या एखाद्या व्यक्तीला खऱ्या अर्थाने आधार देण्याचा एक नवीन दृष्टिकोनही आपण शिकणार आहोत. कोणीतरी स्वतःच्या पुनर्निर्मितीसाठी प्रयत्न करू शकतो या विश्वासावर तो आधारलेला आहे.

पण त्याआधी एक मोठा खुलासा : संघर्ष करीत असलेल्या प्रौढ व्यक्तीला आधार देणं आणि संघर्ष करीत असलेल्या एखाद्या मुलाला आधार देणं, यांत महत्त्वाचा फरक असतो. जर तुम्ही एखाद्या मुलाशी व्यवहार करत असाल, तर त्याच्या भावनिक, आर्थिक आणि शारीरिक आधाराची जबाबदारी तुमच्यावर असते.

पण जर ती प्रौढ व्यक्ती असेल तर ती जबाबदारी तुमची नसते.

बरे होण्याबद्दलचे कठोर सत्य

एखाद्यावर बदलासाठी दबाव टाकणे त्याच्यात बदल होण्याऐवजी प्रतिकार निर्माण करते हे तुम्ही याआधी शिकला आहात आणि तुमचा राग, निराशा, किंवा तिरस्कार या सगळ्यांमुळे त्यांच्या परिस्थितीचं ओझं अधिकच वाढतं. जितका प्रसंग गंभीर, तितकी त्यांना अधिक लाज आणि असहायता वाटते.

लोक जेव्हा तयार असतात तेव्हाच ते बरे होतात. जर एखादी व्यक्ती अजून बरी झालेली नसेल, तर याचा एकच अर्थ, ती अजून तयार नाही. तुम्ही ज्या व्यक्तीवर प्रेम करता

ती व्यक्ती जर अंतर्गत संघर्षातून जात असेल तर ती तुमच्यासाठी, स्वतःच्या मुलांसाठी किंवा कुटुंबासाठी बरी होणार नाही. आपण बरे व्हावे असे त्यांना स्वतःला वाटले पाहिजे.

हे तुम्हाला समजणार नाही. तुम्हाला वाटतं, 'जर मी त्यांच्या जागी असतो, तर वेगळं वागलो असतो.' त्यामुळे काही फरक पडत नाही. तुमची मते न्यायनिवाड्याचं रूप घेतात. हेच तुमच्या आणि त्यांच्या संबंधातील अडचणीचं मूळ कारण ठरतं कारण तुमचं मत दडपण बनतं.

तुम्हाला तुमची मते मांडावयाची असतील तर एखाद्या समुपदेशकासमोर किंवा मित्राकडे व्यक्त करा, संघर्ष करीत असलेल्या व्यक्तीस त्याचा उपयोग होणार नाही. जेव्हा एखादी व्यक्ती संघर्षात असते, तेव्हा तिला सर्वांत जास्त स्वीकार हवा असतो. *तिला* संघर्ष करू द्या.

जेव्हा त्यांना स्वतःसाठी ते करायचं असतं तेव्हाच लोक बरे होतात. ही लढाई अत्यंत वैयक्तिक असते आणि जेव्हा ती व्यक्ती खरोखर तयार असते तेव्हाच ती लढू शकते. तुम्ही त्याला लढायला भाग पाडू शकत नाही. तुम्ही त्यांना विवेकाने वागायला लावू शकत नाही. तुम्ही त्यांना आर्थिक जबाबदारी घेण्यास भाग पडू शकत नाही. त्यांनी बरे व्हावे यासाठी तुम्ही काही करू शकत नाही.

तुमचं प्रेम आणि साथ त्यांना हवी आहे. पण वाचविले जाणे ही त्यांची गरज नाही हाच यातील अवघड भाग आहे. जितकं तुम्ही कोणाला वाचवण्याचा प्रयत्न करता, तितकीच शक्यता वाढते की, ते स्वतःच्या संकटात अजून खोल जातील हे मी पुन्हा सांगते. जितकं तुम्ही त्याच्या वागण्यावर टीका करता, तितकं तो तुमच्याशी खोटं बोलण्यात तरबेज होतो.

ही गोष्ट समजून घेणं फार आवश्यक आहे. कोणाला वाचवणं म्हणजे त्यांना साहाय्य करणे नसते आणि कोणाच्या आत्मविनाशक वागणुकीला सक्षम करणे म्हणजे त्यांच्यावर प्रेम करणेही नसते. साहाय्य करणे आणि सक्षम करणे यांत फार थोडे सूक्ष्म अंतर असते.

एखाद्यावर प्रेम आहे या समजुतीने जेव्हा तुम्ही त्यांच्या चुकीच्या वर्तणुकीचे समर्थन करता किंवा त्यास साहाय्य करता तेव्हा ते सक्षम करणे ठरेल. उदाहरणार्थ, जर एखाद्या प्रौढ मुलाला तुम्ही पुन्हा पुन्हा पैसे देत असाल आणि तो ते जबाबदारीनं वापरत नसेल, नोकरी शोधण्याचा प्रयत्नही करत नसेल तर ते तुम्ही त्याला मदत करणे नसते, ते त्याच्या अडचणी वाढवणे असते. हे म्हणजे आदल्या रात्री दारू पिण्यास बाहेर बाहेर गेल्यामुळे अनुपस्थितांबद्दल सारवासारव करणे, जोडीदाराच्या रागाबद्दल कारणे देणे किंवा वाद टाळण्यासाठी तुम्ही मुद्दाम काही प्रश्नांकडे दुर्लक्ष करणे यासारखे होईल.

एखाद्यावर प्रेम करणे म्हणजे त्यांना त्यांच्या चुकांपासून शिकू देणे हे अनेक वेळा लागू पडते. काही वेळा, तुमचे सामर्थ्य परत मिळविणे म्हणजे त्यांचे सर्व प्रश्न न सोडवत बसणे किंवा त्यांच्या चुकांबद्दल कारणे न देणे.

तुमच्या शब्दांनी, कृतींनी किंवा पैशांमधून जर तुम्ही त्यांना सक्षम करीत असाल तर तुम्ही त्यांना स्वतंत्र बनवत नाही, उलट त्यांच्या बरे होण्याच्या प्रक्रियेला अडथळा आणत आहात. त्यांचं दुःख, त्यांचा अपयश, त्यांची कर्जं आणि त्यांची हताश अवस्था हे सर्व तुम्ही लांबवीत आहात व तुमचाही त्रास वाढवीत आहात. तुम्हाला वाटत असते की,

तुम्ही त्यांच्यासाठी गोष्टी सोप्या करीत आहात; पण खरं तर तुम्ही त्यांच्या बरे होण्याच्या, सुधारणेच्या प्रक्रियेला अधिक अवघड बनवत आहात.

प्रौढ व्यक्तींना त्यांच्या कृतींचे नैसर्गिक परिणाम अनुभवू देणं हाच त्यांच्या बरे होण्याचा अत्यंत महत्त्वाचा टप्पा आहे.

इतरांना मदत करणे म्हणजे त्यांच्या समस्या सोडवणे नव्हे, तर त्यांना त्या सोडवण्यासाठी अवकाश, आधार आणि साधनं देणे होय. बरे होणे हा एक खेळ आहे असा विचार करा आणि तो खेळ त्या व्यक्तीनेच खेळायचा असतो. तुम्ही त्यांच्याकडे पुन्हा पुन्हा चेंडू फेकावयाचा आहे व त्यांनी तो झेलून मैदानात धाव घ्याची आहे. जेव्हा त्यांच्याऐवजी वारंवार तुम्हीच चेंडू उचलता व धाव घेता तेव्हा ते सक्षम करणे ठरेल.

म्हणून, त्यांना चेंडू टाकू दे. चेंडू फेकणे मला थांबवू दे. तो चेंडू उचलून धाव घेण्याची माझ्या इच्छेला मला आळा घालू दे. काय घडत आहे याबद्दल खोटे सांगणे मला थांबवू दे. ते बदलण्यास तयार नाहीत याचा मला स्वीकार करू दे.

मला समजत आहे : एखाद्या प्रिय व्यक्तीला संघर्ष करताना पाहणं हे जगातलं सगळ्यात कठीण कामांपैकी एक आहे. मी हृदयहीन माणूस नाही. मी अनेक प्रिय जनांना निराशा आणि व्यसनांच्या आजारांमुळे गमावलं आहे. त्यांनी तो चेंडू पकडायला हवा होता अशी माझी इच्छा होती. पण कितीही इच्छा केली, तरी ते परत येणार नाहीत किंवा जे सध्या संघर्ष करत आहेत ते स्वतः सुधारण्यासाठी काम करणार नाहीत.

तुम्ही फक्त एवढंच करू शकता की, तुम्ही ज्या परिस्थितीत आहात, ती ओळखा. जर ते चेंडू पकडायला तयार नसतील तर तुम्ही तो फेकणं थांबवलं पाहिजे. आपल्याला दोघांनाही अंतःकरणापासून माहीत आहे की, जेव्हा ते चेंडू पकडायला तयार होतील, तेव्हा तुम्ही पुन्हा तो फेकण्यासाठी तयार असाल.

प्रौढ लोक जेव्हा कठीण प्रयत्नांसाठी तयार होतात तेव्हा ते बरे होतात

तुम्ही कोणाचेही व्यसनमुक्त होणे, त्यांचे बरे होणे, त्यांची आर्थिक स्वतंत्रता, त्यांची महत्त्वाकांक्षा किंवा आनंद हे त्यांना जेवढे हवे असते त्यापेक्षा जास्त अपेक्षा तुम्ही करू शकत नाही. तुम्ही तुमच्या प्रिय व्यक्तीच्या सुधारण्याची तयारी त्यांच्या खूप आधीच केलेली असेल. म्हणूनच या परिस्थितीत तुम्ही तुमच्या प्रतिसादावर नियंत्रण ठेवणं आवश्यक आहे. सध्या तर्कशुद्ध विचार किंवा निरोगी निर्णय घेऊ शकत नाही अशा व्यक्तीशी तुम्ही व्यवहार करत आहात.

जेव्हा तुम्ही एखाद्या मुलाशी व्यवहार करत असता तेव्हा हे खरे असते कारण त्यांच्या मेंदूचा पूर्ण विकास झालेला नसतो. म्हणूनच तुम्ही मुलांना त्यांच्या स्वतःच्या उपचारांचं नियंत्रण घेऊ देऊ शकत नाही. तज्ज्ञांच्या मते, मेंदू विकासाच्या दृष्टीने पूर्णपणे परिपक्व होण्यासाठी २५ वर्षांचं वय लागतं.

कायद्याने १८ वर्षांनी एखादी व्यक्ती प्रौढ मानली जाते, पण मेंदूशास्त्राच्या दृष्टीने १८ ते २५ वयाच्या दरम्यानच्या व्यक्तींना अजूनही खूप मार्गदर्शनाची गरज असते. म्हणून तुम्ही

प्रौढ व्यक्ती बनून, व्यावसायिक मदत घेऊन घडणाऱ्या गोष्टींचे नियोजन करणारी प्रौढ व्यक्ती होणे आवश्यक आहे. २५ वर्षांहून मोठ्या प्रौढांसाठी मात्र हे वेगळं आहे. प्रौढ व्यक्ती त्यांच्या स्वतःच्या उपचारांसाठी जबाबदार असतात आणि त्यांना ते शक्यही असतं.

पण ज्या व्यक्तीचा संघर्ष सुरू आहे, तिचं वय काहीही असो, मेंदूशास्त्राच्या दृष्टीने ती सध्या केवळ जिवंत राहण्यासाठी धडपड करत असते. विशेषतः जर ती व्यक्ती नैराश्य, व्यसन किंवा एखाद्या दु:खद घटनेमुळे कोलमडलेली असेल, तर ती सतत 'लढ, पळ, किंवा स्थिर हो' या स्थितीत असते.

म्हणूनच हे सगळं वेदनादायक आणि गुंतागुंतीचं होतं. तुम्ही त्यांना त्या फक्त तग धरून राहण्याच्या मन:स्थितीमधून (survival mode) बाहेर काढू शकत नाही. तुम्ही त्या क्षणी त्यांना मिठी मारून, रडताना त्यांच्यासोबत शांत बसून, किंवा त्यांचं ऐकून घेऊन त्यांना शांत वाटेपर्यंत दिलासा देऊ शकता; पण तुम्ही त्यांना सततच्या तणावाच्या स्थितीतून बाहेर काढू शकत नाही. त्यांना स्वतःलाच हे काम करावं लागेल.

तणाव हाताळण्याविषयी, इतरांमध्ये बदल घडवून आणण्याविषयी आणि मेंदूच्या कार्यपद्धतीविषयी तुम्ही मागील प्रकरणांमध्ये जे काही शिकलात, त्याचा इथे उपयोग होतो. डॉ. के यांनी तुम्हाला शिकवलं की, माणूस ही अशी रचना असलेली जात आहे की, जी क्षणिक सुखाच्या दिशेने झुकते आणि वेदना व कठीण गोष्टींपासून दूर राहते.

तुम्ही नैराश्यात असताना अंथरुणात पडून राहणे सोपे वाटते. शोक करत असताना, असं वाटणं स्वाभाविक असतं की, आपण कधीही यातून बाहेर पडणार नाही. संघर्षात असताना, दारू पिणं तात्पुरता आराम देतं.

म्हणूनच तुमच्या प्रिय व्यक्ती अनेक वर्षे त्या भयानक परिस्थितीशी झगडत असलेले तुम्ही पाहता. त्यांना बरे होणे आवडेल. पण आपण बरे होऊ का, याबद्दल ते साशंक असतात.

माझ्या आयुष्यातही काही काळ असे आले ज्या काळात मी गंभीर प्रसूतिपश्चात नैराश्य किंवा चिंता अनुभवल्या. त्या काळात माझीही हीच भीती होती की, मी यातून कधीच बाहेर पडणार नाही.

म्हणूनच बरे होण्याच्या प्रक्रियेत सुरुवातीला जास्तच वाईट वाटते. म्हणूनच लोक त्यापासून पळ काढतात आणि ज्याचा अर्थ लागत नाही अशा पद्धतीने वागतात.

एकदा मी एका व्यसनतज्ज्ञाला असं म्हणताना ऐकलं की, जेव्हा नशेत राहणं ही गोष्ट पलायन करण्याच्या कारणांपेक्षा अधिक वेदनादायक होते तेव्हाच व्यक्ती व्यसनमुक्त होते.

हे वाक्य ऐकून मला खूप काही स्पष्ट झालं आणि हे तुमच्याही मनातल्या दोषारोपाच्या जागी समज आणि सहवेदनेचं स्थान निर्माण करू शकतं.

त्या व्यक्तीमध्ये परिवर्तनासाठी आवश्यक इच्छाशक्ती निर्माण होण्यासाठी वेदना आवश्यक असतात.

कोणत्याही संघर्षाविषयी हे खरं आहे. जोपर्यंत नियंत्रण ठेवणे हे त्या समस्यांना सामोरे जाण्यापेक्षा अधिक वेदनादायक होत नाही तोपर्यंत कोणाच्याही खाण्याच्या सवयीचा विकार

बारा होत नाही. जोपर्यंत ते लपवणे हे सत्याला सामोरे जाण्यापेक्षा अधिक वेदनादायक होत नाही तोपर्यंत कोणीही लैंगिक व्यसनाचा सामना करत नाही.

या पुस्तकाच्या संशोधनात मी ज्या प्रत्येक तज्ज्ञांशी बोलले, त्यांनी हेच सांगितले की, संघर्ष हा मानवी अनुभवाचा अत्यंत महत्त्वाचा भाग आहे आणि एखाद्याने सुधारण्याचा निर्णय घेण्यासाठी आवश्यक असलेला सर्वांत महत्त्वाचा घटक आहे.

'निर्णय घेणे' या शब्दाकडे लक्ष द्या

जो संघर्ष करत आहे, तो आपल्या समस्यांपासून पळतो आहे आणि वेदनेने सुन्न होऊन राहत आहे. बरे होणे हा एक निर्णय असतो आणि हेच वास्तव तुम्ही आणि संघर्ष करणाऱ्या व्यक्ती यांच्यामध्ये एक समस्या निर्माण करतं, कारण एखाद्याला संघर्ष करू द्यावा लागतो आणि त्याच वेळी त्याच्या वेदना दूर कराव्याशा वाटतात, या दोन भावनांमुळे तणाव निर्माण होतो.

मी ही चूक केली आहे. मला वाटलं, *जर मी त्यांचं आयुष्य थोडं सुसह्य करू शकले तर बदलही सोपा होईल, हे बरोबर आहे का?* नाही, हे चूक आहे.

एखाद्याच्या वेदना दूर करायला जाणं आणि त्यांना स्वतःचं काम करण्यासाठी आधार देणं, या दोघांमध्ये मोठा फरक आहे. या गोष्टीचं आव्हान असं आहे की, प्रत्येक परिस्थिती वेगळी असते, आणि तुम्हाला तुमच्यासाठी 'आधार' म्हणजे काय, हे शोधावं लागतं.

या वेदनादायक अनुभवांचाही डॉ. के यांनी सांगितलेल्या प्रेरणेसंबंधी मेंदूविज्ञानात समावेश होतो. म्हणजेच, जर समस्या टाळणं अधिक सोपं असेल, तर कोणीही त्याचा सामना करणार नाही.

'लोकांना आयुष्याकडून शिकू द्या.'

डॉ. रॉबर्ट वाल्डिंजर हे एक सक्रिय मानसोपचारतज्ज्ञ आणि मानसविश्लेषक असून, हार्वर्ड मेडिकल स्कूलमध्ये मानसोपचाराचे प्राध्यापक आहेत. ते प्रौढांच्या विकासावरील हार्वर्डमध्ये होत असलेल्या अभ्यासाचे प्रमुखदेखील आहेत. प्रौढ जीवनावरील ही सर्वांत व्यापक आणि दीर्घकालीन संशोधनांपैकी एक आहे. मी डॉ. वाल्डिंजर यांच्याशी बोलताना त्यांनी यावर ठामपणे खालील भाष्य केले :

> 'लोकांना आयुष्याकडून शिकू द्या. त्यांच्या निवडींच्या परिणामांपासून त्यांना वाचवू नका.'
>
> कोणी म्हणालं, ''मला खरं तर नोकरी करायची नाही.'' ''ठीक आहे, मग भाडं कसं भरणार?''
>
> आपण अनेक प्रकारे लोकांना जीवनातील आव्हानांना सामोरं जाण्यास मदत करू शकतो, पण त्यांना त्या आव्हानांपासून वाचवून नव्हे. हे व्यसनाच्या क्षेत्रात, विशेषतः आप्तस्वकीयांबाबतीत वारंवार घडतं.

जर ते एखाद्या पदार्थाच्या व्यसनात अडकले असतील तर लोकांना नोकरी गमावण्याच्या किंवा जोडीदार गमावण्याच्या वेदना सहन करू द्याव्या लागतात. सर्व काही पूर्ववत करण्यासाठी धावू नका.

जेव्हा आपण लोकांना त्यांच्या निर्णयांचे खरेखुरे परिणाम भोगू देतो, तेव्हा ते कदाचित त्यातून शिकतील.

कदाचित त्यांना एक रात्र तुरुंगात घालवावी लागेल.

कदाचित त्यांना नोकरी किंवा कुटुंब गमवावं लागेल.

कदाचित तुम्हालाच त्यांना कॉलेजमधून काढून घ्यावं लागेल.

कदाचित त्यांना तुमच्यासोबत राहावं लागेल कारण त्यांना कुटुंबाची गरज आहे.

कदाचित ते इतके बिघडले आहेत की ते बेघरही होतील.

ही गोष्ट फक्त व्यसन किंवा तीव्र मानसिक आजार यापुरती मर्यादित नाही. हीच गोष्ट लागू होते जेव्हा कोणी घराची ओढ, चिंता किंवा आत्मसंशय यांच्याशी झगडतं आहे.

हार्वर्ड मेडिकल स्कूलमधील क्लिनिकल मानसशास्त्रज्ञ आणि व्याख्याता डॉ. लुआना मार्केस यांनी मला सांगितलं की, टाळाटाळ करणं ही एक सवय आणि मुकाबला करण्याची यंत्रणा आहे, जी एखाद्याला थेट सामोरे जावे लागले की खूप सामान्यपणे दिसून येते.

तुमच्या प्रिय व्यक्ती जे त्यांना कठीण वाटते अशी परिस्थिती, संवाद किंवा वर्तनात बदल टाळतील. जे सोपे वाटते त्याकडे ओढले जाणे आणि आणि जे कठीण आहे त्यापासून दूर जाणे हे मानवी स्वभावात आहे. तुम्ही या गोष्टींकडे शास्त्रीय आणि वास्तवाधिष्ठित दृष्टिकोनातून पाहू शकाल यासाठी ही वस्तुस्थिती स्वीकारणं महत्त्वाचं आहे.

समस्या टाळणे थांबवा

जेव्हा माझ्या मुलांपैकी एक जण संघर्ष करत होता त्या वेळचे माझ्या आयुष्यातील एक उदाहरण मी देते. मी ते योग्य पद्धतीने हाताळलं नाही. माझ्या मुलीची चिंता कमी करण्याच्या प्रयत्नात मी प्रत्यक्षात सगळं अधिक वाईट केलं.

जरी हे पुस्तक प्रौढांमधील नातेसंबंधांविषयी आहे, तरी मानवी स्वभावाचे नियम तरुण मुलांचे पालनपोषण करतानाही लागू होतात. जेव्हा तुम्ही पालक असता, तेव्हा तुम्ही तुमच्या मुलाच्या शारीरिक, मानसिक आणि भावनिक गरजांसाठी जबाबदार असता हे लक्षात ठेवा.

माझी मुलगी माध्यमिक शाळेत असताना तिला तीव्र चिंतेचा अनुभव आला. दिवसभर ही चिंता वाढत जाई आणि मध्यरात्री ती जागी होऊन तिच्या खोलीत एकटी राहायचं टाळे. ती आमच्या बेडरूममध्ये येई आणि पहिल्या काही रात्री मी तिला आमच्या बेडमध्ये झोपू दिलं, ही माझी चूक होती.

प्रत्येक वेळी जेव्हा मी तिला आमच्या खोलीत झोपू दिलं, तेव्हा मी तिच्या चिंतेच्या भावनांपासून तिला वाचवत होते आणि मला वाटत होतं की, मी तिच्यासाठी गोष्टी सोप्या करत आहे. पण मी हे लक्षात घेतलं नाही की, मी प्रत्यक्षात तिच्यासाठी हे अधिक कठीण करत होते कारण ती तिच्या चिंतेच्या मुळाशी असलेल्या गोष्टींना सामोरी जात नव्हती.

प्रत्येक रात्री ती बारा वाजण्याच्या आधीच जागी होई आणि खाली यायची, आणि मी तिला समजावण्याचा प्रयत्न करीत असे, पण ती एकटी वर जायला तयार नसे. शेवटी, ती मला दमवून टाकायची आणि अनेक रात्री ती माझ्या पलंगावर येऊन झोपल्यानंतर मी तिच्यासाठी माझ्या खोलीतच जमिनीवर एक छोटे अंथरूण घालायला सुरुवात केली.

हे सहा महिने, दररोज चालू होतं.

डॉ. मार्केस यांनी सांगितलेल्या 'टाळाटाळ ही संघर्षाच्या वेळी निर्माण होणारी सामना करण्याची यंत्रणा असते', याचा अर्थ हाच आहे. आमची मुलगी तिच्या खोलीत झोपायला घाबरत होती, त्यामुळे ती त्या गोष्टीपासून टाळाटाळ करत होती. तिला आमच्या खोलीत झोपू दिल्यामुळे मी तिची चिंता अधिक तीव्र केली. ''तू आमच्या खोलीत जमिनीवर झोपू शकतेस,'' असे मी दररोज म्हणत असे तेव्हा मी कृतीद्वारे तिला सांगत होते की, 'तू हे पेलू शकत नाहीस असे मला वाटते.'

हे फारसं मोठं वाटत नसलं, तरी खरं तर हे खूपच मोठं होतं. पुढील काही वर्षांत तिची चिंता फारच वाढली, कारण मी तिला तिच्या चिंतेला सामोरं न जाता टाळायला शिकवलं होतं. मी तिला शिकवलं होतं की, चिंतेच्या भावना आल्यावर त्यापासून पळणं हेच उत्तर आहे. त्यामुळे तिची चिंता वाढलीच, शिवाय पळून जाण्याची तिची प्रवृत्ती अधिकच बळावली.

तिला सगळ्याच गोष्टी चिंता आणणाऱ्या वाटत : शाळेत जाणे, गाडीत एकटी बसणे, मैत्रिणीच्या घरी झोपणे, गिटार क्लासला जाणे. अगदी लहानसाच आणि सामान्य अस्वस्थतेचा क्षणसुद्धा तीव्र चिंतेच्या झटक्यात रूपांतरित होत असे, जिथे तिला माझी गरज वाटे.

मी नवऱ्यासोबत सुट्टीवर असताना तिने मनःस्वास्थ्य गमावले आणि आमच्या बाळसंगोपकाला काय करावं हे कळत नव्हते आणि मलाही कळत नव्हते.

मी स्वतःला दोष देते. मी पालक आहे आणि आम्ही दोघीनींही या कठीण परिस्थितीला सामोरं न जाता टाळले. मी तिची सुटका करत होते, पण सत्य हे होते की, तिच्यात ती चिंता आणि भीती हाताळण्याचं सामर्थ्य, क्षमता आणि ताकद होती आणि जेव्हा ती अस्वस्थ किंवा चिंताग्रस्त असे, तेव्हा स्वतःला सावरण्याचंही सामर्थ्य होतं.

शेवटी, जेव्हा क्रिसचा संयम संपला, तेव्हा आम्ही तिला उपचारतज्ज्ञाकडे नेलं आणि तेव्हा आम्हाला कळलं की, ज्या गोष्टींना तोंड देण्यासाठी आपण समर्थ नाहीत अशा गोष्टींना जे सामोरे जातात तेच सामर्थ्यवान होतात. *'त्यांना करू द्या'* हा सिद्धान्त तुम्हाला अगदी हेच करण्यास शिकविणार आहे.

हे एक वास्तव आहे की, मध्यरात्री उठून अस्वस्थ वाटणं हे सामान्य आहे. त्याला सहा महिन्यांच्या त्रासदायक अवस्थेत रूपांतरित होण्याची गरज नव्हती. चिंता ही माझ्या मुलीच्या आयुष्यातील पुढील दहा वर्षांची प्रमुख समस्या बनण्याची गरज नव्हती.

तुमच्यात तुमच्या कल्पनेपेक्षा खूप जास्त क्षमता आहे आणि तुमच्या प्रिय व्यक्तीतही आहे.

दुसऱ्याला चिंता वाटेल की नाही किंवा ती व्यक्ती मध्यरात्री उठून तुमच्या खोलीत येईल की नाही हे तुमच्या हातात नाही. पण तुम्ही काय विचार करता, काय करता आणि काय बोलता हे मात्र तुमच्या पूर्ण नियंत्रणात आहे.

जव्हा तुमची प्रिय व्यक्ती संघर्ष करीत असते तेव्हा तिच्या खांद्यावर हात ठेवून ती व्यक्ती जे टाळत आहे त्याला तोंड देण्यासाठी तुम्ही प्रोत्साहन देऊ करीत आहात असे चित्र समोर आणा.

तुम्ही त्यांच्या चिंतेच्या प्रतिक्रिया नियंत्रित करू शकत नाही. तुमची ताकद आहे, तुमच्या प्रतिसादात.

'त्यांना करू द्या' (Let me) पद्धतीने तुम्ही कसे साहाय्य करू शकाल हे पहा :

Let Me – त्यांना काय वाटते आहे याला मला मान्यता देऊ दे : ''तुला एवढी भीती वाटते आहे याचे मला वाईट वाटते.'' असे म्हणा.

Let Me – मला माझ्या भावना त्यांच्या भावनांपासून वेगळ्या करू दे : ''तुला इतकं दुःखी पाहणं हे माझ्यासाठीही कठीण आहे.''

Let Me – मला संघर्ष करणाऱ्या माझ्या प्रिय व्यक्तीला दिलासा देऊ दे : एक मिठी अनेक वेळा चमत्कार घडवते.

आणि मग (Let Me) त्यांच्यात ही कठीण गोष्ट पार करण्याची क्षमता आहे असे आश्वासन देऊन मला त्यांना पाठिंबा देऊ दे.

मग, जेव्हा ते ती कठीण गोष्ट करत असतील, तेव्हा त्यांच्यासोबत रहा. माझ्यासाठी याचा अर्थ होता, दररोज रात्री, मध्यरात्री उठून, माझ्या मुलीला पुन्हा तिच्या खोलीत नेणं आणि तिला तिच्या पलंगावर झोपवणं.

मी खोटं बोलणार नाही. पहिल्या काही रात्री ती रडायची आणि विनवणी करायची तेव्हा मला स्वतःबद्दल वाईट वाटायचं. उपचारतज्ज्ञाला काढून टाकावे असे मला वाटले. हे सगळं सोडून द्यावे आणि तिला पुन्हा जमिनीवर झोपू द्यावे असे वाटले. *म्हणजे, अखेर ती स्वतःहून तिच्या पलंगावर झोपायला पसंत करेल, बरोबर ना?*

पण मी ते केलं नाही. साधारणपणे पाच दिवस लागले आणि ती रडताना, विनवणी करताना पाहणं माझ्यासाठी सोपं नव्हतं. तिला तिच्या पलंगावर झोपवून मग दाराबाहेर उभं राहणं, जोपर्यंत ती परत झोपत नाही, हे सोपं नव्हतं. काही रात्री ती पुन्हा जागी व्हायची आणि पुन्हा खाली यायची. एकदा नाही, तर अनेक वेळा आणि मी वेळ काढून तिला दिलासा द्यायचे, तिच्या खांद्यावर हात ठेवायचे आणि तिच्यासोबत परत त्या जिन्याने वर यायचे, जेणेकरून ती ज्या गोष्टीपासून टाळाटाळ करत होती, त्याला सामोरी जाऊ शकेल.

लोकांच्या संघर्षांकडे त्यांच्या सामर्थ्यांचा शोध घेण्याच्या संधीसारखं बघा. जर एखाद्याला वाटलं की, ते त्यांच्या संघर्षांना सामोरं जाण्यास खूपच कमजोर आहेत, तर ते खरं काय शक्य आहे हे कधीच अनुभवू शकणार नाहीत आणि जर तुम्ही नेहमी धाव घेतली आणि एखाद्याची सुटका केली, तर आयुष्यात कठीण प्रसंग आले की, ते तुम्हीच ते कराल अशी अपेक्षा ठेवायला लागतील. पण जर त्यांनी स्वतःला दर क्षणी, दर दिवशी,

तुमच्यासोबत आयुष्यातील कठीण आणि भीतिदायक गोष्टींना सामोरं जाताना पाहिलं, तर तुम्ही त्यांना हे शिकवता की, त्यांच्या कल्पनेच्या पलीकडेही काही गोष्टी ते करू शकतात.

लोकांना त्यांच्या समस्यांपासून वाचवणं थांबा आणि असं वागायला सुरुवात करा की, तुम्हाला खरंच विश्वास आहे की ते त्या समस्यांना सामोरं जाऊ शकतात. तुमचं वागणं हेच सर्वांत स्पष्ट आणि खरंखुरं संवादाचं माध्यम असतं. म्हणून जेव्हा तुम्ही कोणालातरी त्यांच्या भीतीला सामोरं जाण्यास आधार देणाऱ्या पद्धतीने वागता, तेव्हा तुमचं वागणं हे सांगतं : 'मला तुझ्यावर विश्वास आहे. तू हे करू शकतोस. मी तुझ्यासोबत आहे, जेव्हा तू याला सामोरं जाणार आहेस.'

संघर्षातून जात असलेल्या लोकांना पाठिंबा देणं हे फार कठीण असतं. ते थकवणारं असतं. त्यासाठी वेळ आणि संयम लागतो. ते निराशाजनक असतं. म्हणूनच आपल्यापैकी बरेच जण करू देणे किंवा सुटका करणे या मार्गाकडे वळतात. जमिनीवर झोपू देणे किंवा सुटका करणे या मार्गाकडे, शाळा बदलणे, नोकरी सोडणे, दुर्लक्ष करणे आणि ती समस्या आपोआप दूर जाईल अशी आशा ठेवणे किंवा सर्वांत सामान्य पद्धत, त्यावर फक्त पैसे फेकणे, हे सगळं खूप सोपं असतं.

म्हणून आता प्रश्न असा आहे : एखाद्याला प्रभावीपणे पाठिंबा कसा द्यायचा?

प्रकरण सतरावे

योग्य पद्धतीने आधार कसा द्यावा

एखाद्याला आधार द्यायचा, पण त्यांना वाचवायचं नाही ही कसरत नेमकी कशी करावी, याबाबत अनेक प्रश्न उपस्थित झाले. त्यामुळेच जवळजवळ सर्व तज्ज्ञांनी मला दिलेला एक अत्यंत महत्त्वाचा सल्ला मी येथे सांगत आहे.

जेव्हा तुम्ही एखाद्या प्रौढ व्यक्तीला आधार देत असता आणि ती व्यक्ती सध्या अडचणीतून जात असते, तेव्हा तुमच्याकडे एक फार मोठा प्रभावी उपाय असतो तो म्हणजे तुम्ही कोणत्या गोष्टींसाठी आर्थिक मदत करणार आहात आणि कोणत्या गोष्टींसाठी नाही.

जर तुम्ही आर्थिक साहाय्य फक्त त्यांच्या वाईट दिवसांतून त्यांना बाहेर काढण्यासाठी करत असाल तर त्यामागील अट स्पष्ट असायलाच हवी.

कारण जर तुम्ही ती मदत कोणत्याही अटींशिवाय दिलीत, तर त्यातून पुढे जाऊन तुमच्याच मनात खूप मोठा राग आणि खंत निर्माण होईल. ती रक्कम म्हणजे केवळ भेट किंवा दान नाही आणि निर्बंधहीन प्रेम याचा अर्थ असा होत नाही की, निर्बंधहीन आर्थिक आधार.

खरं तर, अनेकदा खऱ्या प्रेमाचा अर्थ असा असतो की, आर्थिक आधार मागे घेणं! हे फार कठीण असतं, विशेषतः स्वतःच्या मोठ्या झालेल्या मुलांना आधार देणाऱ्या आईवडिलांसाठी. पण तरीही, हाच तो शेवटचा उपाय असतो, जो फारच वेळा खूप उशिराने वापरला जातो.

अडचणीतून बाहेर काढण्याच्या प्रक्रियेत 'रॉक बॉटम' ही संज्ञा वापरली जाते. जी व्यक्ती खूप संकटात आहे व त्यातून बाहेर पडण्याची धडपड करीत आहे तिच्या बाबतीत रॉक बॉटम (अगदी तळाशी जाणे) अवस्था असे आपण म्हणतो.

तुमचाही 'रॉक बॉटम' क्षण येतोच, पण त्याबद्दल आपण फारसे बोलून दाखवत नाही.

जेव्हा तुम्ही सगळं काही करून पाहिलं असतं तेव्हा तो क्षण येतो. कशाचाच उपयोग होत नाही. तुम्ही त्रासलेले आहात आणि मग तुम्हालाच जाणवतं की, 'मी अजून एक गोष्ट करून पाहिलेली नाही. मी अजून त्यांचा जीवनखर्च थांबवलेला नाही!'

कधीतरी तुम्हाला उमजतं की, भाडं, वीजबिलं, शिक्षणाची फी, घर ह्या सगळ्या गोष्टी जर तुम्ही अटींशिवाय करत असाल, तर तुम्ही त्यांच्या आत्मविनाशाच्या प्रवृत्तीला खोलवर खतपाणी घालता आहात.

डॉ. वाल्डिंगर यांनी काय म्हटलं होतं, लक्षात आहे का? 'त्यांनी घेतलेल्या निर्णयांच्या परिणामांपासून तुम्ही त्यांचे संरक्षण करू नका.'

कधीतरी, तुम्हालाही ठरवावंच लागेल की, 'आता पुरे. जो स्वतः काहीच बदलायला तयार नाही, ना व्यावसायिक मदत घेतो, ना जबाबदारी स्वीकारतो. त्या व्यक्तीच्या जीवनाचा खर्च मी उचलणार नाही.'

लोकांबद्दल प्रेम, स्वीकार आणि सहवेदना ही तुमची जबाबदारी आहे. पण त्यांना पैसे देणे ही तुमची जबाबदारी नाही. डॉ. वाल्डिंगर यांच्यासकट सर्वच तज्ज्ञ यावर ठाम आहेत. कारण जर तुम्ही कोणालाही अटींशिवाय पैसे देत असाल, आणि त्या व्यक्तीने अजूनही उपचार घेण्यास नकार दिला असेल, कामधंदा शोधायला तयार नसेल, शिक्षणात गती दाखवत नसेल, सत्य लपवत असेल, चोरी करत असेल, किंवा नको त्या वर्तणुकीत अडकलेला असेल तर तेव्हा तुम्हीही त्या समस्येचा भाग बनता.

अटींशिवाय दिलेला पैसा म्हणजे समस्या सक्षम करणं.

पण काही विशिष्ट अटींसह पैसे देणे म्हणजे साहाय्य करणे आहे. त्याचे स्वरूप असे शकेल : 'तू इथे राहू शकतोस, पण जर तू पूर्ण शुद्धीत असशील तरच', 'तुझा मानसोपचार खर्च मी करणार, पण महिन्यातून एकदा तू आणि त्या मानसोपचार तज्ज्ञाने मला प्रगतीबद्दल सांगितले पाहिजे', 'शिक्षणाची फी मी भरतो, पण तुझं सरासरी गुणांकन ३.० हवं', 'भाडं, मोबाइल बिल आणि कारचे हप्ते मी भरतो, पण त्यासाठी तुला तुझ्या खाण्यासंबंधीच्या व्याधीवर उपचार घेण्यासाठी उपचार केंद्रात भरती व्हावं लागेल.'

पण खरी कसोटी त्या वेळी येते, जेव्हा ते अटी मान्य करत नाहीत. जेव्हा ते उपचार केंद्रात भरती होण्यास नकार देतात किंवा नोकरी करण्यास नकार देतात तेव्हा तुम्हाला त्यांचा खर्च थांबवावा लागतो.

म्हणजे त्यांना घरातून बाहेर काढावं लागतं किंवा त्यांचं भाडं थांबवावं लागतं.

आणि सगळ्या प्रकारचं आर्थिक साहाय्य थांबवायचे असे मी म्हणते. त्यांचे मोबाइल फोनचे बिल तुमच्यावर नको. तुम्ही त्यांचे घरभाडे भरणार नाही. तुमच्या OTT खात्यांचे पासवर्ड्स त्यांना देत नाही.

तुम्ही त्यांच्यासाठी किराणा सामान विकत घेत नाही, किंवा त्यांचे उबरचे (टॅक्सीचे) पैसे देत नाही. हो, कदाचित तुम्ही त्यांच्या भाडेकरारावर हमी दिली असेल. तर ती तुमच्या क्रेडिटवर परिणाम करेल याची तयारी ठेवा.

ते तुमच्यावर रागावतील. शक्यता आहे की, सुरुवातीला ते कोलमडून पडतील. पण त्यांनी ज्या अटींवर तुम्ही मदत केली होती, त्या पाळायला त्यांनी नकार दिला तर प्रौढासारखे वागा. मोठी झालेली मुलं संघर्ष करत आहेत आणि त्यांचा आर्थिक भार वाहणाऱ्या कित्येक पालकांचे प्रश्न ऐकून मला धक्का बसलेला आहे.

मग त्यांना संघर्ष करू द्या. त्यांना तुमच्या अटींचं उल्लंघन करू द्या आणि मग त्यांना आर्थिक मदतीपासून मला त्यांना पूर्णतः तोडून टाकू दे.

हे करण्याची तयारी फार थोड्या लोकांमध्ये असते. कारण ते क्रूर वाटतं. म्हणूनच पैसे फेकून प्रश्न मिटवणे असेच सहसा होते. अशा वेळी आर्थिक मदत काढून घेणं, हे एकच प्रभावी उत्तर उरतं.

कारण इतर काहीच चाललं नसेल, तेव्हा तुमच्याकडे हाच पर्याय उरलेला असतो. तुमच्याकडे नक्कीच ताकद आहे. कदाचित हाच एक जोरदार धक्का असेल जो तुमच्या प्रिय व्यक्तीला धोक्याची घंटा ठरेल.

आणि जर तुम्ही हे वाचत असाल आणि तुमचे पालक तुमच्या उपचारांचे बिल भरत असतील, किंवा घरभाडं, शिक्षण, फोन बिल, किंवा तुमच्या जगण्यातल्या कोणत्याही भागास ते अर्थसाहाय्य करीत असतील तर त्यांना तुमच्या आयुष्याविषयी मत मांडायचा हक्क आहे ही बातमी मी तुम्हाला देऊ इच्छिते.

जर तुमचं आयुष्य दुसऱ्याच्या पैशावर चालू असेल आणि तरीही त्यांच्या मतांकडे दुर्लक्ष करीत असाल, जर तुमच्या उपचारांचे पैसे आईवडील भरत असतील आणि तरीही तुम्ही त्यांना तुमच्या उपचार करणाऱ्याशी बोलू देत नसाल तर तो त्यांना मानसिक गोंधळात टाकण्याचा एक प्रकार आहे.

जर तुम्हाला पालकांचे सल्ले नकोसे झाले असतील, तर स्वतःचे खर्च स्वतः भागवायला सुरुवात करा. जोपर्यंत तुम्ही दुसऱ्यावर आर्थिकदृष्ट्या अवलंबून आहात, तोपर्यंत तुम्ही *'त्यांना करू द्या'* म्हणत राहिलात तरी तुम्हाला आवडत असो किंवा नसो, त्यांच्या पैशांनी त्यांना तुमच्या जीवनात प्रवेश मिळतोच. तुम्हाला स्वातंत्र्य पाहिजे ना? मग ते सिद्ध करा व तुम्ही खरोखर आर्थिकदृष्ट्या स्वतंत्र होण्यास प्रारंभ करा.

आता खरे सांगायचे तर तुम्हाला तुमच्या आईवडिलांचे सल्ले इतके अस्वस्थ का करतात, याचं मूळ कारण हेच आहे की, तुम्हाला त्यांच्या पैशांची गरज आहे आणि तुम्हाला हे माहीत आहे. तुम्ही त्यांच्यावर रागावलेले नाहीत, तर आर्थिकदृष्ट्या स्वतंत्र नाही म्हणून तुम्ही तुमच्यावरच रागावलेले आहात.

इतर प्रौढ व्यक्तींना वाचवणं थांबवा

लोकांना अटीशिवाय आर्थिक मदत देणं का थांबवायला हवं, याचा एक वैयक्तिक अनुभव मी तुम्हाला सांगू शकते. मी आधी उल्लेख केलाच होता की, जेव्हा मी चाळिशीत होते तेव्हा क्रिस आणि मी प्रचंड आर्थिक कोंडीत होतो.

आमच्या घरावर कर्जाचे तारण होते आणि आमच्यावर सुमारे ८ लाख डॉलर्सचं कर्ज होतं. क्रिसचा रेस्टॉरंट व्यवसाय प्रचंड अडचणीत होता. कर्मचाऱ्यांना पगार देणंही शक्य नव्हतं. क्रिसला अनेक महिन्यांत एकही डॉलर मिळालेला नव्हता. मी नुकतीच नोकरी गमावली होती. घरात धान्य आणायचं, पेट्रोल भरायचं कठीण झालं होतं.

ती वेळ खरंच भीतिदायक होती. हा व्यवसाय बुडू नये म्हणून क्रिस आणि त्याचा भागीदार जीव तोडून पैसे उभे करण्याचा प्रयत्न करत होते. मला आठवतं, एक दिवस क्रिसने आपल्या भावाकडे मदतीची विनंती केली. त्याला व्यवसायासाठी थोडे पैसे उसने मागितले.

त्याच्या भावाने स्पष्ट नकार दिला आणि म्हणाला, ''माफ कर, जर मी तुला हे पैसे दिले नाहीत म्हणून तुझा व्यवसाय बंद पडला आणि तू दिवाळखोर झाला तरीही मी तुला हे पैसे देणार नाही. मी तुला वाचवणार नाही. तुलाच याचं उत्तर स्वतः शोधावं लागेल.''

हे कठोर होते का? नाही. ते प्रामाणिकपणाचं उदाहरण होतं. क्रिसच्या व्यवसायाच्या अडचणींसाठी तो स्वतः जबाबदार होता त्याचा भाऊ नव्हता आणि तो व्यवसाय टिकवण्यासाठी साहाय्य करणे ही त्याच्या भावाची जबाबदारी नव्हती.

क्रिससाठी हे ऐकणं अतिशय वेदनादायक होतं. पण तेच सत्य होतं. काही आठवड्यांनंतर क्रिसने रॉक बॉटम अवस्था अनुभवली.

त्या व्यवसायातून सहा महिन्यांत त्याला काहीच उत्पन्न नव्हते व तो डबघाईस येत चालला होता. व्यवसाय यशस्वी होण्यासाठी क्रिस व त्याचा भागीदार न थांबता अथक प्रयत्न करीत होते. त्याच्या भावाबरोबर झालेल्या या संभाषणामुळे त्याला जाणवले की, या व्यवसायातून त्याने बाहेर पडले पाहिजे.

त्या व्यवसायातून दोन मालकांसाठी पुरेसे उत्पन्न मिळणे शक्य नव्हते. त्यात क्रिसला दारूचं गंभीर व्यसन जडलं होतं. तो तणावावर उपाय म्हणून मद्यपान करत होता आणि स्वतःला हानी पोहोचवणाऱ्या वागणुकीत गुरफटत चालला होता. तो नैराश्यात होता, त्याला सतत चिंता सतावत होती आणि त्याला उमगलं होतं की, 'आता असं जगणं शक्य नाही.' हाच होता त्याचा रॉक बॉटम.

जर त्याच्या भावाने तेव्हा पैसे दिले असते तर ही टोकाची अवस्था फक्त थोडी पुढे ढकलली गेली असती. पण जेव्हा त्याने स्पष्टपणे 'नाही' म्हटलं, तेव्हा क्रिसकडे एकच पर्याय उरला आणि तो म्हणजे आपणच स्वतःला वाचवायचं. आणि हेच असतं 'रॉक बॉटम' जे तुम्हाला पूर्ण आयुष्य बदलण्याचं बळ देतं. कारण जेव्हा माणूस या टोकावर पोहोचतो, तेव्हा तो स्वतःमधल्या खऱ्या शक्तीशी म्हणजे बदल घडवण्याच्या निर्धाराशी जोडला जातो.

क्रिसच्या भावाने पैसे देण्यास नकार दिला, पण त्याचा अर्थ असा नव्हता की, तो पाठ फिरवत होता हे लक्षात घेणंही तितकंच महत्त्वाचं आहे. त्याने क्रिसचं शांतपणे ऐकून घेतलं, त्याच्या भावना समजून घेतल्या, त्या भावनांना योग्य मान्यता दिली, त्याच्या वेदनेबद्दल करुणा व्यक्त केली आणि शेवटी, पैसे न देऊनही तो हेच सांगत होता की, 'माझा तुझ्यावर विश्वास आहे, तू यावर मार्ग नक्की शोधशील.'

आणि खरंच क्रिसने तो मार्ग शोधला. योग्य उत्तर हे नव्हतं की, 'रेस्टॉरंट वाचवायचं, अजून झगडायचं.'

संकटापासून पळ काढायचा असा याचा अर्थ नाही. योग्य उत्तर होतं की, 'बस्स. आता पुरे झालं. मी हे सगळं सोडतो. मी इथून बाहेर पडतो.'

स्वतःच्या आयुष्यात बदल घडवायचा पहिला टप्पा म्हणजे स्वतःच्या अपयशाची जबाबदारी स्वीकारणं.

म्हणूनच तुमच्या प्रिय व्यक्तींना वास्तवाला सामोरं जाण्याची जाणीव करून द्यायला हवी, त्यापासून पळ काढण्यास त्यांना मदत करू नका.

तुमचं खरं काम म्हणजे त्यांच्यावर प्रेम करणं, त्यांच्यावर विश्वास ठेवणं, की ते स्वतः काम करू शकतात आणि योग्य अंतरावरून त्यांना सुरक्षित साथ देणं. हेच क्रिसच्या भावाने केलं.

कारण जसं एखाद्या समस्येवर शंभर उपाय असतात, तसेच आधार देण्यासाठीही शंभर मार्ग असतात.

उपचारासाठी सर्वोत्तम वातावरण कसे निर्माण करावे

जेव्हा कोणाला आधार द्यायचा असतो तेव्हा मला सर्वांत प्रिय असलेली गोष्ट म्हणजे त्याच्या उपचारासाठी योग्य वातावरण निर्माण करणं. पण त्याचा नेमका अर्थ काय?

शारीरिक, मानसिक आणि आध्यात्मिक आरोग्यावर आपल्या आजूबाजूच्या वातावरणाचा परिणाम होतो हे आता संशोधनानेही सिद्ध झालं आहे. आपण जिथं राहतो ते ठिकाण, घरातला पसारा, फ्रिजमध्ये असलेला आहार, आपण ज्यांच्यासमवेत वेळ खर्च करतो त्या व्यक्ती आणि आपल्या वेळापत्रकातले व्यवहार या सगळ्या गोष्टी यामध्ये अंतर्भूत आहेत.

म्हणून स्वतःला एक प्रश्न विचारा, *'मी असं कोणतं वातावरण तयार करू शकतो जे बदल सोपा करेल आणि सुधारणा होणे सुलभ करेल?'* हे करण्याचे शंभर मार्ग असतील, पण मी माझ्या आयुष्यातल्या एका अनुभवापासून सुरुवात करू इच्छिते.

आमची पहिली मुलगी झाली, तेव्हा माझं बाळंतपण फार गुंतागुंतीचं झालं. खूप रक्तस्राव झाला होता. जेव्हा मला शेवटी रुग्णालयातून घरी पाठवलं, तेव्हा मी केवळ शारीरिकदृष्ट्या थकलेली नव्हते तर प्रसूतीनंतरच्या नैराश्याने पूर्णतः मानसिकरीत्या मोडलेली होते.

ही अवस्था इतकी गंभीर होती की, पहिल्या चार महिन्यांत मला बाळाबरोबर एकटं ठेवणं शक्यच नव्हतं. मी औषधांमुळे बाळाला दूधही पाजू शकत नव्हते. शरीर इतकं कोमेजून गेलं होतं की, मी संपूर्ण दिवस झोपेत असायचे किंवा अचेतन अवस्थेत निव्वळ खुर्चीत बसून राहायचे.

पण त्या काळात मला एक गोष्ट आयुष्यभर लक्षात राहिली आहे ती म्हणजे ते कशी मदत करू शकतील असे कोणीही विचारले नाही. लोक स्वतःहून पुढे आले आणि माझ्या उपचारासाठी एक समर्थ, प्रेमळ वातावरण मी न सांगताच तयार केलं.

माझी चुलत बहीण घर साफ करायला आली. माझे आई-वडील संपूर्ण देशभर प्रवास करून कित्येक आठवडे माझ्यासोबत थांबले आणि एक नवी मैत्रीण जोनी ती तेव्हा स्वतः गरोदर होती, पण तरीही ती फक्त माझ्यासोबत बसायला दररोज घरी यायची, त्यामुळे क्रिसला कामावर जाता यायचं. मी वामकुक्षी घेत असताना ती कपड्यांचे मशीन लावायची, किंवा एखादं साधं जेवण करून द्यायची.

माझे सासू-सासरे एका आठवड्यासाठी आले होते आणि त्यांनी दररोज काही ना काही ठरवलेलं असायचं. मी काहीही मागणी केली नसतानाही ते आपणहून म्हणायचे, ''चला, तयार व्हा आपण आज बोस्टन फ्लॉवर शोला चाललोय!'' मग मला आणि बाळाला गाडीत बसवून घेऊन जायचे.

मी अजूनही गंभीर नैराश्याच्या गर्तेत अडकलेली आणि अचेतन अवस्थेतच होते. पण तरीही त्यांनी एक असं वातावरण तयार केलं की, ज्यामुळे मी घराबाहेर पडू लागले, आणि हळूहळू जीवन पूर्वपदावर येऊ लागले.

त्या काळात कोणी मला विचारलं नाही की, 'तुला कशाची मदत हवी आहे का? मी कपडे धुवू का?'

''आज संध्याकाळचं जेवण मी देऊ का?'' कुणीही विचारलं नाही, ते फक्त करत राहिले. अडचणीत असलेल्या माणसाबाबत ही एक फार महत्त्वाची गोष्ट आहे.

'त्यांना करू द्या' याचा अर्थ असा नाही की, त्यांना एकटं सोडून द्या.

जेव्हा एखादी व्यक्ती संकटात असते, तेव्हा तिला स्वतःलाही कळत नाही की, आपल्याला नक्की काय हवं आहे, किंवा काय मदत उपयोगी ठरेल. कधीकधी तर दिवस कोणता आहे, इतकंही आठवत नाही त्यांना.

हृदयद्रावक शोकांतिका, प्रेमभंग झालेल्या किंवा रुग्णालयातून नुकताच परत आला आहे अशा मित्राला ''मी काही मदत करू का?'' असे विचारले तर बहुधा तो म्हणेल, ''नाही, मी ठीक आहे...''

''काही नकोय. तसलं काही नकोय, मी सावरतो.''

कारण जेव्हा माणूस अडचणींचा सामना करीत असतो तेव्हा त्याला आपलं दुःख इतरांवर लादायचं नसतं कारण तो आधीच स्वतःला एक ओझं समजतो.

त्यामुळे *'मला करू द्या'* असा विचार करीत त्याच्यासाठी बरे होण्यासाठी आधारदायक वातावरण आपणच निर्माण करायला हवं.

तुम्ही काय करू शकता याची काही उदाहरणे येथे आहेत.

- त्याच्या दाराशी जाऊन फक्त उभं रहा.
- जेवण देऊन जा.
- त्याचं घर साफ करायला मदत करा.
- त्याच्या फ्रिजमध्ये पौष्टिक अन्न नेऊन ठेवा.
- त्याच्या खोलीत जाऊन खिडक्या उघडा, पडदे दूर करा, स्वच्छ हवा येऊ द्या.
- त्याचे कपडे धुवा.
- आनंददायक गाण्यांची एक यादी तयार करा.
- आशा देणारे पॉडकास्ट त्याला पाठवा.
- प्रेमळ गोष्टी असलेली एक भेटवस्तू पाठवा.
- डिजिटल फोटो फ्रेम घेऊन, त्यात आनंदाचे क्षण, आप्तस्वजनांचे फोटो भरून द्या जेणेकरून त्याला सतत आठवण होत राहील की, 'तो एकटा नाही आहे. आयुष्य सुंदर होतं आणि परत सुंदर होऊ शकतं.'

माझ्या अत्यंत आवडत्या कृतींपैकी एक, विशेषतः नवमातांसाठी, ही मानसोपचारतज्ज्ञ के.सी. डेव्हिस यांच्या सल्ल्यावर आधारित म्हणजे नुकत्याच प्रसूत झालेल्या स्त्रीला त्यांच्यासाठी कागदी ताटं आणि कपांचं एक बंडल घेऊन जा, त्यामुळे नवजात बाळ सांभाळताना त्यांना भांडी घासायची वेळ येणार नाही.

आणि या संदर्भानेच सांगायचं तर, एखाद्या मित्राला फोन करा, किंवा फक्त एक मजकूर पाठवा, 'शनिवारी मी येतो आणि मुलं किंवा कुत्रा यांना घेऊन पार्कमध्ये जाईन म्हणजे तुला थोडा मोकळा वेळ मिळेल.'

तुमच्याबरोबर राहणाऱ्या मैत्रिणीला तिच्या नुकत्याच झालेल्या प्रेमभंगानंतर एक मॅनिक्युअर करून आणा, किंवा एखाद्या नवीन प्रदर्शनाला घेऊन जा. आठवड्यातून एकदा कुणालातरी फक्त एक संदेश पाठवा, 'तुझा विचार करतो आहे. तू एकटी नाहीस. तुला मला उत्तर देण्याची गरज नाही. फक्त इतकंच सांगायचं आहे की, मी इथेच आहे, कायम.' नुकताच उपचारातून बाहेर पडलेल्या मित्राला प्रत्येक बुधवारी योगाच्या सत्रासाठी आमंत्रित करा आणि त्याहून चांगलं म्हणजे त्याला स्वतः घेऊन जा.

आपण उपचार, पौष्टिक जेवण बनवणं, संवाद सुरू करणं आणि सविस्तर उत्तरे मिळतील अशा प्रश्नांवर लक्ष केंद्रित करणं यांसारख्या गोष्टींमधून सकारात्मक बदलासाठी पोषक वातावरण निर्माण करू शकतो. या उदाहरणांकडे पहा, ही केवळ एखाद्या समस्येवर पैसे फेकणं, किंवा कोणालातरी त्यांच्या अडचणींपासून वाचवणं, याहून खूपच वेगळी गोष्ट आहे. या सगळ्या कृती अशा आहेत ज्या माणसाला पुन्हा आयुष्यात सामील होण्यासाठी एक सहज वाट उपलब्ध करून देतात.

कोण काय सहन करत आहे याचा आपणास नेहमीच अंदाज नसतो. पण आपण काय प्रकारचा मित्र, प्रियजन, किंवा कुटुंबातील सदस्य व्हायचं ठरवू शकतो. या पुस्तकात आपण वारंवार अशा प्रकारे वागण्याबद्दल बोललो आहोत की ज्यामुळे तुम्हाला स्वतःचा अभिमान वाटेल.

कोणाला मदत करत असाल, तर ती कोणतीही अपेक्षा न ठेवता करा. केवळ एवढ्यासाठी करा की, रुग्णालयात असलेल्या मित्राला संपर्क करणे तुम्हाला आनंद देतं. उत्तर म्हणून एखादा मोठा मेसेज येईल, ही अपेक्षा ठेवू नका. ज्यांनी नुकतंच बाळंतपण केलं आहे, त्यांच्यासाठी जेवण देऊन या; 'धन्यवाद' मिळेल म्हणून नाही, तर तुमचं कोणासाठी तरी उपस्थित राहणं हीच जाणीव तुम्हाला समाधान देत असेल.

जेव्हा एखादा माणूस संघर्ष करत असतो, तेव्हा तो इतका थकलेला आणि गोंधळलेला असतो की, तुम्हाला माहिती देण्याइतकीही ताकद त्याच्याकडे उरलेली नसते किंवा तुमचे आभार मानावे हेही त्यांच्या ध्यानात राहत नाही; परंतु तुम्हाला धन्यवाद मिळाले किंवा नाही मिळाले तरी तुमची प्रेमळ कृती खूप फरक घडविते हे लक्षात ठेवा.

मदतीसाठी त्यांना उपलब्ध असणे हे तुमचे काम आहे. आशेचा प्रकाशस्तंभ बना. त्यांच्या बरे होण्याच्या क्षमतेवर विश्वास ठेवा.

लोक उपचार टाळतात, कारण ज्याच्यापासून ते पळत आहेत, त्या वेदनेला सामोरं जाण्याची त्यांची तयारी नसते. तुमच्या मार्फत त्यांना स्वतःवरच विश्वास मिळू दे कारण

जेव्हा एखाद्याला आपल्याला स्वीकारलं जातंय, प्रेम केलं जातंय, पाठिंबा दिला जातोय असं वाटतं तेव्हा त्यांना स्वतःच पुन्हा जीवनात परतण्याची क्षमता आहे, यावर विश्वास ठेवणं थोडं सोपं होतं.

चला, आता एखाद्या संघर्ष करणाऱ्या व्यक्तीला मदत करण्याचा सारांश पाहू या. या विभागात, तुम्हाला कदाचित हे उमगलं असेल की, इतर प्रौढ व्यक्तींना त्यांच्या संघर्षांना सामोरं जाण्यापासून तुम्हीच अडवत आहात. *'त्यांना करू द्या'* हा सिद्धान्त तुम्हाला शिकवतो की, दुसऱ्याला मदत करणं म्हणजे त्यांचे प्रश्न तुम्हीच सोडवणं नव्हे तर त्यांना स्वतःला त्यांचं आयुष्य हाताळण्यासाठी आवश्यक ती संधी व साधने देणे.

१. **समस्या :** कोणालातरी त्यांच्या अडचणींपासून वाचवणं, त्यांना त्या अडचणीत अधिक खोल बुडवून टाकतं. तुमच्या पैशांनी, शब्दांनी आणि कृतींनी जर तुम्ही त्यांना आधार देत राहिलात, तर त्यांच्या स्वावलंबनाला चालना देत नाही तर उलट त्यांच्या बऱ्या होण्याच्या प्रक्रियेला अडथळा आणता.

   त्यांची वेदना, त्यांचं कर्ज, त्यांचे संपूर्णपणे मोडकळीस येणे लांबणीवर टाकता आणि त्याच वेळी, स्वतःचंही ताण वाढवता. बरे होण्यासाठी लोक जेव्हा स्वतः कष्ट करतात तेव्हाच ते बरे होतात. तुम्ही त्यांच्या आधीच त्यांच्या बऱ्या होण्याची तयारी केलेली असते. तुमचे हेतू कितीही शुद्ध असले तरी, पुन्हा पुन्हा हस्तक्षेप करणं त्यांच्यात परावलंबित्व वाढवतं, नैराश्य आणते आणि त्यांच्या जबाबदारी घेण्याच्या क्षमतेला मारक ठरतं. बरे होण्याच्या त्यांच्या इच्छेपेक्षा प्रबळ इच्छा तुम्ही बाळगू शकत नाही.

२. **सत्य :** स्वतःवर काम करण्यास तयार होतात तेव्हाच माणसे बरी होतात. बहुधा, तुम्ही त्यांच्यापेक्षा आधी त्यांच्या बऱ्या होण्याची वाट पाहत असता. तुमची भावना शुद्ध असते, पण वारंवार त्यांच्या अडचणीत हस्तक्षेप करून, त्यांना तुमच्यावर अवलंबून ठेवता, त्यांच्यामध्ये नाराजी निर्माण करता आणि तुम्ही त्यांच्या आत्मनिर्भरतेला अडथळा निर्माण करता. त्यांच्या बऱ्या होण्याच्या इच्छेपेक्षा अधिक इच्छा तुम्ही बाळगू शकत नाही.

३. **उपाय :** *'त्यांना करू द्या'* या सिद्धान्तानुसार, तुम्ही पाऊल मागे घ्यायला हवे आणि प्रौढ व्यक्तींना त्यांच्या कृतींचे नैसर्गिक परिणाम अनुभवू द्यायला हवे. त्यांना वाचवण्याऐवजी, अटींसह पाठिंबा द्या. ही पद्धत त्यांना बरे होण्याची व प्रगती साधण्याची जबादारी घेण्यास मदत करते आणि त्यांनी बरे होण्याच्या त्यांच्या अंगभूत क्षमतेवरील तुमचा विश्वास दर्शविते.

जेव्हा *'त्यांना करू द्या'* असे तुम्ही म्हणता तेव्हा तुम्ही इतरांवर विश्वास ठेवता आणि त्यांना त्यांच्या अडचणींचा सामना करण्यासाठी समर्थ बनवता. संघर्षाला सामोरं जाणं हा प्रगतीमधील अनिवार्य भाग आहे हे समजून घेऊन त्यांना त्यांच्या अडचणींचा सामना करण्यासाठी समर्थ बनवता.

जेव्हा *'मला करू द्या'* असे तुम्ही म्हणता तेव्हा तुम्ही त्यांच्या आयुष्याचं नियंत्रण स्वतःकडे घेत नाही, तर केवळ आधार देता व असे करीत असताना त्यांना स्वतःहून बरे होण्यासाठी पोषक वातावरण व साधने निर्माण करता.

त्यांच्या बरे होण्याच्या क्षमतेवर विश्वास ठेवा आणि बदल शक्य आहे असं एक वातावरण तयार करा.

तुम्ही ज्या प्रेमास लायक आहात ते प्रेम निवडणे

प्रकरण अठरावे

आपण कोण आहोत हे त्यांना दर्शवू दे

तुमच्या आयुष्याच्या अखेरीस, एखाद्याच्या तोंडून शेवटी तुम्हाला कोणते शब्द ऐकायला आवडतील?

'मी तुझ्यावर प्रेम करतो / करते.'

प्रेम ही जगातली सर्वांत शक्तिशाली भावना आहे. तुम्हाला प्रेम मिळावं, प्रेम वाटावं, प्रेमात पडावं, प्रेम व्यक्त करता यावं आणि खऱ्या अर्थाने प्रेममय नात्यात असणं या जीवनातल्या सर्वांत सुंदर अनुभवांपैकी एक अनुभवता यावा या सर्वांसाठी तुम्ही पात्र आहात.

तुम्ही सध्या एकटे असाल, घटस्फोटित, कोणाला भेटत असाल (डेटिंग), साखरपुडा झाला असेल, प्रेमसंबंधात असाल किंवा बऱ्याच वर्षांपासून वैवाहिक जीवनात असाल, तर तुमच्या आयुष्यातलं सर्वोत्तम प्रेम अजून यायचंच आहे असा माझा ठाम विश्वास आहे. आधीपासूनच गोड असलेली नातीही अधिक अर्थपूर्ण होऊ शकतात, आणि तुमचं एखाद्या व्यक्तीशी असलेलं नातं अजून दृढ होऊ शकतं.

जर तुम्ही एकटे असाल, तर हे लक्षात ठेवा, तुमची प्रेमकहाणी अजून संपलेली नाही. तुमच्या आयुष्याचं खरं प्रेम भूतकाळात नव्हतं; ते भविष्यात कुठंतरी वाट पाहत आहे. तुमच्या आयुष्यात जे काही घडलं, ज्या नात्यांतून तुम्ही गेलात त्या सगळ्या गोष्टींनी तुम्हाला जे पुढे घडणार आहे त्यासाठी तयार केलं आहे.

या पुस्तकासाठी संशोधन करत असताना, मला खूपदा एकच प्रश्न विचारला गेला तो म्हणजे *'त्यांना करू द्या'* सिद्धान्त प्रेमाच्या बाबतीत कसा लागू पडेल?

म्हणून प्रेमसंबंध जमविण्यासाठी भेटीगाठी (डेटिंग), बांधिलकी, एखादा प्रेमसंबंध आपल्यासाठी योग्य आहे की नाही, प्रेमसंबंध चिरकाल कसे टिकतील व प्रेमभंगातून कसे सावरावे या गोष्टींचा पुढील तीन प्रकरणांत आपण एकत्र अभ्यास करू.

तुम्ही तुमच्या पात्रतेपेक्षा कमी प्रेम स्वीकारत आहात या गोष्टीवर आपण आता अखेरीस बोलणार आहोत.

वास्तव हेच आहे की, प्रौढ व्यक्ती कोणावर आणि कसं प्रेम करावं हे ठरवतात आणि काही वेळा प्रेम करण्यासाठी ते तुमची निवड करणार नाहीत. तुमच्याबद्दल त्यांना काय

वाटते हे सत्य लोकांच्या वर्तणुकीतून समजते. खूप वेळा आपण प्रेमाच्या मागे धावत राहतो किंवा प्रेम होईल अशी आशा बाळगत राहतो आणि त्यासाठी आपल्या मूल्यांशी तडजोड करतो. प्रेमाच्या मागे धावताना ज्यासाठी तुम्ही खरोखर पात्र आहात त्या खोल, अर्थपूर्ण नात्याला स्वतःहून दूर ढकलता.

प्रेम जितकं अद्भुत आहे, तितकंच ते वेदनेचं मूळही ठरू शकतं. कधीकधी तुम्हाला एवढे प्रेम मिळावे असे वाटते की, तुम्ही आपली शक्ती दुसऱ्या व्यक्तीस देऊन टाकता.

उदाहरणार्थ, एखादा ऑनलाइन भेटलेला अनोळखी माणूस आता तुमचे मूड ठरवणारा झाला आहे. कोणीतरी तुमच्यावर मायावी परिणाम केला आणि आता तुम्ही तुमचा आत्मसन्मान नष्ट केला आहे. किंवा तुमचा जोडीदार तुम्हाला दुर्लक्षित करतो, फक्त एकाच खोलीमध्ये तुमच्याबरोबर राहणाऱ्या व्यक्तीसारखा वागतो आणि तुम्ही ते निमूटपणे सहन करत आहात.

प्रेमात तुम्ही अशा सापळ्यात अडकता की, समोरच्याचे दुःख, त्यांचे अपुरेपण, त्यांच्या जुन्या जखमा तुम्हाला तुमच्या स्वतःच्या निकषांवर तडजोड करायला भाग पाडतात.

प्रेमात असताना सर्व युक्तिवाद बाहेर फेकला जातो. तुम्ही समोरच्याचं वाईट वागणं समजून घ्यायचा प्रयत्न करता, ती व्यक्ती 'फक्त त्रासातून जात आहे' असं समजता आणि वास्तवाचं भान हरवतं. कधीकधी, नातं संपवण्याची भीती आणि पुढच्या अनिश्चिततेचा ताण तुम्हाला अकार्यक्षम नात्यात राहायला भाग पाडतो.

पण लक्षात ठेवा, तुम्ही एका विलक्षण प्रेमकथेस पात्र आहात आणि त्यापेक्षा कमी अशा कोणत्याही प्रेमासाठी तडजोड करणं चुकीचं आहे.

'त्यांना करू द्या' हा सिद्धान्त वापरून तुम्हाला हे समजेल की, प्रेमासाठी एखाद्या व्यक्तीच्या मागे धावणे आणि प्रेम निवडणे यांत काय फरक आहे. कोणाबरोबर कटिबद्धता असावी व कोणाबरोबर नसावी हेही तुम्ही शिकाल.

'त्यांना करू द्या' हा सिद्धान्त वापरून तुमच्या आयुष्यातील सर्वांत प्रेमळ, आधारदायक आणि समर्पित नातं कसं घडवता येईल हेही शिकाल.

खरं सांगायचं तर सर्वोत्तम नातेसंबंध हे वेळेनुसार वाढत जातात, बदलत जातात. आणि तुम्ही नात्यात स्वतःला जसं सादर करता त्यात बदल केल्यास तुम्हाला जास्त खोल, जास्त जिव्हाळ्याचं आणि तुम्ही खरोखर पात्र आहात असे प्रेमळ नाते मिळेल.

तर मग, सुरुवात करू या अगदी पहिल्यापासूनच... प्रेम कसं शोधायचं?

आजच्या काळात डेटिंग (प्रेमसंबंध जुळविण्यासाठी भेटणे) म्हणजे खरंच एक अवघड गोष्ट झाली आहे. मी आजवर फारच कमी लोकांना भेटले आहे जे म्हणतात की, 'डेटिंग करायला मजा येते' किंवा 'हे अगदी सोपं आहे.'

स्वतःला उघडपणे समोर मांडणं, डेटिंग ॲप्सवर यावं लागणं आणि त्या उथळ 'हूकअप संस्कृती'त (जोडी जमविणे) उतरावं लागणं याची सगळ्यांनाच एक भीती वाटते.

म्हणून, जर तुम्हाला नैराश्य किंवा एकटेपणाबद्दल असुरक्षितता वाटत असेल तर तुम्ही एकटे नाही. हे अगदीच सामान्य आहे, आजच्या जगात प्रेम आणि नातेसंबंध हे एक खेळ, एक उद्योग, एक स्पर्धा बनून गेले आहेत आणि त्यासाठी डेटिंग ॲप्स व सोशल मीडियाची फार मोठी भूमिका आहे.

यात आणखी खंत वाटावी अशी गोष्ट म्हणजे बहुतेक सल्ले हे केवळ टिप्स, ट्रिक्स आणि पुढची डेट कशी मिळवायची, किंवा 'जास्त लाइक्स मिळवण्यासाठी काय करावं', याचं मार्गदर्शन करत असतात.

म्हणूनच आजचं डेटिंग म्हणजे एक स्पर्धा वाटते, पण प्रेम म्हणजे स्पर्धा नाही. प्रेम आणि दृढ नातेसंबंध यांच्याकडे पाहण्याचा हा अगदी चुकीचा मार्ग आहे. हा काही खेळ नाही. तुम्ही कोणाला तरीआवडावे म्हणून तुम्ही काही चलाखी करणे अपेक्षित नाही. तुम्ही केव्हा संदेश पाठवावे आणि काय म्हणावे यासंबंधीच्या नियमानुसार तुम्ही वागण्याची गरज नाही.

तुम्ही जसे आहात तसेच रहा. जेव्हा तुम्ही स्वतःला पूर्णपणे, खरंखुरं समोर मांडता तेव्हा कुठेतरी, कोणीतरी, अगदी तुमच्यासारख्या व्यक्तीची वाट पाहत असतो/ असते. तुम्ही जसे आहात, तसेच स्वीकारणाऱ्या माणसाला तुमचं खरं रूप दिसायला हवं.

कोणीतरी जर तुम्हाला 'त्यानं/तिनं प्रेमात पडावं यासाठी अशी चलाखी करा', असं सांगत असेल, तर लक्षात ठेवा : तो तुम्हाला तुमच्या तत्त्वापासून दूर नेत आहे आणि अशा उथळ पाण्यात ढकलतो आहे जिथे अनिष्ट व्यक्ती भेटतील. विचार करीत राहण्याऐवजी तुम्ही स्वतःला बदला आणि काहीतरी वेगळे करण्यास आरंभ करा, तुम्ही काय करणे थांबवावे हे मी तुम्हाला शिकविणार आहे.

प्रिय व्यक्ती मिळणे हे 'हो' म्हणण्यापेक्षा 'नाही' म्हणण्यावर अधिक अवलंबून असतं. तुमच्या स्वतःबद्दल आणि नात्यांबद्दलचे मापदंड उच्च असतील, तर डेटिंग ही निवडीची नव्हे तर वगळण्याची प्रक्रिया ठरते. *'त्यांना करू द्या'* हा सिद्धान्त तुम्हाला स्वतःशी प्रामाणिक राहायला शिकवतो आणि तुम्ही स्वतःच्या मूल्यांशी प्रामाणिक राहत असताना इतरांना आपली खरी ओळख उघड करू देण्याचे धैर्य देतो.

जेव्हा तुम्ही स्वतःला जसं आहात तसं स्वीकारता, तेव्हा नियंत्रण तुमच्याच हातात राहतं कारण तुम्हीच ठरवत असता की, कोण तुमचा वेळ आणि ऊर्जा मिळवण्याजोगं आहे आणि कोण नाही.

पण इतकंच नव्हे तर कोणीतरी तुमच्याबद्दल फारसं उत्सुक नाही हे ओळखण्यासाठीही धैर्य लागतं आणि हे मान्य करणं आत्मविश्वासाचं लक्षण आहे.

कोणी फक्त संदेशच पाठवत असेल, तर ते साहजिक आहे, पण त्यांना खरोखरच भेटायचं असतं तर त्यांनी काहीतरी योजना आखली असती हे तुम्ही समजून घेण्यासाठी आत्मविश्वास आवश्यक आहे.

तुमच्या मनात जेव्हा तुम्ही त्यांची बाजू घेऊन कल्पना आणि सबबी शोधायला लागता, तेव्हा प्रत्यक्षात तुमची शक्ती तुम्ही त्यांच्या हाती देत असता. डेटिंगमध्ये दुसऱ्यांच्या वागणुकीबाबत तुमचा दृष्टिकोन अगदी स्पष्ट असायला हवा आणि हेच कठीण आहे. *'त्यांना*

करू द्या' सिद्धान्त वापरून तुम्ही चुकीच्या नात्यांचा पाठलाग न करता योग्य नातं निवडायला शिकणार आहात.

डेटिंगचा हेतू फक्त 'तो /ती एक' शोधणं नसतो

डेटिंग कठीण वाटतं कारण आपण त्यामागचा खरा हेतू समजून घेत नाही. डेटिंगचा उद्देश केवळ 'आपला जोडीदार' शोधणं नाही. ही एक अशी प्रक्रिया आहे जी तुम्हाला स्वतःविषयी, तुमच्या पसंती आणि नापसंतींबद्दल अधिक जाणून घेऊ देते. प्रत्येक व्यक्तीमुळे तुम्हाला हे उमगतं की, काय हवं आहे आणि काय नको.

प्रत्येक भेट, प्रत्येक अनुभव आणि त्यातील काही अगदी त्रासदायक असले तरीही तुम्हाला एक महत्त्वाचा धडा देऊन जातो.

सर्वांत महत्त्वाच्या धड्यांपैकी एक म्हणजे कोणत्या प्रकारचं वागणं तुम्ही सहन करणार नाही आणि नात्यात तुम्हाला खरोखर कुठल्या प्रकारच्या व्यक्तीसोबत राहायचं आहे, हे स्वत समजून घेणं. जर तुम्ही 'एकच योग्य व्यक्ती शोधणं' हाच ध्यास लावून बसलात, तर डेटिंगमधून प्रेमाची खरी किंमत काय आहे हे शिकण्याची संधी तुम्ही गमावता.

तुमचं अस्तित्व केवळ कोणाचीतरी बायको किंवा नवरा बनण्यासाठी झालेलं नाही. तुमची स्वप्नं पूर्ण करणं, तुमची कहाणी जगासमोर मांडणं आणि एक भव्य, सुंदर, अद्भुत आयुष्य घडवणं हे तुमचं ध्येय आहे.

कोणी दुसरं येऊन तुमचं जीवन घडवणार नाही. ज्या व्यक्तीला तुम्ही प्रेमासाठी निवडता, त्या व्यक्तीलाच फक्त त्या आयुष्यात सहभागी होण्याची संधी मिळते. म्हणूनच तुम्ही ती निवड समजूतदारपणे करा, अशी माझी इच्छा आहे.

डेटिंग करताना आनंद घ्या, अनेक लोकांना भेटा, पण हे विसरू नका की, शेवटी तुम्ही अशा व्यक्तीचा शोध घेत आहात जी तुमचं सर्वोत्तम रूप पुढे आणू शकते आणि एकत्र सुंदर जीवन घडवू शकते.

म्हणूनच डेटिंगचा उद्देश केवळ 'तो /ती एक' शोधणं नाही.

स्वतःला समजून घेण्याची, वेगवेगळे अनुभव घेण्याची आणि त्या अनुभवांच्या आधारे अशी व्यक्ती निवडण्याची जी केवळ तुम्हालाच निवडत नाही, तर तुमचं खरं मूल्य ओळखून तुम्हाला आपलंसं करते, यासाठी डेटिंग ही एक संधी आहे.

खरं तर, कठीण भाग इथेच आहे. तुम्ही इतर कोणीतरी तुम्हाला निवडेल की नाही हे नियंत्रित करू शकत नाही. तुमच्या जीवनाचं वेळापत्रक दुसऱ्याच्या वेळेशी जुळेल का हेसुद्धा तुमच्या हातात नसतं.

कोणावर, कसं आणि कितपत प्रेम करायचं हे लोक स्वतः ठरवतात आणि कधीकधी तुम्ही निवडले जाणार नाही. पण हे नेहमी लक्षात ठेवा की, तुमच्याही हातात निवड आहे. कोणावर प्रेम करायचं, कसं करायचं, कोणासाठी तुमचा वेळ आणि ऊर्जा योग्य आहे आणि तुमच्याशी कसं वागलं जावं, हे ठरवण्याचा अधिकारही तुमचाच आहे. कधीकधी योग्य निवड ही ज्याचं वागणं तुमच्या सन्मानास अनुरूप नाही, त्याच्याकडून दूर जाण्यात असते.

आता मी एका वास्तवाशी येत आहे ते म्हणजे लोकांना तुमच्याबद्दल काय वाटते हे त्यांच्या वर्तणुकीवरून समजते.

तुमचं काम म्हणजे अर्थ लावणं नाही, अंदाज बांधणं नाही. तुमचं खरं काम आहे लोकांना ते जसे आहेत तसे प्रकट होऊ द्या, त्यांना तुमच्याबद्दल काय वाटतं ते दिसू द्या आणि ते जसं आहे तसं स्वीकारा. आणि हो, हे नियम नात्याच्या प्रत्येक टप्प्यावर लागू होतात.

पहिल्या ओळखींचे दिवस

जेव्हा तुम्ही नव्या ओळखी निर्माण करू लागता, तेव्हा तुम्हाला बऱ्याच व्यक्ती 'आवडतात', तुम्हाला 'त्यांच्यामध्ये रस आहे' असे वाटते कारण देखण्या, हुशार (स्मार्ट), मजेशीर व्यक्ती जगात खूप असतात.

हे सुरुवातीचे दिवस खूप ऊर्जावान, उत्साही वाटतात. म्हणूनच, कदाचित तुम्ही अनेक जणांना 'हो' म्हणाल, जे प्रत्यक्षात तुमच्यासाठी योग्य नाहीत.

कोणीतरी आकर्षक वाटत असेल, हृदयात काहीतरी वादळ उठलेलं असेल, आठवड्याच्या शेवटी काहीच प्लॅन नसेल, किंवा एकटं वाटत असेल, किंवा आपल्याला जोडीदार भेटणारच नाही या भीतीने तुम्ही 'हो' म्हणता.

डेटिंग कठीण वाटतं कारण बहुतेक जण एकटेपणाच्या भीतीने आणि एखाद्याला 'शोधण्या'च्या घाईने इतके व्याकूळ असतात की, समोर काय घडतंय याकडे वस्तुनिष्ठपणे पाहायला विसरतात.

किती वेळा तुम्ही स्वतःला पटवून दिलं आहे की, हे नातं गंभीर आहे, यात काही प्रगती होत आहे, किंवा वारंवार मद्यपान करीत होणाऱ्या भेटी म्हणजे तुम्हाला ती व्यक्ती जेवढी आवडते तेवढेच तुम्हीही त्या व्यक्तीला आवडता, किंवा तुम्ही दोघे एकत्र आयुष्य कंठाल का?

एक प्रसिद्ध वाक्य असे आहे, 'कोणीतरी तुमच्यावर प्रेम करत असेल, तर तुम्हाला नक्कीच कळेल; आणि कोणी प्रेम करीत नसेल तर तुम्ही गोंधळलेले असाल.'

गोंधळलेलं असणं ही डेटिंगमधील सर्वांत धोकादायक अवस्था आहे कारण तुम्हाला जर ती व्यक्ती आवडत असेल तर तुम्हीपण त्या व्यक्तीला आवडता अशी स्वतःला खात्री देणे ही तुमची त्वरित प्रतिक्रिया असते. तसे करू नका. *त्यांना तुम्हाला गोंधळात टाकू* दे.

जेव्हा तुम्ही गोंधळलेले असता तेव्हा समोरची व्यक्ती तुमच्यावर प्रेम करतच नसते हे तुमच्या लक्षात आलेले नाही का? तुमचा गोंधळ कशामुळे आहे हे पहा. हा गोंधळ खरं तर एक स्पष्ट संकेत असतो तो म्हणजे त्यांना तुमच्याबद्दल तसं काही वाटत नाही, जसं तुम्हाला वाटतं. समोरून काहीच घडत नसताना जेव्हा तुम्ही स्वतःला पटवून देत राहता की, 'इथे काहीतरी आहे', तेव्हा तुम्ही प्रेमाचा पाठलाग करत असता आणि प्रेमाचा पाठलाग केल्यावर ते प्रेम अजून दूर जातं. चुकीच्या व्यक्तीचा पाठलाग नेहमी तुम्हाला चुकीच्या ठिकाणी नेतो. ज्या व्यक्तीकडून कदाचित प्रेम मिळू शकेल अशा व्यक्तीचा पाठलाग करणे म्हणजे आतून तुम्हाला माहीत असतं की हे काही योग्य नाही, पण तुम्ही सत्याकडे पाठ फिरवत असता.

तुम्ही पाठलाग करत आहात हे कसे ओळखाल

नेहमी तुम्हीच संदेश पाठविता, फोन करता, संपर्क साधता. मद्यपान करीत घेतलेल्या भेटींना तुम्ही 'काहीतरी खास' समजता. ती व्यक्ती तुमच्या प्रेमात पडेल या आशेने सतत त्यांच्याजवळ राहण्याचा प्रयत्न करता.

जरी त्या व्यक्तीची वर्तणूक काही विरुद्ध संदेश देत असली तरी ती व्यक्ती जे सांगत आहे त्यावर तुम्ही विश्वास ठेवता. कालांतराने यात सुधारणा होईल असे स्वतःला सांगता. 'त्यांच्यासाठी योग्य व्यक्ती मीच आहे,' असा विचार तुम्ही करता. त्यांचं बऱ्याचदा भेटणं फक्त बारमध्येच होतं. तुम्हाला वाटतं, 'मी त्यांना बदलू शकतो.' तुमचा एखादा संदेश त्यांना परत तुमच्याकडे खेचेल असा विचार तुम्ही करता.

हे सगळं म्हणजे प्रेम मिळू शकेल अशा व्यक्तीचा पाठलाग. तुम्ही कधी प्रेम जुळविण्याच्या इतकं मागे लागता की, जे काही तुमच्यासाठी योग्य नाही, त्यालाच जबरदस्तीनं आपल्या आयुष्यात बसवायचा प्रयत्न करता. हे म्हणजे एखादा आकर्षक बूट दिसला, पण तो आकाराने खूप छोटा असला तरीही तुम्ही तुमचा पाय त्यात कोंबायचा प्रयत्न करता. पाय अचानक लहान होणार नाही आणि तसा बूटही तुमच्यासाठी वाढणार नाही. तसंच ही व्यक्तीही तुमच्या अपेक्षेनुसार रूपांतरित होणार नाही. म्हणूनच पाठलाग करणं थांबवा.

चुकीच्या लोकांच्या मागे घालवलेला प्रत्येक क्षण योग्य व्यक्तीला शोधण्यातला वेळ कमी करतो. त्यांनी तुम्हाला फसवू दे. मला पुढे जाऊ दे.

ही व्यक्ती योग्य असेल असे वाटून तिच्या मागे मागे धावणं थांबवा. ज्यांच्याकडून प्रेम, वेळ किंवा आपुलकी मिळत नाही, त्यांच्यावर तुमचं सर्वस्व खर्च करणं थांबवा. त्यांच्या अपमानास्पद वर्तणुकीचे स्पष्टीकरण देणे थांबवा. जे तुमच्यावर प्रेम करत नाहीत, अशा लोकांना सतत आपलं प्रेम देणं थांबवा. जे स्पष्टपणे तुमच्यात रस दाखवत नाहीत, त्यांच्यासाठी कारणं शोधणं थांबवा. प्रेम करण्यासाठी जे तुमची निवड करीत नाहीत त्यांच्या मागे धावणं थांबवा. हा खेळ खेळणं थांबवा.

हो, डेटिंग कठीण असतं. हो, तुम्ही खूप भावनाप्रधान होता. हो, नकार दिला जाणं त्रासदायक असतं.

हो, त्यांच्यासोबतचं शारीरिक नातं जबरदस्त असतं. हो, ते खूप मजेशीर असते. आपल्याला जोडीदार नसणे ठीक चांगले वाटत नाही. हो, कोणीतरी आपल्यात रस घेतंय, हे जाणवणं छान असतं. हो, शनिवार आणि रविवारच्या सुट्टीसाठी काहीतरी योजना असणं किंवा पुढचं काहीतरी उत्सुकतेने वाट बघता येणं, हे दिलासादायक असतं. हो, काही वेळा व्यक्ती योग्य असते, पण वेळ चुकीची असते.

योग्य नातं मिळवायचं असेल तर चुकीच्या नात्यांना 'नाही' म्हणावंच लागतं हे लक्षात ठेवा.

तुम्ही जितक्या लवकर 'नाही' म्हणाल, तितक्याच लवकर तुम्ही तुमच्या आयुष्यातील खऱ्या प्रेमाला 'हो' म्हणू शकाल. *'त्यांना करू द्या'* हा सिद्धान्त खरं प्रेम शोधण्यासाठी क्रांतिकारी ठरू शकतो कारण तो तुम्हाला अगदी थेट आणि निःसंशयपणे सत्याशी भिडायला

लावतो. तुमचं नातं, समोरची व्यक्ती आणि त्यांच्या भावना यांबद्दल पूर्ण प्रामाणिकपणे विचार करायला भाग पाडते.

त्यांना तुम्ही आवडत नाही. डोळे उघडा.

कोण आहे ही व्यक्ती आणि त्यांच्या आयुष्यात तुमचं स्थान काय आहे, हे समजून घेण्याचा एकमेव मार्ग म्हणजे त्यांचं वर्तन पाहणं. ती व्यक्ती काय म्हणाली हे विसरा. त्यांनी काय केले हे पहा. हो, सुरुवातीला हे कठीण असतं. भावना आणि शरीरातील रसायनं मन धूसर करतात. त्या गुंतवळीत आपल्याला खरं तर कसं वागवलं जातंय हे सत्य दिसेनासं होतं.

एक सोपा प्रश्न स्वतःला विचारा : *तुमच्या एखाद्या जिवलग मित्राला असं वागणं सहन करावं लागत असतं, तर तुम्ही त्याला काय सांगितलं असतं?*

'त्यांना करू द्या' सिद्धान्ताचा मूलभूत नियम म्हणजे माणसाचं वर्तनच सांगतं की, त्यांच्या आयुष्यात तुमचे स्थान काय आहे. हे सगळं अगदी सूर्यप्रकाशाइतके स्पष्ट आहे. तुम्ही त्यांच्या प्राधान्यक्रमात आहात किंवा नाहीत, या दोन्हींच्या मधली अवस्थाच नाही.

त्यांचं खरं रूप काय आहे हे *'त्यांना करू द्या'* सिद्धान्त तुम्हाला दर्शवितो.

जर तुम्ही सतत कोणाच्यातरी मागे लागले असाल, तर तुम्ही स्वतःलाच त्या कठोर सत्यापासून दूर ठेवलंय की, ती व्यक्ती तुमच्यावर तितकं प्रेम करत नाही, जितकं तुम्हाला हवं आहे.

जर कोणी तुम्हाला उलटसुलट संकेत पाठवत असेल तर त्याचा नेमका अर्थ इतकाच आहे की, ते तुमच्यात खरं तर काहीच रस घेत नाहीत.

उलटसुलट संकेत म्हणजे गोंधळ नव्हे, तुम्ही त्यांच्या आयुष्यात प्राधान्य नसून फक्त सोय आहात असा तो अत्यंत स्पष्ट संदेश असतो.

उदाहरणार्थ, जर कोणी तुम्हाला दिवसरात्र संदेश पाठवता असेल, पण कधीच प्रत्यक्ष भेटायचं काही ठोस ठरवत नसेल तर त्यांना खऱ्या नात्यात काहीच रस नाही. त्यांना संदेश पाठवू दे. जर ते दर वेळी शहरात आले की भेटू पाहतात, पण परत गेल्यावर विचारतही नाहीत, तर ते फक्त शारीरिक संबंधापुरतेच सीमित आहेत. त्यांना तसंच वागू द्या. खरा प्रश्न ते नाहीत, तुम्ही आहात.

कारण तुम्ही स्वतःच्या वेळेची किंमतच करत नाही, यामध्ये काही प्रगती होत नाही याची तुम्हाला जाणीवच नाही.

म्हणून, आता *'मला करू द्या'* हा भाग लक्षात घ्या. 'मला स्वतःकडे डोळसपणे पाहू दे आणि स्वतःशी प्रामाणिक होऊ दे' असा विचार करा. जितका जास्त वेळ मी या व्यक्तीच्या मागे घालवतोय, जितका अधिक वेळ मी मेसेज करतोय, आणि मी मनात जितकी अधिक कल्पना करतो आहे की, कधीतरी त्या व्यक्तीला उमजेल की आपण एकमेकांसाठीच आहोत तितकाच मी ज्या व्यक्तीला खरोखर प्रेमसंबंध पाहिजे आहे त्या व्यक्तीपासून मी दूर चाललोय.

येथे काही प्रगती होत नाही हे मला स्वाभिमानाने स्वतःशी कबूल करू दे. कोणी तुम्हाला खेचत नेत असेल तर त्यांना तसं करू द्या. तुमच्याकडे नेहमी ती दोरी तोडण्याचं सामर्थ्य असतं. त्या खेचले जाण्यामध्ये तुम्हीही एक सक्रिय भागीदार आहात कारण तुम्हीच त्यांना परवानगी दिली आहे.

आणि जर आत्ता तुम्ही एका सकारात्मक, प्रेमळ नात्यात असताना कोणी फक्त तुमच्याबरोबर थोडा वेळ घालविण्यासाठी संदेश पाठवीत असेल तर तुम्ही आश्चर्य व्यक्त कराल व दुर्लक्ष कराल. म्हणून आता तुमच्या वाट्याचा दोष स्वीकारा आणि तुमचं बळ पुन्हा स्वतःकडे आणा.

'मला करू द्या' म्हणजे जी व्यक्ती माझी निवड करणार नाही त्या व्यक्तीबरोबर मी डेटिंग करणार नाही याची माझी मलाच आठवण करून देऊ दे.

चांगल्या नात्याचं सगळ्यात महत्त्वाचं लक्षण काय असेल तर ते म्हणजे दोघांनाही ते नाते हवे असणे : एकमेकांचे प्रयत्न, परस्पर सन्मान, परस्पर भावना, परस्पर आकर्षण आणि परस्पर स्वारस्य.

एखाद्याच्या वर्तणुकीबद्दल तुम्ही कारणे किंवा स्पष्टीकरण देत असाल तर थांबा. त्यांना त्यांचं खरं रूप दाखवू द्या. त्यांना दाखवू द्या की, ते खरोखर प्रयत्न करतात की नाही. त्यांना दाखवू द्या की, त्यांना तुमची काळजी आहे की नाही.

डेटिंगमध्ये सर्वांत जास्त गोंधळ निर्माण करणारी गोष्ट म्हणजे त्यांना तुमची काळजी नाही हे तुम्ही नाकारणे. आपण सगळ्यांनी हे अनुभवलं आहे. कोणीतरी आवडतं आणि त्यांना त्यांना तुम्ही आवडत नाही, ही भावना अतिशय वेदनादायक असते. दुसऱ्या व्यक्तीने प्रेम करण्यासाठी कोणाची निवड करावी यावर तुम्ही नियंत्रण करू शकत नाही.

फक्त ज्यात दुसऱ्याचे तुमच्यावर प्रेमच नाही त्या एका नात्यासाठी तुम्ही स्वतःला लहान करत करत, संकोचत, स्वतःला बदलत, एक नवीन रूप धारण करून तुमचं आयुष्य घालवू नका. असं करू नका.

नात्याची सुरुवात असते तेव्हा अशा सापळ्यात सापडणे सोपे असते. जरी आत खोल कुठेतरी तुमचं अंतःकरण काहीतरी चुकतंय असे इशारे देत असलं तरीही 'ही व्यक्तीच माझ्यासाठी योग्य आहे!' अशा निष्कर्षावर पोहोचणं सहज होतं.

त्यांच्याही भावना तुमच्यासारख्याच असतील असा डोळे झाकून सहज विश्वास ठेवला जातो. जर तुम्ही थोडेसे बदललात तर कदाचित ते प्रेम करतील असं वाटणं सोपं आहे. जरी ते प्रेम जितकं तुम्हाला वाटतं तितकं जादुई नसले तरी कोणीतरी आपल्यावर प्रेम करतंय ही कल्पना घट्ट धरून बसणं सोपं असतं.

जरी त्यांनी कधीच तुम्हाला पूर्ण वचनबद्धतेचा शब्द दिला नसला तरी ते दुसऱ्या कुणालाच भेटत नाहीत असं समजून घेणं सोपं असतं किंवा त्यांना 'कोणाची/कोणाचा जोडीदार' समजले जाणे आवडत नाही. आपण जोडीदाराशिवाय नसावे म्हणून एक अपूर्ण, कोरडं, निरस नातं स्वीकारणंही सोपं असतं. क्षणभरासाठी हे सोपं वाटू शकतं, पण कालांतराने ते तुमच्या मनास धक्का पोहोचविते.

तो भावनांचा तणाव, ते आपलं अस्तित्व हरवणं, ते सतत आपल्याच स्थानाबाबत निर्माण होणारे प्रश्न, आपली प्रिय व्यक्ती आपल्याशी कधीच वचनबद्ध होणार नाही ही जाणीव तुम्हाला टोचणी देते. या सगळ्यामध्ये काही अर्थ नाही.

जर त्यांना तुमच्यात रस असेल, तर तुम्हाला ते कळेलच. आणि जर नसेल तर तुमचा गोंधळ उडेल हे मला पुन्हा एकदा ठामपणे सांगायचं आहे.

त्यांनी संदेशाला उत्तर न देऊ दे. दारूच्या नशेत वचने देऊ दे. सकाळी काही न सांगता निघून गेले आणि 'पुन्हा भेटू या' असं म्हणून कधीच परत संपर्क केला नाही? त्यांना तसंच वागू द्या. ते तुम्हाला गोंधळात टाकतात, चिडवतात, उलटसुलट संकेत पाठवतात? त्यांनाही तसंच करू द्या.

त्यांचं वागणंच तुमच्यासाठी एक स्पष्ट संदेश आहे. त्यांना तसंच वागू देणे हे खरं तर सोपं आहे.

पण *'मला करू द्या'* हेच खरं कठीण आहे. कारण तुम्हाला सत्य पाहायचंच नसतं.

मला त्यांना त्यांच्या खऱ्या रूपात पाहू दे. मी त्यांच्यासाठी कुठल्याच प्राधान्यक्रमात नाही हे त्यांच्या वागण्यातून उमटणारं स्पष्ट सत्य मला स्वीकारू दे.

जे स्पष्टपणे तुमच्यासोबत असण्याचा प्रयत्न करीत नाहीत त्यांच्यासाठी तुम्ही प्रयास करणे व्यर्थ आहे.

प्रकरण एकोणिसावे

आपल्या नात्याला पुढच्या टप्प्यावर कसं न्यावं?

'पण मेल... ते माझ्याकडे योग्य तेवढं लक्ष देत आहेत. ते माझ्यावर प्रेम करतात, हे त्यांनी स्पष्ट सांगितलं आहे... आणि त्यांचं वागणंही अगदी योग्य आहे. त्यांनी फक्त एक सगळ्यात महत्त्वाची गोष्ट सांगितलेली नाही. ते माझ्याशी वचनबद्ध होण्यास तयार नाहीत.'

ही समस्या अनेकदा दिसते आणि ती अनेक रूपांत समोर येऊ शकते. कधी 'जोडीदार' हा शिक्का लावून घेणे, फक्त तुमच्यावरच प्रेम करणे, अधिकृतरीत्या नात्यात असणे, कधी एकमेकांबरोबर फक्त राहण्याचं मान्य करणे, साखरपुडा किंवा लग्न करणे, यांतील काहीच त्यांना नको असणे.

सर्वप्रथम स्वतःला एक प्रश्न विचारा : *'ज्यांना वचनबद्धता नको आहे अशा व्यक्तींच्या मागे लागणं हे माझं नेहमीचं वागणं आहे का?'* का हा फक्त याच व्यक्तीशी संबंधित प्रश्न आहे? या दोन भिन्न गोष्टी आहेत आणि म्हणूनच त्यांचा विचार वेगवेगळा करावा लागेल.

जर तुम्ही नेहमीच चुकीच्या व्यक्तींची निवड करत असाल...

जर दर वेळी तुम्ही असंच एखाद्या वचनबद्धता नको असलेल्या व्यक्तीच्या प्रेमात पडत असाल तर तुम्हाला वाटते तसे हे एखादे योगायोगाचे प्रकरण नाही.

ज्यांना तुम्ही बदलू शकाल असे वाटते त्यांच्याकडेच तुम्ही आकृष्ट होता किंवा ती व्यक्ती दुसऱ्या कोणाबरोबर असल्याने तुमच्यासाठी उपलब्ध नाही किंवा भावनिकदृष्ट्या उपलब्ध नाही.

स्वतःला विचारा की, जे कधीच वचनबद्ध होत नाहीत अशाच लोकांशी तुम्ही डेटिंग करीत आहात का? तू नेहमी तीच असतेस का जी लग्नाआधीची मैत्रीण ठरते? जे पूर्ण विश्वासाला पात्र नाहीत अशाच लोकांशी तुम्ही डेटिंग करता का? जे संशयी वृत्तीचे व नियंत्रण करणारे आहेत त्यांच्याबरोबर तुम्ही डेटिंग करीत आहात का? पुढे नात्यात बदल घडेल या आशेवर वारंवार कोणासोबत शरीर संबंध ठेवता का? जी व्यक्ती स्वतःच गंभीर

संकटात अडकलेली आहे व तुम्ही त्यांची सुटका करू इच्छिता अशा व्यक्तीबरोबर डेटिंग करीत आहात का? तुम्ही ज्यांच्याबरोबर डेटिंग करीत आहात ते तुमची फसवणूक करतात का किंवा तुम्ही फसवणूक करून भेटता? जेव्हा तुमचे नातेसबंध संपुष्टात येतात तेव्हा तेच वेडे होते असे तुम्ही तुमच्या मित्रांना सांगता का?

जर यांपैकी काही गोष्टी तुमच्या अनुभवाशी जुळत असतील, तर तुम्हाला पाठलाग करायला आवडते, हे स्वीकारण्याची वेळ आली आहे

ही सवयच तुमची अडचण आहे. आपल्या भूतकाळातल्या नात्यांच्या किंवा बालपणाच्या अनुभवांवरून लोक नकळतपणे त्याच प्रकारच्या व्यक्तीची निवड करतात असे संशोधनातून समजते.

युनिव्हर्सिटी ऑफ अल्बर्टा येथील एका अभ्यासानुसार प्रारंभीचा आनंदाचा काळ संपल्यावर नवीन नातीसुद्धा आपल्या जुन्या नात्यांप्रमाणेच साचेबद्ध होतात.

आठ वर्षांच्या अभ्यासातून असे दिसले की, लोक नवीन अनुभवांमध्येही तीच जुनी प्रेरक शक्ती आणतात व आल्या स्वतःच्या प्रश्नांकडे दुर्लक्ष करतात व त्यामुळे तेच भंग पावणारे नातेसंबंध पुन्हा पुन्हा अनुभवतात.

जर वरीलपैकी काही गोष्टी तुमच्या बाबतीत खऱ्या असतील तर तुम्ही तुमच्या मानसोपचार तज्ज्ञाकडे जाऊन तुमच्या प्रश्नाच्या मुळाशी जाणे आवश्यक आहे कारण हे प्रश्न दुसऱ्या कोणाच्यातरी नातेसंबंधात राहून सुटणार नाहीत. वास्तविक पाहता तुम्ही जर आणखी कोणाचा पाठलाग केला तर चांगल्या प्रेमास तुम्ही दूर लोटता.

एखादं नवीन नातं हे उत्तर नाही. खरं तर, अशा अवस्थेत नवीन नात्यात शिरणे तुमची अडचण आणखी गंभीर बनवेल. सध्या तुम्हाला जोडीदाराशिवायच राहायची गरज आहे.

होय, हे मी पुन्हा सांगते. तुम्हाला एकटं राहायची गरज आहे.

जर खरंच तुमचं स्वप्न असलेलं, आरोग्यदायी, प्रेमळ नातं हवं असेल तर पुढील एक वर्ष एकटे राहून आपणच सुखी कसे व्हायचे याचा विचार करा आणि बरे व्हा.

'पण मेल, मला एकटं राहायचंच नाहीये! आणि मला वाटतं हा काही फार मोठा प्रश्न नाही. मी फक्त चुकीच्या लोकांना भेटलो. चूक त्यांची आहे माझी नाही. मी दुसरा कोणीतरी निवडला असता तर सगळं ठीक झालं असतं.'

नाही. समस्या त्यांच्यात नाही. समस्या तुमच्यात आहे आणि हे मी सांगत असताना माझ्या लक्षात आले की, तुम्ही स्वतःला या संशोधनातील अपवाद समजत आहात.

या पुस्तकाच्या आरंभी तुम्ही एमआयटीच्या डॉक्टर शॅरोट यांना भेटला होता आणि तुम्ही इतरांना का बदलू शकत नाही हे त्यांनी सांगितले होते ते आठवा.

प्रेमाचा पाठलाग करूनही कोणाची वचनबद्धता मिळत नाही, हा जर प्रेम मिळविण्याचा तुमचा साचा असेल तर तुम्हीच फक्त अपवाद नाही. तुम्हीच मूळ समस्या आहात. हा साचा बदलण्याची गरज आहे आणि आणखी कोणाचातरी पाठलाग करीत राहिलात तर तुम्हाला ही समस्या सोडविता येणार नाही हे तुम्ही मान्य करणे हे तुमच्यापुढील सर्वांत मोठे आव्हान आहे.

जोवर तुम्ही स्वतःच्या अयोग्य किंवा वचनबद्ध न होणाऱ्या अशा स्वतःच्या चुकलेल्या निवडींचं मूळ शोधत नाही तोवर तुम्हाला हवं असलेलं सुंदर नातं तुम्ही निर्माण करू शकणार नाही.

हे मी तुमच्यासाठी प्रेमाने सांगत आहे.

जेव्हा तुम्ही आधीच कोणाशी डेटिंग करत असता किंवा नात्यात असता आणि ते नातं पुढच्या टप्प्यावर न्यायचं असतं; परंतु समोरील व्यक्ती नेमका काय विचार करीत आहे याची तुम्हाला खात्री नसते किंवा वचनबद्धतेचा सर्वांत मोठा विषय कसा काढावा हे माहीत नसते अशा परिस्थितीत *'त्यांना करू द्या'* या सिद्धान्ताचा उपयोग कसा करायचा ते आता पाहू या.

वचनबद्धतेचा संवाद

प्रत्येक नात्याच्या प्रवासात एक अशी वेळ येते की, हे नातं कुठं चाललंय आणि तुम्हाला जे हवे आहे तेथेच तुम्ही आहात का आणि असा विचार तुमच्या मनात येतो. तुमच्या मनात असा प्रश्न एकदा जरी डोकावला तर मनमोकळ्या संवादाची हीच वेळ आहे असे त्याच क्षणी समजून घ्या.

आपण काय मिळवायला हवंय किंवा कोणत्या प्रेमाची आपण पात्रता बाळगतो हे स्पष्टपणे बोलण्याबद्दल वाईट वाटून घेऊ नका. वचनबद्धतेसारख्या अतिशय महत्त्वाच्या विषयाबद्दल सूचक बोलण्याऐवजी थेट आणि प्रामाणिक संवाद हवा. प्रेमळ आणि खऱ्या नात्याची पायाभरणी ही अशाच संवादातून होते.

त्यामुळे भीती बाळगू नका. या संवादाचे स्वागत करा. जर हे नातं खऱ्या अर्थाने टिकण्यासारखं असेल, तर हा संवाद ते अधिक घट्ट करेल. आणि जर नातं फसवं असेल तर तो संवाद त्याचा खोटेपणा उघड पाडेल.

या संवादाची चौकट न्यू यॉर्क टाइम्सचे उत्तम लेखक माझा मित्र मॅथ्यू हसी यांनी मला दिली.

मागील १७ वर्षांपासून लोकांना आत्मविश्वासाने प्रेमात योग्य निर्णय घ्यायला ते शिकवत आहेत. त्यांचे यूट्यूब चॅनेल प्रेमविषयक मार्गदर्शनासाठी जगात क्रमांक १वर आहे व ते चॅनल आजपर्यंत सुमारे ५० कोटी वेळा पाहिले गेले आहे.

या पुस्तकासाठी संशोधन करत असताना आपल्या प्रेमाच्या नात्याला पुढच्या टप्प्यावर नेत असताना लोक काय चुका करतात याबद्दल मी मॅथ्यूशी संवाद साधला.त्याने एक अत्यंत भावस्पर्शी, खुद्द त्याच्या आयुष्यातील प्रसंग सांगितला. तो म्हणाला, ''जेव्हा मी ऑड्रीला भेटलो, तेव्हा मी वेगवेगळ्या शहरांमधील वेगवेगळ्या लोकांशी सहज डेट करत होतो. त्यात कोणतेही गांभीर्य नव्हते. ऑड्रीलाही मी तसेच खोट्या आशेवर ठेवले होते, हे सांगताना ऑड्री शेजारीच बसलेली होती. पण मग एक दिवस ऑड्रीने मला थेट समोर बसवलं आणि अत्यंत विशिष्ट पद्धतीने एक संवाद घडवून आणला. असा काही संवाद होईल याची मला अजिबात कल्पना नव्हती.''

ती त्याला वाईट वाटेल असं काहीही बोलली नाही. तो तिला किती आवडतो व ती त्याच्या प्रेमात पडत आहे हे तिने पुन्हा पुन्हा सांगितले नाही. खरे तर ती त्याच्याबद्दल बोललीच नाही. ती स्वतःच्या वेळेचं महत्त्व आणि तिला आयुष्यात काय हवं आहे, यावर लक्ष केंद्रित करत होती.

मॅथ्यूनं मला सांगितलं, की नातं पुढच्या पातळीवर नेताना लोक सगळ्यात मोठी चूक करतात ती म्हणजे ते दुसऱ्या व्यक्तीवर लक्ष केंद्रित करतात, पण स्वतःच्या वेळेची किंमत आणि त्यांना आयुष्यात काय हवं आहे, याकडे दुर्लक्ष करतात. नेमकं हेच त्याच्या बाबतीत कामाला आलं. मॅथ्यूनं इतर सगळ्या डेटिंग्ज थांबवल्या आणि ऑड्रीशी पूर्णपणे बांधिलकी दर्शवली. आज ते दोघं केवळ विवाहित नाहीत, तर व्यावसायिक भागीदारही आहेत.

मॅथ्यूनं मला त्या अनुभवातून त्यानं काय शिकलं ते सांगितलं, तसेच त्याने, तो ही पद्धत आता इतरांना कशी शिकवतो आणि हे संभाषण कसं रचायचं हे समजावलं. तुम्ही खाली दिले आहे त्याप्रमाणे संवाद करणार आहात. तुम्ही काय करायचे हे दिलेले आहे :

एबीसी लूप या कल्पनेप्रमाणे, हे संभाषण बारमध्ये, फोनवर किंवा घाईगडबडीत कधीच करायचं नाही. मेसेंजर किंवा टेक्स्टवर तर अजिबात नाही. या संवादात शिरताना एक अपेक्षाच ठेवायची नाही की, समोरची व्यक्तीही नात्याबाबत तुमच्यासारखाच विचार करीत आहे. तुम्ही स्पष्टीकरण मागत आहात कारण आता हे नातं कुठेच जात नसेल, तर त्यामध्ये वेळ आणि ऊर्जा घालवण्यासारखं काहीही उरलेले नाही.

तुम्हाला हवे ते उत्तर मिळविणे हा याचा उद्देश नाही. या संबंधामध्ये तुमचे स्थान काय आहे याबद्दल हे संभाषण आहे. हे संभाषण काही भावनांनी भारलेलं नसावं. तुम्ही कोणत्या बाबतीत वेळ देऊ शकता आणि कोणत्या बाबतीत नाही याबद्दल हे आहे. ही मॅथ्यूची सूचना आहे, पण ती तुम्ही तुमच्या शैलीत सादर करा.

> ''मला तुझ्यासोबत वेळ घालवायला खूप आवडलं. पण मला स्वतःची चांगली ओळख आहे, मला एक बांधिलकीचं नातं हवं आहे. म्हणून मी तुझ्याशी बोलायचं ठरवलं, या नात्याबद्दल आपल्या दोघांचा दृष्टिकोन एकसारखाच आहे का हे आता पाहू या. माझा वेळ, माझी ऊर्जा माझ्यासाठी खूप मोलाची आहे आणि जर हे नातं पुढच्या पातळीवर जाणार नसेल, तर मी त्यात वेळ घालवणं थांबवायला हवं. तुझ्याबरोबर मी आता या टप्प्यावर आले आहे. हे सगळं खूप मजेशीर होतं. मला तुझ्यासोबत वेळ घालवायला खरंच आवडलं. पण आता हे नातं पुढच्या पातळीवर जाणार असेल तरच मला यात वेळ आणि ऊर्जा गुंतवायची आहे आणि जर तुलाही असे वाटत नसेल तर काही हरकत नाही, हे जे काही होतं, ते सुंदर होतं. पण मला माझी ओळख आहे आणि मला माझा वेळ आणि आयुष्य जे माझ्याचसारख्या गोष्टी आयुष्यात शोधत आहेत अशा लोकांसोबत घालवायचं आहे.''

अरे वा! मी डेटिंग करीत असताना मला हे माहीत असायला पाहिजे होते. मॅथ्यू आणि ऑड्री यांच्या संवादामध्ये किती सहजता व वस्तुनिष्ठता आहे हे मला प्रकर्षाने जाणवते.

हे वाचत असताना या सांगणाऱ्या व्यक्तीबद्दल आपल्याला आदर वाटतो ना? त्यांना एकमेकांची वेळ आणि ऊर्जा यांचे महत्त्व आहे आणि ते समोरच्याबद्दलही प्रेमपूर्वक बोलले आहेत हे तुमच्या ध्यानात आले आहे का?

बोलताना कोणालाही लाजवलेलं नाही, आरोप केलेले नाहीत, रडकथा मांडलेली नाही. एकमेकांसोबत मजेत वेळ घालवणाऱ्या दोन प्रौढ व्यक्ती आहेत, त्यांपैकी एक जण आता स्वतःला काय हवं आहे स्पष्टपणे सांगत आहे.

हे ऐकून त्या व्यक्तीबद्दल आदर वाटतो का नाही? मला नक्कीच वाटतो. तुम्हीही तुमच्या वेळेला तेवढेच महत्त्व देता ना? नक्कीच तुम्ही देत असणार. तुमच्याप्रमाणेच ठाम आणि वेळेला महत्त्व देणाऱ्या व्यक्तीबरोबर असावे असे तुम्हाला वाटत नाही का?

आणि एक महत्त्वाची गोष्ट : या संवादात कोणतीही अपेक्षा नाही. दुसऱ्या व्यक्तीला 'नाही' म्हणायला पूर्ण मोकळीक आहे.

कधीकधी जे लोक आपल्याला आवडतात ते तुमची निवड करीत नाहीत हा कठीण भाग आहे. याचा त्रास होईल. मन खचेल. पण तुम्ही ठीक व्हाल. महत्त्वाचं म्हणजे त्या व्यक्तीने 'नाही' म्हणाल्यावरही, पुढे काय करायचं हे तुमच्या हातात आहे.

जर त्यांनी स्पष्ट सांगितलं की, 'मला तुझ्यासोबत राहायचं नाही, मला बॉयफ्रेंड/गर्लफ्रेंड व्हायचं नाही, एकमेकांपासून दूर राहून मला नातेसंबंध नको, मला लग्न करायचं नाही, मला कधीच मुलं नको आहेत, मी तुझ्या गावात परत येणार नाही...' तर जे देऊ शकत होते, ते सगळं त्यांनी दिलं आहे. आणि बस्स, तेवढंच त्यांच्या हातात होतं.

त्यांना जाऊ द्या.

माझी मैत्रीण आणि उत्तम लेखिका पास्टर सारा जेक्स रॉबर्ट्स एक वाक्य नेहमी म्हणते, 'हे जेवणाचं उरलं-सुरलं खरंच तुला चालेल का, की तू एखादं पंचतारांकित भोजन शोधत आहेस?'

जर त्यांनी स्पष्टपणे सांगितलं की, तुमच्या ज्या अपेक्षा आहेत त्याप्रमाणे सर्व त्यांना नको आहे आणि तरीही तुम्ही त्या नात्यात राहायचं ठरवत असाल तर ती जबाबदारी आता फक्त तुमची आहे.

जर त्यांनी तुमच्याशी बांधिलकी न दर्शवता, स्पष्ट नकार दिल्यावरदेखील तुम्ही त्यांच्यासोबत राहत असाल तर तुमचा पुढचा फोन तुमच्या मानसोपचार करणाऱ्याला असायला हवा कारण हे काही वरवरचं नाही, यामागे काही खोल दुखणं दडलंय.

माझी मैत्रीण म्हणून मी तुला विचारते, 'तुला अशा व्यक्तीसोबत का राहायचं आहे जी तुझ्याशी बांधिलकी ठेवायला तयार नाही? तुझ्याचसारख्या इच्छा नसलेल्या व्यक्तीसोबत तुझं आयुष्य का घालवायचं आहे?'

हो, एकटं राहणं भीतिदायक वाटू शकतं. हो, आणखी सहा महिने वाया गेलेत ही जाणीव निराशाजनक असते. हो, एखादं अर्धवट नातं स्वीकारणं हे पुन्हा नव्याने डेटिंगच्या बाजारात उतरण्यापेक्षा सोपं वाटतं.

तुला वाटत असेल की, तुला पुन्हा प्रेम मिळणारच नाही. किंवा पुन्हा एखादा हुशार, मजेदार, देखणा, गोड बोलणारा किंवा शारीरिकदृष्ट्या अनुकूल जोडीदार मिळणार नाही. पण तू चुकत आहेस. हे खरं नाही.

तू उरलेलं-सुरलेलं स्वीकारू नकोस.

धाडस कर. चुकीच्या गोष्टींना नकार देणं हाच योग्य व्यक्तीकडे जाण्याचा खरा मार्ग आहे. ती व्यक्ती खरोखर कशी आहे आणि तिच्या लेखी तुमचे स्थान काय आहे हे त्यांना उघड करू दे. त्यानंतर *'त्यांना करू द्या'* सिद्धान्ताच्या दुसऱ्या भागावर लक्ष केंद्रित करा, तो म्हणजे, 'मला करू द्या.'

ज्यामध्ये माझ्यासाठी बांधिलकीच नाही अशा नात्याचा *मला* शेवट करू दे .

मला हे मान्य करू दे की, हे टोक गाठणं म्हणजे मी माझ्या योग्य जोडीदाराकडे एक पाऊल पुढे टाकलंय.

मला प्रेम मिळू शकेल अशा व्यक्तींचा पाठलाग करणे थांबवू दे आणि वास्तव स्वीकारू दे.

योग्य व्यक्तीकडे मी एक पाऊल पुढे टाकले आहे असा *मला* विश्वास वाटू दे.

मला माझी शक्ती परत घेऊ दे कारण माझ्या आयुष्यातील खरी प्रेमकथा आता अगदी जवळ आली आहे.

प्रकरण विसावे

प्रत्येक अंत ही एक सुंदर सुरुवात असते

या पुस्तकासाठी संशोधन करत असताना एक विषय वारंवार समोर येत होता तो म्हणजे नातेसंबंधांमध्ये असताना समोर आलेले प्रश्न तुम्ही सोडवू शकता की ते स्वीकारायचे हे कसे समजेल.

कधी तुमचं विचारचक्र, चिडचिड, किरकोळ वाद हे कधी नात्याचा भाग असतात, आणि कधी हेच सगळं सूचित करतं की हे नातं मोडलंय? कधी त्यांना राहू दे म्हणत बाजूला व्हावं आणि कधी स्वतःलाच प्रांजळपणे सांगावं की, हे नातं आता माझ्यासाठी संपले आहे.

मी जवळपास तीस वर्षं विवाहित असल्यामुळे, मी अगदी ठामपणे सांगू शकते की, एखादं नातं टिकवण्यासाठी 'देणं-घेणं' आणि 'तडजोड' अत्यावश्यक आहे. कोणीच परिपूर्ण नसतं, कोणतंच नातं परिपूर्ण नसतं आणि प्रत्येक नातं काळानुसार बदलतं.

एखाद्या दीर्घकालीन नात्यात काही काळ अत्यंत सुंदर असतो, आणि काही काळ प्रचंड कठीण जातो. पण जी जोडपी एकत्र राहतात, ज्या नात्यांनी काळाची कसोटी उत्तीर्ण केली आहे, त्यांच्यात दोन गोष्टी नक्कीच असतात :

पहिली गोष्ट, दोघांनाही हे नातं खरंच टिकवायचं असतं आणि दोघंही ते अधिक चांगलं करण्यासाठी खरंच मेहनत घेण्यास तयार असतात. दुसरी गोष्ट, या दोघांमधील समस्या अशा नव्हत्या की ज्यासाठी कोणालाही आपली स्वप्नं सोडावी लागली किंवा स्वतःच्या मूल्यांशी तडजोड करावी लागली.

म्हणूनच, जर तुम्ही सध्या योग्य नात्यात आहात का, असा विचार करत असाल तर हे चांगलं लक्षण आहे कारण याचा अर्थ तुम्ही अशा व्यक्तीसोबत असणं इच्छिता जी तुमच्यातील सर्वोत्तम बाजू उलगडून दाखवेल आणि जी तुमच्यासोबत एक सुंदर आयुष्य घडवण्यासाठी तयार असेल.

मी अनुभवलेला एक सर्वांत कठीण प्रसंग म्हणजे एखाद्या खूप चांगल्या माणसासोबत असणं, पण मनाच्या खोल कप्प्यात जाणवणं की तो/ती माझ्यासाठी योग्य नाही.

किंवा, काही वेळा तर हेही जाणवले आहे की, मी जरी चांगल्या माणसासोबत असले, तरी मीच त्या नात्यासाठी योग्य नव्हते. मीच मानसिकदृष्ट्या चुकीच्या जागी होते. खरं तर, अशा अवस्थेत कोणत्याही नात्यात असणं चुकीचं होतं.(कॉलेजमधील आणि लॉ स्कूलमधील माझे जुने मित्र (बॉयफ्रेंड) यांची अनेकदा माफी मागितली होती याची आठवण होते. माझ्या वयाच्या विशीत मी खूप वाईट मानसिक अवस्थेत होते आणि माझं वागणं खूप खेदजनक होतं.)

जेव्हा तुम्ही त्या व्यक्तीच्या प्रेमात असता तेव्हा त्या नात्याला 'हे चालत नाही' असं प्रांजळपणे मान्य करणं ही जगातली एक अत्यंत अवघड गोष्ट आहे. बहुधा, समस्या काय आहे हे स्पष्ट दिसतही नाही.

पण रोजच्या आयुष्यात, त्या ठरलेल्या रुटीनच्या मागे, मनात कुठेतरी एक अस्पष्ट असंतोष असतो.

व्यक्तीवर प्रेम करा, तिच्या संभाव्य रूपावर नव्हे

जेव्हा जेव्हा तुम्हाला वाटतं की, हे नातं खरंच तुमच्यासाठी योग्य आहे का तेव्हा स्वतःला हा प्रश्न विचारा : *'मी या व्यक्तीला, जशी आहे तशी आणि ज्या टप्प्यावर आहे त्याच टप्प्यावर पूर्णपणे स्वीकारू शकतो का? आणि तरीही, तिच्यावर प्रेम करू शकतो का?'*

म्हणजेच, तुम्ही तुमच्या जोडीदारावर – बॉयफ्रेंड, गर्लफ्रेंड, बायको, नवरा, किंवा पार्टनरवर – आज जसे आहेत तसे प्रेम करता का? की तुम्ही त्यांच्यावर पूर्वी कधी होते तसे, किंवा जसे असावे असे वाटते त्यावर प्रेम करता?

जरी काही गोष्टी त्रासदायक वाटत असतील तरी त्या नेहमीच 'नातं तोडावं' इतक्या गंभीर नसतात.

कधीकधी त्या स्वीकारण्याजोग्या असतात हे तुम्ही समजून घेतले पाहिजे आणि हे नाते वृद्धिंगत होण्यासाठी तुम्हाला तेच काम केले पाहिजे.

त्यांना करू द्या.

उदाहरणार्थ, कदाचित ते इलेक्ट्रिक सिगरेट वापरतात हे तुम्हाला सहन होत नाही, ते स्वतःची योग्य काळजी घेत नाहीत, ते इतके अस्ताव्यस्त आहेत की त्यामुळे तुमचं डोकं फिरतं, ते काहीही योजनाबद्ध पद्धतीने करीत नाहीत, शरीरसंबंध अत्यंत कंटाळवाणा झाला आहे आणि तो क्वचितच होतो, त्यांना काही करायची इच्छा नसते, किंवा त्यांना नवीन शहरात राहायला जायचं नाही, किंवा सुट्टीसाठी नवीन देशात फिरायला जावंसंही वाटत नाही.

हे सगळं असूनही, तुम्ही त्यांच्यावर प्रेम करू शकता का? कारण वास्तव हेच आहे की ते कदाचित कधीच बदलणार नाहीत आणि दुसरी गोष्ट म्हणजे, फारसं काही बदलण्याची शक्यता नाही.

या पुस्तकातील एक मूलभूत शिकवण लक्षात ठेवा : लोक फक्त तेव्हाच काही करतात, जेव्हा त्यांना ते करावंसं वाटतं. हो, तुम्ही त्यांच्यावर परिणाम करू शकता. पण जर

तुम्ही सतत त्यांच्यात बदल व्हावा अशी अपेक्षा करत राहिलात, आणि ते तसे झाले नाही, तर तुमचं त्यांच्यावरचं प्रेम क्षीण होत जातं. त्याचबरोबर नाराजीही तयार होते.

मी अनेक जोडप्यांत हे पाहिलं आहे की, जितका कालावधी एकत्र घालवला जातो तितकी एकमेकांना स्वतःसारखं बनवण्याची इच्छा वाढत जाते. पण हे योग्य नाही. म्हणून स्वतःशी प्रामाणिक रहा. तुम्हाला खरंच त्यांना तुमच्यासारखं बनवायचं आहे का, की तुमच्या नात्यातील एखादी मूलभूत गरज पूर्ण होत नाही आहे, हे समजून घेणं अत्यंत महत्त्वाचं आहे, कारण मानवी स्वभावाच्या नियमांनुसार, समोरचा माणूस कधीच बदलणार नाही असं गृहीत धरावं.

त्यांना त्यांच्या मर्जीनं जगू द्या. त्यांच्यावर चिडचिड करत बसण्याऐवजी किंवा त्यांच्या पाठीमागे त्यांची निंदा करण्याऐवजी, नात्यातील प्रेमळ आणि प्रगल्भ व्यक्ती बना. मग एक तर ते जसे आहेत तसे स्वीकारा आणि त्यांना तुमच्यासारखं बनवायचा अट्टाहास सोडा, किंवा मग शांतपणे, प्रेमळपणे आणि स्पष्टपणे, तुमच्या गरजा आणि तुमचं त्रासदायक असणं का आहे याबाबत संवाद साधा.

कदाचित, त्यांना कळलंच नसेल की, तुम्हाला हे त्रासदायक वाटतं, किंवा त्यांना यावर तुमचं मत माहीतच नसेल, किंवा त्यांना हे किती महत्त्वाचं आहे ते उमगलेलं नसेल. किंवा कदाचित त्यांना माहीत असेलही, पण तुम्ही एक कोंडी निर्माण केली आहे.

म्हणून, पुढचं एक वर्ष हीच व्यक्ती खरी आहे का माझ्यासाठी, असा सतत विचार करत राहण्याऐवजी त्या गोष्टीवर संवाद साधा, शास्त्रीय दृष्टिकोन वापरा आणि स्वस्थपणे थांबून रहा. एबीसी लूप आणि तुमची प्रभावाची शक्ती यांच्या योगे हे कसे करावयाचे हे तुम्हाला माहीत आहे.

A. माफी मागा आणि मग सविस्तर उत्तरे मिळतील असे प्रश्न विचारा.

B. थोडे मागे व्हा आणि आणि त्यांच्या वर्तनाचं शांतपणे निरीक्षण करा.

C. जेव्हा कुठलाही बदल दिसतो, तेव्हा त्याचा मनापासून आनंद साजरा करा, आणि स्वतः त्या बदलाबद्दल दाखवीत रहा.

तुम्ही त्यांच्यावर प्रेम करता म्हणून *'त्यांना करू द्या'* हा सिद्धान्त वापरून तुम्ही जर तुम्ही कुणावर तरी त्यांच्यात बदल व्हावा असा परिणाम करू इच्छित असाल, त्यांचं भलं वाटावं असं तुम्हाला वाटतं आणि हे नातं तुमच्यासाठी खूप महत्त्वाचं आहे. पण त्यांच्यात बदल होणारच अशी अपेक्षा बाळगू नका.

कारण, जरी तुम्ही शास्त्रीय दृष्टिकोन वापरून त्यांच्यावर परिणाम करत असलात, तरी ती एक स्वतंत्र अशी वेगळी व्यक्ती असते व त्यांचं विचार करणं, बोलणं आणि वागणं यांवर त्यांचेच नियंत्रण असते. कुठलाही नकारात्मक भार न देता किमान तीन महिने जाऊ द्या आणि तुमच्यामध्ये सकारात्मक बदल दर्शवित रहा आणि त्यांच्या ज्या थोड्या थोड्या कृतीतही आशेचा किरण दिसतो, त्याचा आनंद साजरा करत राहा.

त्यांना त्यांच्या पद्धतीनं जगू द्या.

तीन महिने का? तुमचं ऊर्जाक्षेत्र बदलण्यासाठी आणि दुसऱ्या व्यक्तीनं हळूहळू प्रेरणा घेत, तो बदल आपलाच विचार होता असं स्वतःला वाटावं यासाठी एवढा कालावधी पुरेसा असतो.

माझ्या एका मैत्रिणीचा आणि तिच्या नवऱ्याचा एक अनुभव आठवा. त्याच्या तब्येतीची काळजी ती बऱ्याच काळापासून करत होती. ती त्याच्यावर जिवापाड प्रेम करत असली, तरी खरंच हा माणूस माझ्यासाठी योग्य आहे का आणि जो स्वतःची तब्येत जपायला तयार नाही अशा व्यक्तीशी मी विवाहित राहू शकते का, असे प्रश्न तिच्या मनात येऊ लागले.

त्या प्रश्नाचं उत्तर शोधण्यासाठी ती *'त्यांना करू द्या'* सिद्धान्त वापरत आहे. ती त्याला त्याच्या मर्जीने वागू देते आहे. दररोज सकाळी स्वतः फिरायला जाते, हसतमुख आणि आनंदी असते, त्याचं कौतुक करते, मिठी मारते, आणि तो जेव्हा जरा तरी व्यायाम करतो, तेव्हा अधिकच प्रेमानं त्याच्याजवळ राहते.

आता तिला केवळ थांबावं लागणार आहे. जेव्हा आपले प्रियजन त्यांच्या वागणुकीच्या नैसर्गिक परिणामांविषयी तक्रार करतात त्या क्षणापर्यंत थांबणे आणि त्यांना हवे तसे वागू देणे हा या थांबण्याच्या प्रक्रियेत सर्वांत कठीण क्षण असतो.

उदाहरणार्थ, त्यांनी इलेक्ट्रॅनिक सिगरेटवर किती पैसा खर्च केला आहे याबद्दल तक्रार करतात. (पण तशी सिगरेट ओढणे अजूनही थांबवलेले नाही.) किंवा आपल्या नोकरीचा किती तिरस्कार वाटतो, असं म्हणतात. (पण नवीन नोकरी शोधण्याचा काही प्रयत्न करत नाहीत.) किंवा किती नैराश्य वाटतं, असं सांगतात. (पण समुपदेशनाला जायला नकार देतात.)

माझ्या मैत्रिणीने सांगितलं की, एके दिवशी तिचा नवरा म्हणत होता की, पिकलबॉल खेळताना इतका दम लागला की मध्येच खेळ सोडून बाजूला बसावं लागलं.

अशा वेळी समोरच्याला धीर द्यायचा ही आपली नैसर्गिक प्रवृत्ती असते, ''बरं वाटेल लवकरच,'' असं काहीतरी म्हणायचं. पण तसं करू नका. त्यांच्या तक्रारीला हवेतच राहू द्या. काहीही बोलू नका. त्यांना त्यांच्या भावना अनुभवू द्या. त्या क्षणातली शांतता तुमच्या वतीने काम करेल. त्यांच्या वागण्याचे परिणाम त्यांना जाणवू द्या. त्यांना करू द्या.

आणि मग *'मला करू द्या'* हा सिद्धान्त वापरा. त्यांना एक उघड प्रश्न विचारा, 'ऐकून वाटतंय की, हे तुला त्रास देतंय, काही बदल करायचा विचार आहे का?'

अशा उघड प्रश्नांना मानसशास्त्रात प्रेरणादायक मुलाखत (motivational interviewing) म्हणतात हे तुम्ही आधीच डॉ. के यांच्याकडून शिकलेले आहात. यातून तुमचा जोडीदार एक अंतर्गत संघर्ष अनुभवतो, आपल्या जीवनात खरंच काय बदल करायचा आहे आणि आपण सध्या काय करतो आहोत, यांमधली तफावत त्याच्या ध्यानात येते.

निर्णयाची कडवी वेळ

पण जर तुम्ही एबीसी लूप पद्धतीने वागलात, संयम बाळगला, तीन महिने वाट पाहिली आणि काहीच बदल झालेला नाही तर?

तर याचा अर्थ असा – तुमचा जोडीदार बदलायला तयार नाही. त्याच्या वागण्यातून ते स्पष्ट होतं. त्यामुळे आता तुमच्यासमोर एक पर्याय आहे. कारण, स्वतःच्या प्रतिसादावर

लक्ष केंद्रित केले की, तुमच्याकडे नेहमीच सामर्थ्य असतं. तुम्ही एबीसी वापरलं. आता वेळ आली आहे पुढील दोन टप्प्यांची ते म्हणजे, डी आणि ई.

एबीसी (डीई) लूप

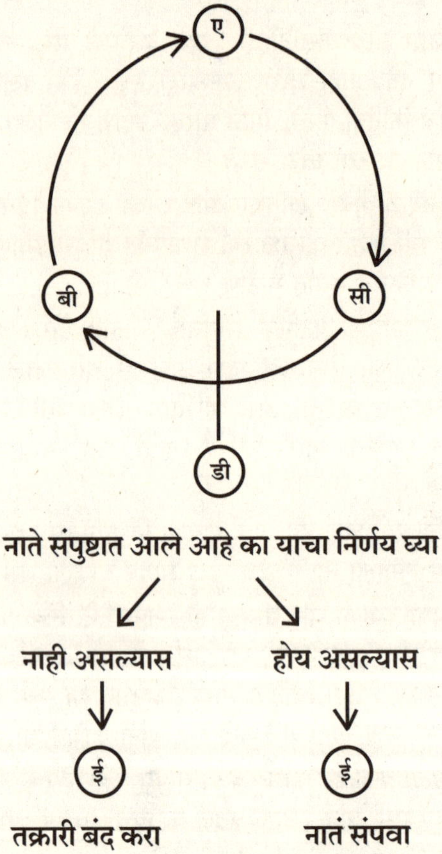

D (Decide – निर्णय घ्या)
E End (बंद करा) E End (संपवा)

पायरी डी : नाते संपुष्टात आले आहे का याचा निर्णय घ्या

जर तीन महिन्यांनंतरही समोरील व्यक्तीमध्ये बदल होत नसेल किंवा बदलण्याचा प्रयत्नही केला नसेल, तर गृहीत धरा की तो/ती बदलणार नाही. आणि हो, हे सांगताना मला वाईट वाटतंय, पण सत्य हेच आहे, त्यांची तयारी नाही. त्यांना बदलायचंच नाहीये. फक्त तुमच्यासाठी ते काही करतील, ही अपेक्षा पुरेशी नाही. तो बदल त्यांच्यासाठी प्राधान्यक्रमातच नाही. किंवा कदाचित त्यामागे काही खोल मानसिक गोष्टी असतील, आणि त्यांच्यात तो बदल घडवण्याची क्षमता नसावी. किंवा कदाचित ते जसे आहेत तसेच

राहणार आहेत, आणि तेही ठीक आहे. त्यांचं वागणं म्हणजेच त्यांचं उत्तर आहे आणि त्यांनी ते अगदी स्पष्ट केलंय.

त्यांना करू द्या. प्रत्येकालाच बदलायचं असतं असं नाही. कधीकधी आयुष्यात, सगळ्यात प्रेमळ गोष्ट म्हणजे, बदल घडवण्याचा अट्टाहास सोडणं, स्वीकारायला शिकणं, अधिक प्रेमळ होणं आणि आपण काय नियंत्रित करू शकतो यावर लक्ष देणं आणि आपण जे नियंत्रित करू शकतो ते म्हणजे एखाद्याला जसा आहे त्यावर प्रेम करणं.

हे न्याय्य नाही हे मला माहीत आहे. हे निराशाजनक आहे. हे मला माहीत आहे. हे त्रासदायक आहे हे मला माहीत आहे आणि काही वेळा तर कुणीतरी तुमच्यासाठी बदलायला तयारच नाही हे पूर्णपणे धक्कादायक आहे. त्यांना करू द्या.

आता या तत्त्वाच्या *'मला करू द्या'* या दुसऱ्या भागाची वेळ आहे, आता तुम्ही ठरवायचंय की, हे नाते संपुष्टात आले आहे का? ज्या गोष्टींसमवेत तुम्ही आयुष्यभर राहू शकत नाही अशी ही गोष्ट आहे का? हे पुढे दिले आहे त्याप्रमाणे शोधून काढा.

स्वतःला विचारा – *'जर हा माणूस कधीच बदलणार नसेल, तर मी आयुष्यभर याच्यासोबत राहू शकेन का?'* उत्तर 'हो' असो वा 'नाही', पुढचं पाऊल टाका, बंद करा. तुमचे संबंध सुधारण्यासाठी काहीतरी बंद करणे आवश्यक आहे.

पायरी E: END – तुमचं कुरकुरणं थांबवा, किंवा संबंधच थांबवा.

आता तुम्ही अशा टप्प्यावर पोहोचलात की तो/ती बदलणार नाही. तुम्ही हे सगळं सहन करणार की नाही या प्रश्नावर अडकून पडलात. सारखी तक्रार करणे थांबवायचे का नातेच तोडायचे हे आता तुम्ही ठरवायचे आहे.

तुमचं कुरकुरणं, तक्रारी, सुडात्मक वागणं, मित्रांना सतत याबद्दल सांगणं हे तुम्ही खरंच थांबवू शकता का?

जर तुम्ही त्या व्यक्तीचीच निवड करीत असाल तर त्यांना अगदी जसे आहेत तसे स्वीकारणे ही तुमची स्वतःप्रति व त्यांच्याप्रतिही जबाबदारी आहे.

माझं लग्न हे उदाहरण घ्या. माझं ADHD (अति सक्रियतेचा विकार) क्रिसला प्रचंड वैताग आणतो आणि मला ते पूर्णपणे समजतं. मी बऱ्याच वेळा एक आपत्ती असते.

मी डिशेस बेसिनमध्ये तशाच तसेच ठेवते, किंवा टेबलावर रचून ठेवते, किल्ल्या सतत हरवते, बाथरूममधील बेसिनच्या माझ्या बाजूला माझा पसारा असतो आणि कुठेही जायचं असेल तर मी हमखास उशिरा तयार होते.

क्रिस गाडीत आधीच शांतपणे बसलेला असतो आणि मी घरभर वेड्यासारखी धावत असते आणि सापडत नसलेली एखादी वस्तू शोधात असते.... हे तर फक्त 'मेल रॉबिन्स' नावाच्या गोंधळाच्या हिमनगाचं टोक आहे!

वर्षानुवर्षे, क्रिसने मला अनेकदा शांत बसवून बोलून दाखवलंय. आम्ही दोघांनी यावर असंख्य वेळा चर्चा केलीय. मी वापरलेले रुमाल काउंटरवर टाकते आणि कचराकुंडीत टाकायचं विसरते. (''मेल, हे खरंच घाणेरडं वाटतं.'') असे क्रिस म्हणतो किंवा जेव्हा मी

त्याच्या बोलण्याकडे लक्ष न देता मोबाइलवर स्क्रोल करत असते तेव्हा तो किती हताश होतो. (''तू ऐकत तरी आहेस का माझं?'') अशी त्याची प्रतिक्रिया असते.

मला हे माहीत आहे की, माझ्या वागण्यामुळे त्याला असं वाटतं की, मला त्याच्या वेळेची किंमत नाही किंवा माझ्या गोंधळामुळे त्याच्यावर कसा परिणाम होतो.

मी बदलण्याचा प्रयत्न केलाय. माझी ती इच्छा आहे. मी त्यावर काम करते. आणि तरीही, मी अजून बदललेले नाही. मी अजूनही उशिरा तयार होते. मी अजूनही वस्तू हरवते. मी अजूनही घरभर पसारा करते आणि मग तो आवरत नाही. मला माझ्यातला हा भाग फार नकोसा वाटतो.

कधी वाटतं, चुटकीसरशी सगळं बदललं असतं तर किती बरं झालं असतं!

क्रिस मात्र वेळेवर असतो. सुसंगत. शांत. नियोजनबद्ध. तो नेहमी तसाच होता आणि नेहमी तसाच राहील. मी थोडेतरी त्याच्यासारखे व्हावे असे क्रिसला वाटते. त्याचं आयुष्य सोपं होईल. त्याला माझ्याकडून जास्त आधार मिळेल व मी जास्त आदर करते असे वाटेल.

नातेसंबंध म्हणजे एखाद्या व्यक्तीस ती तुम्हाला जशी असावी असे वाटते त्यावर नाही तर जशी आहे त्यावर प्रेम करण्यास शिकणे.

'त्यांना करू द्या' सिद्धान्त वापरायला लागल्यावर, तुम्ही समोरच्याला त्याच्या खऱ्या रूपात पाहायला शिकाल आणि मग काय स्वीकारायचं आणि काय नाही हे तुम्हालाच ठरवावं लागेल. यातच तुमचे खरे सामर्थ्य असते. ते नेहमी तुमच्या प्रतिसादात असतं.

त्याच वेळी जे वरवर दिसतं आणि बदलणार नाही असं आहे ते सोडून दिल्यावर, तुमच्या लक्षात येईल की, त्याखाली अजून खोल काहीतरी खरं आणि प्रेमाचं असतं जे तुम्ही गृहीत धरलं होतं.

उदाहरणार्थ, क्रिसच्या अनेक सवयी पूर्वी मला खूप त्रासदायक वाटायच्या, पण आज त्याच्यातली जी गोष्ट मला सर्वाधिक मौल्यवान वाटते, ती म्हणजे तो खूप प्रेमळ, विश्वासार्ह आणि शांत स्वभावाचा आहे.

माझ्या नात्यात मला अशा काही गोष्टींची गरज आहे, हे मला पूर्वी माहीतही नव्हतं. त्याउलट, क्रिसला माझ्यातील प्रचंड उत्साह, निस्सीम निष्ठा आणि मिश्कीलपणा आवडतो.

म्हणूनच माझं वागणं त्याला जरी त्रासदायक वाटत असलं, तरी ते त्याच्यासाठी टोकाचे (डील ब्रेकर) ठरत नाही. माझ्या ADHDमुळे निर्माण होणाऱ्या त्रासांपेक्षा, त्याची जोडीदार म्हणून मी त्याला जे बाकी सगळं देते ते अधिक मोलाचं आहे असं क्रिसने ठरवलं आहे.

मी आयुष्यभर अशीच राहणार आहे हे क्रिसने स्वीकारलंय आणि तो आता त्यावर हसतो, त्यात रमतो. मेलला (तिला) मेलच राहू दे.

म्हणूनच *'त्यांना करू द्या'* सिद्धान्त आमच्या लग्नात ताकद आणणारा ठरला. क्रिसला जसा आहे तसा स्वीकारायचं आणि तो जो नाही त्यावर तक्रार करणं थांबवायचं हे या सिद्धान्ताने मला शिकविले. ...हाच नियम उलटही लागू होतो.

तुमच्या नात्यांमध्येही अशीच स्पष्टता तुम्हाला सापडेल. माझ्या एका मैत्रिणीचं उदाहरण पहा.

ती रोज सकाळी तळघरात पेलेटॉनवर व्यायाम करते आणि ती नवऱ्याला शांतपणे उशिरापर्यंत झोपू देते. ती हलकेच उठते, आवाज न करता कपडे बदलते आणि पूर्वी धाडकन दार बंद करून बाहेर पडत असे, तसे न करता बाहेर पडते.

या उदाहरणातून मी हे दाखवून देते की, एखाद्यावर प्रेम करणे म्हणजे फक्त ते आहेत तसे स्वीकारणे एवढेच नाही तर तक्रार करणे थांबविणे हेसुद्धा आहे. तुम्ही ती व्यक्ती जशी आहे त्यावर प्रेम करता हे तुमच्या वागण्यातून दर्शवा. कृपाळूपणा आणि संवेदनशीलतेनं नेतृत्व करा.

तुम्ही तुमच्या जोडीदाराशी खरोखर अनुरूप आहात का?

जर समोरचा माणूस कधीच बदलणार नसेल, तर तुम्ही त्याच्यासोबत आयुष्यभर राहू शकाल का, असा प्रश्न मी आधी विचारला होता.

आणि जर तुमचं उत्तर 'माहीत नाही' किंवा 'नाही' असं असेल तर?

जर तुम्ही तक्रार करणे खरोखर थांबवू शकत नसाल तर मग तुम्ही त्या व्यक्तीला ते जसे आहेत तसे स्वीकारू शकत नाही आणि त्यांच्यावर खरं प्रेमही करत नाही.

हे फारसं प्रेमळ किंवा सुसंवेदनशील वागणं नाही. जर तुम्ही दररोज सकाळी दरवाजा आपटून बंद करत असाल, किंवा समोरची व्यक्ती पुन्हा एकदा उशिरा येत असताना छुपा राग दाखवत असाल, तर तेही प्रेमळ वागणं ठरत नाही.

नातं टिकवावं की संपवावं, हा निर्णय पूर्णपणे वैयक्तिक असतो, आणि तो फक्त तुम्हीच घेऊ शकता. माझ्या मैत्रिणीच्या बाबतीत सांगायचं झालं तर तिचा नवऱ्याच्या वागण्यातल्या अनारोग्यदायक सवयी तिच्यासाठी टोकाच्या (डील ब्रेकर) नाहीत. त्या स्थितीच्या अगदी जवळपासही नाहीत. ती त्याच्यावर प्रेम करते.

तिला हे ठाऊक आहे की, हे नातं यशस्वी होण्यासाठी तिलाच स्वतःमध्ये बदल घडवावे लागतील, त्याला स्वीकारण्यासाठी तिला प्रयत्न करावे लागतील आणि नात्यात ती जशी सहभागी होते त्याची पद्धत बदलणं आवश्यक आहे. तिने अधिक सहानुभूती आणि प्रेमभाव नात्यात आणायला हवा. ती त्याच्यावर परिणाम घडवण्यासाठी प्रयत्न करत राहू शकते, पण त्यासाठी तिला तिची अपेक्षा आणि तक्रारी बाजूला ठेवाव्या लागतील. हे सगळं तिच्याबद्दल आहे, त्याच्याबद्दल नाही आणि तो स्वतःमध्ये काहीच बदल करीत नसल्यामुळे हे नातं अधिक समजूतदार आणि टिकाऊ होण्यासाठी तिला स्वतःच्या भूमिकेत बदल घडवावाच लागेल.

पण जेव्हा लोक *'त्यांना करू द्या'* सिद्धान्त वापरून विचारतात की, 'मी खरंच योग्य व्यक्तीसोबत आहे का?' तेव्हा बहुतांश वेळा प्रश्न अनुरूपतेचा असतो. एखाद्या व्यक्तीवर प्रेम असणे व त्या व्यक्तीस अनुरूप असणे यांत फरक आहे.

अनेकदा असं होतं की, आपण एखाद्यावर प्रेम करतो आणि आपल्याला वाटतं की, हे आयुष्यातलं सर्वांत सुंदर नातं आहे. पण कालांतराने दोघांची दोन वेगवेगळ्या दिशांनी प्रगती होते, दोघे वेगवेगळ्या गोष्टींची इच्छा बाळगू लागतात किंवा असं जाणवतं की, आपण दोघे आता बदललो आहोत.

हे फार कठीण असतं, कारण प्रेम संपलेलं नसतं. फक्त पूर्वी तुम्ही जसे एकमेकांना पूरक होता तसे आता नाही.

नातं दीर्घ काळ टिकण्यासाठी दोन गोष्टी अत्यावश्यक असतात हे मी सांगितले आहे.

१. दोघांनाही हे नातं टिकवायचं असावं आणि ते टिकावं म्हणून दोघंही प्रयत्नशील असावेत.

२. नात्यात येणाऱ्या अडचणी अशा असू नयेत की, त्यात कुणालातरी त्याचं स्वप्न किंवा मूल्य तडजोडीत गमवावं लागेल.

तुम्ही अशा परिस्थितीत असू शकता जिथे दोघांनाही नातं टिकवण्याची इच्छा आहे आणि दोघंही त्यासाठी मेहनत घ्यायला तयार आहेत. पण जेव्हा अनुरूपतेचा प्रश्न असतो, तेव्हा कितीही प्रयत्न केले, तरीही नातं टिकेलच असं नाही.

हे स्वीकारणं फार दुःखद आणि कठीण असतं. हा निर्णय पूर्णतः वैयक्तिक असतो.

उदाहरणार्थ, समजा तुम्ही अशा एका ब्रिटिश व्यक्तीवर प्रेम करता आणि तिच्याशी बांधिलकी दर्शवली आहे; परंतु तिला परत लंडनमध्ये राहायचं आहे आणि आयुष्यभर अटलांटामध्ये तुमच्या कुटुंबाजवळ राहण्याचा तुमचा मानस आहे. किंवा आणखी एक उदाहरण जे अनेकदा दिसतं ते म्हणजे तुमच्यापैकी एकाला मूल हवं आहे आणि दुसऱ्याला नाही.

तुम्ही या गोष्टींवर चर्चा करता. कधी भांडणंही करता. तुम्हाला समजतं की, तुमच्या जोडीदाराला युरोपमध्ये का परत जायचं आहे आणि तिलाही समजतं की, तुम्हाला इथंच का राहायचं आहे.

तुम्ही मूल हवं की नको यावर कित्येकदा चर्चा केली आहे. पण काहीही निष्कर्ष लागलेला नाही.

पूर्वी तुम्ही असंही म्हटलं असेल, 'आत्ता यावर निर्णय घेण्याची काही घाई नाही.'

पण आता ती वेळ आली आहे आणि तुम्ही एक निर्णयबिंदूवर उभे आहात.

ते परत जायचं ठरवत आहेत. तुम्हाला नाही जायचं.

तुम्हाला मूल हवं आहे. त्यांना नाही.

प्रेम आणि बांधिलकी आहेच. पण कदाचित सध्यातरी तुम्ही एकमेकांसाठी योग्य नाही.

ही टोकाची परिस्थिती आहे का हे तुम्हाला कसे समजेल?

हे समजून घेण्यासाठी एक मार्ग असा आहे, समजा तुम्ही अशा व्यक्तीवर प्रेम करता जिला लंडनला परत जायचं आहे आणि तुम्हाला मात्र कायम अमेरिकेत, तुमच्या कुटुंबाजवळ राहायचं आहे.

तर स्वतःला हा प्रश्न विचारा : तुमचं नातं तोडल्याचा तुम्हाला अधिक पश्चात्ताप होईल, की तिच्या सोबत लंडनला गेल्याचा?

जर तुम्ही लंडनला जाण्याचं मान्य केलं, तर आपल्या कुटुंबीयांना आणि मित्रांना मागे ठेवून गेल्याबद्दल जोडीदाराची चीड वाटेल?

दोनही पर्यायांमध्ये दुःख आहे.

एक बाजू अशी आहे जिथे तुम्हाला तुमचं कुटुंबाजवळ राहण्याचं स्वप्न सोडावं लागेल.

दुसरीकडे, तुम्हाला तुमच्या आयुष्यातल्या प्रेमाचं नातं सोडावं लागेल. ही व्यक्ती आतापर्यंत तुमच्या आयुष्याचा अविभाज्य भाग होती.

लक्षात घ्या, तुमचा /तुमची जोडीदारसुद्धा हाच दुःखद अनुभव घेत आहे. ती तडजोड करण्याच्या मनःस्थितीत नाही. ती लंडनला जाणारच आहे, तुम्ही सोबत आलात तरी, आणि नाही आलात तरीही.

तिला जाऊ दे.

आणि आता मला निवड करू दे. म्हणजेच, मी एक निर्णय घ्यायला हवा. मी या नात्यासाठी तडजोड करण्यास तयार आहे का?

खरं सांगायचं तर तुमच्या नात्यातील ६९ टक्के अडचणी कधीही पूर्णपणे सुटणार नाहीत. ही आकडेवारी ४० वर्षांच्या शास्त्रीय संशोधनातून आली आहे, जी प्रसिद्ध नातेसंबंध तज्ज्ञ डॉ. जॉन आणि जुली गॉटमन (जे स्वतःही पती-पत्नी आहेत) यांनी केली आहे.

त्यांच्या संशोधनानुसार, जोडप्यांमध्ये ज्या गोष्टी कधीच बदलणार नाहीत अशा बाबतीत सर्वाधिक वाद होतो म्हणूनच, तुमचं स्वतःचं मूल्यतंत्र काय आहे, तुमच्या खोल इच्छा-आकांक्षा काय आहेत हे समजून घेणं महत्त्वाचं आहे. जर तुमचा जोडीदार तडजोड करत नसेल, तर तुम्ही ती तडजोड करू शकाल का?

काही लोकांसाठी स्थलांतर करणं फारसं अवघड नसतं. त्यांच्यासाठी ही एक संधी असते आणि ते ती उचलतात व आपल्या प्रिय व्यक्तीसमवेत परदेशात जायला आनंदानं तयार होतात.

डॉ. गॉटमन यांच्या संशोधनात असंही आढळलं की, जर तुम्ही सतत त्याच त्या गोष्टींवरून वाद घालत असाल आणि चर्चेचं चक्र फिरतच असेल तर त्याचे कारण म्हणजे तुमच्या व जोडीदाराच्या व्यक्तित्वामध्ये व इच्छा व आकांक्षांमध्ये प्रचंड फरक असतो.

थोडक्यात, तुमच्या मूल्यांची मांडणी वेगळी आहे आणि तुमच्या आयुष्याबद्दलच्या कल्पनाही एकमेकांपेक्षा वेगळ्या आहेत. डॉ. गॉटमन यांच्या मते, नात्यातील बहुतेक सर्व अडथळ्यांचं मूळ कारण म्हणजे 'पूर्ण न झालेली स्वप्नं.'

समजा, एक जोडपं लंडनला स्थलांतर करण्यावरून भांडतंय, किंवा दुसऱ्या जोडप्याचे मूल होण्याबाबत एकमत होत नाही. या मोठ्या गोष्टी आहेत. म्हणूनच त्या सहज 'सोडून देता' येत नाहीत.

दोन्ही विषय खूप खोलवरच्या, आयुष्याच्या दृष्टिकोनाशी निगडित गोष्टी आहेत. म्हणूनच, हा निर्णय फारच वैयक्तिक आणि विचारपूर्वक घ्यावा लागतो.

उदाहरणार्थ, लंडनला जाणं हे कदाचित तडजोड करण्यासारखं वाटेल.

पण जर तुम्हाला सतत मूल होण्याचं स्वप्न असलं आणि तुम्ही एखाद्याशी दहा वर्षं नातं ठेवून चाळिशीच्या मध्यावर जाऊन जाणवलं की, हे तर माझ्या आयुष्याचं एक खऱ्या अर्थानं महत्त्वाचं स्वप्न होतं आणि आता ते घडणारच नाही तर त्या नात्याबद्दल खोल दुखः निर्माण होईल.

म्हणून स्वतःला हा प्रश्न विचारा : या नात्यासाठी मला माझं एखादं खोलवरचं स्वप्न सोडावं लागणार आहे का? कारण गॉटमन पती-पत्नींच्या मते जर तसं असेल, तर ती खूप मोठी समस्या आहे.

माझ्याकरता याहून चांगली व्यक्ती आहे का?

माझ्या निरीक्षणानुसार, *'माझ्याकरिता याहून चांगली व्यक्ती आहे का?'* ही शंका अनेक दीर्घकालीन नात्यांमध्ये असलेल्या लोकांच्या मनात असते.

तुम्हाला हे कधीच समजणार नाही असेच याचे उत्तर आहे.

आणि माझ्या निरीक्षणानुसार, ही शंका आपल्या मनात सोशल मीडिया, डेटिंग संस्कृती आणि चित्रपटांनी पेरली आहे. परिपूर्ण माणूस अस्तित्वातच नाही. प्रत्येकाच्या आयुष्यात भूतकाळ असतो. प्रत्येकाकडे काही ना काही कमतरता असते. वय जसजसं वाढतं, तशी कमतरताही वाढत जाते.

अनेकांनी आपल्या भूतकाळाशी पूर्णपणे सामना केलेला नसतो. तुम्ही जे समोर आहे त्याची किंमत ओळखता का, की तुम्हाला सगळंच नेहमी 'अर्धवट' वाटतं? दुसरा पर्याय अधिक चांगला आहे असे कदाचित तुम्हाला नेहमीच वाटते. दुसऱ्या बाजूचे गवत अधिक हिरवे आहे असे तुम्हाला वाटते.

गवत तिथंच जास्त हिरवं उगवतं जिथं तुम्ही ते नियमित पाणी घालून जपता हे सत्य आहे.

कोणतंही दीर्घकालीन नातं यशस्वी होण्यासाठी दोन अत्यावश्यक गोष्टी आवश्यक असतात याकडे मी पुन्हा येत आहे.

१. दोघांनाही हे नातं टिकवायचं आहे आणि ते अधिक चांगलं व्हावं म्हणून दोघंही मेहनत घ्यायला तयार आहेत.
२. नात्यात येणाऱ्या समस्या अशा नसाव्यात की, ज्यामुळे कोणालाही स्वतःचं स्वप्न सोडावं लागेल किंवा आपली मूल्यं तडजोडीत घालावी लागतील.

कधीतरी तुम्हाला एक निर्णय घ्यावाच लागतो आणि तो निर्णय बहुतेकदा समोर जे आहे, त्यालाच स्वीकारणं असा असतो.

मी जवळजवळ ३० वर्षं विवाहबद्ध आयुष्य जगलेली व्यक्ती म्हणून ठामपणे सांगू शकते की, प्रत्येक जोडपे त्यांच्या नात्यात कधी ना कधी काळोख्या, भीतिदायक टप्प्यांना सामोरं गेलेले असते, पण ज्या जोडप्यांनी एकमेकांच्या समस्यांशी एकत्रितपणे सामना

करायचं ठरवलं, संवाद साधला, संघर्ष पेलले त्यांच्यापैकी एकालाही कधी याची खंत वाटलेली नाही.

पण मला अशी अनेक माणसं माहीत आहेत जी घटस्फोट घेऊन पुढे गेली आहेत आणि आजही त्यांच्या मनात 'थोडा आणखी प्रयत्न केला असता, थोडं लवकर धैर्यानं खरं बोलून घेतलं असतं, थोडं नीट समजून घ्यायला थांबलो असतो...' या विचाराने त्यांना खंत वाटत असते.

कदाचित, जर त्यांनी कठोर संवाद साधले असते, किंवा मानसिक उपचार घेतेले असते तर गोष्टी वेगळ्या मार्गानं घडल्या असत्या. कदाचित, नातं वाचलं नसतं, पण नाते तुटणे आणि मुलांबरोबर वेगळे होण्याचे परीणाम कमी त्रासदायक झाले असते.

जेव्हा मनात खोलवर इच्छा असते की, हे नातं खरंच टिकलं असतं तेव्हा नातं संपवणं हा एक अत्यंत वैयक्तिक आणि कठीण निर्णय असतो.

कधीकधी तुम्हाला तुमच्यातल्या अंतःकरणाच्या आवाजावर विश्वास ठेवावा लागतो जो तुम्हाला हळूच सांगतो : 'या नात्याचं काहीतरी अजून बरोबर जमत नाहीये.'

तुम्हाला ते आधीच माहीत असतं, फक्त स्वतःपाशी कबूल करणं फार भीतिदायक वाटतं.

पण कधीकधी ते नाते तुम्हालाच आतून संपवून टाकेल असे होण्यापूर्वी नातं संपवावं लागतं.

जर तुम्हाला तुमचं स्वप्न काय आहे हे माहीत असेल तर ते साध्य करण्यासाठी तुम्हाला साहाय्य करेल अशा नात्याची तुम्हाला आवश्यकता आहे व त्यास तुम्ही पात्र आहात. तुमच्या ज्या आशाआकांक्षा व स्वप्ने आहेत तशीच जर तुमच्या जोडीदाराची नसतील तर दोघांचे आयुष्य दुःखी होईल.

हे पुस्तकात लिहिणे माझ्यासाठी सोपे आहे. 'त्यांना जाऊ द्या' म्हणणे मला सोपे आहे. परंतु ज्या व्यक्तीवर तुम्ही अद्याप प्रेम करता त्या व्यक्तीपासून वेगळे होणे अजिबात सोपे नाही.

अशा परिस्थितीतून पुढे जाण्यासाठी *'त्यांना करू द्या'* हा सिद्धान्त उपलब्ध आहे म्हणून तुम्ही स्वतःला अत्यंत उपकृत समजाल.

प्रेमभंगातून सावरताना

मला तुमच्याशी किंवा तुमच्या ज्या आवडत्या व्यक्तीचा प्रेमभंग झाला अशा व्यक्तीशी बोलावयाचे आहे.

हा तुमच्या आयुष्यातील सर्वांत कठीण प्रसंगांपैकी एक असणार आहे. पण तुम्ही या अवस्थेतून बाहेर पडाल.

कोणत्याही नात्याचा शेवट झाल्यावर जर कोणी तुम्हाला 'आता स्वतःवर प्रेम करायला शीक', असं सांगितलं, तर तो या जगातला सर्वांत वाईट सल्ला असेल कारण जेव्हा प्रेमभंग होतो तेव्हा बऱ्याचदा माणूस स्वतःलाही नावडू लागतो.

तुम्हाला सगळ्याच गोष्टींची शंका वाटते. पुन्हा कधी खरं प्रेम मिळेल का, असा प्रश्न तुम्हाला पडतो.

तुम्हाला पूर्वीचे आयुष्य परत हवे असते आणि पूर्वी गोष्टी जशा होत्या तशा परत असाव्यात अशी तुमची इच्छा असते. तुमचे हृदय तुटत आहे असे वाटते आणि ते खरेच तुटत असते.

तुम्हाला दुःख होत असते. तुम्ही ज्या आयुष्याची स्वप्नं पाहिली, ते आयुष्यच जणू संपून जातं.

ज्याप्रमाणे एखाद्या प्रिय व्यक्तीचा अंत झाल्यावर दुःख होते तसेच दुःख प्रेमभंग झाल्यावर होते. ही भावना तुम्हाला झपाटून टाकेल. दिवसागणिक, आठवड्यानंतर आठवडे, कधीकधी महिन्यांनीही तुम्ही त्या व्यक्तीविषयी सारखा विचार करीत राहाल.

रोज, प्रत्येक क्षणी तुम्हाला त्यांना मेसेज करावासा वाटेल, किंवा कॉल करावा, त्यांचे ध्वनिमुद्रित संदेश ऐकावेत, छायाचित्रांमध्ये पुन्हा हरवून जावं, ती व्यक्ती कोठे आहे हे फोनवरून पाहावे किंवा त्यांच्या सोशल मीडियावरील स्टोरीज बघाव्यात असे वाटेल, पण या सर्वांला तुम्हाला प्रतिबंध करावा लागेल.

मी ॲन या माझ्या मानसोपचार तज्ज्ञाशी याबद्दल बोलले तेव्हा तिने मला खालील स्पष्टीकरण दिले :

> ‘हे इतकं खोल जखम करतं कारण, त्यांच्या अस्तित्वाचा प्रत्येक कण तुझ्या मेंदूच्या आणि शरीराच्या प्रणालीमध्ये गुंतलेला आहे. ते तुझ्या जीवनाचा भाग बनले होते, आणि तू त्यांच्या जीवनाचा. त्यामुळेच त्यांची उपस्थिती अजूनही जाणवते. तुला त्यांचा आवाज ऐकू येतो, त्यांच्याशी बोलण्याची सवय इतकी खोल रुतलेली आहे की, त्यांच्याशी संपर्क साधावा असं सतत वाटतं. तुला त्यांची उणीव भासतेच, पण तुझ्या आयुष्यातही घट्ट विणल्या गेलेल्या अनुभवांची उणीवही तुझ्या मज्जासंस्थेला जाणवते. हे साहजिक आहे.’

हे तिचं सांगणं मेंदू, शरीर, भावना आणि रसायनशास्त्र या सगळ्यांच्या पातळीवर प्रेमभंगाचे शास्त्र सांगत होतं. रस्त्यावरून चालताना, किंवा गाडी चालवताना तुला जाणवेल की ते तुझ्या शेजारी आहेत.

एखादा विचार मनात आला, की आपण नकळत विचार करतो ‘ते असते तर यावर काय म्हणाले असते?’ काही चांगलं घडलं की, सर्वांत आधी वाटतं की त्यांनाच सांगायला हवं. किंवा घरात एखादी मोठी गोष्ट घडली, तर ती गोष्ट त्यांना सांगण्याची ओढ लागते.

कारण तुटणारं केवळ हृदय नसतं. तुमच्या आयुष्यातील सवयी तुटतात. तुटतात ते जीवनशैलीचे नमुने.

तुटतो शरीरातील रसायनांचा प्रवाह. तुमच्या मज्जासंस्थेवर परिणाम होतो. मनातले विचार, आठवणींची चित्रं, आधी ऐकलेली गाणी सगळं काही त्यांच्याशी जोडलेलं असतं. तुम्ही ऑफिससाठी कपडे बदलता, दिवसाच्या अखेरीस अंथरुणावर पडता व सकाळी एकटेच जागे होता, त्या प्रत्येक वेळी ती व्यक्ती तुमच्या मनात असते.

तुम्ही त्यांच्या अचानक भेटण्याची भीतीही बाळगाल आणि आतल्या आत अशी आशाही ठेवाल की कधीतरी पुन्हा भेट होईल. सोशल मीडियामधील त्यांचे फोटो पाहून तुम्ही त्यांच्या आयुष्यातील घडामोडी पाहाल. ज्या दिवशी तुम्हाला समजेल की, त्या व्यक्तीला आता एक दुसरा / दुसरी जोडीदार भेटला/भेटली आहे त्या दिवशी तुम्ही प्रचंड भीतीने ग्रासले असाल. प्रेमभंग होण्यातील सर्वांत अवघड भाग म्हणजे तुम्हाला त्यातून जावे लागते.

हे टाळता येत नाही. तुमच्या शरीरातील प्रत्येक पेशीने तो अनुभव घेतला असतो कारण त्यांच्याबरोबर असताना काय परिस्थती होती हे विसरावे लागते आणि त्यांच्याशिवाय आयुष्य कंठण्यास शिकावे लागते.

'त्यांना करू द्या' सिद्धान्त हे सोपे करणार नाही. तो तुमचं दुःख दूर करणार नाही.

माझी समुपदेशक ॲन हिचा एक साधा नियम आहे तो म्हणजे प्रेमभंग झाल्यावर ३० दिवस कोणताही संपर्क नाही. कारण, जर अगदी थोडाही संपर्क झाला, एक फोटो दिसला, आवाज ऐकू आला तर आपल्या मनात जुन्या आठवणी, सवयी पुन्हा जाग्या होतात. आणि मग, या व्यक्तीशिवाय जगण्याचा सराव करण्याचे शिकणे मागे पडते.

हेच खरं कठीण आहे आणि या अवघड काळातून तुम्हाला किमान तीन महिने जावंच लागणार आहे. संशोधन असं सांगतं की, एक नातं तुटल्यानंतर शोकाचा काळ असतो आणि तीन महिने उलटल्यानंतरच थोडं हलकं वाटायला लागतं.

अकराव्या आठवड्याच्या शेवटी, ७१ टक्के लोक म्हणतात, 'आता थोडं बरं वाटतंय.'

मी तुम्हाला हे आकडे फक्त दिलासा मिळावा म्हणून सांगते आहे. कदाचित, तुम्हाला ११ दिवसांत बरं वाटेल. कदाचित ११ आठवड्यांत. कदाचित त्याहून जास्त वेळ लागेल. पण नक्कीच बरं वाटेल.

'त्यांना करू द्या' हा सिद्धान्त तुम्हाला यातून मार्ग काढायला मदत करेल. तुम्ही यातून शिकाल, स्वतःशी जास्त घट्ट जोडले जाल आणि आयुष्यात तुम्हाला काय हवे आणि तुम्ही कशास पात्र आहात हे समजेल.

पण, या प्रवासाच्या सुरुवातीच्या टप्प्यावर तुम्हाला स्वतःला यात असू द्यायचं आहे. 'मला करू द्या.'

मला शोक करू दे. मला काही दिवस अंथरुणावर रडू दे. हे नाते कसे संपले ही गोष्ट मला पुन्हा पुन्हा सांगू दे. मला त्या व्यक्तीकडे पुन्हा पोहोचण्याची ओढ नाकारू दे. मला थोडं उदास, सुन्न राहू दे.

ही सगळी दुःखाची प्रक्रिया ही प्रेमभंगानंतर होणारी मानसिक आरोग्यदायी प्रतिक्रिया आहे.

आणि जेव्हा तुम्ही थोडे स्थिरस्थावर व्हाल तेव्हा संशोधनावर आधारित काही गोष्टी आहेत ज्या हे नातं आता संपलं आहे आणि आता आयुष्य मार्गी लावून पुढे जाण्याची वेळ आली आहे, हे स्वीकारायला मदत करतील.

तुमच्या मनोव्यवस्थेला स्थैर्य मिळवून देण्यासाठी आणि या तुटलेल्या नात्याच्या दुःखातून आरोग्यपूर्ण मार्गाने पुढे जाण्यासाठी काही सूचना पुढे दिल्या आहेत कारण काळ

गेल्यावर तुम्ही बरे व्हाल असे नाही, तर त्या काळाचा उपयोग तुम्ही कसा करता हे महत्त्वाचे आहे.

१. आठवण करून देणाऱ्या आसपासच्या सर्व गोष्टी काढून टाका.

जिथे जिथे आठवणी असतात, छोट्या भेटवस्तू, शर्ट, फोटो हे सगळं नजरेआड करा. व्यक्तीच्या या सवयी तुमच्यामध्ये एवढ्या खोलवर रुजलेल्या असतात की फक्त एक झलक जरी दिसली तरी मन पुन्हा जुन्याच वळणावर जातं आणि पुढे जाण्यामध्ये अडथळा निर्माण करते. तुम्हाला काहीही जाळायची गरज नाही. एक पेटी घ्या, सगळं त्यात ठेवा आणि नंतर काही काळाने प्रेमभंगानंतरच्या भावना दूर झाल्यावर त्या वस्तूंकडे पहा.

२. आपल्या झोपेच्या खोलीची सजावट बदला.

बहुधा तुम्ही दोघं एकत्र खूप वेळ इथे घालवला असेल. म्हणून त्या खोलीला एक नवीन रूप दिलं. नवीन पर्व सुरू झालं आहे असा स्पष्ट संदेश मेंदूला मिळतो. एका भिंतीला रंग द्या किंवा छानसा वॉलपेपर लावा. नवीन चादरी, नवीन ब्लँकेट घ्या. फर्निचर थोडं इकडचं तिकडे करा. त्याचा खरंच उपयोग होतो.

३. मित्र, भावंडं, चुलत बहीण भावंडं, सहकारी यांच्याशी संपर्क करा

ही व्यक्ती गेल्यावर मनात एक पोकळी निर्माण होते. ती भरून काढण्यासाठी तुम्हाला आधार हवा आहे तो मागा. मागण्यात काही लाज नाही. प्रत्येकानं कधीतरी हे दुःख अनुभवलेलं असतं आणि ते किती भयानक आहे हे त्यांना माहीत असते. त्यांना सांगा, पुढचे काही दिवस मला फोन करा, मला फिरायला जाण्यासाठी किंवा संध्याकाळच्या भोजनासाठी आमंत्रण देण्यास सांगा म्हणजे तुम्हाला घराबाहेर पडता येईल.

४. तुमच्या दिनदर्शिकेमध्ये भरपूर कार्यक्रम योजा.

तुमच्या आजूबाजूला काय कार्यक्रम आहेत ते शोधा. कोणत्याही प्रदर्शनाचे, नाटकाचे, तिकीट आधीच काढून ठेवा किंवा एखाद्या मित्राला / मैत्रिणीला भेटण्यासाठी परगावी जा. तुमच्या मित्रांबरोबर संपर्क करा व काही योजना आखा म्हणजे तुमची दिनदर्शिका रिकामी राहणार नाही तर ती भरगच्च असेल. दुसरीकडे लक्ष गुंतविणे खरेच उपयुक्त ठरते. प्रेमभंग झालेली व्यक्ती रिकामटेकडी असणे यापेक्षा वाईट काही नाही. जर तुम्ही स्वतःला व्यग्र ठेवले नाहीत तर ज्या व्यक्तीवर प्रेम होते त्या व्यक्तीची आठवण येत राहील.

५. तुम्हाला जे नेहमी करावेसे वाटत होते असे आव्हान निवडा.

कोणतातरी डोंगर ज्यावर चढायचं स्वप्न होतं? ट्रायथलॉनसाठी तयारी करायची होती पण वेळच मिळाला नाही? कधीपासून एखादा अभ्यासक्रम करायचा होता? किंवा गिटार शिकायचं होतं? हीच वेळ त्यासाठी योग्य आहे.

हे आव्हान स्वतःसाठी निवडा, असंच काही करा ज्यामुळे तुम्हाला स्वतःचा अभिमान वाटेल. स्वतःसाठी काही साध्य करणे याहून सुंदर अनुभूती नाही.

६. स्वतःला सतत एक प्रश्न विचारत रहा.

जर तुम्हाला माहीत असतं की, तुमच्यासाठी योग्य व्यक्ती लवकरच भेटणार आहे आणि हा प्रेमभंग तुम्हाला त्याच्याजवळ नेणारं एक पाऊल आहे तर तुम्ही एकटेपणातले हे दिवस आणि रात्री कसे घालवले असते?

प्रेमभंग झाल्यावर आपण आता आयुष्यभर एकटे राहू की काय किंवा आपल्या आयुष्यातून निघून गेलेल्या व्यक्तीप्रमाणे कधीच कोणी भेटणार नाही अशी सर्वांत मोठी भीती असते. हे खरं नाही, आपण एकटे असतानाचा काळ उत्तम आणि अर्थपूर्ण बनवायचा ठरवलं, तर आपण पुन्हा एकटे राहणार नाही असा संदेश आपल्या मेंदूकडे जातो.

आणि आणखी एक गोष्ट, वजन कमी करण्याच्या फंदात पडू नका.

प्रेमभंगाचे दुःख हे व्यायामाचं कारण बनवून स्वतःला जास्त आकर्षक बनवून आपल्या पूर्वायुष्यातील व्यक्तीस परत मिळविण्याचा किंवा तिला पश्चात्ताप वाटावा म्हणून वजन कमी करण्याच्या व्यायामात अतिरिक्त वेळ घालविणे असे करू नका. तसे केले तर तुमच्या आयुष्यातून गेलेल्या व्यक्तीचा तुम्ही अद्यापही पाठलाग करीत आहात व तीच तुमची दैनंदिन प्रेरणा आहे असा त्याचा अर्थ होईल.

जर तुम्हाला शरीरसौष्ठवासाठी, चांगल्या आरोग्यासाठी, खरंच स्वतःसाठी व्यायाम करायचा असेल तर ते उत्तमच आहे. स्वतःची काळजी घेतली आणि आरोग्यदायी सवयी अंगीकारल्या तर खूपच छान. पण त्या व्यक्तीसाठी करू नका. स्वतःसाठी करा.

सर्वांत महत्त्वाचे म्हणजे काही काळ लोटू द्या.

वेळच सगळ्या जखमा बऱ्या करते असं म्हणतात. पण खरी गोष्ट अशी आहे की, तुम्ही वेळेचा काय उपयोग करता, त्यावर तुमचे बरे होणं अवलंबून असते. तुमचं आयुष्य कितीही गजबजलेलं असो, किंवा तुम्हाला कितीही बरं वाटायला लागलं असो, तरी जे घडलं त्याची पूर्ण जाणीव होण्यासाठी वेळ लागणारच. वेळ लागू द्या... कारण ते घडणारच आहे. अनेक वेळा, त्यासाठी खूपच वेळ लागतो.

पण जर तुम्ही दररोज उठलात आणि एक छोटं पाऊल पुढे टाकत राहिलात, तर एक दिवस असा येईल की, तुम्ही फक्त बरं वाटतंय असं म्हणणार नाही, तर खरंच बरे झाला आहात असं जाणवेल.

तुम्हीच तुमच्या आयुष्याचं खरं प्रेम आहात

प्रेम, वेदना आणि त्यांमधल्या सगळ्या गुंतागुंतीतून वाट काढताना थोडे थांबून एका महत्त्वाच्या सत्याची जाणीव करून घेणं गरजेचं आहे ते म्हणजे कोणतंही नातं तुम्हाला प्रेमासाठी पात्र बनवत नाही. तुमचे अस्तित्वच त्यासाठी पात्र बनविते.

तुमचं संपूर्ण आयुष्य, जन्मापासून मृत्यूपर्यंत, तुम्ही फक्त एकाच व्यक्तीसोबत घालवणार आहात, तुमच्याच स्वतःसोबत. म्हणूनच, तुम्हीच तुमचं खरं प्रेम आहात.

या पुस्तकात आपण सतत इतरांशी असलेल्या नात्यांवर लक्ष केंद्रित केलं. इतर लोकांना दोष न देता ते नातं समृद्ध कसं करावं आणि त्यातून अर्थ, आनंद आणि जवळीक कशी मिळवावी हे पाहिलं.

पण या सगळ्या नात्यांच्या मुळाशी एक एकमेव नातं आहे ते म्हणजे तुमचं स्वतःशी असलेलं नातं.

तुम्ही एकटे असाल, कोणासोबततरी भेटीगाठी (डेटिंग) करीत असाल, लग्न झालेलं असेल, किंवा एखाद्या वेदनादायक नात्यातून सावरत असाल अशा कोणत्याही परिस्थितीत उत्तम नात्यांची निर्मिती करू शकेल अशी शक्ती आधीपासूनच तुमच्यामध्ये आहे. इतर लोकांच्या वागणुकीला स्वीकारून त्यांचं असणं कसं मान्य करावं आणि त्याच वेळी स्वतःच्या वागण्याची जबाबदारी घ्यावी हे *'त्यांना करू द्या'* या सिद्धांताने तुम्हाला शिकविले आहे.

आता या सगळ्या शिकवणीचा उपयोग सर्वांत महत्त्वाच्या नात्यासाठी करायची वेळ आली आहे आणि ते म्हणजे तुमचं स्वतःशी असलेलं नातं.

त्यांना हवे ते करू द्या. तुम्ही स्वत्व जपा

तुम्ही हे शिकला आहात की, इतर माणसं तुमच्यासाठी आनंद, आरोग्य, आधार, प्रेम आणि जिव्हाळ्याची एक अतिशय सुंदर स्रोत ठरू शकतात. आणि हे सगळं तुमचं हक्काचं आहे. तुम्हाला हे सगळं आणि त्याहून अधिक मिळायला हवं. तुमच्यासाठी अशी नाती असायला हवीत जी तुम्हाला उंचावतात, तुमच्या आत्म्याला पोसतात आणि तुमच्यातील प्रेम व स्वाभिमानाचा आरसा ठरतात. ही सगळी सुंदर नाती निर्माण होतात, ती तुम्ही स्वतःला कसं वागवताय यावर; हा कळीचा मुद्दा आहे.

तुम्ही स्वतःच्या मर्यादा ओळखून त्यांचं पालन करताय का? तुम्ही इतरांवर जसं प्रेम करताना त्यांना सहानुभूती आणि माया देता, तसंच स्वतःलाही देता का? तुमची स्वप्नं पूर्ण करण्यासाठी तुम्ही कोणाच्या अनुमतीची वाट पाहताय का, की तुम्ही स्वतःला ती परवानगी दिलीय?

'तुम्ही आयुष्यभर ज्या एका व्यक्तीसोबत असणार आहात, ती व्यक्ती तुम्ही स्वतः आहात.' हे वाक्य कुठलीतरी गुळमुळीत उक्ती नाही, ही वस्तुस्थिती आहे.

मग स्वतःबरोबरचं नातं कसं असावं, हे ठरवण्याचा हक्क आणि जबाबदारी तुमचीच आहे. मी तुम्हाला वरवरच्या 'स्वतःवर प्रेम करा' अशा सल्ल्यामध्ये अडकवणार नाही. पण एवढं नक्की सांगेन की, तुमच्याकडे एक निवड आहे. तुमच्या गरजा, तुमच्या इच्छा, आणि तुमचं सुख या सगळ्यांना तुम्ही प्राधान्य देणे ही निवड तुमच्याकडे आहे.

हे म्हणजे आत्मकेंद्रित होणे व लोकांना दूर सारणे नाही. तुम्ही स्वतःला जितकं प्रेम, आदर आणि काळजी देता, तितकंच ते इतर नात्यांमध्येही उमटतं हे ओळखण्याची गोष्ट आहे. जेव्हा तुम्ही इतरांकडून मान्यता मिळवण्याची धडपड सोडता आणि स्वतःला सन्मानाने वागवायला सुरुवात करता, तेव्हा तुम्ही जगाला एक ठाम संदेश देता की, मला असंच वागवलं पाहिजे.

तुमच्या आयुष्यात आनंद मिळवण्यासाठी, तुमच्या स्वप्नांच्या दिशेने जाण्यासाठी, स्वतःला व्यक्त करण्यासाठी, किंवा तुमचं इच्छित आयुष्य जगण्यासाठी कोणाच्याही परवानगीची गरज नाही. फक्त तुमच्या स्वतःच्या परवानगीचीच गरज आहे. तुम्ही इतकी वर्षं प्रेम, स्वीकार, ओळख हे सगळं इतरांकडून मिळवायची वाट पाहत आला आहात. पण खरी गोष्ट ही आहे की, ज्याचा तुम्ही शोध घेताय त्याची सुरुवात तुमच्यापासूनच होते.

'त्यांना करू द्या' हा सिद्धान्त हा केवळ इतरांशी वागण्याची पद्धत नाही, तर तुम्ही ज्या प्रेम, आदर व दयाळूपणा यांस पात्र आहात त्यासाठी स्वतःला कसे वागवावे याची मार्गदर्शिका आहे. ते जसे आहेत तसे त्यांना राहू द्या. परंतु त्याहून महत्त्वाचे म्हणजे तुम्ही खरोखर जसे आहेत तसेच रहा.

'मला करू द्या' म्हणजेच माझ्या आनंदाला मला प्राधान्य देऊ द्या.

मला माझ्या स्वप्नांच्या मागे पूर्ण उत्कटतेने धावू द्या.

मला माझ्या मन:शांतीसाठी मी आखलेल्या सीमांचा आदर करू द्या.

मला अशा नात्यांची निवड करू द्या जी मला उंचावतात आणि प्रेरणा देतात.

जेव्हा एखादं नातं संपलं आहे हे स्पष्ट दिसतं, तेव्हा तिथून निघून जाण्याइतकं मला स्वतःवर प्रेम करू द्या.

योग्य जोडीदार, योग्य मित्र किंवा योग्य संधी येण्याची वाट पाहण्याची ही गोष्ट नाही. तुमच्या आनंदाचा, तुमच्या समाधानाचा आणि तुमच्या आयुष्यातील आनंदाचा मूळ स्रोत तुम्ही स्वतः आहात हे ओळखण्याची गोष्ट आहे. जेव्हा तुम्ही हे मनापासून स्वीकारता तेव्हा इतर सगळं आपोआप स्थिर होऊ लागतं.

म्हणून जेव्हा तुम्ही ही पानं मिटता आणि पुढं वाटचाल करता, तेव्हा हे तुम्हीच तुमच्या आयुष्याचं खरं प्रेम आहात हे लक्षात ठेवा आणि सार्थक नात्यांनी, आनंदाने व समाधानाने भरलेलं जे जीवन तुम्ही घडवणार आहात ते तुम्ही स्वतःला कसं प्रेम देता यापासूनच सुरू होतं. *'मला करू द्या.'*

आता या प्रवासाची सांगता करू या आणि तुम्ही किती मोठा प्रवास पार केला आहे याची स्वतःला आठवण करून देऊ या. तुम्ही शिकलात, वाढलात आणि एक अतिशय महत्त्वाची गोष्ट उलगडली ती म्हणजे तुमचं जीवन आणि तुमचं प्रेम घडवायची खरी ताकद कायम तुमच्यामध्ये होती.

या विभागात तुम्ही शिकून घेतलं की, आपली उत्तम प्रतिमा कशी दर्शवायची आणि आपल्या आयुष्यात योग्य प्रेम कसं निवडायचं.

आजपर्यंत, तुम्ही ज्या प्रेमास पात्र आहात त्यापेक्षा कमी प्रेम स्वीकारत होतात. *'त्यांना करू द्या'* या सिद्धान्ताने तुम्हाला हे शिकवलं की, स्वतःची किंमत ओळखायची, जे तुमच्याशी योग्य वागत नाहीत त्यांना सोडून द्यायचं आणि जी व्यक्ती खरंच तुमचं प्रेम मिळवण्यास पात्र आहे त्या व्यक्तीकडे लक्ष द्यायचं.

१. **समस्या :** तुम्ही तुमच्या योग्यतेपेक्षा कमी प्रेम स्वीकारत आहात. तुम्ही अशा लोकांच्या मागे धावत आहात जे कधीच वचनबद्ध होणार नाहीत किंवा अशा लोकांवर वेळ खर्च करत आहात जे तुम्हाला परत प्रेम देत नाहीत किंवा ज्या व्यक्तीसोबत तुम्ही आहात, तिला स्वीकारायला आणि तिच्यावर ती आहे त्या स्वरूपात प्रेम करायला तुम्ही तयार नाही. तुमच्या नात्यांवर नियंत्रण ठेवण्याची ताकद इतरांच्या हातात नाही, ती तुमच्याच हातात आहे. नव्या प्रकारे स्वतःला जगात सादर करण्याची आता वेळ आली आहे.

२. **सत्य :** नातेसंबंध म्हणजे एखाद्या व्यक्तीवर ती जशी आहे त्या स्वरूपात प्रेम करण्यास शिकणे, ती व्यक्ती जशी असावी असे वाटते त्यावर नाही. ओळखीच्या सुरुवातीच्या टप्प्यात, माणसांना त्यांचं खरं स्वरूप त्यांच्या वागण्यातून प्रकट करू देणे, नात्यांमध्ये माणसं जशी आहेत तशी स्वीकारा. ते तुम्हाला जसे असावेत असे वाटते तसे नसतील तर त्यांना शिक्षा करू नका. जेव्हा एखादा माणूस आपल्या अपेक्षांशी जुळत नाही तेव्हा कठोर संवाद करावा लागतो आणि कठोर निर्णयही घ्यावा लागतो.

३. **उपाय :** 'त्यांना करू द्या' हा सिद्धान्त वापरून समजते की, खरं प्रेम असलेलं नातं घडवणं ही आपली जबाबदारी आहे आणि आपल्या हातातली खरी ताकद ही इतरांच्या वागणुकीला जशी आहे तशी स्वीकारण्यामध्ये आहे आणि त्यानुसार, आपण नात्यांमध्ये स्वतः कसे सामील होतो, हे बदलण्यात आहे. त्यानंतरच खरं प्रेम आपल्याकडे आकर्षित करण्याची संधी येते आणि यातूनच असलेल्या नात्यामध्ये अधिक गहिरे प्रेम निर्माण होते. हीच तुमच्या बदलाची सुरुवात आहे.

जेव्हा तुम्ही 'त्यांना करू द्या' म्हणता तेव्हा तुम्ही इतरांना त्यांच्या स्वभावानुसार स्वीकारता, त्यांचं वागणं हेच वास्तव मानता. जेव्हा तुम्ही *'मला करू द्या'* म्हणता तेव्हा तुम्ही ठरवता की, प्रेम तुमच्या आयुष्यात कशा स्वरूपात यावं.

प्रेमाच्या मागे धावणं थांबवा, आता प्रेम निवडायला शिका.

निष्कर्ष

तुमचे 'मला करू द्या' युग येथे आहे

तुम्ही आणि मी या पुस्तकात बराच वेळ इतरांविषयी बोलत होतो. त्यांचे विचार, भावना आणि त्यांच्या कृती कशा आपल्याला त्रास देतात, रागावतात, निराश करतात याचा ऊहापोह करत होतो.

पण खरं पाहिलं तर हे पुस्तक इतरांविषयी नाही. हे पूर्णपणे तुमच्याविषयी आहे.

जर तुम्हाला अजूनही वाटत असेल की, हे पुस्तक 'त्यांच्याविषयी' आहे तर तुम्ही अजून मुद्दाच समजून घेतलेला नाही. जर तुम्हाला अजूनही असं वाटत असेल की, तुमच्या आयुष्यात इतर माणसंच अडचण आहेत, तर तुम्हाला हे पुस्तक पुन्हा पहिल्यापासून वाचावं लागेल. कारण सत्य फार सोपं आहे.

शक्ती तुमच्याकडेच आहे आणि हीच शक्ती तुम्ही सतत दुसऱ्यांना दिली आहे.

कल्पना करा की, तुम्ही एका आकाशाखाली उभे आहात, जे सतत बदलत असतं. कधी निरभ्र निळं, कधी ढगांनी भरलेलं, तर कधी वादळांनी थैमान घातलेलं. हे आकाश शांत आणि सुंदर राहावं, ढग नाहीसे व्हावेत, सूर्य नेहमीच प्रकाशमान असावा यासाठी तुम्ही आयुष्यभर प्रयत्न करीत होता. तुम्हाला काय हवंय याचं आकाशाला काही घेणं-देणं नाही. तुमची इच्छा असो किंवा नसो, त्याला जे पाहिजे तेच आकाश आकारणार.

आकाशाचं सौंदर्य ढगांमुळे कमी होत नाही, वादळे त्याचं वैभव हरवत नाहीत हे जेव्हा तुम्हाला समजते तेव्हा एक प्रचिती येते. हीच विविधता, हीच अनिश्चितता, हीच त्याची खरी भव्यता आहे. वादळं शांततेचं सौंदर्य अधोरेखित करतात आणि ढग सूर्यकिरणांना अधिक मौल्यवान बनवतात. तुमचं आयुष्यही असंच आहे.

तुम्ही आजवर अशक्य गोष्टींवर नियंत्रण मिळवण्याचा प्रयत्न करत होतात, जगाने तुमच्या अपेक्षांनुसार वागावं असा दबाव टाकीत होतात. पण जग तुमच्यासमोर काय वाढून ठेवते त्याला तुम्ही कसा प्रतिसाद देता यावर लक्ष केंद्रित केले तर काय होईल? तुम्ही हवामान बदलू शकत नाही. पण त्याचा तुमच्यावर कसा परिणाम होतो हे तुम्ही बदलू शकता.

बाहेर काहीही घडलं तरी त्याचा तुमच्यावर काय परिणाम होतो हे तुम्ही ठरवता.

एखाद्या प्रिय व्यक्तीची टीका तुमचा आत्मसन्मान उद्ध्वस्त करते की तुम्ही ते सहज झटकून टाकता हे तुम्ही ठरविता. एकामागोमाग एक अपयशी भेटी झाल्या म्हणून तुम्ही तुमची मूल्यं खाली आणता की, आणखी अधिक जागरूक होता हेही तुम्ही ठरवता.

कोणीतरी यशस्वी झालं तर तुम्ही हताश होता की, अधिक प्रेरित होता याचं उत्तरही तुमच्याकडे आहे.

हे एवढे सोपे आहे. कारण शक्ती तुमच्याकडे आहे. ही जाणीव म्हणजे आकाशाचं खरं स्वरूप समजून घेण्यासारखं आहे. जे ढग आधी त्रासदायक वाटत होते ते आता एका सतत बदलणाऱ्या भव्य चित्राचा भाग वाटतात. जी वादळे भीतिदायक वाटत होती तीच आता शक्ती आणि सौंदर्याची अनुभूती देतात, लवचिकता आणि सामर्थ्य शिकवतात. आकाशाचं हे अनिश्चित स्वरूपच त्याला अद्भुत आणि गूढ बनवते हे तुमच्या लक्षात येते.

याचा क्षणभर विचार करा. आकाश त्याचं काम करत राहणार. ढग येतील, वादळं येतील आणि सूर्य त्याच्या मर्जीनुसार प्रकाशमान असेल. तुमचे त्याच्यावर नियंत्रण नाही, पण तुम्ही त्या आकाशाखाली कसे वागता, हे पूर्णपणे तुमच्या हातात आहे. तुम्ही छत्री घेऊन फिरू शकता, पावसात नाचू शकता, तुम्हाला आवश्यक असेल तसे उन्हात हिंडू शकता.

इतर माणसं आणि घडामोडी या साऱ्याच हवामानासारख्या आहेत. त्यांना तुम्ही नियंत्रित करू शकत नाही, ते काय विचार करतील, कसं वागतील, ते तुमच्यावर प्रेम करतील की नाही, किंवा किराणा मालाच्या दुकानात किती वेळ लावतील यावर तुमचं नियंत्रण नाही.

तर मग तुमच्यावर नियंत्रण करण्याची संधी तुम्ही इतरांना का देत होता?

तुमचा आत्मविश्वास, मनःशांती, सुख आणि स्वप्नं या सर्व मौल्यवान गोष्टी तुम्ही इतरांची मानसिकता व लहरी यांवर का सोपविता?

जर तुम्ही *'त्यांना करू द्या'* सिद्धान्त वापरला नाही तर इतरांच्या बद्दलची काळजी, त्यांच्या कृती असुरक्षितता व मते यांचा परिणाम तुम्ही स्वतःवर होऊ देता. जर तुम्ही *'मला करू द्या'* सिद्धान्त वापरला नाहीत तर तुम्ही स्वतःच्या आयुष्यात हव्या असलेल्या गोष्टी नशिबावर सोडून दिल्यासारखा आहेस.

स्वतःला एकदा मनापासून विचारून पहा. रांगा लवकर सराव्यात ही अपेक्षा, कोणी मेसेज का करत नाही याची तक्रार, बॉसने तुमचे कौतुक का केलं नाही याचा राग, तुला आणखी मित्र हवे होते, आपण लोकांना आवडावे अशी आस, कुटुंबाने तुमच्या करिअरच्या निर्णयाला पाठिंबा द्यावा अशी अपेक्षा या सर्व वस्तुस्थितींना विरोध करण्यात जेवढा वेळ आणि शक्ती तुम्ही खर्च करीत आहेत तोच मौल्यवान वेळ व शक्ती जर ज्या गोष्टी तुम्हाला खरोखर महत्त्वाच्या आहेत त्यांच्याकडे वळविल्या तर तुम्ही कोठे पोहोचला असतात? तुम्ही काय साध्य केले असते?

'त्यांना करू द्या' सिद्धान्त न वापरण्याची ही किंमत तुम्ही मोजता.

ज्या सगळ्या संधी तुम्ही गमावल्या त्याचा आता विचार करा, एखाद्याला आपली ओळख करून दिली असती तर; ज्या करिअरची स्वप्ने पहिली होती, संगीत, एखादे विनोदी सादरीकरण, पुस्तक जे कधीच लिहिलं गेलं नाही, फोटो जो कधी पोस्ट केला नाही, ज्यासाठी नोंदच केली नाही अशी सहल, ते शब्द जे मनातच राहिले आणि तो माणूस ज्याच्यावर प्रेम करायला तुम्ही घाबरलात यांचा विचार करा.

'मला करू द्या' सिद्धान्त न वापरण्याची ही किंमत आहे.

ही किंमत तुम्हाला खरोखर परवडते का? मला परवडत नाही हे मला माहीत आहे.

आपल्याला जे हवे असते ते इतरांकडे असेल तर त्याची कारणे देण्याचा आपण विचार करतो. उदाहरणार्थ, ते काहीतरी वेगळे असतात. त्यांचा जन्मच श्रीमंतीत झाला. ते जरा जास्त देखणे आहेत. त्यांचं आयुष्य थोडं सोपं गेलं. किंवा ते नशीबवान होते.

माफ करा, पण ही सगळी फक्त पळवाट आहे. तुमच्यात आणि त्या असामान्य गोष्टी साध्य करणाऱ्या माणसांमध्ये काही फरक नाही. ते काही खास नाहीत.

पण एक गोष्ट मात्र नक्की आहे, त्यांनी हे शिकून घेतलं आहे की, जग त्यांच्या स्वप्नांपासून त्यांना भरकटवू शकत नाही. आकाशात दिशा शोधायला ते शिकले आहेत, जसं हवामान येईल तसं स्वीकारायचं आणि कसलीही परिस्थिती असो, स्वतःच्या ध्येयांकडे वाटचाल करत राहायचं हे त्यांनी आपल्या मनावर बिंबवलं आहे. कधीतरी, त्यांनी दुसऱ्यांच्या मतांचा विचार करत बसणं सोडलं आणि स्वतःला कामाला लावलं.

दररोज सकाळी उठून आपल्या कृतीतून हे पुन्हा पुन्हा सिद्ध करायचं की, आपण आपल्या जीवनासाठी असलेल्या स्वप्नांसाठी पात्र आहोत यावरच त्यांचे लक्ष पूर्णपणे केंद्रित असते.

दर वेळेस जेव्हा तुम्ही दुसऱ्यांच्या मतांची भीती, नात्यांमधला तणाव, किंवा कोण काय म्हणेल याच्या चिंता करता, फोन करण्याचं टाळता, फॉर्म भरत नाही, व्यवसायाकडे दुर्लक्ष करता, डाएट सुरू करत नाही, किंवा मेहनतच घेत नाही तेव्हा तुम्ही स्वतःलाच थांबवत असता. स्वतःच्या क्षमतांचं नुकसान करता. इतरांचे आयुष्य पुढे जात असताना तुम्ही मात्र एकाच जागी स्थिर असता.

आयुष्य पुढे सरकत असताना, तुम्ही जागच्या जागी उभे राहिलेले असता.

त्या लाखभर क्षुल्लक गोष्टींमध्ये डोकं गुंतवू नका. दिवसातील प्रत्येक क्षण ज्या उत्कृष्ट गोष्टी तुमच्या क्षमतेमध्ये आहेत त्यांच्यासाठी वापर करण्याची आता वेळ आली आहे.

दुसरे लोक काय विचार करतील ही भीती तुम्हाला निष्क्रिय बनवू देऊ नका.

निर्भयपणे, ठामपणे आणि कोणतीही माफी न मागता तुमच्या स्वप्नांच्या मागे धावण्याची आता वेळ आली आहे.

दुसऱ्यांच्या भावना दुखावतील म्हणून प्रत्येक पाऊल जपून टाकणे थांबवा. स्वतःच्या मन:शांतीचं निडरपणे रक्षण करण्याची आता वेळ आली आहे.

इतरांचं यश बघून खचून जाणं थांबवा. खरंच कामाला लागण्याची आता वेळ आली आहे.

तुमच्या सामाजिक आयुष्याची जबाबदारी इतरांवर टाकणं थांबवा. जी पूर्वी कधीच झाली नाही, ती तुमच्या जीवनातील सर्वांत सशक्त मैत्री निर्माण करण्याची आता वेळ आली आहे.

ज्यांना बदलायचं नाही त्यांना बदलण्याचा अट्टाहास थांबवा. प्रत्येक प्रौढाला प्रौढांप्रमाणेच राहू देण्याची आता वेळ आलेली आहे.

जे लोक त्रासाने झगडत आहेत त्यांना वाचविण्याचा प्रयत्न करणे थांबवा. प्रत्येकाला स्वतःच्या पद्धतीने बरे होऊ देण्याची आता वेळ आली आहे.

तुमचं प्रेम मिळवण्यासाठी लोकांच्या मागे लागून वेळ वाया घालवणं आता थांबवा. ज्या प्रेमास पात्र आहेत ते निवडण्याची आता वेळ आली आहे.

तुमचं सामर्थ्य परत मिळवायची आणि आयुष्याचा ताबा घेण्याची हीच वेळ आहे.

'त्यांना करू द्या' हा सिद्धान्त म्हणजेच 'जाऊ द्या' ही कल्पना तुमचं सामर्थ्य परत मिळवण्याची गुरूकिल्ली आहे.

तुम्हाला हवं असलेलं आयुष्य तुम्ही जगू शकता. तुम्ही करोडपती होऊ शकता.

तुमच्या स्वप्नातली सुंदर प्रेमकहाणी तुम्हाला अनुभवता येऊ शकते. तुम्हाला आव्हान देणारे आणि समाधान देणारे करिअर तुम्ही घडवू शकता.

पण प्रश्न असा आहे की, तुम्ही स्वतःला ते करू देणार आहात का?

कारण दुसरं कोणीही तुम्हाला थांबवू शकत नाही. सगळं तुमच्या हातात आहे.

'त्यांना करू द्या' यामधलं सगळ्यात महत्त्वाचं तत्त्व म्हणजे तुमच्या आनंदाची जबाबदारी तुमची स्वतःची आहे. तुम्ही कोणती ऊर्जा घेऊन येता, तुम्ही कसे व्यक्त होता, हे तुमच्या हातात आहे. प्रत्येक दिवस सुरू झाल्यावर तुमच्यासाठी महत्त्वाच्या गोष्टींवर प्रगती करण्याचं काम करायचं ही जबाबदारी तुमचीच आहे. तुमच्यासाठी खरंच काय महत्त्वाचं आहे, हे ठरवण्याची जबाबदारी तुमची आहे. अगदी कठीण प्रसंगीही सत्य बोलण्याची जबाबदारी तुमची आहे. तुमचं आयुष्य घडवण्याची किंमत तुम्हालाच चुकवावी लागणार आहे. कोणीही तुम्हाला काहीही देणे लागत नाही, पण तुम्हीच स्वतःला सर्व देणे लागता.

तुमचं आयुष्य आज जिथं आहे, तिथं असणं जर तुम्हाला खटकत असेल, तर हे सगळं तुमच्यामुळेच आहे ही एक चांगली बातमी आहे. आणखी एक अजून चांगली बातमी म्हणजे तुम्ही ठरवलंत तर हे सगळं आजच बदलू शकता.

तुम्ही एवढी वर्षे दुसऱ्यांच्या भावना, विचार आणि वागणूक यांमध्ये गुंतून गेला होता. म्हणूनच हे पुस्तक एक जागृतीची घंटा ठरू द्या, तुमचं आयुष्य तुमच्या हातात आहे.

ही जाणीव म्हणजे तुमचा धिक्कार नाही, ही मुक्तता आहे.

इतर लोक तुम्हाला त्रास देऊ शकत नाहीत, हे समजणं किती अद्भुत आहे, नाही का? कोणीही काहीही बोलू दे, काहीही करू दे, यशाच्या शिखरावर पोहोचू दे, तुम्ही शांत आणि अविचल राहू शकता.

तुम्ही काय विचार करता, काय बोलता आणि काय करता हे तुम्हीच ठरवायचे असते हे जाणवणे किती अद्भुत आहे ना?

तुमचा वेळ आणि तुमची ऊर्जा कोठे खर्चायची, कोणाला 'हो' म्हणायचं आणि कोणाला 'नाही' म्हणायचं हे तुम्हालाच ठरविता येते, हे किती अविश्वसनीय आहे.

स्वतःचं सामर्थ्य परत मिळवणं म्हणजेच आयुष्याची जबाबदारी पुन्हा स्वतःकडे घेणं म्हणजेच स्वतःकडून अधिक अपेक्षा ठेवणे. कारण वेळ निघून जात आहे आणि ज्या गोष्टी खरं तर महत्त्वाच्याच नव्हत्या त्यांची काळजी करण्यात तुम्ही पुष्कळ वेळ वाया घालविला आहे.

याचा अर्थ असा की, जे तुमच्या हातात आहे, त्यावर पूर्ण लक्ष केंद्रित करणे आणि जे तुमच्या हातात नाही त्यासाठी एक क्षणही वाया न घालविणे.

आकाशाची पुन्हा एकदा कल्पना करा. ते कसंही बदलो, त्याखाली कसं चालायचं, हे तुम्हालाच ठरवायचं असतं. तुमची प्रतिक्रिया काय असेल, कृती काय असेल आणि जीवन कसं जगायचं हे तुम्हीच ठरवता. आकाशात ढग, वादळ सूर्यप्रकाश या गोष्टी असतातच, पण तुम्ही काय करावयाचे हे ते ठरवीत नाहीत. तुम्ही स्वतः काय करावयाचे हे तुम्हीच ठरविता.

मी खोटं सांगणार नाही, हे सोपं नसेल. *'त्यांना करू द्या'* म्हणायला सुरुवात करताच सगळं स्वप्नवत होईल असं कोणी सांगत असेल तर ते तुम्हाला फसवत आहेत.

पण जेव्हा तुम्ही तुमचं सामर्थ्य परत घेता तेव्हा एक गोष्ट मात्र निश्चित असते ती म्हणजे तुम्हाला हवे ते काही काळातच घडणार आहे हे समजल्यावर तुम्ही समाधानी होता. तुमचं करिअर, तुमचा जोडीदार, तुमचे मित्र, तुमचं शरीर, तुमची ध्येयं – सगळं आता तुमच्या हातात आहे.

आता येथे आल्यावर मी स्वतः तुमचे *'मला करू द्या'* या युगात स्वागत करण्यासाठी अत्यंत उत्सुक आहे.

मला सुरुवात करू दे.

मला एक धाडस करू दे.

मला माझं पुस्तक लिहू दे.

मला प्रामाणिकपणे सांगू दे, मला खरं तर काय हवं आहे.

मला माझ्या आयुष्यातल्या सर्वोत्तम तब्येतीकडे वाटचाल करू दे.

मला माझ्या स्वप्नातील नोकरीसाठी अर्ज करू दे

ज्यांना माझं प्रेम नको आहे अशा लोकांवर प्रेम करणं *मला* थांबवू दे.

मला एक चांगलं आयुष्य घडवू दे. असं आयुष्य, ज्याचा मला अभिमान वाटेल. असं आयुष्य, ज्यात मला खराखुरा आनंद मिळेल. असं आयुष्य, जिथं माझी अमूल्य ऊर्जा प्रत्येक क्षण साजरा करण्यात खर्च होईल.

या पुस्तकाने तुम्हाला दाखवलं आहे की, तुमच्याकडे नेहमीच नियंत्रण होतं. नेहमीच निर्णय तुमच्याच हातात होते. नेहमीच सामर्थ्य तुमच्यात होतं. आता फक्त ते परत घेण्याची वेळ आली आहे.

तुमचं जे मोठं स्वप्न आहे, जरी ते वेडसर, अशक्य किंवा हास्यास्पद वाटत असले तरी मी ते तुमच्यासाठी पाहते आहे हे तुम्हाला माहीत असावे असे मला वाटते. तुम्ही स्वतःवर विश्वास ठेवत नसाल, तर मला तुमच्यावर विश्वास ठेवू दे. आपण हे करू शकतो की नाही हे तुम्हाला माहीत नसले तरी तुम्ही करू शकता हे मला माहीत आहे आणि जर तुम्हाला हेही माहीत नसेल की सुरुवात कुठून करायची, तर तुम्हाला पहिलं पाऊल टाकायला मला मदत करू दे.

जर कोणीच तुम्हाला हे कधी सांगितलं नसेल तर मी आज नक्की सांगते की, माझं तुमच्यावर प्रेम आहे, माझा तुमच्यावर विश्वास आहे आणि तुमच्या आयुष्यात असलेली जादू आणि आनंद उलगडण्याची क्षमता तुमच्यात आहे, हे मला पूर्ण खात्रीने वाटतं.

फक्त दोन शब्द पुरेसे आहेत :

'लेट मी.'

म्हणजेच, *'मला करू द्या.'*

परिशिष्ट

'त्यांना करू द्या' पद्धत पालकत्वात कशी वापरावी?

सर्वांत जास्त विचारला जाणारा प्रश्न म्हणजे *'त्यांना करू द्या'* पालकत्वात कशी वापरायची?

प्रामाणिकपणे सांगायचं झालं, तर जर तुम्ही मुलांना अगदी हवं तसं करू दिलं, तर ती बहुतेक वेळा प्रत्येक जेवणात आइसक्रीम खातील, गृहपाठ टाळतील आणि घरकामाला हातही लावणार नाहीत.

पण, तीन मुलांची आई म्हणून, माझा अनुभव असा आहे की, जेव्हा तुम्ही मुलांना त्यांच्या मूळ स्वभावानुसार जगू देता तेव्हा तुमचं व त्यांचं नातं इतकं खोल आणि समृद्ध होतं की, ते आधी शक्य आहे असं वाटलंच नव्हतं.

जरी हे पुस्तक प्रामुख्याने प्रौढांसाठी लिहिलं असलं तरी *'त्यांना करू द्या'* पद्धत सर्व वयांच्या मुलामुलींच्या पालकांनाही उपयुक्त आहे. जवळीक साधणे, समजून घेणे आणि योग्य दिशेने मार्गदर्शन करण्याबद्दल हे पुस्तक आहे, नियंत्रण करण्याबद्दल नाही. तुमच्या मुलांना त्यांच्या खऱ्या अस्तित्वाकडे विकसित होण्यासाठी मदत करणं हे एक पालक म्हणून तुमचं खरं काम आहे, म्हणजेच *'लेट देम'* – *'त्यांना करू द्या.'*

तुमचं आणि मुलांचं नातं अधिक घट्ट आणि प्रेमळ व्हावं (आणि शक्य झाल्यास तुमचं मानसिक स्वास्थ्यही टिकून राहावं!), या हेतूनं मी *'लेट देम थिअरी'* पालकत्वात वापरण्याचे सोपे आणि उपयुक्त उपाय हा एक खास अतिरिक्त मार्गदर्शक तयार केला आहे. कारण कोणाला त्यांच्या मुलांसोबत एक सुंदर, घट्ट नातं नको असतं?

सविस्तर माहितीसाठी melrobbins.com/parenting या संकेतस्थळाला भेट द्या. आणि सुरुवात करा तुमच्या *'लेट देम'* पालकत्व प्रवासाला!

'त्यांना करू द्या' हा सिद्धान्त सहकाऱ्यांसाठी (टीमसाठी) कसा वापरावयाचा

गेल्या अनेक वर्षांत मला जगभरातल्या काही आघाडीच्या कंपन्यांसोबत काम करण्याची संधी मिळाली त्यामध्ये स्टारबक्स, जेपी मॉर्गन चेस, हेडस्पेस, ओडिबल, उलटा सौंदर्य आणि अजून अनेकांचा समावेश आहे.

या अनुभवांमध्ये मला सर्वाधिक विचारला गेलेला प्रश्न म्हणजे *'मी माझ्या सहकाऱ्यांना कसे प्रेरित करू?'* जेथे चांगला वरिष्ठ अधिकारी असतो तेथेच चांगला संघ (टीम) तयार होतो ही गोष्ट संशोधनातून स्पष्ट झालेली आहे. पण मग चांगला वरिष्ठ म्हणजे कोण? *'त्यांना करू द्या'* हा सिद्धान्त येथेच उपयोगी पडतो.

तुमचं मन म्हणत असेल, *'अरे, टीमला त्यांच्या मनाप्रमाणे करू दिलं, तर सगळाच गोंधळ उडेल! त्यांच्यावर नियंत्रण ठेवावेच लागते.'* हो, ते खरं आहे. पण जेव्हा तुम्ही सूक्ष्मपणे सगळ्यावर नियंत्रण ठेवता तेव्हा तुम्ही त्यांच्या सर्जनशीलतेचा गळा घोटता, नातेसंबंध बिघडवता आणि एक विषारी कार्यसंस्कृती निर्माण करता.

म्हणजेच ज्याचं सगळ्यावर नियंत्रण असतं, तो 'वरिष्ठ अधिकारी' असतो, पण 'चांगला वरिष्ठ अधिकारी' असत नाही.

'त्यांना करू द्या' सिद्धान्त तुम्हाला योग्य समतोल साधायला मदत करतो, यामध्ये टीमला स्वातंत्र्य आणि जबाबदारी दोन्ही दिली जातात, पण त्याच वेळी यशस्वी होण्यासाठी आवश्यक रचना (स्ट्रक्चर)सुद्धा पुरवली जाते.

शेवटी काय? वाईट वरिष्ठ अधिकारी चांगल्या टीम्सना उद्ध्वस्त करतात आणि चांगले वरिष्ठ अधिकारी सामान्य टीम्सना असामान्य बनवतात.

या विशेष बोनस मार्गदर्शकात *'त्यांना करू द्या'* सिद्धान्त वापरून अधिक प्रभावी, सहृदय आणि प्रेरणादायक नेता कसे होता येईल हे तुम्ही शिकाल.

याची सुरुवात करण्यासाठी भेट द्या : melrobbins.com/work या संकेतस्थळाला भेट द्या आणि तयार व्हा तुमच्या टीमसाठी एक जबरदस्त *'त्यांना करू द्या'* नेता ('लेट देम' लीडर) होण्यासाठी!

मला तुमचा ऋणनिर्देश करू दे

'द मेल रॉबिन्स पॉडकास्ट'च्या लाखो चाहत्यांना आणि सोशल मीडियावरील माझ्या संदेशांची नोंद घेणाऱ्या आणि मला 'चश्म्यावाली बाई' म्हणून ओळखणाऱ्या ज्या प्रत्येक व्यक्तीने माझे संदेश आणखी प्रसृत केले त्या सर्वांना मनःपूर्वक धन्यवाद! तुमच्याशिवाय मला माझं आवडतं काम करण्याची संधी मिळालीच नसती. तुम्हीच या पुस्तकाच्या अस्तित्वामागचं कारण आहात. तुमचं पाठबळ, उत्साह, प्रेम आणि (हो, तुमचा टॅटूही!) यांनी मला पुन्हा एकदा असं काही करण्याची प्रेरणा दिली, जे मी पुन्हा कधीच करणार नाही असं ठरवलं होतं ते म्हणजे पुन्हा एक पुस्तक लिहिणं. या विलक्षण प्रवासाचा भाग झाल्याबद्दल तुमचे आभार. हे पुस्तक तयार करताना जे काही साकारलं, त्यात मला वाटतं की, हे माझं आतापर्यंतचं सर्वांत महत्त्वाचं काम आहे आणि त्यात तुमचाही तितकाच वाटा आहे. हे पुस्तक मी तुमच्यासाठी लिहिलं आहे आणि त्यामुळे ते जितकं माझं आहे तितकंच तुमचंही आहे. हे पुस्तक तुमचं आयुष्य आणि नाती कशी बदलून टाकतंय हे पाहण्याची मला आतुरता आहे.

तुम्हाला तुमच्या जीवनात अधिक प्रेम, अर्थ, आनंद आणि शांतता मिळायला हवी, आणि *'त्यांना करू द्या'* सिद्धान्त (Let Them Theory) तुम्हाला ते मिळवण्यास नक्कीच मदत करेल.

द मेल रॉबिन्स पॉडकास्टमध्ये सहभागी झालेल्या सर्व तज्ज्ञांचे आणि या पुस्तकाच्या पानांमध्ये आपलं ज्ञान वाटणाऱ्या प्रत्येकाचे मनःपूर्वक आभार. बॉस्टनला विमानाने प्रवास करून माझ्यासोबत तुम्ही खर्च केलेला वेळ, तुमचं समर्पण यांसाठी मी अत्यंत ऋणी आहे. तुमच्या प्रत्येकाकडून मी खूप काही शिकले आहे. या पुस्तकात आणि ग्रंथसूचीत तुमचं संशोधन थेट उद्धृत केलं आहे किंवा नाही, यापेक्षा महत्त्वाचं म्हणजे, तुमची भेट, संवाद आणि शिकवणुकीमुळे माझ्या जीवनावर आणि या पुस्तकातील प्रत्येक शब्दावर परिणाम झाला आहे. या पुस्तकाचे वाचक आणि १९४ देशांतील 'द मेल रॉबिन्स पॉडकास्ट' ऐकणारे लाखो श्रोते यांच्या वतीने खूप खूप धन्यवाद. तुमच्या कार्यासाठी धन्यवाद आणि तुमच्या ज्ञानाचा आम्हाला लाभ दिल्याबद्दल मनःपूर्वक आभार.

सॉयर – माझी बुद्धिमान मुलगी, सहकारी षड्यंत्रकर्ती, सहसंशोधिका, सहलेखिका आणि सहवैमानिक – तू कधीच तुझ्या आईसाठी काम करणार नाहीस असं ठामपणे सांगितलं

होतंस आणि आज आपण इथे आहोत. दररोज सकाळी मी आभारी असते की, जेव्हा मी *'त्यांना करू द्या'* या 'छोट्याश्या संशोधन प्रकल्पा'त मला मदत करण्याबद्दल विचारले होते तेव्हा तू होकार दिला होतास. तू त्यात इतकी खोल डुबकी घेतलीस की, पुन्हा वर आलीच नाहीस. माझ्या आयुष्यातली ही एक अत्यंत समाधान देणारी गोष्ट आहे, केवळ तुझी आई असणे नाही, तर आता तुला एक सहकारी म्हणून ओळखण्याची संधी मिळणे. मी तुझ्यावर मनापासून प्रेम करते आणि तुझ्यासोबत काम करण्याचा प्रत्येक क्षण मला प्रिय आहे. मला माहीत आहे की, काम करताना तुला मनातल्या मनात माझ्याबद्दल *तिला करू दे, तिला करू दे*, असे सतत म्हणावे लागले असेल.

ट्रेसी – माझा उजवा हात, उजवा मेंदू, वाक्य पूर्ण करणारी आणि अव्वल कार्यकारी निर्माती. तुझ्याशिवाय मी कुठे असते? समुद्रात हरवलेली! तू हे जहाज योग्य मार्गावर आणि तरंगत ठेवलंस. तुझा सर्वोत्तम गुण म्हणजे मी कधीही तुझ्या चेहऱ्यावर नापसंती पहिली नाही, तू कधीही नकारात्मक वृत्ती दर्शविली नाहीस, तू नेहमी आनंद, सकारात्मकता आणि ऊर्जा घेऊनच येतेस त्यासाठी मनःपूर्वक धन्यवाद. गेल्या आठ वर्षांपासून या झपाटलेल्या प्रवासात तू जी शांतता आणि स्थिरता दिलीस, त्यासाठी मी अत्यंत ऋणी आहे.

सूसी – लिहिण्याच्या प्रक्रियेत मजा आणि कथाकथन आणल्याबद्दल धन्यवाद. तू मला एक उत्तम लेखिका बनवलंस. या प्रकल्पात तू दिलेली खोली आणि गाभा अमूल्य आहे.

तुझं काम म्हणजे या पुस्तकाच्या हृदयाचा एक अविभाज्य भाग आहे. तू खरी मूळ सदस्य आहेस (OG) आणि हे पुस्तक आज जिथे आहे तिथे पोहोचण्यामागे तुझा मोठा वाटा आहे. या पुस्तकामुळे आपली भेट झाली याचा मला अतिशय आनंद आहे आणि या भागीदारीची ही फक्त सुरुवात आहे हे जाणून मी रोमांचित झाले आहे.

जुना – तू वाऱ्याच्या झपाट्यासारखी आलीस आणि दररोज तुझ्या अफाट लेखनकौशल्याने मला प्रभावित केलंस. या पुस्तकाची भाषा, ताकद आणि भावना तू ज्या अचूकतेने पकडल्या, ते अविश्वसनीय आहे. या गोष्टीला प्रभावशाली रूप देण्यामध्ये तू अत्यावश्यक घटक होतीस. तुझी विचार करण्याची पद्धत मला अतिशय आवडते.

लिन – कधीकधी एखादी व्यक्ती आपल्या आयुष्यात येते आणि आपल्याला जाणवतं की, आजवर काहीतरी हरवलं होतं तू म्हणजे तसंच काहीसं – लिन, तू ती जागा भरून काढलीस. माझ्या जीवनातील एक आवश्यक घटक तू बनली आहेस, आणि तुझ्यासोबत काम करताना मला खऱ्या अर्थाने 'समर्थन' आणि 'उत्कृष्टता' काय असते याची जाणीव झाली. तू जे मापदंड तयार केलेस, ते इतके उच्च आहेत की त्याला गाठणं कठीणच आहे. मला खरंच वाटतं, तुझ्याशिवाय हे काम शक्यच झालं नसतं.

आता, कृपया तुझा फोन खाली ठेव आणि लॅपटॉप बंद कर, काम थांबव आणि वीकेंडचा आनंद घे! मी कुठेही जाणार नाही आणि तूही नाही, त्यामुळे जेव्हा वेळ मिळतो तेव्हा थोडा आराम कर.

सिंडी – आमची गुलाबी क्रॉक्स आणि जुळणाऱ्या लिपस्टिकमधली रॉकस्टार, आणि बॉस्टनमधील लोकांप्रमाणे उच्चार करणारी व्यक्ती तू आहेस. मी मनापासून तुझ्यावर प्रेम करते. तू आमच्या आयुष्यात पाऊल ठेवताच आनंद आणि हास्य घेऊन आलीस. मला कधीच वाटलं नव्हतं की, ५६व्या वर्षी मला एक मातेसमान प्रौढ गृहिणी ('हाउस मॉम') म्हणजे अशी व्यक्ती जी संपूर्ण घराची काळजी घेते, अगदी जणू ती एखाद्या विद्यार्थिनींच्या वसतिगृहाची काळजी घेते तशीच तू आहेस.

तुला आता 'सिंडी रॉबिन्स' असंच नाव असायला हवं खरं तर. आणि आता परिस्थिती अशी आहे की, योलो आणि होमी (माझे पाळीव प्राणी)सुद्धा तुझ्या येण्यावर माझ्यापेक्षा जास्त खूश होतात.

एमी आणि जेसी – व्हरमाँटमधील आमच्या मूळ मैत्रिणी (OGs). आपल्याला व्हरमाँटमध्ये राहणं किती नकोसं वाटत होतं आणि या लहान ग्रामीण गावात आपल्याला नेमकं काय करायचंय हे माहीतच नव्हतं, या समान भावनेने आपण एकमेकांशी जोडले गेलो. इथे येणं ही काही योगायोगाची गोष्ट नव्हती; ती एक समविचारी एकत्र केलेली कृती होती. गेल्या चार वर्षांत आपण एकत्र खूप हसलो, रडलो आणि प्रत्येक अडथळा पार करत गेलो. एका वेळेस थंड पाण्यात एक डुबकी आणि एक कार्ड बाहेर काढणे. (किती भन्नाट आहेस, एमी!). आणि त्याच वेळी आपण गॅरेजच्या वरच्या मजल्यावरून, कुठल्याही प्रसिद्ध ठिकाणी नसतानाही, जगातला 'सर्वांत वेगाने वाढणारा पॉडकास्ट' सुरू केला. आयुष्यात उशिरा भेटलेल्या काही लोकांमध्ये जादू असते आणि तुम्ही दोघी माझ्या आयुष्यातल्या त्या जादुई व्यक्ती आहात. माझ्या मनात एक भावना आहे की, पुढचं प्रकरण हे आतापर्यंतचं सर्वांत सुंदर आणि भव्य ठरणार आहे. सगळ्यात मजेशीर म्हणजे आता आपल्याला इथे राहणं खरंच आवडायला लागलं आहे!

मेलडी – आमची संपादिका, मजकुराचे संपादन करण्यात प्रवीण आणि माझ्याप्रमाणेच निरनिराळ्या फॅशनचे चश्मे वापरणारी. अनेक वेळा रात्री उशिरा व अगदी आयत्या वेळी मी पाठविलेला मजकूर तू कौशल्याने हाताळला त्याबद्दल मी खूप आभारी आहे. तू नेहमी हसऱ्या चेहऱ्याने हजर झालीस आणि हे पुस्तक परिपूर्ण स्वरूपात असेल याची निश्चिती केलीस. मी तुला अनेक कप कॉफी देणे लागते व अनंत आभार मानते.

मार्क – तुला हे आधीच ठाऊक आहे की, तू मला किती आवडतोस. हे पुस्तक प्रत्यक्षात उतरवण्यात तू फक्त मदतच केली नाहीस, तर याचा आशय जगभरातील वाचकांपर्यंत पोहोचावा यासाठी तू अमेरिकेच्या सीमेबाहेरील अनेक भाषांमध्ये भाषांतर उपलब्ध करून दिले. तू सर्वोत्तम आहेस, व्यवहार पूर्ण करण्यामध्ये तुझी हुशारी आणि आपण ज्या 'विशिष्ट गोष्टी' एका विलक्षण पद्धतीने करतो, त्यात मी नेहमीच पहिली लेखिका ठरते, हे सर्व तुझ्यामुळेच. (बाकीचं सगळं मोठे गुपित आहे). मी तुझी कायमची ऋणी आहे.

क्रिस्टीन – माझी जाऊ, व्यवसाय भागीदार, माझ्याप्रमाणेच ऑस्ट्रेलियन आणि सगळ्यात खास मैत्रीण, या प्रवासात मला खंबीर पाठबळ दिल्याबद्दल तुझे आभार. या पुस्तकाच्या

लेखनादरम्यान मी जेवढे मन:स्वास्थ्याचे धक्के घेतले, त्याबद्दल क्षमस्व! माझ्या भावनांनी भरलेले संदेश, मेसेजेस, रात्रीचे हताश संवाद हे सगळं तुला सहन करावं लागलं याची मला लाज वाटते. या पुस्तकात 'भावनांचं व्यवस्थापन' यावर जे लिहिलंय, त्याची खरी गरज कुणाला असेल, तर ती मलाच! तुझ्या सौम्यतेबद्दल, समजूतदारपणाबद्दल धन्यवाद. नियंत्रणाबाहेर गेलेल्या आपल्या नवख्या कंपनीला जागतिक स्तरावरील एक प्रेरणादायी संस्था बनवणं यासाठी लाभलेल्या तुझ्या मार्गदर्शनाबद्दल धन्यवाद. माझ्या मनात तुझ्याबद्दल अपार अभिमान आहे. तुझी भागीदार असणं हे माझं भाग्य आहे. आपण मिळून जे निर्माण केलंय, त्याबद्दल मी प्रचंड आनंदी आहे. तू नेहमी माझ्या पाठीशी आहेस, हे माहीत असल्यामुळेच मी हे सर्व करू शकले. दररोज सकाळी मी स्वतःला विचारते : 'उपजीविकेसाठी आपल्याला हे करावे लागत आहे यावर तू विश्वास ठेवशील का?' आणि मग आपण खरंच जादुई आहोत असा तुझा आवाज माझ्या मनात ऐकू येतो.

क्रिस – *'लेट देम'* या पुस्तकाच्या लेखनाचं झपाटलेपण सुरू असताना तू कॅम्पिंगला जात होतास याबद्दल मनापासून धन्यवाद. जर कणा नसेल तर एक पुस्तक कधीच निर्माण करता येत नाही आणि माझ्या जीवनाचा तो कणा तूच आहेस. आपलं संपूर्ण कुटुंब तू एकत्र ठेवतोस. माझ्या आयुष्यात मला सगळ्यात जास्त काय प्रिय आहे, तर ती गोष्ट म्हणजे तू. आणि मला हे आयुष्य तुझ्यासोबत जगता येतं, हीच माझी सर्वांत मोठी कमाई आहे.

केन्डल आणि ओकली – या पुस्तकाच्या लेखनप्रक्रियेबद्दल तुम्ही जे ऐकलंय, ते लक्षात घेता मला कल्पना आहे की सॉयर आणि मी घरात धडपडत असताना, तुम्ही कॉलेज आणि लॉस अँजेलिसमध्ये असल्याबद्दल मनोमन आनंदी असाल! तुम्ही कायम मला माझ्या स्वप्नांचा पाठपुरावा करण्यासाठी पाठिंबा दिला आहे आणि हे लक्षात ठेवा – आयुष्यात तुम्ही जे काय करावयाचे ठरवाल त्यातील प्रत्येक टप्प्यावर मी तुम्हाला प्रोत्साहन देईन.

आई–बाबा – आई, मला वाटतं, *'मला करू द्या'* ही जिद्द लहानपणीच तुझ्या संस्कारांतूनच माझ्या मनात रुजली. तू हाताने उशी शिवत असताना सांगायची की, *'मोठी मुलगी झाली आहेस आता, थोडं धाडस दाखव आणि निभावून ने!'* हे पुस्तक लिहीत असताना सतत मी त्याचा विचार करीत असे. तू माझी सर्वांत मोठी पाठीराखी होतीस आणि मला जेव्हा जेव्हा तुझी आवश्यकता होती तेव्हा तू हजर होतीस याबद्दल मी सदैव ऋणी आहे. मला माहीत आहे, तुम्हाला माझा अभिमान वाटतो, पण मला हे सांगायचं आहे की, मलादेखील तुमचा, तुमच्या नातेसंबंधाचा आणि तुम्ही घडवलेल्या आयुष्याचा तितकाच अभिमान आहे.

ॲन – तू मला 'संपूर्ण स्त्री' कसे व्हायचे हे शिकवलंस. तुझ्या मार्गदर्शनामुळे माझं आयुष्य, माझं लग्न आणि माझ्या माझ्या व्यक्तिमत्त्वाचा पूर्ण विकास यावर खूप प्रभाव पडला. तुझ्या प्रभावाचं वर्णन करायला शब्द अपुरे पडतील. मी तुझ्यावर मनापासून प्रेम करते.

डेव्हिड – कधी मार्गदर्शन हवं असेल, तर कधी विचारांची दुसरी बाजू, हसणं, मोकळेपणाचा सल्ला, किंवा एक मस्त gin and tonic पेय मला तुझ्याकडून सत्वर मिळत असे. चांगली

वरिष्ठ अधिकारी आणि एक चांगली मैत्रीण कसे व्हावे हे तू मला शिकविलेस. ख्रिस्टीन आणि मी, आम्ही दोघीही तुझ्याशिवाय काहीच करू शकलो नसतो आणि तुझ्याशिवाय काम करणे आम्हाला नक्कीच नको आहे. माझे प्रेम आहे तुझ्यावर!

पीट – या पुस्तकाचं मुखपृष्ठ तू अक्षरशः कमाल केलं आहेस! मी पाहिलेले स्वप्न तू त्याहीपेक्षा छान तुझ्या रचनेतून सत्यात उतरविलेस. मी जेवढ्या मागण्या करत गेले, तितकीच त्रासदायकही ठरले असेन; पण तुझा संयम, सहकार्य आणि शेवटच्या क्षणापर्यंत दिलेली साथ खूपच मोलाची होती. ही कल्पकता आणि सौंदर्याची जाण जबरदस्त आहे! तुझ्या या सर्व गुणांचा मला जेवढा अभिमान आहे तेवढाच तुलाही असेल अशी अशा आहे.

ज्युली – काय सांगावं तुझ्याबद्दल? पुस्तकाची अंतर्गत मांडणी इतकी स्वच्छ, सौम्य आणि योग्य भासते की अगदी हृदयाला भिडते. तू सगळं एकत्र केलंस आणि मी या परिणामावर प्रचंड खूश आहे. तुझ्या मेहनतीसाठी आणि निष्ठेसाठी मनापासून आभार.

लिंडसे – पुस्तक प्रसिद्ध होत नसलं तरीही तू माझ्या मागे ठामपणे उभी होतीस, हे मी कधीही विसरणार नाही. 'टुडे' या कार्यक्रमात सतत मला भाग घेण्याची व जनतासंपर्काची संधी तू मला देत राहिलीस. तू सतत माझ्यासोबत होतीस. तुझं बुद्धिमान नेतृत्व, समर्पण आणि ऊर्जा प्रेरणादायी आहे. आपण या प्रवासात एकत्र आहोत याचं मला खूप समाधान वाटतं. हा प्रवास अजूनही असाच पुढे चालत राहावा याबद्दल मी खूप उत्सुक आहे.

माझ्या संपूर्ण (सहकारीवर्गासाठी) टीमसाठी – मला आणि सॉयरला हे पुस्तक लिहिण्यासाठी आवश्यक ती संधी, वेळ आणि स्वातंत्र्य दिल्याबद्दल तुमचे मनःपूर्वक आभार! त्यादरम्यान, तुम्ही आठवड्याला दोन पॉडकास्ट भाग तयार करत होता, सहा महिन्यांचा ऑनलाइन कोचिंग कार्यक्रम चालवत होता, बीजभाषणे देत होता आणि ऑडिबल, अल्टा ब्युटी व इतर अनेक आणि इतर अनेक भागीदारांसाठी उत्तम प्रॉडक्शन करत होता. तुम्ही जगातली सगळ्यात जबरदस्त टीम आहात. तुमचं समर्पण आणि संघभावनेने केलेले काम (टीमवर्क) नसतं, तर हे शक्यच झालं नसतं.

टॅटू आर्टिस्ट्स आणि त्या कलाकारांनी त्यांच्या चित्रकलेतून सांगितलेल्या कथा – तुम्ही पुस्तकामागचं खरंखुरं प्रेरणास्थान आहात. *'त्यांना करू द्या'* ही संकल्पना जगभर पसरताना पाहणं ही नम्र होण्याची आणि आनंदाची अनुभूती होती. सर्व काही तुमच्यापासूनच सुरू झालं आणि तुमची अर्थपूर्ण, सुंदर रचना जगासमोर मांडण्याची संधी मिळाल्याबद्दल मी सदैव ऋणी आहे.

पॅटी, रीड, डायेन, लिझी, आर्या–मेहर, मार्लीन, बेट्सी, कॅथलीन आणि हे हाउसचा सर्व सहकारीवर्ग (संपूर्ण टीम) – तुमच्यासोबत भागीदारी करणं हे माझ्यासाठी खूप आनंददायी आहे. तुम्ही इतकं काही करता की त्याची यादीच तयार होणार नाही! ज्यांनी हे पुस्तक समर्थित केलं, विकलं, प्रचार केला आणि वाचलं त्या प्रत्येकासाठी मनापासून आभार.

कोणतंही कार्य 'एकट्या'चं नसतं, एक पूर्ण गाव लागतं त्यासाठी, आणि तुमच्या त्या 'गावा'चा मी एक भाग आहे, याचा मला सन्मान वाटतो.

ऑडिबलमधील माझे भागीदार – व्वा! आपण सात वर्षांपासून एकत्र काम करत आहोत हेच खरं वाटत नाही. आपण मिळून खूप काही केलं आहे. ही कृतज्ञता व्यक्त करतानाच, *'त्यांना करू द्या'* सिद्धान्ताच्या ध्वनिपुस्तकासाठी (ऑडिओबुकसाठी) एकत्र काम करत असताना, आपल्या सातव्या ध्वनिपुस्तकासाठी आपण एकत्र संशोधनही करत आहोत! तुमच्या जागतिक आणि परिवर्तन घडवणाऱ्या ध्येयात मी सहभागी आहे, याचा मला सार्थ अभिमान आहे. आता पुढील सात ध्वनिपुस्तकांसाठी काम करू या. मी तुमच्यावर खूप प्रेम करते.

Align PR - तुम्ही माझी पहिली जनसंपर्क कंपनी (PR एजन्सी) आहात जी मी स्वतःहून निवडली, आणि हा निर्णय किती योग्य होता, हे वेळोवेळी सिद्ध झालं आहे. तुमची विचारशैली, काम करण्याची पद्धत आणि उत्कृष्टता पाहून मी भारावून जाते. सर्वोत्कृष्ट लोकांबरोबर काम करण्याचा जो अभिमान आहे, तो तुम्ही दिला. कारण 'ते सर्वोत्कृष्ट' म्हणजे तुम्हीच आहात!

लेखक परिचय

मेल रॉबिन्स या *न्यू यॉर्क टाइम्ससाठी* लेखन करणाऱ्या उत्तम लेखिका असून, मानसिकता, प्रेरणा आणि वर्तनातील बदल या विषयांच्या जागतिक कीर्तीच्या तज्ज्ञ आहेत. त्यांचे लेखन ४१ भाषांमध्ये भाषांतरित झाले आहे.

त्यांच्या पुस्तकांच्या कोट्यवधी प्रती विकल्या गेल्या आहेत, सात ध्वनिपुस्तकांना प्रथम क्रमांक मिळालेला आहे आणि त्यांच्या व्हिडिओंना अब्जावधी वेळा पाहिलं गेलं आहे, यामुळे मेल रॉबिन्सचा प्रभाव खरोखर जागतिक स्तरावर आहे.

त्या *'द मेल रॉबिन्स पॉडकास्ट'* (The Mel Robbins Podcast) या पॉडकास्टच्या सूत्रसंचालक आहेत, ज्याला वेब्बी (Webby) आणि सिग्नल अ‍ॅवॉर्ड (Signal Award) मिळाले असून, हा जगातील क्रमांक एक शैक्षणिक पॉडकास्ट मानला जातो. मेल दररोज १९४ देशांतील श्रोत्यांना सक्षम करतात.

त्यांची कंपनी १४३ स्टुडिओज इन्कॉर्पोरेटेड (143 Studios Inc). उत्तेजक, पुरस्कारविजेते लेखन तयार करते, रूपांतर घडवून आणणारे कार्यक्रम आयोजित करते आणि स्टारबक्स, जेपी मॉर्गन चेस, लिंक्डइन, हेडस्पेस आणि अल्टा ब्युटी यांसारख्या ग्राहकांसाठी मूळ प्रशिक्षण कार्यक्रम तयार करते.

त्यांना फोर्ब्सच्या *'फिफ्टी ओव्हर फिफ्टी'* (Fifty over Fifty) या प्रतिष्ठेच्या यादीत स्थान मिळाले आहे आणि त्या अँप्लिफाय पब्लिशिंग या संस्थेच्या संचालक मंडळावर कार्यरत आहेत.

जटिल संकल्पनांचे साध्या आणि कृतिशील दैनंदिन उपायांमध्ये रूपांतर करण्याची त्यांची हातोटी प्रसिद्ध आहे. *'त्यांना करू द्या'* सिद्धान्तामध्ये (The Let Them Theory) मेल रॉबिन्सनी त्यांचे आतापर्यंतचे सर्वांत प्रभावशाली आणि खोलवर विचार करणारे काम सादर केले आहे.

अधिक माहितीसाठी भेट द्या : melrobbins.com

अनुवादक परिचय

डॉ. धनंजय केसकर यांना आतापर्यंतच्या कार्यकाळात भारतात तसेच परदेशातही कॉर्पोरेट आणि शैक्षणिक क्षेत्रात सर्वोच्च पदावर आपल्या कामाचा ठसा उमटविण्याची संधी प्राप्त झाली आहे. आपल्या कारकिर्दीत भूषविलेल्या पदांमध्ये कंपनीचे पूर्णवेळ कार्यकारी संचालक, व्यवस्थापकीय संचालक अशी पदे व त्यानंतर पुणे येथे ICFAI Business School चे संचालक व अलीकडील काळात मॉरिशसमधील पदवी प्रदान करणाऱ्या उच्च शिक्षण संस्थेत (AMITY) कुलगुरू आणि संचालक या पदांचा समावेश आहे. बी.ई. (मेकॅनिकल), एमबीएम (एआयएम, मनिला), पीएच.डी., जीएएमपी (शांघाय) पूर्ण करून ते उच्च विद्याविभूषित आहेत. ते ऑल इंडिया इन्स्टिट्यूट ऑफ मॅनेजमेंटचे फेलो आहेत आणि प्रमाणित कॉर्पोरेट संचालक आहेत. ते पुणे स्टॉक एक्स्चेंजचे सेबी नियुक्त गैर-कार्यकारी संचालक व नंतर अध्यक्ष होते. 'ॲडव्हर्टायजिंग स्टँडर्ड्स कौन्सिल ऑफ इंडिया' या संस्थेच्या बोर्ड ऑफ गव्हर्नर्सचे अनेक वर्षे सभासद व त्यापैकी एक वर्ष अध्यक्ष होते.

सध्या ते सिंबायोसिस समूहातील दोन विद्यापीठांच्या बोर्ड ऑफ गव्हर्नर्सचे सभासद आहेत.

ते सक्रिय रोटेरिअन आहेत. त्यांनी व्यवस्थापनविषयक तीन पुस्तके संपादित केली आहेत आणि EFMD (युरोपिअन फाउंडेशन फॉर मॅनेजमेंट डेव्हलपमेंट)साठी अनेक व्यवस्थापन प्रकरणांचे लेखक आणि सहलेखक आहेत. इंग्रजी पुस्तकांचे मराठीत तसेच मराठी पुस्तकांचे इंग्रजीत भाषांतर करण्यात त्यांचा हातखंडा आहे.

अलीकडेच त्यांनी पंतप्रधान माननीय नरेंद्र मोदी यांच्या 'विकसित भारत' या संकल्पनेसंबंधीच्या निवडक हिंदी भाषणांचा श्री.सुनील देवधर यांनी केलेल्या मराठी भाषांतराच्या इंग्रजी अनुवादाचे 'नमो उवाच' हे पुस्तक प्रसिद्ध झाले आहे.

ते सुमारे २२ वर्षे अनिवासी भारतीय स्वरूपात परदेशात कार्यरत होते व आता पुणे येथे स्थायिक आहेत .

संपर्कासाठी dkkeskar@gmail.com येथे संदेश पाठवा.